पुस्तक-3

महायोध्दा

कल्कि

शिवाचे खड्ग

Marathi translation of the National Bestseller
Mahayoddha Kalki: Sword of Shiva

Published in 2023 by

FiNGERPRINT! MARATHI

An imprint of Prakash Books India Pvt. Ltd.

113/A, Darya Ganj,
New Delhi-110 002
Email: info@prakashbooks.com/sales@prakashbooks.com

facebook www.facebook.com/fingerprintpublishing
twitter www.twitter.com/FingerprintP
www.fingerprintpublishing.com

ISBN: 978 93 5440 902 8

Processed & printed in India

पुस्तक-3

महायोध्दा
कल्कि

शिवाचे खड्ग

Marathi translation of the National Bestseller
Mahayoddha Kalki: Sword of Shiva

केविन मिस्सल

भाषांतरः प्रमोद शेजवलकर

FiNGERPRINT!

माझे मनोगत

कल्की या पुस्तक त्रयीतील हे शेवटचे पुष्प.

यापूर्वी लिहिल्यानुसार महाभारत, रामायण हे मुळातून वाचायची इच्छा निर्माण व्हावी हा मुख्य उद्देश ही पुस्तके भाषांतरित करताना माझ्या मनात होता व आहे. कारण या पुस्तकातील काही नावे व प्रसंग जरी मूळ ग्रंथावरुन घेतली असली तरीही यातील कथानक पूर्णत: स्वतंत्र व काल्पनिक आहे. यात मूळ प्रसंगांची खूपच सरमिसळ केलेली आहे. महाभारत सर्वसमावेशक आहे तर रामायण आदर्शवादी आहे.पण दोन्हींचा भारतीय मनावर असलेला पगडा कधीच पुसला न जाणारा आहे. आज पाच-सहा हजार वर्षे झाली, तरी त्यातील व्यक्तिमत्वांचे व त्याच्या वृत्तींचे आपल्या मनावर गारुड आहे. आपल्या आयुष्यात येणाऱ्या कितीतरी कठीण प्रसंगांमधून सुटका करून घ्यायचा मार्ग, आपल्याला या दोन महान ग्रंथामधून मिळत असतो. तसेच महाभारतात सांगितल्या गेलेल्या श्रीमद्भग्वतगीतेची महती तर साऱ्या जगाला अनुकरणीय वाटते यातच त्या ग्रंथांचे माहात्म्य व मोल आहे. महात्मा गांधींनी देखील त्यांच्या लिखाणातून गीतेचे महत्व वारंवार उर्धृत केलेले आढळते.

म्हणूनच वाचकांनी आपल्या पुराणांचे वाचन करावे यासाठी हा प्रपंच.

मागील दोन पुस्तकांप्रमाणे यावेळीही सौ. सविता कुलकर्णी यांनी मराठीत टायपिंग करून दिले, त्यांचे मन:पूर्वक आभार. श्रीमती प्रीती केलकर यांनी ही खूप मदत केली. त्यांचे मन:पूर्वक आभार.

सौ. पुजा डडवाल, श्री रामाशीशजी यांनी वेळोवेळी सुचना केल्या. त्याबद्दल यांना धन्यवाद. तसेच शिखाजींचेही आभार.

श्री. सलिल देसाईंचे मनापासून आभार. त्यांच्यामुळे माझे फिंगरप्रिंटशी नाते जुळले.

माझ्या कुटुंबियांनी हे भाषांतर करण्यासाठी मला वेळ दिला व मदत केली.त्याबद्दल त्यांचे आभार.

शेवटी तुम्हा वाचकांचे मन:पूर्वक आभार! तुमच्या बऱ्या-वाईट प्रतिक्रियांची वाट पाहतोय.

धन्यवाद.

अनुवादक

प्रमोद शेजवलकर

जे जे वाचक या पुस्तकातील कथानकात गुंगून गेले
असतील, त्या सर्वांना,
कारण तुम्हीच माझी लेखनकला सुरू ठेवायला
कारणीभूत ठरला आहात.

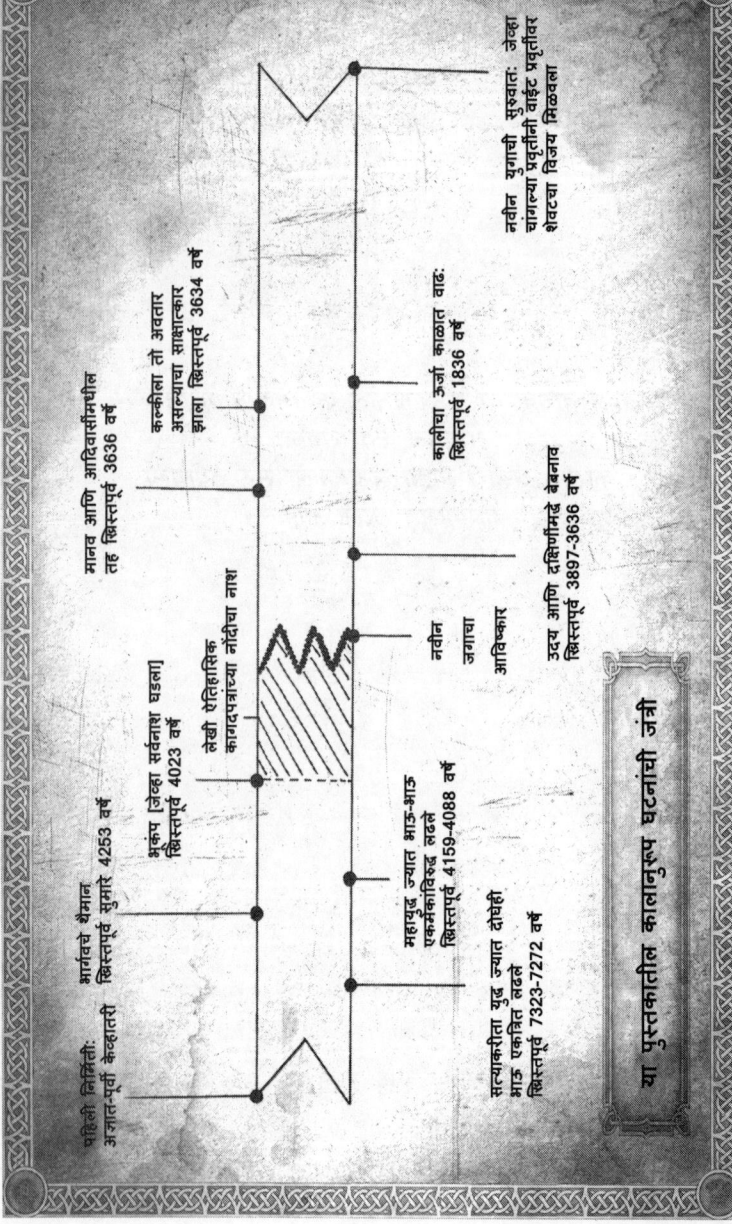

अज्ञात-पूर्वी केव्हातरी
भार्गवचे थैमान
ख्रिस्तपूर्व सुमारे 4253 वर्षे
भूकंप [जेव्हा सर्वनाश घडला]
ख्रिस्तपूर्व 4023 वर्षे
लेखी ऐतिहासिक
कागदपत्रांच्या नोंदीचा नाश
मानव आणि आदिवासींमधील
तह ख्रिस्तपूर्व 3636 वर्षे
कल्कीला तो अवतार
असल्याचा साक्षात्कार
झाला ख्रिस्तपूर्व 3634 वर्षे
महायुद्ध ज्यात भाऊ-भाऊ
ख्रिस्तपूर्व 4159-4088 वर्षे
सत्याकरीता युद्ध ज्यात दोघेही
भाऊ एकत्रित लढले
ख्रिस्तपूर्व 7323-7272 वर्षे
नवीन
जगाचा
आविष्कार
उदय आणि दक्षिणींमद्धे बेबनाव
ख्रिस्तपूर्व 3897-3636 वर्षे
कालीचा ऊर्जा काळात वाढ:
ख्रिस्तपूर्व 1836 वर्षे
नवीन युगाची सुरुवात: जेव्हा
चांगल्या प्रवृतींनी वाईट प्रवृतींवर
शेवटचा विजय मिळवला

या पुस्तकातील कालानुरूप घटनांची जंत्री

इलावर्ती
स्वर्ग
मेरु पर्वत
शिव मंदिर
महेंद्रगिरि
कल्केश
दंडक पर्वत
काला सागर
सूर्यगढ़
दंडकवन
किष्किंधा
उदैया
सत्यकोश नदी
चामुंडी नदी
इंद्रवन
शंबल
इंद्रगढ़
अग्निगढ़
दलदल
विष्णु मंदिर
कीकतपुर
वरुणगढ़
पुष्यंती
रविकेश नदी
किछ्यान
शिव मंदिर
पाताल भैरवी नदी
नागपुरी
अलक
नागमंडल
शेषनद नदी
शेष मंदिर
अलकपुर
मेरु कंटक नदी
दक्षिणी
वसंतिका
अलेकस
भानमती
सुपर्णा
भुवनेश
सुपर्णा भूमि
इलावर्ती नक्शा
वन
मंदिर
राज्य
लंका
ईलम
ईलम सेना

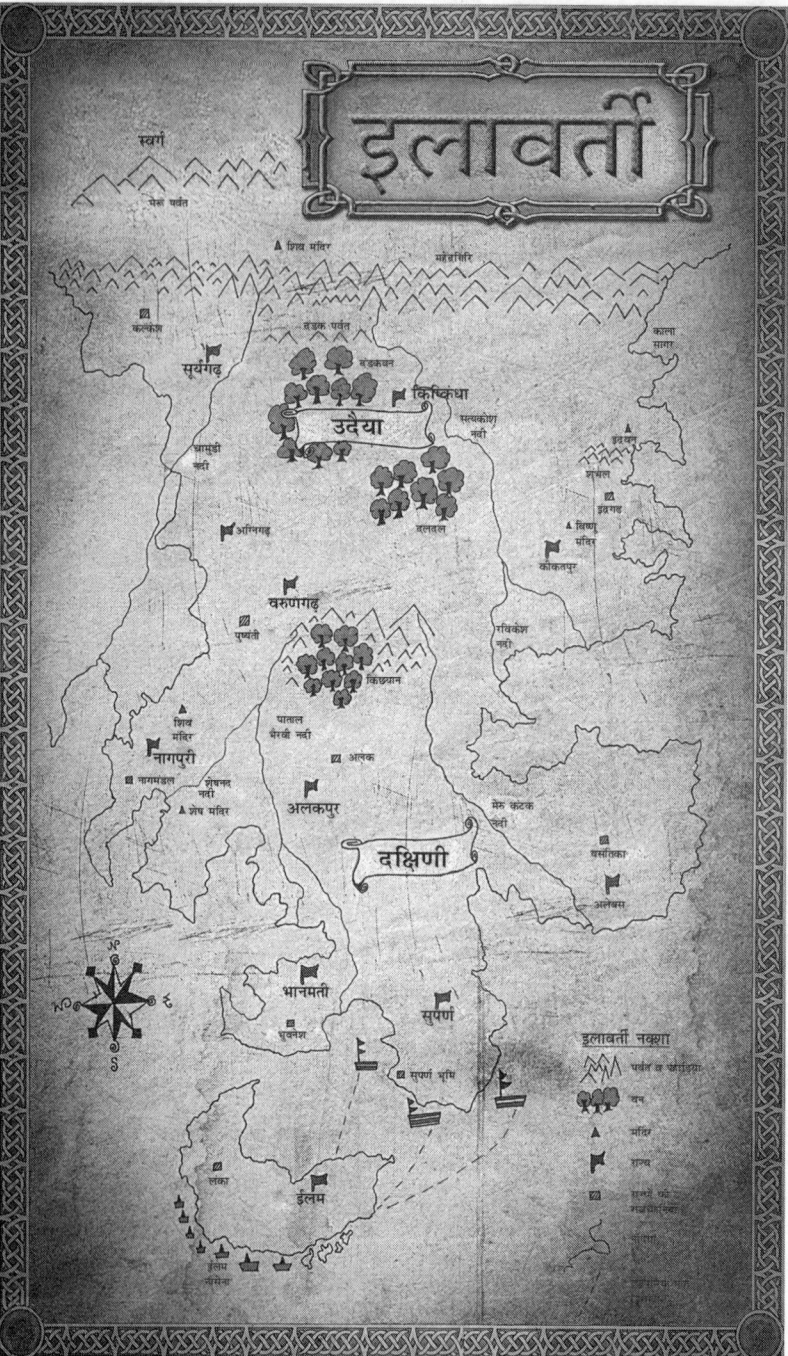

भाग पाचवा

अमरत्व प्राप्त झालेल्याची शापवाणी

1

अर्जन जीवघेणा ओरडतच जागा झाला.

तो भयंकर आवाजात किंचाळत व ओरडत होता. तो आवाज बाहेरच्या खोलीतही ऐकू येत होता. त्या पाठोपाठच एका मोठ्या स्फोटाचा आवाज आसमंतात घुमला. तो आपल्या बिछान्यावरुन धडपडत उठला आणि काय झाले हे बघण्यासाठी खिडकीजवळ गेला.

त्याच्या नजरेसमोर मृत्यूचे तांडव नाचत होते.

सध्या तो यक्षांचा राजा, सम्राट नलकुवेराच्या-ज्याला सारे आदिवासी आपला देवच मानत होते, त्याच्या किल्ल्याच्या तिसऱ्या मजल्यावर गेला महिनाभर राहत होता. तिथून त्याला इंद्रगड शहरावर होत असलेला हल्ला दिसत होता.

त्याची तीक्ष्ण नजर लांबवरचे जांभळे क्षितिज न्याहाळत होती. तिथे त्याला अस्वस्थ करणारे दृश्य दिसले. तिथून शत्रू सैनिक आत घुसत होते. त्या सैनिकांच्या मागे पंख दिसत होते व त्यातून निळ्या ज्वाळा बाहेर पडत होत्या. त्यांच्या अंगावर आगभरीत बाण व दस्त्याची धनुष्ये होती व ते शहरातील खाली उभ्या असलेल्या सैनिकांवर त्यांची बरसात करत होते.

शहराच्या पूर्वेकडील प्रवेशद्वारापाशी काळ्या शस्त्रधाऱ्यांनी शहराच्या सुरक्षेसाठी तैनात शिपायांना उलथवून दिले होते व शहरावर हल्ला करण्यासाठी आपला प्रवेश सुकर करून घेतला होता.

हे काय चालले आहे?

त्याचे डोकेच चालेनासे झाले.

ही माणसे उडताहेत?

त्यांनी मध्यरात्रीच्या काळोखात हल्ला करायचे ठरवले होते. ही अत्यंत हुशारीची खेळी होती. कारण अशा वेळी शत्रू पूर्ण गाफील असतो. त्यामुळे हीच अत्यंत योग्य वेळ ठरते हे अर्जनला माहीत होते. कोणीतरी

जोरजोरात व गडबडीने दार ठोठावत असल्याचे त्याच्या लक्षात आले. त्याने दार उघडायच्या आधीच एका बुटक्या-खुज्या माणसाने दार सताड उघडून खोलीत प्रवेश केला. यक्ष लोक खुजे होते पण लढाईत त्यांचा कोणी हात धरू शकत नसत. त्यात ते अद्‌वितीय होते. त्या सैनिकाच्या खांद्यावर धनुष्य बाण सज्ज होते.

"महाराज, आपल्या पूर्ण शहरावर हल्ला झाला आहे. सारे सैन्य जिथे गोळा झाले आहे अशा शस्त्रागारात सम्राट नलकुवेरा आपली वाट पहात आहेत."

"या सर्वामागे कोण आहेत? मला तर कुणाचेच झेंडे, पताका, दिसत नाहीत"

"ही युतीची धाड आहे. ते जे उजेडात दिसताहेत ते सुपर्ण आहेत. आणि ते इतर जे रस्त्यावर दिसताहेत ते..." यक्षाच्या डोळ्यात तिरस्कार भरला होता. "ते...ते...नागवंशीय आहेत."

एक आठवड्यापूर्वी.

अर्जन एका रत्नजडीत सोनेरी सिंहासनापुढे उभा होता. त्यावर गेल्या महिन्यात साक्षात उर्वशी बसलेली होती. तेव्हा तिचा...

मी तिला ठार मारले. मी तिचे शिरकाण केले. तिच्या जीवनाचा मी अंत केला.

त्याच्यात सैतानी प्रवृत्ती ठासून भरली होते, हे त्याच्या अगदी अलीकडेच लक्षात आले होते, पण त्याच्या मनात एक खंतही होती. त्याच्या हृदयात एक कणवही होती.

"एके दिवशी ते तुझेच होऊ शकेल." एक आवाज आला.

सोनेरी कोट घातलेला एक उंच माणूस येताना अर्जनने पाहिले. त्याच्या हनुवटीवर दाढी होती. केस अस्ताव्यस्त होते व त्याने डोक्यावर मुकुट धारण केला होता. त्याच्या छातीवर काहीच नव्हते व त्याने आपली विजार खूपच खालच्या बाजूला नेसली होती व त्यावर एक भडक पट्टा बांधला होता. तो सिंहासनाच्या खोलीतील प्रकाशात चमकत होता.

"ते मला अजिबात नकोय."

"प्रिय मित्रा, तुला ते हवे की नको हा प्रश्नच उद्‌भवत नाही." नलकुवेरा हसत म्हणाला, "ती कृती ही योग्य गोष्ट करण्यासंबंधी आहे.

या शहराला एक देव हवा आहे. मी जेव्हा न्याय मंडळाच्या बैठकीत तुझे नाव जाहीर करणार आहे असे सांगितले तेव्हा तू किती आनंदला होतास."

"ते मला माहीत आहे...मी फक्त...जरा घाबरलो होतो."

"ते मी समजू शकतो. तशी भीती महत्त्वाची पण असते." नलकुवेराचे नेत्र विस्फारले "त्यांना काही कुणी ऐरागैरा माणूस राजा म्हणून नको आहे. त्यांना तूच हवा आहेस. इतर कुणाहीकडे नाही असे सामर्थ्य, शक्ती तुझ्यात आहे."

फक्त माझा भाऊ सोडून.

"तू या शहराचा कारभार उत्तमरीत्या करू शकशील. तू एकदा का या राजसिंहासनावर आरुढ झालास की हे सर्व साम्राज्य तुझेच होणार आहे. या साम्राज्याचा तूच स्वामी होणार आहेस...अर्थात ते माझ्या मदतीनेच होईल..."

"पण ते न्यायमंडळ ऐकणार नाही, ते संमती देणार नाहीत." अर्जनने प्रत्युत्तर दिले.

"अं:ह!" नलकुवेरा गुरकावला. "आपण राजसत्ताक पद्धतीचाच विचार करणार आहोत आणि तरीही आपण लोकशाही पद्धतीने मते घेऊन राजाची निवड करणार आहोत."

"मला जर सिंहासनावर बसवायचे असेल तर साऱ्या न्यायमंडळातील सभासदांनी मला मते द्यायला हवीत." उर्वशीने तिच्या न्यायमंडळातील सभासदांना तिलाच मते द्यायला कसे भाग पाडले होते व तिच्या वडिलांचा वारसा टिकवला होता हे त्याला आठवत होते. "आणि कुठलाही प्रामाणिक व एकनिष्ठ माणूस त्यांच्या राणीलाच ठार मारणाऱ्याला कधीच मत देणार नाही."

नलकुवेरा अर्जनजवळ येऊन उभा राहिला व त्याने त्याच्या उघड्या अंगावर थोपटले.

"त्या सर्व गोष्टींची काळजी मला करू दे. तू सिंहासनावर बसणार आहेस की नाही हे एकदा ठरव त्यानंतरचा तो प्रश्न आहे. तू तुझा निर्णय घेतलास की नाहीस?" अर्जनने दात चावले व तो पुढे काही म्हणणार एवढ्यात नलकुवेराने त्याच्या गालाचे चुंबन घेतले व त्याच्या कानात तो कुजबुजला, "ही संधी सोडू नकोस व स्वयंनिर्णय घे. या शहराला, राज्याला, जगाला संरक्षण देणारा तूच एकमेव माणूस आहेस. माझ्या *प्रिय मित्रा!*"

सध्याचा काळ...

मी या जगाचा रक्षणकर्ता असेन यावर माझा विश्वासच बसत नाहीय.

एक आठवड्यापूर्वी त्याचे नलकुवेराशी हे बोलणे झाले होते. पण तो अजूनही त्याबाबत निर्णय घेण्याच्या मनःस्थितीत–परिस्थितीत–नव्हता.

त्याचे एक मन म्हणत होते की आपण सम्राट बजरंगांच्या मंदिरात जावे व आपल्या आईबरोबर तिथेच लपून राहावे व दुसरे मन म्हणत होते की आपण इथेच या रक्तरंजीत जागी राहावे आणि इथल्या लोकांचे संरक्षण करावे.

साऱ्या शहरात त्याच्या डोळ्यादेखत हल्ला होत होता. त्या काळोखात ते सारे घडत होते...आणि आता...या क्षणी काय करावे हेच त्याला सुचत नव्हते.

पण त्याला काहीतरी कृती करणे आवश्यक होते.

त्याने त्याच्या बिछान्याजवळचा भाला हातात घेतला व त्या यक्ष सैनिकाला म्हटले की, "नलला सांग की मला यायला थोडा वेळ लागेल."

त्याने खिडकीतून उडी मारली व गजांना धरून किल्ल्याच्या गच्चीत तिथे कडक व सीमेंटची जमीन होती त्यावर तो उभा राहिला.

तो नलकुवेराच्या किल्ल्यावर उभा होता. उडणारे सैनिक, लोकांवर पडणारे जळते बाण त्याला दिसत होते.

त्याचे खांद्यापर्यंत रूळणारे केस रुपेरी चंद्रप्रकाशात चमकत होते. त्याचे कमावलेले व मेहनत घेऊन तयार झालेले शरीरही चांगलेच चमकत होते. उडणाऱ्या सैनिकांना पाहून व त्यांच्या पंखातून निघणाऱ्या निळ्या ज्वाळांवरून ते सोमाच्या साहाय्याने हे सर्व करत आहेत हे अर्जनच्या लक्षात आले.

मी माझ्या आयुष्यात, ज्यांच्यासंबंधी अभ्यास व माहिती घेण्याचे ठरवले होते, अशा सुपर्णांबरोबर युद्ध करेन अशी मी कधी कल्पनाही केली नव्हती.

"इकडे बघा." अर्जनने किल्ल्याभोवतीच्या चार सैनिकांना हाकारले.

ताबडतोब ते आपले बाण घेऊन त्याच्यावर झेपावले. अर्जनने हवेत उंच उडी मारली व आपला भाला घट्ट धरला.त्याने त्याच्यावर हल्ला करणाऱ्या एका सैनिकाला हुलकावणी दिली व जमिनीवर लोळण घेतली.

तेवढयात दूसरा सैनिक त्याच्यावर धावला. आता त्याने उडी न मारता तो गुडघ्यावर बसला व आपला भाला त्याने हवेतूनच त्याच्या पोटात खुपसला. त्यामुळे त्या सैनिकाचे आतडे पोटाबाहेर व जमिनीवर लोंबू लागले.

आता त्याने बाकी तिघांकडे पाहिले व त्यांच्यावर तो धावून गेला. तो गच्चीच्या अगदी एका कडेवर आला होता. त्यावरून त्याने उडी मारली. जर का समोर सैनिक आला नसता तर तो तीन मजल्यावरून खाली पडला असता, याचीही त्याने काळजी केली नाही.

पण त्याने त्या तिघांनाही धरले.

त्याने एकाच्या पोटात भाला खुपसला. मेलेल्या सैनिकाच्या धनुष्यातून त्याने त्याने दुसऱ्या सैनिकावर जळता बाण सोडला. त्या सैनिकाने मरण्यापूर्वी बाण घट्ट धरला होता...पण अगदी असहाय्यपणे.

त्याने एका सैनिकाकडून दुसऱ्याकडे जात आता मुष्टिप्रहार करायला सुरुवात केली. एकाने त्याला थांबवण्याचा प्रयत्न केला पण अर्जनने त्यालाही सहजपणे मारले. त्याचे प्रहार एव्हडे जोरात होते की त्या सैनिकाची कवटीच फुटली.

तो मेलाय हे लक्षात न घेताच अर्जन त्याच्यावर प्रहार करत राहिला. त्याच्या ठोश्यात एवढी शक्ती होती की खालची फरशीदेखील फुटली. खरेतर जमिनीवर खडक व गोटे बसवलेले होते.

त्याने अंगाला लागलेली धूळ झटकत आपला भाला परजत तो मुख्य दरवाज्याजवळ आला.

किल्ल्यात शिरणाऱ्या सैनिकांना रोखायचे काम नलकुवेराने केले असेल असे त्याला वाटत होते. आता त्याला शहरातील इतर नागरिकांना मदत करायची होती.

तो किल्ल्याबाहेर आला. रस्त्यावर येण्यापूर्वी त्याने एकदा मागे वळून किल्ल्याकडे बघितले. त्याच वेळी दरवाज्याजवळ यक्षांचा राजा उभा असलेला त्याला दिसला. सैनिकांनी निरोप दिल्या दिल्या तो शस्त्रागारातून बाहेर आला व तो अर्जनच्या खोलीकडे येऊ लागला होता.

त्याच्या चेहऱ्यावर खुशीचे हास्य विलसले होते. त्याच्या हास्यातून त्याला जणू सुचवायचे होते की...

बघ, तूच त्यांचा देव आहेस का नाही?

काही दिवसांपूर्वी...

अर्जन रस्त्यातून भटकत होता. पण त्याच्याकडे कोणाचेही लक्ष नव्हते. उर्वशीचा मृत्यू झाल्यापासून सारे काही शांत शांत झाले होते. शहराचे संरक्षण करण्याचे काम यक्षांवर सोपवले गेले होते आणि किल्ले व थोरा मोठ्यांच्या घरांवर लक्ष ठेवणे, त्यांचे रक्षण करणे हे काम मानव सैनिकांवर टाकण्यात आले होते.

आता तो बाजारात फेरफटका मारत होता. त्याची नजर, कातडी बांधणीच्या पुस्तकांवर पडली. एक लहानसा मुलगा ती विकत होता. तो तपकिरी रंगाचा व काळ्याभोर डोळ्यांचा होता. त्याच्या अंगावर मळलेले, विरलेले कपडे होते. त्याची सर्व पुस्तके समोरच्या सतरंजीवर पसरली होती.

अर्जन हसला. अशा प्रकारची पुस्तक खरेदी करून त्याला बराच कालावधी होऊन गेला होता. त्याने एकादे पुस्तक उचलून घरी जाऊन आरामात सुखेनैव पुस्तक वाचल्याला कित्येक दिवस उलटून गेले होते.

घर...

पण आता मला घरच नाहीये.

मी एक खुनी आहे. प्रचंड सत्ता हाती असलेला मी एक वेडसर माणूस आहे.

"तुम्ही तेच आहात..."

अर्जन चपापला. "मी...तो..."

"ज्याने राणीला मारले तो तूच आहेस." तो लहान विक्रेता मुलगा म्हणाला. "तुझ्याबद्दल अनेक अफवा शहरात सर्व दूर पसरल्या आहेत. सारे लोक तुला घाबरून आहेत."

ज्याची भीती वाटतेय, त्याला राजा म्हणून त्यांनी निवडू नये.

राजावर सगळ्यांचे प्रेम असणे आवश्यक आहे.

आणि मी तर एक मारेकरी आहे.

"तुम्ही तर हा सारा बाजार तुमची जहागिरी असल्याप्रमाणेच तिथे भटकत आहात." मुलाने सर्व दुकानांकडे पाहत म्हटले. काही दुकानात जाजमे, सतरंज्या, विविध रंगाच्या कापडांचे प्रदर्शन मांडले होते. सापांचे खेळ करणारे गारुडी, आपली पुंगी व पोतड्या घेऊन बसले होते. काही दुकानदारांनी किंमती दागिने, विविध शस्त्रास्त्रे विक्रीला काढली होती व लोकांना ते विकत घेण्यासाठी आवाहन करत होते.

अर्जन जाण्यासाठी वळला. आपल्याला कोणीतरी ओळखेल अशी त्याला भीती वाटत होती.

"महाराज, कृपया जाऊ नका," मुलगा म्हणाला, "माझ्याकडून काहीतरी खरेदी करा ना!" त्याच्या डोळ्यातील चमक कधीकाळी आपल्याही डोळ्यात होती हे त्याला आठवले.

"अरे मी सम्राट नाहीये."

मी एक मारेकरी आहे.

"लोक जरी तुम्हाला घाबरत असले तरी ते तुमच्याबद्दल सारखे बोलत असतात.तुम्ही खूप प्रसिद्ध आहात. आणि तरीही लोकांनी तुम्हाला ओळखलेले नाहीय. मी जाऊ नये अशाही जागी बसत असतो. तुम्ही जर माझ्याकडून एखादे पुस्तक खरेदी केलेत तर तो माझाच बहुमान असेल. नाही नाही! माझ्याकडील एखादे उत्तम पुस्तक तुम्ही घ्याच." त्याने एक तांबडे कातडी बांधणीचे पुस्तक त्याला पेश केले.

"लोक काय म्हणतात?"

"काहीजण म्हणतात की ती 'तरुण राणी' वेडसर व अगदी अननुभवी होती. ती एका शाही घराण्यातली होती म्हणून काही श्रीमंत मंडळी तिला पाठिंबा देत असत. पण आमच्यासारख्या गरीब, खालच्या जातीच्या लोकांना, आम्हाला काय हवे, हे कोणी विचारतच नाही. एवढेच नाही तर आम्हाला मताधिकार देखील नाहीय. एखाद्या राजकन्येला, जिच्याकडे सारे काही आहे, तिला आमच्या समस्या, अडचणी कशा कळणार? आमचा विचार कोणीच करत नाही. पण तुम्ही...तुम्हीच तिला त्या सिंहासनावरून पदच्युत केलेत...आमच्यासाठी. तुम्ही एकाच वेळी शेकडो लोकांशी लढू शकता अशी अफवा आहे. ते खरे आहे का?"

अर्जनने दुसरे एक पुस्तक उचलून ते तो चाळू लागला. तेव्हा त्याला हसू आले. ते पुस्तक एका शोधक प्रवाश्याने केलेल्या धाडसासंबंधीचे होते. त्याच्या लेखकाने जाती-जमातींमधील चालीरितींसंबंधात अनेक अतिशयोक्त गोष्टी लिहीलेल्या होत्या. राक्षस हे रक्तपिपासू सैतान आहेत. पिशाच्च ही भूतयोनी आहे, तर वानर ही विकसित माकडे आहेत इ. आणि असुर हे राक्षस आहेत व त्यांच्या डोक्यावर शिंगे असतात.

"मग हे खरे आहे का?" मुलाने विचारले, "तुम्ही एक निडर योद्धे आहात, आमचे रक्षणकर्ते व तारणहार आहात व निर्विवाद असे नायक आहात."

अर्जनने मुलाकडे कुतुहलाने बघितले, "तुझे नाव काय आहे?"

"अमर."

"अमर" अर्जन म्हणाला, "ते काही मला माहीत नाही. मला फक्त एवढेच माहीत आहे की..."

मी एक खुनी आहे...

सध्याचा चालू वर्तमानकाळ...

सर्वत्र मृत व्यक्तींची प्रेते पडली होती. त्यांच्या शरीरातून रक्ताचे ओघळ गटारात जात होते. अर्जनच्या डोळ्यांना अश्रूंची धार लागली होती. तो त्या रक्तरंजीत बाजारातून जात होता. त्याने स्त्रिया, पुरुष व मुलांचे सुकलेले उदास चेहरे पाहिले.

खरंतर रात्र ही विश्रांतीची वेळ असते, त्या वेळी सारे लोक निद्रादेवीची आराधना करत असतात. पण बाजार रात्री उशिरापर्यंत उघडा असतो शत्रूंनी रस्त्यावरच्या एकाही माणसाला जीवंत ठेवले नव्हते. तो हा सारा रक्तपात बघत असतानाच त्याला एक गोष्ट आठवली.

नाही.

अर्जन मघाच्या पुस्तकाच्या दुकानाकडे धावला. त्याचे डोळे अमरवर खिळले. त्याचीही अवस्था इतरांप्रमाणेच झाली होती त्याच्या शरीरावर अनेक वार झालेले दिसत होते.

डोळे मिटलेल्या अवस्थेत अमर शांत दिसत होता. त्याच्यासमोर अस्ताव्यस्त पडलेल्या पुस्तकांवर त्याच्या रक्ताचे शिंतोडे पडले होते. अर्जन गुडघ्यावर बसला व त्या तरुण मुलाकडे पाहून त्याला रडू आवरेनासे झाले.

मी त्याचा रक्षणकर्ता आहे असे त्याला वाटत होते.

नाग व सुपर्णांनी हे असे का केले असावे?

"चला आपण निघू या. जो दिसेल त्याला ठार करा अशी मनसाजींची आज्ञा होती." एक माणूस म्हणाला. तो आणखी एका माणसाबरोबर अर्जनपासून, जाताना तसे म्हणाला. दुसरा उद्गारला, "किल्ल्यावरचे सैनिक सगळीकडे गस्त घालत आहेत. म्हणून आता आपण निघू या."

भाडोत्री सैनिकांप्रमाणे नागा सैनिक, हा रस्ता आपल्याच मालकीचा असल्याप्रमाणे चाललेले अर्जनने पाहिले. ते शहराच्या मुख्य प्रवेशद्वाराकडे चालले होते. तिथे प्रेतांचा मोठा खच आधीच पडला होता. यक्ष रक्षकांचा तो ढीग होता हे अर्जनच्या लक्षात आले.

त्याने अशा स्वरूपाच्या सैनिकी हल्ल्यांविषयी वाचले होते. त्याला रात्रीचे युद्ध-निशाहल्ला-गनिमी कावा-म्हणतात. तुमच्या शत्रूला गाफील अवस्थेत पकडा व अगदी कमी सैनिकांच्या संख्येकडून त्यांना गारद करून टाका.

मी एक खुनी आहे.

नाही...

अर्जन आपला भाला घेऊन नाग सैनिकांकडे झेपावला. त्यांना समजायच्या आत त्याने तिघांनाही भोसकले. ते खाली पडले. बेशुद्ध पडले. काय झाले हे त्यांना कळेना.

अर्जनने संतापाने जबडा चावला व अमरचे प्रेत घेऊन तो नलकुवेराच्या किल्ल्याकडे गेला.

मी तुला वाचवू शकलो नाही. त्याबद्दल मला माफ कर. तुझी इच्छा मी पुरी करू शकलो नाही.

तो किल्ल्यापाशी पोचला तेव्हा नलकुवेरा इतर यक्षांबरोबर त्याचीच वाट पाहत होता. त्यांनी मधमाश्यांच्या पोळ्याभोवती मधमाश्या जशा घोंगावत असतात तसा त्यांच्या राजाभोवती गोल केला होता.

“शक्य तेवढ्या शत्रूंना आपण, आता तरी कंठस्नान घालून, तात्पुरती तरी सुटका करून घेतली आहे. काहीजण सुटून गेले. अशी बातमी आहे.” नलकुवेरा म्हणाला, “ती नागपुरीतील राणी मनसा होती. तिने या हल्ल्याची आज्ञा दिली होती. खरंतर, तिचे शिबीर इथून खूप दूर आहे. तिने असे का केलं काही कळत नाही.”

अर्जनने अजूनही अमरला घट्ट धरून ठेवले होते. नलकुवेराने ते पाहिले होते पण तो काहीही बोलला नाही. “आपले किती सैनिक कामी आले?”

“खूपच. सरदार-दरकदारांनी काही तासातच एक बैठक घेण्याचे ठरवले आहे. त्यांचा आता रक्षकांवर विश्वासच राहिलेला दिसत नाही. यक्ष लोक बिनभरवशाचे आहेत असे ते म्हणताहेत. त्यांच्या मुला बाळांना राजसत्तेत आणावे असे त्यांना वाटते आहे.” नलकुवेराने निःश्वास सोडला. “मी त्यांना समजावेन. त्या नागांच्या राणीने हा हल्ला केला. कारण आपल्याला राजा नाही. त्यामुळे आपण आपले रक्षण करण्याच्या परिस्थितीत नाही असे तिला वाटत असावे.” *मी खुनी नाहीये. रुद्रच्या हत्येला उर्वशी जबाबदार होती. तिला मारण्याचे माझ्याकडे योग्य कारण होते. पण इथे या शेकडो लोकाना मारण्याचे मनसाला काय कारण होते. तीच खरी खुनी आहे.*

अर्जनने अमरचे शव एका रक्षकाकडे सोपवले. व त्याचे और्ध्वदेहिक योग्य इतमामाने करायची आज्ञा दिली. त्याने आपले खांदे रुंदावले व त्या यक्षांच्या राजाकडे काळजीयुक्त नजरेने पाहिले व म्हणाला, "मी राजेपदासाठी उभा राहीन, नल. मी लवकरच न्यायमंडळाच्या पुढे जाईन आणि सारेजण मलाच मत देतील हे मी बघेन."

नलकुवेराचा चेहरा उजळला. "खरंच? पण मला वाटलं..."

"हो मला समजतंय."

मी खुनी नाहीय.

अर्जन म्हणाला, "मी माझे मत बदललंय."

आता मीच राजा आहे.

2

नरसिंह...वराह...राघव...

कल्की त्या जीवघेण्या थंडीत, बर्फाच्या उंचसखल खाचखळग्यातून जात होता. त्या थंडीमुळे आपल्या डोक्याची दोन छकले होतील की काय असे त्याला वाटत होते. त्याच्याबरोबर पांढराशुभ्र, शाही, धवल रंगाचा देवदत्त चालला होता.

त्याच्या डोक्यातून एकदम जीवघेणी कळ येऊन गेली. त्याने ताबडतोब ती वेदना कमी व्हावी म्हणून आपल्या कपाळावरून हात फिरवला.

हे असे अलीकडे वारंवार होऊ लागले होते.

तो सध्या महेंद्रगिरीच्या निबिड डोंगरात गेले बरेच दिवस होता. एक महिना तरी झाला असेल. आपण कुठेतरी आसरा घ्यावा असे त्याला वाटले. कारण बर्फाचा थंडपणा त्याच्या शरीरात अगदी हाडापर्यंत पोचला होता. आकाशातून येणारे वादळ चुकवण्यासाठी त्याने गुहेत आश्रय घेतला तेव्हा तो पूर्णपणे थकून गेला होता.

देवदत्त खिंकाळत जवळच उभा होता.

मी फारसा खादाड नाही हे तुझे नशीबच आहे. सर्वसाधारणपणे माझा आहार चांगला आहे.

कल्कीने निःश्वास सोडला. *एक बरे आहे. तू बोलणारा घोडा आहेस आणि तुझे खाणेही चांगले आहे. सम्राट विष्णुंची लीला अगाध आहे.*

मी बोलत नाही. मी मनातल्या मनात स्वगत बोलतो. दोन्हीत फरक आहे.

कल्कीने पुन: स्वत:चे कपाळ दाबले. *हे मला काय होतेय?*

तुझे सामर्थ्य, शक्ती...अमर्याद आहे. कदाचित तुला त्यावर नियंत्रण ठेवायची गरज आहे.

"तू काही बोलत नाहीयेस?" कल्कीने खाकरत विचारले.

त्याने डोळे मिचकावले. त्याच्या डोळ्यापुढे पुसटशा आकृती येत होत्या. ते नेमके काय आहे हे बघण्यासाठी त्याने प्रयत्न केला. त्याने डोळे गरगर फिरवले व आजूबाजूला आपली नजर फिरवली. ती दृश्ये नाहीशी झाली.

"कोणी आहे का रे तिकडे?" तो ओरडला व देवदत्तकडे वळला. *"तू कुणाला पाहिलेस का रे?"*

नाही तर. तू काहीतरीच कल्पना करत राहतोयस. छान. मी खरेच एका येड्याबरोबर प्रवास करतोय असे मला वाटतेय.

कल्कीने घसा खाकरला व एक जाड पांघरुण खोगीरामधून काढले व स्वत: भोवती गुंडाळले. खरंतर कुठलीही अवतारी व्यक्ती कितीही थंडी असली किंवा गरमी असली तरी, ती तो सहज सहन करू शकते. त्यांच्यावर त्याचा काहीच परिणाम होत नसतो. पण कल्की सध्या जवळजवळ महिनाभर याच परिस्थितीशी झगडत होता. त्याच्या शरीराने आता हात टेकले होते. त्याची कातडी कोरडी पडली होती व शरीरातील रक्त गोठायला लागले होते.

त्याने सम्राट बजरंग व पद्माला सोडून निघाल्यापासूनच्या काळात घडलेल्या घटनांचा मागोवा घेतला. या हिमाच्छादीत शिखरावर तो पोचला होता. इथली रात्रीची भीषण शांतता व हाडे फोडून टाकणारे वारे त्याचे मुख्य शत्रु ठरले होते. तो इथे पद्माला व तिच्या बेफिकीर वृत्तीला पारखा झाला होता. तो कृपाला व त्याच्या पेताड वृत्तीबरोबरच त्याच्या शहाणपणाच्या गोष्टींना मुकला होता. पण सगळ्यात मोठी उणीव त्याला अर्जनची जाणवत होती. गेल्या महिन्यात त्याने पाठवलेल्या पत्राला त्याच्याकडून अजून काहीच उत्तर आले नव्हते. शुको रिकाम्या हातानेच परत आला होता. पण त्याने पत्र दिले होते व तो सकारात्मक होता. फक्त अर्जन कशात तरी गुंतला होता.

कल्कीने शुकोला पद्माजवळ राहायला सांगितले होते. तिला गरज पडली तर तो मदतीला होता. आणि तिला जर काही झालेच तर त्याने इकडे येऊन कल्कीला सांगायचे असे ठरले होते. कल्की कुठेही असला तरी त्याचा ठावठिकाणा शुकोला सापडलाच असता. कदाचित देवदत्त, शुको व कल्कीमध्ये कुठलातरी अज्ञात दुवा वसत होता.

मला वाटते की हे प्रशिक्षण मौल्यवान ठरेल.

नक्कीच

घोड्या, तुला त्यातले काहीही कळत नाहीय.

घोड्या? खरंच???

मी आता माझीच करमणूक करून घेतोय.

ते ठीक आहे. पण माझी खिल्ली उडवून स्वत:ची करमणूक करून घेऊ नकोस. आणि हो! मला त्यातले काहीच कळत नाहीय. मला फक्त एवढेच कळतेय की तू आणि मी, एकमेकाला छानपैकी समजून घेऊ शकतोय आणि आपण एकमेकांबरोबरच राहायचे आहे असेच विधिलिखित आहे."

किती छान!

"अं" अं त्यात एवढा आनंद मानायचं कारण नाहीय.

हवेतून एक आवाज आला. कल्कीने पांघरूण फेकून दिले व उठून त्याने तलवार हाती घेतली.

बाहेर कुणीतरी आहे.

हिमराक्षस? जो या अशा कडाक्याच्या थंडीत/बर्फात राहतो?

तुझ्या म्हणण्यात तथ्य आहे. कल्की पुढे झाला. त्याचे पाय बर्फात रुतले. त्याने तलवार वर केली. तेवढ्यात कर्कश्य आवाज आला.

"ओह! कृपया मला काहीही इजा करू नका" आवाज म्हटला.

कल्कीला एक बुटका दिसला. त्याला टक्कल होते. त्याच्या लहानखुऱ्या शरीरयष्टीवर भगवा अंगरखा लटकत होता. त्याच्या हातात एक छत्रीही होती.

"मला अशा शस्त्राची एक भीती, घृणाच वाटते. मला ती कधीच आवडली नाहीत. मला ती व्यवस्थित चालवता येत नाहीत म्हणूनही असेल." तो कल्कीपासून उड्या मारत दूर गेला. कल्कीने आपली तलवार म्यान केली व भुवया उंचावल्या.

हा कोण माणूस आहे? त्याला थंडी वाजत नाही का? आणि तो आता इथे या जागी काय करतोय?

बुटका छत्रीवर रेलला. ती छत्री त्याच्या निम्म्या उंचीची होती. "तर हे कलयुग आहे तर? खूपच बर्फाळ आहे नाही?"

"तू कोण आहेस?" कल्कीने कपाळाला आठ्या घातल्या.

"मी? मी म्हणजे 'तूच' आहे आणि तू म्हणजे मी. आपण दोघेही एकच आहोत." बुटका हसला.

"मी..." तिथे काय चाललेय हे बघायला देवदत्त गुहेतून बाहेर आला.

"तू हे बघितलेस का?"

“कोण? मी फक्त एका वेड्याला स्वत:शी बोलताना पाहतोय.”

“छान. मी माझ्या कल्पनेतच आहे का?” त्याने बुटक्याकडे वळून पाहिले. तो हसत उभा होता. “तू खरा नाहीस”

“हं. माझ्या मित्रा. मी नाहीच आहे. तुझ्या त्या कल्पना विश्वातला मी आहे.”

ही जी दैवी कल्पनाशक्ती होती त्यायोगे कुठलाही अवतार-पुरुष त्याचे पूर्वीचे जन्म, बघू शकत असे. आणि त्यातून काही शिकवण घेऊ शकत असे. कल्कीनेही भूतकाळ पाहिला होता. त्यात तो शिरला होता. पण त्याचे स्वत:चे कोणीच आतापर्यंत भूतकाळातून आले नव्हते.

“तू इथे कसे काय आला आहेस? म्हणजे मला असं म्हणायचंय की...”

“तुझी ती शक्ती जास्त प्रभावी होत चाललीय. माझ्या मित्रा सुरुवातीला तू फक्त प्रतिमा बघत असे. मग तू अवतारांशी बोलायला लागलास. आणि आता तू त्या अवतारांना, मी जसा आता तुझ्यासमोर आलोय, तसा प्रत्यक्षात बघायला लागला आहेस. हे तुझ्या मनाचेच खेळ आहेत. आणि तू ते चांगल्या प्रकारे करू लागला आहेस. लवकरच तू इतका सामर्थ्यवान होशील की...” तो थांबला. “ओह, अरे बापरे! मी जेवढे तुला सांगायला हवे होते तेवढेच बोलले पाहिजे.”

“मी काय करू शकेन म्हणालास?”

“मी कोण आहे, ते तुला ठाऊक आहे का?”

कल्कीने त्याच्याकडे आपादमस्तक पाहिले पण त्याच्या लक्षात येईना. त्याने कपाळाला आठ्या घातल्या. त्याला समजेना, तेवढ्यात बुटका म्हणाला, “ठीक आहे, ठीक आहे. मला नवल वाटलेले नाही. तू माझ्यासारख्या माणसाची ओळख कशाला ठेवशील? मी काही नरसिंहाप्रमाणे राक्षसी, राघवाप्रमाणे आदर्श, व गोविंदाप्रमाणे लुच्च्या-लबाड नाहीय. नाही. पण थांब. मी कदाचित लबाड असेनही. मला स्पष्ट करू देत.” त्याने कल्कीकडे पाहिले. “मी तो बुटका-वामनमूर्ती-आहे ज्याने महाबलवान महाबलीला पराभूत केले आणि ते मी माझ्या याच अवस्थेत केले. मी त्यांच्याशी तह केल्यावर ते असुर पुन: इथे प्रकटले नाहीत याची मी खातरजमा केली. मी ‘वामन’ आहे. सम्राट विष्णुंचा पाचवा अवतार.”

“तू असुरांना पराभूत केलेस? ते तू कसे काय केलेस?”

“अं.: ठीक आहे.” त्याने खांदे उडवले. “ते मी केले नाही. मी माझी मन:शक्ती वापरली. तुझ्यासारखे नाही केले.” तो हसला. “सगळ्यांनाच वाटत होते की मी तसे कदापि करू शकणार नाही.” तो व कल्की चालू

लागले. "तुमच्याबद्दल गैरसमज असणे हे एक प्रकारे चांगलेच ठरते. तुम्ही त्या योग्यतेचे नाही असे जेव्हा तुमच्या शत्रूला वाटते तेव्हाच तुम्ही त्याला आश्चर्याचा धक्का देऊ शकता. तुला आता तेच शिकायचे आहे."

ते एका काठावर आले. तिथून सारे गाव दिसत होते. ते आतापर्यंत त्याच्या लक्षातच आले नव्हते.

तिथले जीवन बघून त्याला उल्हसित वाटले. त्याने बऱ्याच काळानंतर मानवी जीवन पाहिले होते. लोक चालत होते, गात होते. वारा व बर्फाशी झगडत होते. "हे सारे एवढ्या नजीक होते आणि मला माहीतच नव्हते."

"आपण जवळून बघत नाही तोपर्यंत आपल्याला बऱ्याच गोष्टी समजतच नाहीत. आणि आपण जेव्हा तसे करतो तेव्हा त्या गोष्टी बदललेल्या असतात." वामन कल्कीकडे वळला तेव्हा तो खूप गहन विचारात वाटला. "माझ्या प्रिय मित्रा, आपल्याला जे दिसते, जसे दिसते तसे प्रत्यक्षात नसतेच. हे कधीही विसरू नकोस. माझ्या शत्रूने तसे केले आणि आता तू बघतोयस की प्रत्यक्षात काय झाले." तो हसला. आणि क्षणार्धात तो कल्कीसमोरून गुप्त झाला.

क्षणभर कल्की गोठून गेला. त्याने देवदत्तकडे पाहिले. तो खिंकाळत होता. त्याची 'ती' दैवी शक्ति प्रभावी होत होती आणि ते त्याच्या लक्षातच आले नव्हते.

"ठीक आहे. आता आपण त्या गावात जाऊ या. परमेश्वर विष्णूंच्या कृपेने आपल्याला तिथे अन्न मिळेल."

"मी सुद्धा विष्णुंचा कृपाप्रसादच आहे." देवदत्त म्हणाला.

कल्कीने त्याच्याकडे उपहासगर्भ पद्धतीने पाहिले.

कल्की त्या गावात पोचला. अन्नपाणी व आसरा मिळेल या आशेने तो आला होता. पण तिथले लोक अगदी विचित्र वागत होते. शांत होते. त्यांच्या डोळ्यात भीती दिसत होती. बरेच जण अशक्त व आजारी दिसत होते. कदाचित त्या थंडीमुळे असेल. कारण शेवटी ते एवढ्या उंचावर, पर्वतावर राहत होते ना!

तो चालतच राहिला. आजूबाजूला झोपड्या व दुकाने दिसत होती. पण तिथे फारशी हालचाल, कामे चालली नव्हती. काही गावकऱ्यांनी त्याला व त्याच्या घोड्याला पाहिले व ते एकमेकात कुजबुजू लागले.

आपल्या जवळच्या चाकू-कट्यारीच्या बदल्यात अन्न मिळवावे म्हणून तो एखाद्या खानावळीच्या शोधात होता. पण त्याला तशी कुठे दिसली नाही. त्याने, दुसऱ्या एकाशी बोलणाऱ्या एका म्हाताऱ्या माणसाकडे जाऊन त्याला विचारले की, "महाशय, मी एक प्रवासी आहे. मला अन्न व आसरा हवा आहे."

त्या वृद्धाने संशयाने त्याच्याकडे पाहिले. "आम्ही शिळेपाके काही ठेवत नाही. एकाद्या प्रवाशाला देण्यासाठी आमच्याकडे कुठलेच अन्न नाही."

ते एखादे भुतांचे गाव वाटत होते व तो वृद्धही भुतासारखाच वाटत होता. त्याची कातडी सैल पडली होती. तो अशक्त होता, दमलेला वाटत होता. आयुष्याने त्याच्या शरीरावर अनेक आघात केलेले दिसत होते. आणि तो जेमतमेच जीवंत वाटत होता.

"पण...ये इकडे ये." तो वृद्ध माणूस तिथून हलला व त्याने कल्कीला आपल्या मागे यायला सांगितले. "मुला, तू कुठे निघाला आहेस?"

"तिथे, वर!"

भार्गव कुठे आहेत याची कल्कीला काहीच कल्पना नव्हती. तो त्या दैवी शक्तीने त्यांच्याशी संपर्क साधत असे. आणि त्यांनी तिथे वर यायला सांगितले होते. म्हणजे मग तो सम्राट परशुरामांच्या मंदिरात, शेवटी पोचला असता. भार्गवांचे दुसरे नाव परशुराम होते.

पण त्यांच्याशी संपर्क साधून बराच काळ लोटला होता. आता तो फक्त त्यांच्याशीच बोलू शकत होता. ते अगदी मोजके व मुद्द्यापुरतेच बोलत. वामन किंवा इतर अवतारांप्रमाणे गूढ पद्धतीच्या गोष्टीतून ते बोलत नसत. त्यांच्या बोलण्यातून शहाणपणाचा अर्क व शिकवण मिळत असे. प्रत्यक्ष संभाषण-संवाद कमी असे.

"मला परशुरामांचे देऊळ हवे आहे."

"काय, तू एक यात्रेकरू आहेस का?"

कल्कीने मान डोलवली. "अर्थात."

वृद्ध गृहस्थ त्या उत्तरावर गुरगुरला.

"अशी कुठली यात्रा आहे जिथे तलवार आवश्यक असते?" वृद्धाने कल्कीच्या कमरेकडे पाहत विचारले.

"अं:"

"मी तुला एका रात्रीपुरता आसरा देतो. मुला, फक्त आजची रात्र. मला खोटं बोलणाऱ्याला आसरा द्यायला आवडत नाही."

ते अस्वलासारख्या दिसणाऱ्या एका प्राण्याच्या ब्रौंझच्या मोठ्या पुतळ्याजवळ आले. त्याच्या डोक्यावर मुकुट होता व त्याच्याभोवती अन्न, फळे, दारूच्या बाटल्या व अनेक प्रकारचे मद्य ठेवलेले होते.

"तू आता मंदिराच्या जवळ आला आहेस. इथून काही मैलावरच ते आहे." वृद्ध म्हणाला, "पण तुला थोड्या विश्रांतीची गरज आहे असे मला वाटते."

"हे काय आहे?" देवदत्तचा लगाम धरून त्याने त्या पुतळ्याकडे निर्देश केला.

"सम्राट ब्रम्हाचा मुलगा सम्राट जांबवनाचा तो पुतळा आहे. आतापर्यंतचा तो सर्वात मोठा, भव्य असा सम्राट राक्षस आहे. सम्राट राघवांनी त्याला दीर्घायुष्य व कोटी सिंहाचे बळ बहाल केले आहे." वृद्ध पुतळ्यापुढे नतमस्तक झाला. "आम्ही सारे त्याचे वंशज, पुत्र आहोत व तो आमचे रक्षण करतो."

"आणि तुम्ही त्याला हे सारे अन्न देता का?" कल्कीने नजर खाली केली.

"होय" वृद्ध भक्तिभावाने पुतळ्याकडे पाहत म्हणाला, "तो जेव्हा आमच्यावर प्रसन्न असतो तेव्हा तो इथे येतो व या साऱ्याचा आस्वाद घेतो. साधारणपणे दर चौदा दिवसांनी तो इथे येतो."

"तुम्ही त्याला पाहिले आहे का?"

"नाही, नाही. त्याला कोणीच पाहिलेले नाही. कदाचित त्याला, कुणी पाहू नये असे त्याला वाटत असावे. आम्हाला त्याचा आशीर्वाद पुरेसा आहे.

त्याची कृपादृष्टी पुरेशी आहे." एखादी अमर व्यक्ती येते आणि सारे अन्न खाऊन जाते या गोष्टीवर विश्वास ठेवणे कल्कीला जड जात होते. पण त्या गोष्टीचे नवलही वाटले.

अमर व्यक्ती प्रत्यक्षात असतात आणि त्या मरतातदेखील. जांबवन कदाचित दुसराच कोणी तरी असेल आणि तो कोण हे कदाचित मलाच माहीत नसेल?

"ये, इथे माझ्या मालकीचा एक तबेला आहे. तुला तिथे रात्रभर झोपण्यापुरता आसरा मिळू शकेल."

तू माझ्याबरोबर झोपणार आहेस का? देवदत्ताने अभिमानाने विचारले. *आज माझ्या बरोबर माझ्या जागेत मी एका मित्राबरोबर राहणार आहे म्हणून तबेल्यात नेहमीपेक्षा घाण वास येईल अशी व्यवस्था मला करायला हवी.*

त्या राक्षसाच्या राजाच्या पुतळ्यापासून निघताना कल्कीच्या कपाळावर त्या विचाराने आठ्या पडल्या.

———◦———

तो वृद्ध गृहस्थ निघून गेल्यावर कल्की त्या घाणीत, वास मारणाऱ्या गलिच्छ जागेत गवतावर आडवा झाला. डोळे बंद करून झोपायचा प्रयत्न करू लागला.

त्याने जेव्हा डोळे उघडले तेव्हा वारे थांबले होते. आणि तो एका कणखर, पिळदार स्नायूच्या, बिबट्याचे कातडे पांघरलेल्या माणसापुढे असल्याचे त्याच्या लक्षात आले. तो माणूस हातातल्या कुऱ्हाडीवर टेकला होता. त्याचे केस टोकदार होते व तो कल्कीकडेच पाहत होता.

कल्की कण्हत उठून उभा राहिला. "मी नकळतपणे त्या दिव्य शक्तीच्या आधारे पूर्वजांशी संबंध का जोडतोय?"

"नाही" भार्गव त्याच्याजवळ ओणवे होऊन उभे होते. "तू तसे काही केलेले नाहीस. हा मीच आहे. तुला यापूर्वी कोण भेटले होते?"

कल्कीने वामनासंबंधी सांगितले. भार्गव कान देऊन ऐकत होते.

"तू त्याचे काही ऐकू नकोस. तो लुच्च्या, लबाड आहे. आणि तो खराही नाहीय. तुझ्या दैवी कल्पनेतील तो म्हणजे एक अमूर्त कल्पनाच आहे. पण एक चांगले आहे की तुझी शक्ती-सामर्थ्य वाढते आहे." तो हसला. मागच्या वेळी पाहिले होते तेव्हापेक्षा भार्गवांची दाढी जास्त वाढली होती.

"म्हणजे...आपण ज्याला हवे तेव्हा त्या दैवी सामर्थ्याने संपर्क करू शकतो? ह्या शक्तीच्या आधारे आपण संपर्क करू शकतो?" कल्कीने कल्पना केली. त्याला आपल्या कल्पनेचा धक्का बसला. "म्हणजे मला असं म्हणायचंय की तुम्ही माझ्याशी तसाच संपर्क साधला आहेत का?"

"या सामर्थ्याच्या आधारे तुझा विश्वास बसणार नाही, इतक्या गोष्टी आपण करू शकतो." त्याने कल्कीच्या खांद्यावर हात ठेवला...

"तू कुठे आहेस? देवळात यायला तुला इतका वेळ का लागतोय?"

"मी खूप थकून गेलो होतो. मग मला या गावात विश्रांती घ्यावीशी वाटली."

त्याचे डोळे बारीक झाले. "कुठले गाव?"

"मला त्याचे नाव माहीत नाही. इथे सर्वजण सम्राट जांबवनची पूजा करतात. तुम्हाला तो माहीत आहे का?"

त्यांनी ओठावरुन जीभ फिरवली, "जाऊ दे. तू आता निघ. तो महाभयंकर सैतान आहे. आणि त्याला जर का कळलं की एक अवतार इथे आसऱ्याला राहिलाय तर तो तुला ठार करेल."

"तो खरायं की खोटा हेदेखील मला माहीत नाही. तो कदाचित..."

"तो *आहे.*" भार्गवांनी ठासून सांगितले. "तू आताच्या आता माझ्या देवळाकडे यायला निघ. तू थांबलास तर संपलास. जांबवन तुझ्याहून सामर्थ्यवान आहे. आणि चांगला प्रशिक्षितही आहे. सगळ्यात जुना पण जिवंत असा तो एकमेव आहे. त्याने सर्व अवतारांचा जन्म आणि मृत्यू पाहिला आहे."

"*सर्व?*"

कल्की तर त्याला कधीच भेटला नव्हता. आणि अशा अमर व जुन्या व्यक्तीच्या जवळचा असणे हे किती आनंददायक व अद्वितीय असेल या कल्पनेने तो सुखावला. पण त्याने भार्गवांना त्यातील काहीच सांगितले नाही. तो निर्विकार राहिला व त्याने मान डोलवली.

ती दैवी भेट संपली, तेव्हा त्याने आजुबाजूला पाहिले. तो परत तबेल्यात आला. तो स्वतःच्या पायाने देवदत्तजवळ चालत आला. तेवढ्यात त्याने एक आवाज ऐकला.

त्याने कान टवकारले. *तो गुरगुरण्याचा आवाज होता का? इथे जवळपास कुणी प्राणी आहे कां?*

तो तबेल्याबाहेर आला...अगदी हळू...त्याच्या पांढऱ्या घोड्याला जाग येणार नाही अशा बेताने...त्या अस्वलाच्या पुतळ्याजवळ एक सावली हिंडताना त्याला दिसली. एक केसाळ महाकाय प्राणी ते अन्न मचमच आवाज करीत खात होता.

हाच तर तो.

अशा वेळी त्याने करू नये अशी वाईट कृती केली. तो जोरात केकाटला. तो केसाळ प्राणी वळला. व त्याच्या मोठ्या डोळ्यांनी कल्कीला पाहिले.

हं...आता या सर्वाचा अत्यंत वाईट शेवट होणार तर!

3

इंद्रगडमध्ये मनसाच्या सैनिकांनी शंभरहून अधिक माणसांना ठार मारले होते हे मनसा जाणून होती.

पण त्याचे तिला फारसे काही वाईट वाटत नव्हते.

ती लोकं कल्कीची होती त्यांनी मरणंच अभिप्रेत होते.

दुसऱ्यांचा सूड उगवताना जर असा रक्तपात झाला तरी त्याचे मनसाला काही वाटत नसे. आणि हे तिला खूप पूर्वीच कळले होते.

"महादेवी?" किरमिजी रंगाच्या तंबूच्या बाहेरून तो गोड, ओळखीचा आवाज आला होता. ती ज्या दारूच्या प्याल्यातून दारू पित होती तो तिने घट्ट पकडला.

"या, आत या!"

तो माणूस आत आला. त्याचा पेहेराव वैशिष्ठयपूर्ण होता. त्याच्या वेणी घातलेल्या केसांमध्ये वर मणी गुंफलेले होते. सम्राट शेषनागाचे चिन्हं असलेले चिलखत त्याने घातले होते.

"सेनापती ऐरावन" मनसा हसली. "काल रात्रीच्या आपल्या अचानक हल्ल्याचा काय परिणाम झालाय?"

"आपल्या अपेक्षेपेक्षा खूपच अधिक. प्रामाणिकपणे सांगायचे तर मला तसे होईल असे वाटत नव्हते." तो म्हणाला.

"तू माझ्यावर जास्त विश्वास ठेवायलाच हवा."

"तुमचे म्हणणे खरे आहे. तुम्ही खूपच दुर्बल आहात, असे आमच्या मनावर कद्रूजींनी बिंबवले होते." तो म्हणाला. त्याने मान खाली घालून म्हटले. मनसाला होऊन गेलेली गोष्ट आठवली. कद्रू पदच्युत झाल्यावर मनसाने नागपुरीवर कब्जा मिळवला होता. कद्रूशी ज्यांनी निष्ठेची शपथ घेतली होती त्या साऱ्या अधिकाऱ्यांनी मनसाला आपली निष्ठा वाहिली. ऐरावन हा त्यापैकीच एकजण होता.

तो सुरुवातीला तिच्याशी खूप तुटकपणे वागत असे हे तिला जाणवे, पण आता मात्र तो तिचा आदर करू लागला होता. तिच्या साऱ्या आज्ञा तो बिनबोभाटपणे पार पाडू लागला होता. आता तो तिचा अनुनय करत असे. परमेश्वर कृपेने तो दिसायलाही चांगला होता.

"कद्रू आता मेली आहे." मनसाने जबडा विचकला व ती उभी राहिली, "मी त्याची खातरजमा केली आहे. आता मीच इथली अनभिषिक्त राणी आहे."

"होय महादेवी."

"आणि आपण केलेला हल्ला खूप महत्त्वाचा होता. कली व त्याच्या लोकांना संपवायला मी आलेली आहे हे त्यांना कळवण्याचा तो एक मार्ग होता."

"होय, महादेवी. आणि आपण ते यशस्वीरीत्या केले आहे."

"आपल्या लोकांची किती हानी झाली?"

"त्यांच्या मानाने अगदीच किरकोळ. आणि आता यक्षच शहराचे संरक्षण करीत आहेत."

यक्ष?

मनसाने भुवया विस्फारल्या. उदयांच्या राज्यात कोणती राज्यपद्धती होती तिची मनसाला काहीच माहिती नव्हती. *कलीने यक्षांना कसे काय वश केले होते कुणास ठाऊक?*

"कलीकडची काही माहिती कळली का?"

"तो कुठेच आढळत नाहीय. आम्ही बाजारात धाड टाकली. नागरिकांकडे चौकशी केली. पण हाती काहीच लागलेले नाही. काहीजण म्हणतात की त्याची सत्ता उलथवली गेली आहे व तोही नाहीसा झाला आहे."

"ते अशक्य आहे. आपला तसा गैरसमज व्हावा असे त्याला वाटत असावे."

"मलाही तसेच वाटतेय. नाहीतर आपण अनेक निरपराधी लोकांना ठार केले असे होईल."

मनसाने आपल्या सेनापतींकडे बघितले. *हा मला मुद्दाम चिडवतोय का?* त्याचा चेहरा निर्विकार होता. ती त्याच्या जवळ गेली व तिने घाबरलेल्या गंभीर चेहऱ्याकडे बारकाईने पाहिले. "तुला माझ्या कृती आवडत नाहीयेत का?"

"माझी राणी जे सांगेल तेच मी करतो. ती जी आज्ञा देईल ती मी अमलात आणतो."

"हो. तू तसे करतोस. पण तू आता सावध झालायस. आणि मी घाबरट असल्याने ते भविष्यकाळात मला हानिकारक ठरू शकते. त्याबद्दल काय करू?"

"तुम्ही हवे तर मला काढून टाका. इतर अनेक आहेत त्यांना तुम्ही कामावर ठेवू शकता..."

"तुला तसेच व्हायला हवे आहे का? सेनापती, तुला माझ्याकडे का राहायचे नाही?"

ऐरावननेही तिच्याकडे पाहिले. पण तो काही बोलला नाही. *त्याला वाटतंय की मीसुद्धा कद्रूहून वेगळी नाहीय.*

"महादेवी, मला तुमचीच सेवा करायची इच्छा आहे. तुम्हाला नाग लोक काय करतील यासंबंधात चांगली दृष्टी आहे." आपण उत्तरेवर उत्तम नियंत्रण ठेवले आणि सुपर्णांबरोबर शांतता करार केला तर आपल्या लोकांना व आपल्याला त्याचा खूपच फायदा होईल."

"तुझ्या अशा शब्दांबद्दल धन्यवाद. पण सुपर्णांना आपले मित्र करून घेणे नागा लोकांना फारसे आवडणार नाही."

"बरोबर, त्यांना ते आवडणार नाही."

"त्यांच्यातील असा कुठला अंतर्गत बखेडा आहे जो मला माहीत नाहीय?"

ऐरावनने पटकन तिच्याकडे पाहिले व मान डोलवली. "त्यांच्यात एका गोष्टीवर मतभेद होते. मी तुम्हाला ते सांगणारच होतो. पण मी आजच सकाळी ठरवले होते की मी तुम्हाला फक्त चांगल्याच गोष्टी सांगेन म्हणून..."

"सेनापती, मी तुम्हाला त्यासाठी पगार देत नाहीय. माझे लांगूलचालन करण्यासाठी तुम्ही नाही आहात. ती कुठली गोष्ट आहे? काय चाललेय काय? त्या दोन्ही जमाती साहचर्याने राहू शकत नाहीत का?"

मनसाला तशी भीती वाटतच होती. सुपर्णीकेमध्ये तारक्षाला अभय मिळावे म्हणून त्या सुपर्णांच्या राजाने आपले अर्धे सैन्य तिच्या दिमतीला दिले होते.

"तसे काही नाहीय. एक अगदी लहानशी गोष्ट आहे. पण ती खूप महत्त्वाची आहे."

"लहानशी का महत्त्वाची? नक्की काय ते ठरव. सेनापती, ते नेमके काय आहे?"

त्याने सुस्कारा सोडला. "ती माणसे...सैन्य...ते...असमाधानी आहेत."

"का?" मनसा गोंधळात पडली. कारण ती सर्वांना खूप चांगला मेहनताना देत होती व त्यांच्या राहण्यासाठीही उत्तम असे तंबू देऊन त्यांची सुव्यवस्था केलेली होती. झोपण्याची उत्तम व्यवस्था होती

"ऊंह...सांगायला जरा चमत्कारिक वाटतेय...जेव्हा युद्धे अनेक दिवस.. महीने चालतात तेव्हा सैनिकांना स्त्रीसुखाची ओढ लागून राहते. सेनापती व अधिकारी जास्त पैसे देऊन आपली व्यवस्था लावू शकतात. ते अप्सरांना पैसे देऊन सुख मिळवू शकतात. सैन्याचीही त्याच पद्धतीने सोय करू शकतात. व राज्याच्या रक्षणासाठी लढणाऱ्या सैन्याला सुख मिळवून देतात."

मनसाला याची कल्पना नव्हती. तिने मूठ आवळली व म्हणाली, "सेनापती, तुम्हाला हे रणमैदान वेश्यागृहात परिवर्तित करायचे आहे का?"

"मला स्वतःला त्या सर्व गोष्टीत काहीच रस नाही. तुम्हाला माहीतच आहे की मी प्रथम सम्राट वासुकींकडे काम करीत असे. त्यांनीच मला सेनापती तक्षकाचा सहकारी बनवले." मनसाला ते आठवले. ज्यांनी वासुकीला ठार मारले त्यांनीच तक्षकाचाही खून केला होता. कली हा त्यापैकीच होता. जातीजमातींमधील तहाला त्याच वेळी तडा गेला. त्यामुळे मी..."

"वासुकीला हवे होते त्याप्रमाणे तुझे खच्चीकरण केले आहे. ज्यायोगे विशिष्ट व 'अशा' प्रकारचे प्रश्न निर्माण होणार नाहीत. हे मला माहितीये."

"बरोबर" तो उद्गारला, "पण ज्या बहुतांशी सैन्यावर तुमची सत्ता आहे ते कद्रूजींच्या हुकमतीखालचेच आहेत. ती बाकी कशीही असेल पण सैनिकांच्या खच्चीकरणाबाबत तिचा ठाम विरोध होता. कारण ते एक अनैतिक व अमानुष असे काम आहे असे तिला वाटे."

"अच्छा, असे आहे तर." मनसाने आपल्या केसातून हात फिरवला. "म्हणजे आता यांना 'ते' सुख मिळवण्यासाठी आपल्याला मुली पुरवाव्या लागणार तर? याबाबत तुला काय वाटते?"

"अं...मीदेखील तुमच्याप्रमाणेच गोंधळून गेलो आहे महादेवी."
मनसाने सुस्कारा सोडला.

"पण" तो पुढे म्हणाला, "बऱ्याच सैन्याच्या शिबिरातून अप्सरा ठेवलेल्या असतात. जेणेकरून सैनिकांना थकवा जाणवत नाही. तशी सगळीकडे पद्धतच आहे." तो अत्यंत काळजीपूर्वक सारे शब्द वापरत होता हे मनसाच्या लक्षात आले.

"त्या पद्धतीला माझ्या भावाचा विरोध होता."

"आणि त्यामुळेच अनेकजण त्यांचा तिरस्कार करीत असत. तुम्हाला तसे व्हायला नको असावे, महादेवी." त्याने काळजीपूर्वक म्हटले.

"म्हणजे मी त्यांच्यासाठी पुन: गुलाम स्त्रियांची तजवीज करावी असे तुला वाटतेय का?"

"अं..." त्याला पुन: लज्जित झाल्याप्रमाणे वाटले, "मला वाटते की त्यांच्यासाठी, शिबिरातील चांगल्या वातावरणासाठी तेच योग्य ठरेल. कालच्या हल्ल्याने आपण एका मोठ्या...बरेच दिवस चालणाऱ्या युद्धाला तोंड फोडले आहे. आपल्याच लोकांच्या बंडखोरीने आपला पराभव होणे ही अत्यंत नामुश्कीची गोष्ट ठरेल. पण तरीही तुम्ही तुम्हाला हवा तो निर्णय घ्या. तो कोणता 'निर्णय' घ्यायचा तो तुमचा तुम्ही घ्या." मनसाने मान डोलवली.

"सेनापती, मी तुमची आभारी आहे. तुम्ही जाऊ शकता." ती मऊ बिछान्यावर बसली.

या वेळी मला कोण मदत करेल. आणि मला चांगला सल्ला देईल? त्या साऱ्या शिबिरात तशी एकच व्यक्ती होती जी तसे करू शकेल. *माझा प्रिय घाबरट मित्र!*

———

ती विभिषणाशी बोलायला गेली. लंकेचा शेवटचा राजा रावण व पहिल्या विभिषणाचा मुलगा. मैलोंमैल पसरलेल्या युद्ध-शिबिरातून ती पुढे चालली होती. मागच्या दूरवरच्या जंगलापर्यंत तंबूचे व राहण्याचे ते शिबीर होते. तिथे हजारो सैनिक राहत होते. काहीजण खात होते, काहीजण विश्रांती घेत होते. एका तंबूतून धूर येत होता. तिला भाजलेल्या कोंबडीचा व बकरीच्या मांसाचा वास आला. काही लोक सरावाचे प्रशिक्षण घेताना तिने पाहिले. तलवारींचा खणखणाट ऐकू येत होता. जिथे दारू ठेवली होती अशा मोठ्या तंबूंच्या पुढे ती गेली.

काहीजण तिथून दारूची पिंपे घेऊन चालले होते. इंद्रगडपासून दूर उभारलेले एक व्यवस्थित शहरच तिथे उभे होते.

तिथे सारे पुरुष सैनिक होते हेही तिच्या लक्षात आले. स्त्रिया फक्त व्यवस्था पाहायला होत्या. लढायला नव्हत्या. त्या निव्वळ सेविका होत्या. लढवय्या नव्हत्या. नाग लोकांमध्ये स्त्रियाही सैनिक असत. जेव्हा

सुपर्णिकांचा पराभव झाला, कद्रूवर मनसाने हल्ला केला तेव्हा त्यातील बऱ्याचजणी मृत्यूमुखी पडल्या.

ते तसेच व्हायचे होते.

जिथे मानवांचे तंबू होते तिथे दोन सैनिकांसह मनसा पोचली. तिथे तिने जे बघितले त्याने तिला नवल वाटले. तिथे तिच्या शिबिरापेक्षाही खूप जास्त स्त्रिया होत्या. हवेत हातवारे करीन सैनिक नाचत-बागडत होते. एखाद्‌या सैन्याच्या शिबिरापेक्षा तिथे एखादा सण-समारंभ असावा असे वाटत होते.

पण शेवटी हे विभिषणाचे शिबीर होते.

सैनिकांशी चाळे करणाऱ्या अप्सरांकडे तिने पाहिले. तिथे काहीजण विवस्त्रावस्थेत पळत होते. तिने त्यांच्याकडे तिरस्काराने व निराशेने पाहिले तेव्हा ते लपून बसले. ते निव्वळ वेश्यागृह वाटत होते. पण त्याहून महत्त्वाचे म्हणजे विभिषणाला त्यावर नियंत्रण ठेव असे सांगणारे तिथे कोणीच नव्हते.

मनसाने त्याला बाहेर काढण्याआधी अनेक वर्षे तो दक्षिणीतील एकमेव राज्य-भानमती-मध्ये सुखनैव राहत होता. कलीचा काटा काढण्यासाठी तिला मदत करण्याकरता-म्हणजे त्याला तसे वाटत होते-त्याने संमती दिली होती.

ती आता शाही तंबूजवळ आली होती. तिथे मौल्यवान खड्‌यांनी मढवलेले मोठेमोठे दगडी खांब होते. ते भगव्या रंगाचे होते. मानव सैनिकांनी तिला मुजरा केला. ती विभिषणाच्या तंबूत शिरली तेव्हा तो पुस्तक वाचत पडला होता.

“तू मला निरोप पाठवायचास” त्याने वर बघून म्हटले. “प्रिय सखे, तू येण्याचे कष्ट उगाच घेतलेस. मीच तिकडे यायला हवे. तू इथली महाराणी आहेस.”

“आणि तू राजा आहेस.”

विभिषण हसला. ते लहान असताना कसे हास्यविनोद करायचे ते मनसाला आठवले. तेव्हाही तो आताप्रमाणेच गोल गरगरीत व फोपशा होता.

“मी कसला राजा? असो. कालचा हल्ला कसा झाला?”

“छानच झाला. योग्य झाला.”

तो नाराज झाल्यासारखा वाटला. “मला तसे करणे आवडले नव्हते हे तुला माहीतीच होते. हो ना?”

"अर्थात, तुझे सैन्य मी राखीव म्हणून ठेवले आहे."

"होय, मला वाटते तुला त्याची गरज आहे. तू केलेला हल्ला मला आवडला नाही. तू अतीच केलेस. मला तुझी खूप काळजी वाटते. सखे." तो उभा राहिला, "या सर्व गदारोळात व धावपळीत तू स्वतःलाच गमावून बसशील याची मला काळजी वाटते."

"मी दोन राज्ये सांभाळतीये याचे कारणच माझी सूड भावना आहे."

विभिषणाने निराशेने डोके हलवले. अर्थात निराश व्हायची ही काही त्याची पहिलीच वेळ नव्हती...त्याने यापूर्वीही तिच्या अशा डावपेचांबद्दल निराशा दाखवली होती पण तो आता केवळ एक सभ्य शिष्टाचार म्हणून हजर होता. दुसरे काहीही कारण नव्हते. आणि मनसाला तेच आवडत नव्हते.

पण तिला त्याची मदत हवी होती. तिच्या शरीरातील रोम अन रोम, पेशी अन पेशी ओरडून त्याला सांगत होती की त्याने तिच्या प्रत्येक संघर्षात तिच्या बाजूने उभे राहायला हवे. तिला मदत केली पाहिजे, साहाय्य केले पाहिजे. पण ती शांत राहिली. काहीच बोलली नाही. तिच्यापुढे इतर महत्त्वाचे प्रश्न होते. "माझ्या सेनापतीकडून मला काही माहिती कळली आहे". तिने सारा वृत्तान्त त्याला सांगितला. विभिषणाने पुस्तक बाजूला ठेवले.

तिचे सांगून झाल्यावर त्याने डोके हलवले, "वासुकीने त्यांचे खच्चीकरण करायला नको होते. ती एक अगदी टाकावू कल्पना आहे. तो वाईट विचार आहे."

"हे फक्त वासुकीच्या बाबतच नव्हते तर तशी नाग लोकांची परंपरा होती. बरेच राज्यकर्ते तिचे पालन करत नाहीत, तर काहीजग तसे वागतात. वासुकीने दुसरी परंपरा पाळली एवढेच."

"तू कुठल्या बाजूची आहेस?"

"ते तर मीच तुला विचारतेय."

"मी काय केले असते असे तू मलाच विचारत आहेस?"

तो हसला, अगदी पोट धरून हसला, "मला वाटते की तुझा सेनापती जसे म्हणतोय तसेच तू करावेस. तो बरोबर व योग्य तेच सांगतोय. तू आणि तुझे सैन्य यांच्यातील संघर्षामुळे साऱ्या गोष्टींची गुंतागुंत तेवढी वाढेल."

"ते तुला कसे माहीत? तू त्याचा अनुभव घेतला आहेस का?" तसे विचारल्याक्षणीच तिला स्वतःच्या मूर्खपणाची जाणीव झाली. अर्थातच

त्याला तसे वाटले नाही. तो आतापर्यंत त्याच्या सुखासीन आयुष्यात व राज्यात राहिला होता.

"नाही. पण मी युद्धशास्त्राची व त्यातील डावपेचांवरील अनेक पुस्तके वाचली आहेत. ती माझ्या वडिलांकडे होती हे तुला माहीतच आहे. खूप मनोरंजक व माहितीपूर्ण. राघव, रावण आणि अशा बऱ्याच पुरातन काळातील गोष्टी त्यात सांगितल्या आहेत."

तिचा त्या भाकड कथांवर विश्वास नव्हता. लोक त्यांच्या अलौकिकत्त्वावर बोलत असत ते कसे सामर्थ्यवान होते इ. पण मनसाच्या दृष्टीने तीही सामान्य माणसेच होती. फक्त त्यांना असे महत्त्व बहाल करण्यात आले होते. तिने ते उघडपणे म्हटले नाही. "या परिस्थितीतून कसा काय मार्ग काढावा यावर मला तुझ्या विचाराची-सल्ल्याची गरज आहे."

"तू त्यातून उत्तम मार्ग काढशील अशी मला खात्री आहे. त्या अश्राप व निरुपद्रवी लोकांवर हल्ला करून तू योग्य तीच पावले उचलली आहेस. या तुझ्या कृतीमुळे कली भयंकर संतापलेला असणार."

मनसा हसली. अशा काही बळींमुळे तिचा शत्रू काहीतरी भयंकर कृती करायला उद्युक्त होणार होता.

मी म्हणूनच तो हल्ला केला आहे.

त्याच्यापर्यंत पोचण्याचा माझ्याकडे तोच एकमेव मार्ग होता.

4

पद्‌माने बांधाबांधीच्या सूचना दिल्यामुळे साऱ्या वानरसेनेत निराशेची-अस्वस्थतेची लाट लहरली. ती अर्जनबरोबर राहण्यासाठी इंद्रगडला जाणार होती.

ओह...मला त्याची किती आठवण येतेय. खरंतर ती त्याला अगदी थोडाच काळ भेटली होती. पण त्याच्या व्यक्तिमत्त्वाचा ठसा तिच्या मनावर मोठ्या प्रमाणात पडला होता. तोही त्याच्या भावाप्रमाणेच एक उत्तम, चांगला माणूस होता असा तिचा विश्वास होता. तिला कल्कीची काळजी वाटत होती कारण जवळजवळ एक महिना तो तिच्यापासून दूर होता.

ती आपले कपडे पिशवीत भरत होती. तेवढ्यात शुको तिथे आला व त्याने तिला खिडकीतून बाहेर बघायचा इशारा केला. ती त्याला थोपटत होती तेव्हाच तिने त्या बर्फाळ उताराकडे नजर टाकली. बरीच माणसे खोकत होती. ती अशक्त, दुर्बल होती व नाजूक-कमजोर स्त्रियांना खांद्यावरून आणले जात होते.

त्यांना काय झालंय?

"तू ऐकलेस का? तुला कळलं का?" मागून आवाज आला.

मागे एक केसविहीन महिला हसत होती. तिने लोकरीची कांबळ अंगाभोवती गुंडाळली होती. पण ते हास्य दिलखुलास नव्हते, छद्‌मी होते. "माकडांची हालत ठीक नाहीय!"

"हे सर्व काय व कसे झालेय?" तिने अप्सरांच्या बंडामागे असणाऱ्या रत्नामारुला विचारले. "सुप्रसिद्‌ध सम्राट बजरंग त्या वानरांना पुढे घालून घेऊन आले आहेत." ती त्या माकडांच्या देवाला मानत होती. ते एक पुरातन व्यक्ती होते. भव्य पण अत्यंत सौम्य, विनयशील वानर होते. त्यांच्यातील चांगुलपणा व उमदेपणा खानदानी होता. तिने त्यांच्याबद्‌दल

अनेक गोष्टी, कथा ऐकल्या होत्या. आतापर्यंत घडलेल्या साऱ्या गोष्टींमुळे त्यांच्याशी बोलताना, तिला संकोच वाटत होता.

"हं. हं. जे काय असेल ते. ते कुठली तरी जडीबुटी, वनस्पती गोळा करायला गेले होते व ते आजारी पडले. त्यांना कुठलीतरी विषबाधा झालीय असे वैद्य म्हणत होते."

"विषबाधा?" पद्मा गोंधळली, "त्या वनस्पती गोळा करणाऱ्यांना कुणी विषबाधा केली?"

"कोणास ठाऊक? ते शेतकरी आहेत. फक्त जडीबुटी गोळा करणारे नाहीत." रत्नामारूची नजर पद्माच्या पिशवीवर पडली. "तू कुठे बाहेर निघालीयेस का?"

"हो. तुझी योजना काय आहे?"

"मी पण ती आखतेच आहे." रत्नामारूने नि:श्वास सोडत म्हटले, "मी कुठे जावे याचाच विचार करतेय."

पद्माने मान डोलवली.

"तू मला इंद्रगडला येण्यासाठी आमंत्रण देणार नाहीस का?"

पद्माने जबडा विचकला. स्त्रियांच्या बाबतीतील तिचा दृष्टिकोन कितीही दयाळूपणाचा असला तरीही ती माणूस म्हणून तिला आवडत नव्हती. रत्नामारू बऱ्याच वेळा भडक माथ्याची व स्वयंकेंद्रित होत असे आणि तिचा इतिहासही भयंकर होता. पद्मा कशी होती याची तिने तिला जाणीव करून दिली होती. "तुला तिकडे का यावेसे वाटतेय?"

"तिथे स्त्रियांना गुलाम म्हणून वेश्यागृहात डांबून ठेवले जाते. त्याबाबत ते कुप्रसिद्ध आहे." तिने डोके हलवत म्हटले.

तू तिकडे यायला, मला नको आहे.

"तू सूर्यगढपासून सुरुवात कर. ते जवळच आहे. सगळ्याच शहरात समस्या आहेच."

"मी तुला तुझ्याबरोबर यायला नको आहे तर!" रत्नामारू हसून खोलीबाहेर गेली.

पद्माला खजील झाल्यासारखे वाटले. पिशवी पुढे भरण्याऐवजी तिने शीळ घातली. शुको तिच्या खांद्यावर येऊन बसला. आता निघून जाण्याअगोदर, तिला ज्याच्याबरोबर बोलायचे होते त्याच्याकडे ती आली.

सम्राट बजरंग!

पद्माला त्या परमोच्च योद्ध्यासंबंधी प्रचंड आदरभाव होता. त्यांना भेटून त्यांची विचारपूस करण्याची तिला तीव्र इच्छा होती.

ती जेव्हा त्यांच्या खोलीत गेली तेव्हा तिथे इतर वानरांची खूप गर्दी होती. सम्राट बजरंग अस्वस्थ वाटत होते. त्यांच्या चेहऱ्यावर दुःख होते. त्यांचे केस अस्ताव्यस्त झाले होते. ते काहीतरी बारकाईने बघत होते पण ते काय हे तिला कळले नाही. पद्मा डावीकडे सरकली व तिने डोकावून पाहिले. एक वानर जमिनीवर पडला होता. तो त्याचे डोळेही उघडू शकत नव्हता.

त्याच्या अंगावर जखमांचे व्रण होते. त्याच्या अंगावरचे पांढरे केस रक्ताळले होते व त्याच्या डोक्यावरचे केसही गळले होते. तो सारखा कण्हत होता.

"तुम्ही त्याला इकडे आणायला नको होते." एका वानरसैनिकानी म्हटले. "महाराज, तुम्हालाही त्याची लागण होईल."

"मला ती काळजी नाहीय. तो आजारी आहे म्हणून आपण त्याला सोडून देतोय, त्याच्याकडे दुर्लक्ष करतोय असे त्याला वाटता कामा नये." सम्राट बजरंग गरजले. "मित्रा, मी इथे तुझ्याजवळ आहे हं! काळजी करू नकोस."

"महाराज, तुम्ही पाहताच आहात. हे व्रण हे लालसर डाग हे कुठल्यातरी गोष्टीच्या कमतरतेमुळे पडले आहेत व ते फार वेगळेच आहेत. नेहमीसारखे नाहीत."

"वैद्यबुवा, तुम्हाला काय वाटते?" त्यांनी त्यांच्या खर्जातली आवाजात विचारले.

"हा संसर्ग असावा असे मला वाटते. त्याला पक्षाघाताचा आघातही झालेला दिसतोय. तो जिवंत आहे हे एक नवलच आहे. पण त्याला शुद्धीवर राहणे खूप अवघड जातेय."

"संसर्ग?" सम्राट बजरंग दिःगमूढ झाले होते.

"हवा..." तो रुग्ण म्हणाला. त्याचा आवाज अस्पष्ट ऐकू येत होता. "हवेतून...काहीतरी...लागण..." तो शांत पडला.

वैद्यांनी त्या आजारी रुग्णाला ताबडतोब घेऊन जायला, त्या हातमोजे घातलेल्या सैनिकांना फरमावले. तो बाहेर गेल्यावर बरीच माणसे बाहेर गेली व आपसात कुजबुजू लागली. आपले डोळे बंद करून बजरंग आपल्या खुर्चीत मागे सरकले. त्याने जे काय बघितले होते त्याचा ते गांभीर्याने विचार करू लागले.

"वैद्यबुवा, मला वाटते की त्यांनी त्याच्यावर मुद्दाम विषप्रयोग केला असावा. तो माणूस काही आजारात बरळताना वाटत नव्हता." सम्राट बजरंगांनी शेवट केला. "हवेत असे संसर्गाचे किटाणू फिरत असतात का? शुद्ध मूर्खपणा आहे हा! अशा विषारी कणांचे ज्ञान या शेतकऱ्यांना नक्कीच असणार. त्यांनी ते प्राशन करणे तर सोडूनच द्या. त्यांनी त्याला स्पर्शही केला नसता. आणि तो असा हवेत असता तर तो शरीरात जाऊन त्याचा परिणाम करायला खूप वेळ लागला असता व त्याचा इतका मोठा परिणाम व्हायला बराच कालावधी लागला असता. कोणीतरी..." त्यांचे डोळे पद्मावर स्थिरावण्यापूर्वी ते खोल विचारात गर्क झाले होते. त्यांचे डोळे क्षणार्धात लाल झाले. "पद्मा, मुली, मी तुला काय मदत करू? तुला तुझ्या सोबतीसाठी माझी माणसे हवीत का?"

पद्मा गोठूनच गेली. त्या खोलीतले वातावरण इतके गंभीर असूनही त्यांच्या सौम्य शब्दांनी तिला कधी नव्हे इतके छान वाटले, "महाराज, काय झालंय?"

सम्राट बजरंगांनी रक्षकांकडे पाहिले व त्यांना बाहेर जायला सांगितले. ते बाहेर गेल्यावर त्यांनी पद्माला आपल्यासमोर बसवून घेतले. "तारचा पराभव झाल्यावर आमची काळजी मिटली असे आम्हाला वाटले होते. पण आता त्याच तारचा वारस आम्हाला दुसऱ्या रूपात आमच्यासमोर उभा ठाकल्यासारखे वाटतेय."

तार हा एक मनस्वी सेनापती होता. त्याच्याकडे एक योग्य कारण होते म्हणून त्याने बजरंगांना मारण्याचा घाट घातला होता. आणि आता तो वानरांच्या तुरुंगात खितपत पडला होता.

"मी माझ्या लोकांना दक्षिणेकडून इकडे आणायला नको होते असंच मला वाटते. ते तिकडे खूप आनंदी होते."

"मग तुम्ही त्यांना का आणलेत?" पद्माने विचारले.

"चांगल्या भूमीत येण्यासाठी. त्या प्रलयानंतर आमचे घर, आमचा परिसर पूर्णपणे आजारात बुडाला होता. सर्व गोष्टींचे वर्तुळ पूर्ण होतेच यावर माझा विश्वास बसत चालला आहे."

त्यांच्या डोळ्यात काळजी व चिंता दिसत होती. त्यांचा आवाजही क्षीण झाल्याचे पद्माला जाणवले. पण तिला स्वतःच्या भावना उघड करायला आवडत नसे म्हणून तिने त्यांना आवर घातला. "आपण आता काय करू या?"

"आपण?" त्याने त्यांच्या भुवया उंचावल्या. "पद्मा, तू इथून निघून जा. कल्कीने तुला त्याच्या भावाकडे जायला सांगितले आहे. आमच्यापेक्षा त्यालाच तुझी जास्त गरज आहे."

"मला अचानक घाला घालण्याची किंवा गनिमी काव्याने हल्ला चढवण्याची चांगली माहिती आहे." ती बोलली. तिने सम्राट बजरंगांनी सांगितलेल्या गोष्टीकडे पूर्ण दुर्लक्ष केले. "ज्या कुणी...ती व्यक्ति ती असेल किंवा तो असेल-त्यांनी तुम्हाला हा एक इशाराच दिला आहे."

"कसला इशारा?"

"तो किंवा ती अस्तित्वात आहे याचा." ती म्हणाली. "यापुढचा हल्ला जास्त भयंकर असेल. तुम्ही जर आताच काही कृती केली नाहीत तर त्या हल्ल्याचा परिणाम फार गंभीर असेल."

"हे तुला अगदी मनापासून वाटतेय?"

"सम्राट बजरंग, कधी कधी मला तुमच्या सरळ स्वभावाचे फार नवल वाटते."

ते हसले, "मी आतापर्यंत साऱ्या वंदनीय लोकांमध्ये राहिलेलो आहे. आता तशी परिस्थिती नाहीय. मी त्या इच्छेने संघर्ष केला. मी लोकांमध्ये तेच बघू इच्छितोय. पण हे कलयुग आहे. काहीतरी भयानक, चित्र विचित्र घडल्याशिवाय एकही दिवस जात नाही. तू म्हणतेस ते बरोबर आहे. आम्हाला काहीतरी ठोस करायलाच हवे."

"आणि...मला त्यासाठी तुम्हाला मदत करायची आहे."

"पण तुझ्यापुढचे कार्य?"

"महाराज, मला तुमची सेवा करायची आहे. मी त्यानंतर जाईन."

शुकोने केकाटून, ती जे करत आहे, त्यात कालापव्यय होईल असे सुचवले. पण तिने दुर्लक्ष केले. तिने जे ठरवले होते त्याबाबत ती समाधानी होती.

"ठीक तर मग. आपण आता काय करावे असे तुला वाटते?"

पद्माने खोलवर विचार केला. "ते शेतकरी, कुठे गेलेत त्याचा शोध घेऊ या. ज्यांनी हे केले आहे, त्यांनी काहीतरी पुरावा मागे ठेवलाच असेल, असे मला नक्की वाटतेय."

"ज्यांनी हे केले ते अत्यंत अविवेकी, बेपर्वा असावेत असे तुला वाटते का?"

"जेव्हा कुणी कुणाला ठार मारायचे ठरवते तेव्हा ती व्यक्ति अविवेकी झालेलीच असतेच. अगदी व्यावसायिक खुनीदेखील. आणि आता तुम्हीच

विचार करा की असे कोण असेल ज्यांनी वाऱ्याचा वापर करून हे विष पसरवले असेल?" तिने हसून विचारले.

सम्राट बजरंगांनी त्यावर थोडा विचार केला, "हा अगदी छान प्रश्न आहे. मला याचा शोध घेतलाच पाहिजे. मला जर तसे काही आढळले तर मी तुला सांगेन. मग तू आता त्याचा शोध घ्यायला बाहेर पडतीयेस का?"

"हो. ह..."

"काळजी घे."

"माझ्या नाका-तोंडावर मी मुखवटा धारण करेन. माझी काळजी करू नका."

पद्मा निघाली. पण तेवढ्यात तिने त्या वानरांच्या राजाकडे पाहिले, "मलाही तुम्हाला काही विचारायचेय."

"विचार ना." त्यांनी आशेने बघितले.

"तुम्ही कल्कीला मदत का करीत नाही?"

"अं:"

"तो परतला की, अधर्माला पराभूत करण्यासाठी त्याला तुमची मदत लागेलच."

त्यांनी डोके हलवले. "आता माझी वेळ निघून गेलीय."

"पण तुम्ही इथेच राहताय. जिथे जगावर परिणाम होतोय, तिथेच तुमची जमात राहतेय. कल्कीला मदत केलीत म्हणजे तुमच्या जमातीलाच मदत केल्यासारखे होईल." सम्राट बजरंग चाटच पडले. त्यांना हसू फुटले.

"तू चांगले मुद्दे काढतीयेस, पद्मा मला त्याबाबतही विचार करू दे. मलाही त्याला साहाय्य करायला आवडेल. पण त्याचे ध्येय वेगळे आहे. मार्ग वेगळा आहे. आणि माझा जीवनप्रवास तर संपला आहे. पण तरीही मी त्यावर नक्की विचार करेन."

पद्माने हसून मान डोलावली व ती बाहेर पडली. शुको पुन: केकाटला. पण तिने त्याला थोडे दाणे खाऊ घातले.

अर्जन, मला माफ कर. तुला जरा आणखी प्रतीक्षा करायला हवी.

5

"तुम्ही न्यायमंडळावर येण्याआधी तुम्हाला आधी जनतेला तोंड द्यावे लागेल." नलकुवेराने स्पष्ट केले होते. इंद्रगडमध्ये 50 टक्के मतदान अमीर-उमराव व बाकीचे 50 टक्के नागरीक मतदान करीत असत. त्यातूनच राजाची निवड होत असे. अशीच व्यवस्था तिथे कार्यान्वित होती.

अर्जनला हे मान्यच होते. तो दौडत असलेल्या रथावर आरूढ होता. रस्त्यावरील लोक तिकडे बघत होते. रक्षक त्यांच्या कामावर होते. स्त्रिया, पुरुष व लहान मुले नवलाईने अर्जनकडे बघत होते व बासऱ्या व नगारे वाजत होते.

आदल्याच दिवशी केवढे भयानक हत्याकांड झाले होते ते ती जनता विसरली नव्हती. त्यामुळेच लोक अर्जनकडे शांतपणे, उत्सुकतेने व भीतीनेदेखील पाहत होते.

"त्यांना मी आवडत नाहीये." अर्जन नलकुवेराजवळ कुजबुजला. त्याने तलवार वर धरली होती. व त्याचे डोळे लोकांवर खिळले होते. नलकुवेराची बायको रंभा लोकांशी व्यवहार करायला, तसेच त्यांच्याशी संपर्क साधण्यात खूप प्रवीण होती. तिनेच त्याला ह्या अशा विचित्र पद्धतीने रथात उभे राहायला सांगितले होते.

"त्यांना फक्त कोण राजा आहे एवढेच बघायचेय. त्यांनी मागल्या वेळी राणी निवडली होती पण त्यांच्या इच्छेप्रमाणे काहीच घडले नाही. चांगली गोष्ट ही की तू आदिवासींबरोबर आहेस. मानवांनी आम्हाला कायम खालच्या दर्जाचीच तिरस्कारयुक्त वागणूक दिलीय."

अर्जनने डोके हालवले, "त्या हल्ल्यासंबंधात तुला आणखी काही तपशील मिळाला का?"

"नवीन काहीच नाही. नागांच्या राणीने-मनसाने तो हल्ला करायला सांगितले होते. खरंतर ते इथून खूप दूर आहेत. पण ते फार धोकादायक

आहेत. मला वाटते की त्यांना इंद्रगडमधील राजेशाही उलथवून लावायची आहे. नवीन राजाची निवड होईपर्यन्त आपण ठिकठिकाणी अडथळे उभारू या आणि आपली सुरक्षितता वाढवू या. न्यायमंडळाने त्याला मान्यता दिली आहे. पण खरंतर त्यांना शहराच्या सुरक्षिततेची फारशी चिंता नाहीय, म्हणून त्यांनी ती दिलीय. त्यांना त्यांची मुलेबाळे सत्तेवर आणण्यात खरा रस आहे."

अर्जनने मान डोलवली. त्याला हे बोलणे आवडले नव्हते. सारे न्यायमंडळ राजसिंहासनासाठी आतुर झाले होते. *एकदा का मी राजा झालो की त्यांना बरोबर सरळ करेन.*

"तसेच मी जेव्हा त्या बैठकीत तुझे नाव सुचवले तेव्हादेखील ते अजिबात आनंदी दिसत नव्हते. त्यांना ते आवडले नव्हते."

"अर्थातच, त्यांच्या दृष्टीने राजा होऊ इच्छिणारा मी एक खालच्या जमातीतला माणूस आहे."

"नाही, ते तसे नाहीय." नलकुवेराही रथातून जाताना लोकांकडे पाहत होता. तो हसून त्यांच्याकडे पाहून हात हलवित होता. त्यांना अभिवादन करत होता. "न्यायमंडळात सर्वांत उच्च धर्मगुरू नरेंद्रही सभासद आहेत. त्यांना तुझ्याबद्दलचे काहीतरी खास माहीत आहे. मला तर खात्रीच आहे की तशी अफवा त्यांनीच मुद्दामहून पसरवली आहे."

"कोणती अफवा?"

"की तू समसंभोगी आहेस..." नलकुवेरा काळजीयुक्त स्वरात म्हणाला.

अर्जनने दात विचकले, "त्यामुळे त्यांना काय समस्या आहे?"

"ओह, कुणालाही असे अनैसर्गिक संबंध असलेला शासक आवडत नाही." तो अस्वस्थतेने म्हणाला. असे म्हटल्याक्षणी त्याचे डोके उडवून द्यावे असे अर्जनला क्षणभर वाटले. पण तेवढ्यात नलकुवेरा म्हणाला, "हे त्याचे शब्द आहेत. माझे नाहीत. तो अत्यंत कूपमंडूक वृत्तीचा आहे. आणि त्याने तसे का नसावे? शहरातील धर्म मानणाऱ्याच्या दृष्टीने समसंभोगी व्यक्ती हा समाजातला एक रोगच आहेत."

अर्जनला संताप आला. त्याच्या राजा होण्याचे हेही आणखी एक कारण होते की, तो *त्यानंतर एक असा फतवा काढणार होता की या राज्यात सर्व प्रकारचे, त्यांच्या मर्जीनुसार, व कोणतीही धार्मिक असहिष्णुता न स्वीकारता राहू शकतील.*

"एका बाबतीत कलीचे खरेच होते."

"ती कोणती?"

"धर्म हा आपल्याला लागलेला जीवघेणा रोगच आहे."

नलकुवेरा हसला. "कोणीतरी असेही म्हणू शकेल की धर्म म्हणजे एक आशादायक भावना आहे."

"आणि ती जीवघेणीही आहे. मृत्यूच्या दारी नेणारी आहे." अर्जनने तलवार खाली घेत डोके हलवले.

त्याचा हात अवघडून गेला होता. "मला रंभाची योजना अजिबात आवडली नाही. मला तसे उभे राहताना मूर्खासारखे वाटत होते. लोकांना नवीन कल्पना आवडतात पण अशा वेडगळ कल्पना आवडत नाहीत."

"त्यांना कल्पना हव्यात असे वाटते. सद्गृहस्था. पण खरंतर त्यांना एक हीरो-नायक हवा असतो. मग तो कुणीही असो. एखादा सैतान, खलनायकदेखील देवासारखा मुखवटा धारण करू शकतो. तो त्याप्रमाणे वागला तर ते त्याची पूजाही करतात. हे असे उभे राहिल्याने लोकांच्या मनात तुझी एक 'परमेश्वर' म्हणून प्रतिमा तयार होईल असे रंभाला वाटते. तू एक स्वर्गीय आणि उत्तमरीत्या सुसंस्कारीत पुरुष दिसतोयस हे मला तुला सांगितलेच पाहिजे."

अर्जनचे सारे अंग खरवडून खरवडून धुवून साबणाने स्वच्छ करून गरम पाण्यात अनेक तास ठेवून त्याला सजवले होते ते त्याला आवडले नव्हते. त्याच्या केसांनाही विविध रोगणे [मलमे, शांपु] लावून चमकवले गेले होते.

"पण तू म्हणतोस ते बरोबर आहे." नलकुवेराने लोकांकडे, त्यांच्या उद्विग्न चेहऱ्याकडे पाहिले, "त्यांना एक चिकणा-चुपड्या चेहऱ्याचा माणूस नकोय. त्यांना काहीतरी कृती करणारी व्यक्ती हवीय. मी तुझ्यात जे बघतोय तेच त्यांनीही बघावे असे मला वाटते."

त्याचवेळी अर्जननेही त्यांच्याकडे पाहिले.

काळ्या कुळकुळीत घोड्यांवर बसलेले काही धिप्पाड जवान अर्जनच्या रथासमोर येऊन उभे राहिले. त्यांच्या हातात नंग्या तलवारी व अंगावर काळे बुरखे होते. त्यांचा तो अस्ताव्यस्त पसारा त्याने पाहिला. ते लोकांशी कसे उद्धटपणे वागत होते, त्यांना हटवत होते हे तो पाहत होता.

"तू मला, इथे असे असायला नको आहेस. तुझ्यासारखा राजा आम्हाला नको आहे." त्यांच्यामध्ये असलेला बुरखा घातलेला माणूस म्हणाला.

हे कोण आहेत?

मग त्याच्या लक्षात आले की ते म्लेंछ आहेत. त्यांना तडीपार केलेले

48

आहे व तेच समाजात राहायला योग्य नाहीत. अर्जनला त्यांचा चांगला व वाईट असा दोन्ही अनुभव होता.

आणि हा आणखी एक वाईट अनुभव त्याच्या गाठीशी जमा होणार होता.

"मी बरोबर बोलतोय ना?" तो मधला माणूस इतर लोकांकडे पाहून ओरडला. "नाग लोकांनी जी ही अडचण उभी केलीय त्यामुळे त्यांचा उपयोग करून आपण एक हीरो-नायक होऊ अशा कल्पनेने हा शहाणा स्वतःची प्रतिमा उजळायचा विचार करतो आहे. प्रत्यक्षात स्वतःचेच युद्ध तो लढू शकत नाहीय."

अर्जनने नाक फेंदारले व नलकुवेराकडे पाहिले. "ते आपली ही मिरवणूक का अडवीत आहेत?"

"या म्लेंछांना काय हवय हेच कुणाला कळत नाही. ते भाडोत्री असतात. कदाचित आपल्या विरोधकांना आपल्याला खाली बघायला लावायचे असेल. व तेही सर्व लोकांदेखत."

अर्जन त्यांना तसे करू देणार नव्हता. जर का सारे लोक या माणसाच्या बहकाव्यात आले असते तर 'राजा' होण्याचे त्याचे स्वप्न भंगले असते.

"त्या सर्वांना ताबडतोब थांबवा. आमची मानहानी होण्यापूर्वी त्यांना इथून दूर करा." नलकुवेरा काळजीयुक्त स्वरात कुजबुजला.

"त्याला फेकून द्या. तो या शहरातला रहिवासी नाहीये. तो परदेशी आहे." तो माणूस म्हणाला. यक्ष-रक्षक नलकुवेराच्या आज्ञेची वाट पाहत होते. "तो एक दुर्बल व भित्रा माणूस आहे." त्याने तलवार उपसली. "लोकहो, बघा, तो काय करतो ते." त्याने अर्जनवर तलवार उगारली.

अर्जन रतीभरही आपल्या जागेवरून ढळला नाही. अर्जन व नलकुवेराच्या मध्ये तलवारीचा घाव आला. तो रथावर आदळला.

"बघा, तो लढायचा विचारही करू शकत नाहीये."

तो माणूस बोलायचा थांबला. लोकांचा श्वास अडखळला.

आणि क्षणार्धात अर्जनने त्या माणसाच्या चेहऱ्यावर आपल्या तलवारीने वार केला.

तो जागच्याजागी मरून पडला. त्याचे शरीर घोड्यावरून खाली घरंगळले.

"अरे बापरे! किती नेत्रदीपक!" नलकुवेरा उद्गारला.

अर्जन रथातून खाली उतरला. त्याच्या मुठी आवळलेल्या होत्या. तो दुसऱ्या म्लेंछाकडे पाहत होता. "या अशा प्रकारे तू माझी, राजा व्हायची संधी हुकू देणार नाहीयेस. मी तुला तसे करू देणार नाही."

त्यातील एका म्लेंछाने जमावातील जवळच्याच एका स्त्रीला धरले, "तू आमच्यावर हल्ला करच, बघ हिची पण काय अवस्था होते ती..."

अर्जनने डोके हलवले, "मुकाट्याने तिला सोड."

म्लेंछाने तिला आणखीनच आवळले.

त्याला काही कळायच्या आत अर्जन विद्युतवेगाने आपली हाताची मूठ वळत धावला व त्याने म्लेंछाचा हात पिरगाळला. त्याच्या हातातील तलवार खाली पडली. ती स्त्री त्याच्या तावडीतून सुटली व जिवंतपणे गर्दीत मिसळली. अर्जनने त्या माणसाला ठोसे लगावले. त्याचा गळा धरला व त्याचे डोके जमिनीवर आदळले.

त्याची कवटीच फुटली. त्या जागी एक खड्डा झाला.

"परमेश्वरा..." इतर म्लेंछ आपल्यावर आता हल्ला होईल या भीतीने ओरडले. त्यांनी आपल्या घोड्यांना टाच मारली व जिवाच्या आकांताने ते तेथून पळून गेले.

अर्जन हसला. जमावातल्या कुणीतरी टाळी वाजवली व आता टाळ्यांच्या कडकडाटाने सारा आसमंत गुंजू लागला.

"तू ते करून दाखवलेस." नलकुवेराचा मागून आवाज आला व त्याने जयजयकार केला.

"होय" अर्जनही हसला.

नलकुवेराने टाळ्यांचा आवाज थांबल्यावर साऱ्या जमावला उद्देशून म्हटले की, "आज जसे हे घडले, तसेच महाराज अर्जन, शांबलासारख्या एका लहान खेड्यातून आलेली व्यक्ती, एक तुमच्यासारखा व सामान्य नागरिक, त्याने या भाडोत्री सैनिकांना अस्मान दाखवले आहे. या शहराबाहेर उभ्या असलेल्या सैन्यालाही तो पाणी पाजेल. तो आपल्यावर चाल करून येणाऱ्या शत्रूला धडा शिकवेल. आपल्याला असाच एक समर्थ शासक हवा आहे. या अडचणीच्या काळ्या कालखंडातून बाहेर काढायला असाच एक धडाडीचा योद्धा हवा आहे मित्रांनो! ही संधी आता वाया घालवू नका. तुमच्या घरीदारी बोला, तुमच्या मालकांना सांगा. तुमच्या मंत्र्यांना साद घाला, एखाद्या भ्रष्टाचारी माणसाऐवजी आम्हाला हाच राजा हवा आहे असे त्यांना बजावा. आता या वेळी त्या राजसिंहासनाशी एकनिष्ठ असलेला सुयोग्य असा राजा आपल्याला हवा आहे." व त्याने नाट्यमय पद्धतीने मुजरा करीत अर्जनकडे इशारा केला.

ओह, हा चांगलाच व्यक्ती निघाला.

50

लोकांनी पुन: टाळ्यांचा कडकडाट केला. काही जणांच्या डोळ्यात अश्रु जमा झाल्याचे अर्जनच्या लक्षात आले. तो रथात बसलेल्या नलकुवेराकडे गेला. "न्यायमंडळाला हे आवडेल असे मला वाटत नाही." नलकुवेरा कुजबुजला, "आपण यामार्गे शहरातील दु:ख व दबाव कमी करून जास्तीत जास्त मते मिळवायचा प्रयत्न करत आहोत. पण...हे... त्यांचा काही विचार करू नकोस. मरू देत त्यांना."

"धन्यवाद!" अर्जन हसला व त्याने आपल्या मित्राच्या खांद्यावर थोपटले.

"तू नाही. मीच आभारी आहे." त्यानेही हसून म्हटले, "तू किती शक्तीशाली आहेस हे मला त्यांना दाखवायचे होते."

"म्हणजे? तुला काय म्हणायचेय?" अर्जनने प्रश्नार्थक मुद्रेने त्याच्याकडे पाहिले.

"ते भाडोत्री सैनिक काय असे एकदम उपटले की काय? दुर्दैवाने तू किती शक्तीमान आहेस हे त्यांना कळले नव्हते. ती माहिती मुद्दाम जाहीर केली गेली नव्हती. नाहीतर ते उंदरासारखे नुसते भीती दाखवून पळून गेले असते."

"मला वाटले होते की आपल्या विरोधकांनी त्यांना पैसे चारून इथे पाठवले असावे."

"मुला, हे राजकारण आहे. त्यांना 'अर्थातच' पैसे देण्यात आले होतेच..." तो हसला. "...पण ते मी दिले होते."

6

ठार मार तिला.

त्याने तिच्या शांत सतेज चेहऱ्याकडे पाहिले. तिची त्वचा सोनेरी होती. फारच सुंदर.

ठार कर तिला.

तोच तिला गळा दाबून मारू शकत होता. ते कुणालाही कळणार नव्हते. कुणाला त्याचा संशयही आला नसता.

ठार कर तिला.

नलकुवेराने तो विचार झटकून टाकला, "नाही!" त्याने आईच्या बोलण्याला कुजबुजत उत्तर दिले.

आपल्या साऱ्या योजनेत तिचीच मुख्य अडचण होती.

"ती आपल्याला मदतच करतीये." त्याने आपल्या पत्नीकडे पुन: पाहिले. ती छानपैकी घोरत झोपली होती. आता रात्र झाली होती. प्रकाशाची एक रुपेरी तिरीप जमिनीवर हलत होती. कोपऱ्यात दिवे जळत होते. आज जशी केली तशीच..."

"ती एक वाईट योजना होती, मुला. तुझी छान योजना होती."

नलकुवेरा हसला. त्याला ते माहीतच होते. पण अर्जनला तो प्रकार आवडला नव्हता. त्याला आपली फसवणूक झाल्यासारखे वाटले होते, पण नलकुवेराही इथे मैत्रीसंबंध वाढवायला आला नव्हता. त्याला अर्जनला देवपण द्यायचे होते. अगदी खराखुरा देव!

तो आपला रक्षणकर्ता आहे. अगदी पुराणपुस्तकात सांगितल्यानुसार. मी तुला ज्या कथा पूर्वी सांगितल्या आहेत त्याप्रमाणे.

नलकुवेरालाही आठवले. कलयुगाच्या सुरुवातीला सैतानी प्रवृत्तींशी लढण्यासाठी एक युगपुरुष जन्म घेईल अशी एक दंतकथा होती आणि तो पुरुष शांबला या गावातून येईल...अगदी अर्जनसारखाच.

एकदा का तो आपला रक्षणकर्ता बनला की तो त्या वेशीवर उभ्या असलेल्या सैतानाशी लढेल. त्या विषारी नागिणीशी!

नलकुवेराला नागांचा प्रचंड तिटकारा, द्वेष होता. ते मूर्तीमंत सैतान/हैवान होते. यक्षांच्या कथांतून सांगण्यात येई की ते या जगाचा नाश करणारे दूतच आहेत. त्यांच्या हातूनच या जगाचे पतन व्हायला सुरुवात होणार होती.

नागांच्या अतिरेकी व अतिदुष्ट गोष्टी ज्या यापूर्वी नुसत्या ऐकल्या होत्या. त्या प्रत्यक्षात येऊ लागल्या होत्या. शेकडो लोकांची हत्या झाली होती. शिरकाण झाले होते, ज्यामुळे फक्त त्या नागांच्या राणीलाच फक्त फायदा होणार होता.

न्यायमंडळाला, तू जे काही म्हणालास ते आवडले नव्हते.

"ते सारे ठीक होईल. त्यांच्यातील काहींना शांत राहण्यासाठी मी पैसे चारले होते."

ते छान केलेस. त्याच्या आईचा 'आवाज' खरखरला. "जे जे तुला विरोध करतील त्यांचाही खातमा कर."

"नक्की. मी नक्कीच तसे करेन."

रंभाने चुळबुळ केली व ती नलकुवेराकडे वळली. ती संपूर्ण विवस्त्र होती. फक्त जांभळी शाल तिच्या अंगावर होती.

ती आता एखाद्या परि-सदृश्य दिसत होती.

"तुमच्या अलीकडच्या बैठकीत त्यांना काय हवे आहे, असे त्यांनी सुचवलेय?"

"आता कोण राजा होणार आहे याची त्यातील बहुतांश लोक काळजी करत नाहीयेत. ते लढाईच्या डावपेचांची आखणी करण्यात गुंग आहेत." त्याने निःश्वास सोडला. "आई, माझा त्यांच्यावर अजिबात विश्वास नाहीय. ते आता जरी राजपदावर कोण बसणार याची चिंता करत नसले तरी मला माहितीये की ते त्यांच्या मुला-बाळांना राजेपदासाठी तयार करत आहेत."

"होय! बरोबर मी तुला योग्य तीच दीक्षा दिलीय."

"त्यातील काहीजणांना शरणागती पत्करून, शस्त्रास्त्रे खाली ठेवून शत्रूबरोबर करार-तह करायचा आहे."

पण तुला नेमके काय हवंय!

"मला ते कळतच नाहीय. मी खूप गोंधळून गेलोय." नलकुवेराने डोके हलवले. "नागा सैनिकांना ठार करण्यासाठी पुरेसे सैन्य आपल्याकडे नाहीय. वार्ता अशी आहे की त्यांच्याकडे हजारो सैनिक आहेत. त्यांच्या

अफाट संख्येचे वर्णन करताना माझे गुप्तहेरही घाबरून थरथरत होते. आता फक्त एखादा चमत्कारच आपल्याला वाचवू शकेल. मला वाटते की ही शाही मंडळी जोपर्यंत एकत्र येत नाहीत, त्याच्या आतच आपण शरणागती पत्करणे शहाणपणाचे ठरेल. त्यांच्या एकमेकांतच अनेक वैयक्तिक समस्या, वैर आहे. काही जणांना आपले सैन्य पुरवण्यात रस आहे तर काहींना नाहीय. काहीजणांना आपल्या मुलांना राजगादीवर पाहायची घाई झालीय तर काहीजण युद्धाला तयार आहेत.

"मग त्यांना एकत्रित कर ना!"

नलकुवेराने क्षणार्धात आपले डोके गच्च धरले. आवाज जोरात किंचाळला. त्यालाही आपल्या आईवर ओरडायचा मोह झाला. पण त्याने स्वत:लाच थोपवले. "पण कसे?"

"त्या रक्षणकर्त्याचा वापर कर. त्याला तू फसवू शकत नाहीस असे त्याला दाखव. तुझ्याशिवाय मी काहीच करू शकत नाही असे त्याला जाणवू दे. आपल्या उज्ज्वल भवितव्यासाठी त्याचा वापर करून घे. लक्षात ठेव. आपले भवितव्य!"

पण अर्जनबाबत तसे करणे अवघड होते कारण तो खूप हुशार आणि प्रभावी द्रष्टा होता. नलकुवेराचा काय डाव आहे हे त्याच्या लक्षात आले असते. अर्जन नको इतका सज्जन होता पण त्याच्यात कमालीचा संताप व वाईट विचारही भरलेले होते, हे नलकुवेराने पाहिले होते, त्याच्या लक्षात आले होते.

आणि नलकुवेराने तो आवाज ऐकला. त्याच्या डोक्यातील तिडीक संपता संपताच बाहेरचा आवाज करकरला. तो आवाज कुणा माणसाचा संतापातिरेकाने भरलेला होता.

नलकुवेराने आपली तलवार परजली. त्याने गाढ झोपलेल्या रंभेला जागे केले.

आणि दरवाजा उघडला गेला.

तो दरवाजा मोडलाच असेल असे त्याला वाटले, पण तसे नव्हते. तसा फक्त आवाज आला. काळा बुरखा घातलेल्या दोन आकृत्या व त्यांच्याबरोबर महाकाय खुनशी हायना (तरस) होते. त्यांचे तीक्ष्ण दात, लाल डोळे चमकत होते.

त्या आकृत्यांच्या मागे रक्षकांची निष्प्राण प्रेते पडली होती.

नलकुवेराने त्या आकृत्यांकडे पाहिले. त्याचा आवाज घशातच अडकला होता व हृदय जोरजोरात धडकत होते. (त्याला त्याच्या आईचा

'आवाज' ऐकायचा होता.) जरी काही वेळा तो आवाज कायमचा बंद व्हावा असे वाटले तरीही.

"तू कोण आहेस? आणि तुला काय हवय तरी काय?" नलकुवेराने आवंढा गिळत निराशेने विचारले.

"तिथे एक मौल्यवान खजिना आहे तो तू घेऊ शकतोस." एका आकृतीने शीळ घातली. तसा एक तरस खाली बसला. उंच आकृती म्हणाली, "यक्षांचा राजा, मी तो खजिना घ्यायला आलेलो नाही. मी तुला जागे करायला आलो आहे. मी राज्यात सध्या फेरफटका मारतोय. आणि तू त्या मुलाशी कसा वागतोयस तेही बघतोय."

अर्जन?

"तू त्याला चांगले शिकवतो आहेस. ते तसेच चालू ठेव."

"म्हणजे फक्त हे सांगण्याकरता तू माझ्या रक्षकांना ठार केलेस?"

दुसऱ्या बुरख्याधारीने शीळ घातली. तसे ते तरस नलकुवेरावर गुरगुरायला लागले. दात विचकू लागले. त्या रक्षकांचे रक्त अजून त्या दातांवर दिसत होते.

"माझ्याशी कुठल्याही प्रकारच्या गमजा करू आकोस. मी त्याच्या व तुझ्या भल्यासाठीच इथे आलो आहे."

"त्या तरसांवरती हुकमत गाजवण्याव्यतिरिक्त आमचे काय चांगले करायला तू आला आहेस?"

त्याच क्षणी त्या माणसाने स्वतःचा बुरखा काढला.

नलकुवेराने स्वप्नातही कधी कल्पना केली नव्हती असा *'तो'* त्याच्यापुढे उभा होता.

त्याला नलकुवेरा चांगलाच ओळखत होता.

"कली" त्याचा श्वास रोखला गेला.

"होय" पूर्वी त्याचे टक्कल असलेल्या जागी आता सोनेरी केसांचे रान वाढले होते.

इंद्रगडचा पूर्वीचा राजा नलकुवेरापुढे उभा होता. "आणि मी आता तुला काहीतरी खूप महत्त्वाचे असे काही देणार आहे. तू तुझ्या शहरासाठी व तू ज्यांना प्रशिक्षण देत आहेस त्यांच्यासाठी खूप उपयुक्त आहे."

7

सकाळ होता होताच काही पांढरा बुरखाधाऱ्यांनी गावात प्रवेश केल्याचे लोकांनी पाहिले.

कल्की तबेल्यात झोपला होता. गावकरी व भयानक क्रूर जनावरांपासून वाचण्यासाठी तो तिथे होता. एक रात्र आधी तो व कल्की समोरासमोर आले होते. अस्वलासारख्या माणसाने त्याच्याकडे बारकाईने पाहिले होते. जणू काही तो त्याच्या आरपार बघत असावा. त्याने पापणीसुद्धा लवली नव्हती. कल्की पुतळ्याप्रमाणे स्तब्ध झाला होता.

ती नजर! जांबवन त्याच्या शरीराच्या आरपार बघत होता. नंतर तो गेला. आता जांबवन आपल्यावर हल्ला करणार या भीतीने तो अन्न घेऊन तिथून पळून गेला.

हे भयानक होते. त्याने काहीच केले नव्हते. कल्कीला ते गाव त्याच क्षणी सोडून जावे असे वाटले. पण बाहेर वादळ घोंघावत होते. तसेच तो अस्वलासारखा माणूस बाहेर कुठेही असू शकणार होता. घाबरून जाऊन कल्की पुन: त्या तबेल्यात सुरक्षिततेसाठी परतला व शांत झोपी गेला.

आता सकाळ झाली होती. त्या तबेल्याचा मालक त्याला काठीने ढोसून उठवत होता. तो कालचाच वृद्ध गृहस्थ होता. कल्कीला त्याचे नावही माहीत नव्हते.

"मुला, तू आता इथून निघ. मी फक्त तुला, एक रात्रीपुरताच आसरा दिला होता." तो गुरगुरत म्हणाला.

काल रात्री आपण काय पाहिले ते त्याला सांगावे असे कल्कीला वाटले. *त्याचा देव अस्तित्वात आहे हे त्या वृद्धाला सांगायला हवे होते. त्याला नको वाटत असतानाही त्याने आसरा दिला होता.*

"मी त्याला पाहिले."

"कुणाला?"

"तुझ्या देवाला!"

तत्क्षणी त्या वृद्धाचा चेहरा पांढराफटक पडला. "ते कसे शक्य आहे? तो कधीच कुणाला दिसत नाही."

"पण तो आला होता. मी त्याला बघितले. त्याने काही अन्नाचे सेवनही केले."

"होय, आम्ही ज्या वस्तु तिथे ठेवल्या होत्या त्या नाहीशा झालेल्या दिसताहेत." तबेल्याकडे येतायेता तो वृद्ध त्या पुतळ्याजवळूनच आला होता. "मला त्याच्याबद्दल आणखी सांग बरे. तो कसा दिसतो?"

"त्याचे डोळे...काळे आहेत, रात्रीच्या काळोखापेक्षा काळे..." कल्की शहारून गेला. त्याला आजपर्यंत कोणीही एवढे घाबरवले नव्हते. तो दोन युद्धात लढला होता. काही लढायातही त्याने भाग घेतला होता, त्या महाकाय माणसांबरोबर झाल्या होत्या, पण त्या अस्वलासारख्या माणसाच्या नजरेमुळे त्याच्या मनावर फारच मोठी भीती बसली होती. त्याला लहान मुलाला वाटते तशी भीति वाटत होती.

तो कायमच शक्तिशाली होता असे लोकांना वाटत होते पण तसे नव्हते. तो लहान असताना खूपच दुर्बल, अशक्त होता व त्याला कोणी मित्रही नव्हते. त्याच्यात वास करून असलेल्या शक्तीचा त्याला मागमूसही नव्हता.

कल्की 'मोठा' भाऊ झाल्यावर अनेक गोष्टी बदलल्या होत्या. त्या चांगल्या झाल्या होत्या. हळूहळू तो वारंवार आजारी पडेनासा झाला व आपल्या धाकट्या भावावर-अर्जनवर-वर्चस्व गाजवू लागला. त्याला एकाकीपणा व विचित्र वाटण्याचे कमी झाले. अर्जन उद्धट कारटे असूनही त्याचे वडील त्याचीच स्तुती करत असत. काहीवेळा कल्कीला त्याचा द्वेष वाटे. खरंतर तोच जास्त प्रभावी होता व जबाबदारही होता. त्याच्यात प्रचंड शक्ती होती पण ती लहानपणी नव्हती.

त्या अस्वलासारख्या माणसाने ती सारी भीती पुन: वाटायला लावली होती.

"तू मला केवढी महत्त्वाची माहिती दिली आहेस हे तुला कळत नाहीये. बराच काळापासून आम्हाला वाटत होते की तो अस्तित्वातच नाही म्हणून. आमचा विश्वास डळमळीत झाला होता."

"पण तरीही तुम्ही त्याला अन्न ठेवत होता."

"आणि आम्हाला वाटत होते की चोर-चिलटेच ते घेऊन जात असावेत. पण आतमध्ये खोलवर आम्हाला त्याबद्दलचा विश्वास नाहीसा होत

होता. आणि आता तू आमच्यापुढे एखाद्या वरदानासारखा उभा राहिलास. तू त्याला प्रत्यक्ष पाहिलेस. तो हसला. त्याच्या हसण्यामुळे कल्कीच्या चेहऱ्यावरही हसू उमटले. "आम्ही सर्वजण दरोडेखोरांच्या गराड्यात अडकलो होतो. त्यात सर्व प्रकारचे पशुतुल्य प्राणी इथे आहेत. आणि त्यांच्याशी योग्य सामना करायला आमच्याकडे पुरेशी शस्त्रास्त्रेही नाहीत. आमच्या या पर्वतराजीवर दुसरे कुठलेही गाव नाही, ज्यांची आम्ही मदत घेऊ शकू. एवढेच नाही तर इथले वातावरण-निसर्गही आम्हाला अनुकूल नाही. इथे दररोज वादळे होत असतात." त्या वृद्धाच्या डोळ्यात अश्रु उभे राहिले होते.

कल्की हसला. त्या सर्व वर्णनांवरून त्याला आपल्या मातृभूमीची-शांबलाची-आठवण झाली.

"आम्हाला सम्राट जांबुवनांनी जरी मदत केली असती तरी आम्ही आमचे गाव ऊर्जितावस्थेत आणले असते. आम्ही सुरक्षित झालो असतो. पण त्यांनी आम्हाला काहीच मदत केली नाही. मला वाटते की त्यांनाही त्यांची कारणे असतील. पण तरीही त्यांनी मदत केली असती तर खूप छान झाले असते." वृद्धाच्या चेहऱ्यावरील आनंद लपत नव्हता. "मुला, तुझे खूप खूप मनापासून धन्यवाद-आमच्या गावाच्या प्रमुखाला, तू देवाला पाहिलेस, हे सांगायलाच हवे. ते प्रत्येकालाच सांगायला हवे. खरोखर हे एक नवलच आहे! हे तुला जाणवलेय का?"

वृद्धाने कल्कीच्या कपाळाचे चुंबन घेतले व तो उड्या मारत गेला. कल्की काही वेळ तसाच विचार करत उभा राहिला. तेवढ्यात त्याने देवदत्तचा आवाज ऐकला.

हे गाव वाचवणे हे तुझे ध्येय नाहीय. चल निघू या.

पण लोकांना मानसिक आधार देण्याने खूप चांगले वाटतेय.

ते खरंच आहे. पण तिकडे अधर्म वाढतोय. आणि समोर येईल त्याला मदत करत राहण्यातच तुझा जन्म जावा असे मला वाटत नाही. आपल्याकडे तेवढा वेळ नाहीय.

कल्कीने मान डोलवली. तो धवल अश्व बरोबरच बोलत होता. तो पुढे झाला व त्याने लगाम धरला. ते तबेल्याबाहेर आले तर समोरच पांढरे बुरखे घेतलेले लोक उभे असलेले त्यांनी पाहिले.

ते त्या पुतळ्याजवळ अर्ध गोलात उभे होते. गावकरी त्यांच्याकडे नवलाईने पाहत होते. त्यांच्यात तो वृद्ध दिसत नव्हता. पण तो कुठूनतरी ते दृश्य पाहत असणार अशी कल्कीला खात्री होती.

त्या बुरखाधारी लोकांच्या कपड्यावर एक विचित्र गोल चित्र होते व त्यांचे चेहरे बुरख्यात लपले होते. प्रत्येकाकडे घोडेस्वाराकडे असतात तसे भाले होते आणि त्यांची टोके कल्कीकडे रोखलेली होती.

अशा अकल्पित व अनाकलनीय गोष्टी माझ्याच बाबत का घडताहेत?

ते मलाही खटकतेय-देवदत्ताने उत्तर दिले.

"विष्णूच्या अवतारा! तुझी इथे गरज आहे." एका आवाज उमटला.

"कुणाला?"

"सम्राट भार्गवरामांना! तुम्ही इथे आसरा घेतला आहे असे आम्हाला त्यांनी सांगितले. आम्ही तुम्हालाच त्या मंदिरात घेऊन जायला आलोय."

कल्कीला हायसे वाटून त्याने मान डोलवली. कदाचित जांबवनाबद्दल भार्गवांना माहिती असल्यामुळे त्यांनी जर वेळ आलीच तर त्या राक्षसांशी लढण्यासाठी या लोकांना पाठवले असणार.

पण काल तर ते पळून गेले होते.

चला, निघू या.

त्या पांढऱ्या बुरखाधारींबरोबर जाताना त्याला थोडेसे विचित्र वाटत होते.

त्याच्या डोक्यात पुन: चक्रे फिरू लागली व त्याच्यासमोर त्याच्या आधीच्या अवतारांची चित्रे फेर धरू लागली. त्या प्रतिमा दिसल्या तशाच अंतर्धान पावल्या. त्याचे डोके असहनीय असे दुखत होते.

बहुतेक हे दु:ख मला मारणार आहे.

"तुम्हाला जसे दिसते तसे असतेच असे नाही. ते चित्र फसवे असू शकते." सम्राट वामनांचे शब्द त्याच्या डोक्यात घुमत होते.

कल्कीने डोळ्यांची जोरात उघडझाप केली. स्वत:वर ताबा मिळवण्याचा प्रयत्न केला. त्याने दीर्घ श्वास घेतले व मन शांत करण्याचा प्रयत्न केला. आपले लक्ष केन्द्रित करण्याचा प्रयत्न केला.

ते काय म्हणताहेत त्यावर लक्ष केन्द्रित करायला हवे?

मग हळूहळू ते दुखणे कमी होत गेले व त्याच्या छातीचे ठोकेही संथ गतीने पडू लागले.

लक्ष केन्द्रित करणे महत्त्वाचे आहे. हा जो संपर्क आहे तो नियंत्रित व पूर्ण वेळ व्हायला हवा.

त्याची ऊर्जा वाढत होती हे त्याच्या लक्षात आले. काहीही झाले तरी त्याने मनावर ताबा ठेवायला हवा व त्याच्यात वाढत राहणारी ऊर्जा नियंत्रित ठेवायला हवी. तसे केले नाही तर ही डोकेदुखी जीवघेणी ठरू शकेल.

त्या अवतारांनी व संपर्क यंत्रणेने माझ्यावर नियंत्रण ठेवता कामा नये. त्यांच्याशी मीच संपर्क करेन, त्यांनी तसं करता कामा नये.

ते पुढे जात असताना त्याने डोळे उघडले. तो रस्ता खूप उताराचा होता. मागून ओळीने घोडे येत होते. तिथे काठावर उभे राहून त्याला समोरचा परिसर, जिथून तो आला त्या पर्वतरांगा दिसत होत्या.

खालचे सगळे काही अगदी लहान लहान दिसत होते.

तो एवढे अंतर चालून आला यावर त्याचा विश्वास बसेना. पण त्याला त्यामुळे छान वाटत होते. त्याने स्वत:लाच शाबासकी दिली. तेवढ्यात त्याला ते दिसले.

वरुन थोडासा हिमवर्षाव झाला होता.

त्याला वरुन एक महाकाय आकृतीची सावली येताना दिसली. तो... तो...

...जांबवन होता.

तो मोठयाने कर्णकर्कश्य आवाजात ओरडत होता. त्याचा प्रतिध्वनी ऐकू येत होता.

तो पुढे आला, त्याने पांढरे बुरखाधाऱ्यांना पकडले. आपल्या लांब रुंद पंज्यांनी त्यांच्यावर हल्ला केला. झालेला प्रतिकार त्याने सहज मोडून काढला. काहीजणांना त्याने कड्यावरून खाली फेकून दिले. कल्कीने आता जांबवनकडे नीट पाहिले. तो महाकाय, केसाळ व जाडजूड होता. त्याला पाहून घोडे बिथरले. ते खिंकाळले व त्यांनी आपल्यावरील स्वारांना फेकून दिले.

लोकांनी आपापले भाले काढले व अस्वली माणसावर उपसले पण जांबवनने ते मोडून, फेकून दिले. त्याचे हात खूपच मजबूत होते.

तो माझ्या शोधात इथे आला आहे.

त्याला मला ठार करायचे आहे.

कल्कीने ताबडतोब घोड्यावरून उडी मारली व तो त्याची तलवार परजत अस्वली माणसाकडे झेपावला. खरंतर तो मनातून घाबरला होता व त्यामुळे त्याचे हात थरथरत होते.

"ये, असा समोर ये" कल्की जांबवनला ओरडून म्हणाला.

जांबवन वळला. त्याने कल्कीकडे त्याच्या मोठमोठ्या डोळ्यांनी पाहिले व क्षणभर मोठयाने गुरगुरला. त्याचवेळी पांढरा बुरखाधाऱ्यांनी त्याला भोसकायला सुरुवात केली.

हा हल्ला मागून झाला होता व जांबवनने मोठ्यांदा गर्जना केली. त्याच्या अंगातून रक्ताच्या धारा वाहू लागल्या. साऱ्या बर्फावर रक्ताचा सडा पडला. बर्फ लाल दिसू लागला.

जांबवनने भाल्याने पांढरा बुरखाधाऱ्यांवर हल्ला केला आणि क्षणार्धात त्याने स्वतःला कडयावरून दरीत झोकून दिले.

कल्की त्याच्याकडे धावला. त्याला जांबवन मेला की काय हे बघायचे होते. पण त्याला त्याचे शरीर कुठेही दिसेना.

बरेच पांढरे बुरखाधारी जबर जखमी झाले होते. तर जांबवनने जेव्हा हल्ला केला तेव्हा काहीजण पळून गेले होते. जखमींना घोड्यावर टाकून देवळाकडे नेऊन त्यांच्यावर उपाययोजना करण्यात येणार होती. बाकी सारेजण पुढच्या प्रवासास जाण्यासाठी तयार झाले.

कल्कीने पुन: खाली वाकून दरीत पहिले. तिथे जांबवन असावा असे त्याला वाटत होते. कल्कीवर पुन: हल्ला करून त्याला संपवण्यासाठी तो येण्याची शक्यता होती.

8

आज रात्री पुन: हल्ला करण्याचे तिने ठरवले होते. इंद्रगडच्या किल्ल्यावर तुफानी हल्ला करायचा होता. सगळ्यात वर उभा राहणाऱ्या धनुर्धाऱ्याला प्रथम मारण्यात येणार होते. त्यांचा खजिना लुटायचा होता व दुकाने वगैरेची जाळपोळ करायची होती.

त्यांना नेस्तनाबूत करा. रक्तबंबाळ करा.

अशी एकूण योजना होती.

किल्ल्यातील सुरक्षा वाढवण्यात आली होती. पण पश्चिमेकडचे दरवाजे तेवढे सुरक्षित नव्हते असे मनसाच्या गुप्तहेरांनी सांगितले होते. तिने आपले गुप्तहेर व्यापाऱ्यांच्या वेशात इंद्रगडमध्ये पाठवले होते. त्यामुळे शहरात एकूणच काय हालचाल आहे हे त्यांच्याकडून कळले होते.

एक दिवस उलटून गेला आणि अजूनही शत्रूच्याकडून काहीच प्रतिसाद नव्हता. *कली आपल्या किल्ल्यात पुढील कार्यवाही करण्याच्या दृष्टीने विचार करत असणार.पुढे काय करायचे याची त्याला काहीच कल्पना करवत नसणार.* त्याच्याकडून काहीही हालचाल होण्यापूर्वी किंवा शांततेच्या वाटाघाटींसाठी चर्चेचा सांगावा येण्याअगोदर तिला पुढचा हल्ला करायचा होता.

ती त्या हल्ल्याची योजना बनवत असतानाच तिच्यासमोर आणखीही एक समस्या होती.

"महाराणीजी, आपण म्हटले तसंच घडले. रात्रीच्या गनिमी काव्यात वाकबगार असणारे सैनिक आपल्या पुढच्या हल्ल्यामध्ये सहभागी व्हायला तयार नाहीत. त्या तुकडीचा प्रमुख तुमच्याबरोबर चर्चा करायची मागणी करतोय." ऐरावन म्हणाला.

"सेनापती, तुमच्या लोकांवर नियंत्रण मिळवायची तुमची जबाबदारी आहे. त्यांना गप्प करणे हे तुमचे कर्तव्य आहे."

त्याने आपली नजर खाली केली. ती त्याला आता जे काही बोलली होती, त्यामुळे तो संतापलेला दिसत होता; पण त्याने स्वतःवर ताबा ठेवला.

एखादा जातीवंत सैनिक, हाडाचा शिपाई असेच वागला असता.

"तो कोण आहे?"

"तो कप्तान जरत्कारू म्हणून आहे." ऐरावन म्हणाला. "तो खूपच हुशार आहे. कद्रूजींच्या वेळेपासून तो सैन्यात तैनात आहे. त्यांना जे काही हवे आहे ते मिळवण्यासाठी इतर तुकड्यांमधील सैनिकांबरोबर तो बंडाळी करण्याच्या मार्गावर आहे. तशी भीती मला वाटतेय."

"ते आता कुठे आहेत?" मनसाने संतापयुक्त स्वरात विचारले.

ऐरावनने तिला आपल्या मागे येण्याचा इशारा केला. ती एखाद्या राणीच्या रुबाबात जाऊ लागली. राजसिंहासनासाठी एकेकाळी झगडा द्यावा लागला होता. तिला तिच्याच भावंडांशी लढा द्यायला लागला होता व अनेक अडचणींचा सामना करावा लागला होता. तिने ज्यांच्यावर अतोनात प्रेम केले होते त्यांना तिला गमवावे लागले होते. बिचारा नंदा. तो बाईलवेडा आहे असे तिला वाटत असे. पण त्याचे तिच्यावरच खरे प्रेम होते.

तिने बरेच काही भोगले होते.

आणि आता जरत्कारूच्या रूपाने आणखी एक विरोधक तिला लाभला होता.

ती अनेक राहुट्यांच्यामधून जात होती. अनेक सैनिक सराव करत होते. त्यांच्यामध्ये जरत्कारू उभा होता. लहानसा तरुण माणूस होता तो. त्याचे केस काळे होते व फेंदारलेल्या मिशा होत्या. त्याच्या लोकांना तो भाल्याचे प्रशिक्षण देत होता.

मनसाला पाहून ते सारे दक्ष स्थितीत उभे राहिले. जरत्कारूनेही तो एक सैनिक असल्याने-तसेच केले. पण त्याला त्याच्या राणीची भीती वाटत नव्हती.

"तुला काहीतरी समस्या आहे असे मी ऐकलेय."

त्याने डोके हलवले. "महाराणी, माझी तुमच्या बद्दल काहीच तक्रार नाही. आम्हाला इथल्या नियमांबद्दल काही म्हणायचे आहे. आम्ही तुमच्यापुढे जेव्हा आमच्या निष्ठा वाहिल्या तेव्हा आम्हाला जे काही हवे ते आम्हाला मिळेल अशी आमची अपेक्षा होती. पण आम्हाला इथे वाऱ्यावर सोडून दिल्यासारखा आमचा अनुभव आहे. मानवाच्या तंबूत

अनेक अप्सरा वास करून आहेत आणि आमच्या इथे वास घ्यायलाही एकही सुंदर स्त्री दिसत नाही. युद्धाच्या काळात एक प्रथा आहे की..."

"तुमच्या विषयवासना शमवायला स्त्रिया?" तिने भुवया उंचावल्या अन त्याने आपली मान खाली घातली.

"हे नेहमी असंच असते. तशी पद्धतच आहे. किमान कद्रूजी राणी असताना तरी तसे होतेच..."

राणी? ती एक राक्षसीण होती व मनसाला ते ज्ञात होते. "म्हणजे थोडक्यात मी जर तुम्हाला मुली पुरवल्या नाहीत तर तुम्ही लढणार नाही तर...?"

जरत्कारूने जरा का कु केले, "महाराणी, तुम्हाला ज्यात समाधान वाटेल तेच आम्ही निश्चित करू. आम्हाला फक्त आमची करमणूक-मनोरंजन व्हायला हवे आहे. आमचा शिणवटा जायला हवा. मला खात्री आहे की, तुम्ही आम्हाला मदत कराल, साथ द्याल जेणेकरून आम्ही आमचे हल्ला करण्याचे काम छान रीतीने पार पाडू. आपण नुकताच जो हल्ला केला तो माझ्याच आधिपत्याखाली झाला व तो किती उत्तमरीत्या पार पाडला हे आपल्या दोघांनाही माहीत आहे."

जरत्कारू हा एक शिस्तशीर व रीतीने वागणारा आहे त्याची मनसाला जाणीव झाली. पण त्याचे सैनिक तसे नव्हते.

ऐरावन मनसाजवळ सरकला व तिच्या कानात कुजबुजला. "महाराणी, मी मानव रक्षकांशी बोलून काही अप्सरांना इकडे पाठवायला सांगू शकेन. त्याला फारशी..."

तिने झटक्याने त्याच्याकडे पाहिले व ती सैनिकांमधून हिंडू लागली. त्यांच्या अंगावर चिलखते नव्हती, पण भाले व तलवारी त्यांच्या हातात होत्या. मनसाने त्यांच्याकडे पाहिले. तिचे डोळे सूर्यप्रकाशात चमकत होते.

तिला काहीतरी बोलायचे होते. तिला ओरडावेसे व किंचाळावेसे वाटत होते. तसेच त्या बंडखोरांना तुरुंगात डांबावेसे वाटत होते. पण जरत्कारूच्या बोलण्यात तथ्य होते. ती एक *हुशार व चाणाक्ष* अशी तुकडी होती. तिने जर तिचेच नियम व कायदे चालू ठेवायचे ठरवले असते तर त्यांना गमवायची भीती होती व त्या बंडखोरांनाही ती जुलमी राणी वाटली असती.

"ठीक तर मग" तिने जरत्कारू व ऐरावनकडे पाहिले, "तुम्हाला जर माझ्या मोहिमेत सहकार्य करायचे नसेल तर मग नका करू. मी आपल्या दोस्तांकडून मदत मागवेन."

त्यांच्या चेहऱ्यावर आश्चर्याची झाक येऊन गेली. त्यांची मागणी ती पूर्ण करेल असे सगळ्यांना वाटत होते.

त्या सर्व आश्चर्यचकीत झालेल्या, धक्का बसलेल्या व असमाधानाच्या गर्तेत पडलेल्या सैनिकांना मागे सोडून ती निघून गेली.

मनसा दोन दिवसात दुसऱ्यांदा मानवाच्या शिबिरात प्रवेश करत होती. काही मानव आपापसात खालीलप्रमाणे कुजबुजताना तिने ऐकले...

"ती खूपच अशक्त आहे."

"ती आपल्याकडे मदत मागायला येतेय."

"सम्राट विभिषणांनी तिला आपल्यात सामील करून घ्यायला नको होते. आपण पराभूत होण्याच्या मार्गावर आहोत."

"आपण लहानसहान लढाईत सहभागी होत नाहीय, ते बरे आहे."

सारेजण बारीक आवाजात कुजबुजत होते. पण ती एक शब्दही बोलली नाही. कुठल्याही क्षणी ज्याचा विस्फोट होऊ शकेल इतका तिला संताप आला होता. तिने ऐरावनकडे पाहिले. तो तिच्याबरोबरच शांतपणे चालला होता.

"मी जर जरत्कारूला माझ्या आज्ञेचा भंग केल्याबद्दल तुरुंगात डांबले तर?" तिने त्याला विचारले.

त्याने तिच्याकडे पाहिले...काळजीयुक्त नजरेने पण...आपल्या मनातील काही विचार मोजून मापून शब्द वापरीत बोलून दाखवले, "महाराणी, ती घोडचूक ठरेल. जरत्कारू एक हुशार व चाणाक्ष व्यक्ती आहे. तसेच तो कप्तानही आहे. त्याला तुरुंगात टाकले तर त्याचा परिणाम आपल्या मोहिमेवर होईल. आणि इतर सैनिकांनीही रागाने बंद पुकारले तर काय होईल काय सांगावे? त्यांच्या मनात जरत्कारूबद्दल आदर आहे. तुम्ही जी आज्ञा द्याल तेच आम्ही करू. तुम्ही राणी आहात. आणि आम्ही साधी प्यादी आहोत. पण शेवटी प्याद्यांची संख्या बरीच आहे. आणि राणी मात्र एकटीच आहे. जर का त्यांना तुमच्याबद्दल आदरभाव नसेल तर ते तुमचे कसे ऐकतील?"

ऐरावनचे बोलणे ऐकता ऐकता मनसाचा संताप प्रत्येक वाक्यांनिशी वाढत होता, पण तरीही त्याच्या सांगण्यात तथ्य होते हे तिच्याही लक्षात आले. सुपर्ण, नाग इतकेच नव्हे तर मानवांनी तिचे आतापर्यंत ऐकले

होते. कारण तिने कद्रूला हरवले होते. तारक्षला वाचवले होते आणि विभिषणाबरोबर मैत्रीचे संबंध प्रस्थापित केले होते.

तिच्या घोड्यावरुन उतरून ती विभिषणाच्या तंबूजवळ आली. तो अजूनही पुस्तकांच्या सानिध्यातच होता. पण या वेळी वाचता वाचता द्राक्षेही खात होता.

“तू जेवढे मन लावून वाचतोयस तेवढे मनापासून युद्ध केलेस तर...” ती म्हणाली. विभिषण चमकला. त्याच घाईत तो धडपडला व पलंगावरून खाली पडला. सरतेशेवटी तो कसाबसा उभा राहिला व स्वत:च्याच धांदरटपणाला हसायला लागला. “हं...प्रमिलाजींनी लिहीलेल्या त्यांच्या आठवणी वाचतांना मी अगदी गुंग होऊन गेलो होतो. माझ्या वडिलांनी हे पुस्तक खरेदी केलेले होते. सम्राट राघवांनी रावणाचा पराभव केल्यावर प्रमिलाजी चरित्रात्मक लेखन करू लागल्या. ती सम्राट मेघनाद म्हणजे रावणाच्या मुलाची बायको होती. तिने तिच्या अण्वस्त्रांबाबतच्या प्रेमाविषयी व त्या दोघातील साहचर्याविषयी यात खूप लिहिले आहे. तो पदार्थ विज्ञानाचा अभ्यासक होता.”

“ही सर्व मंडळी प्रत्यक्षात होती का नव्हती याचीच मला शंका आहे.” मनसा नेहमीच नास्तिकवादी होती. तिच्या मते, लोक त्या अमर व्यक्तीबद्दल तसेच प्राचीन लोकांबद्दल बोलत असत ते सर्व चक्क थोतांड होते. “तो एखादा चेटक्या तर नव्हता ना?”

“दुर्दैवाने लोक त्याबाबत नेहमीच चूक करतात. तो एक शास्त्रज्ञ, बुद्धीमान द्रष्टा होता. सम्राट मेघनाद एक मनस्वी प्रेमिक व रावणाच्या तत्त्वांवर अंधविश्वास असणारा होता. अखेर रावणासाठीच लढताना तो लक्ष्मणाच्या हातून मरण पावला. किती रोमांचक नाही?”

मनसा हसली. त्याला आवडणारे पुस्तक वाचताना विभिषण नेहमीच भारावून जात असे. तिला माहीत असल्यापासून त्याच्यात काहीच फरक पडला नव्हता. अचानक तो सरळ उठून बसला. “मी उगाचच विषय बदलला. प्रिये, तू गेल्या दोन दिवसात दुसऱ्यांदा इथे आलीस. एवढे काय झालेय? सारे काही आलबेल आहे ना?”

“मागच्या वेळेचाच विषय आहे.” ती दारूच्या बाटलीजवळ गेली व एका रत्नजडीत पेल्यात तिने स्वत:साठी दारू ओतून घेतली. “त्यांना त्यांच्या मनोरंजनासाठी व सौख्यासाठी अप्सरा हव्या आहेत.”

“ओह. ठीक. तू तो विषय विसरून गेली असशील असे मला वाटले. तू तिकडे दुर्लक्ष का करीत नाहीस?”

"कारण..." तिने जबडा विचकला.

"कारण तूही एक स्त्री आहेस, होय ना?" तो गर्भित हेतूने हसला. "आणि स्त्रियांच्या प्रतिष्ठेला तुझ्या शिबिरात कुठलाही धक्का पोहोचू नये असं तुला वाटतंय ना?"

मनसा काहीच बोलली नाही, पण तो जे म्हणतोय ते खरे आहे हे तिला पटत होते. आतापर्यंत तिने, स्त्रिया युद्ध करू शकतात व प्रसंगी पंजाही मारू शकतात हे तिने सिद्ध केले होते. तसेच त्या खंबीरपणे उभ्या राहून चांगल्या नेत्याही होऊ शकतात हे तिने दाखवले होते. म्हणूनच इतर स्त्रियांना केवळ लैंगिक सुख भागवण्याचे एक साधन म्हणून वापरणे तिला योग्य वाटत नव्हते.

"प्रिये, हे जग फार धोकादायक आहे. इथे इतरही गोष्टी आहेत. रीतीरिवाज, नियम, लोक...हे सर्वही तू मान्य करायला हवेस. त्यांना दुखवून तुलाच त्रास होणार आहे." विभिषणाने मनसाकडे दयायुक्त भावनेने बघितले. "म्हणूनच मला वाटते की त्यांना जे हवे ते तू देणेच योग्य होईल."

आणि ते सयुक्तीकही होईल. त्यात सुरक्षितताही आहे. विभिषणाने कायम असे संरक्षित व सुरक्षित जीवन घालवले असल्याने त्याला तसे वाटणे ठीकच होते. पण मनसाला हे त्याला सांगायचे नव्हते. तिने स्वत:ची जीभ चावली व स्वत:च्या रागाला व उद्विग्नतेला वाट करून दिली.

"मला तुझी मदत हवी आहे." ती पुन: बोलू लागली. "मी आखलेली योजना अगदी पूर्ण सुरक्षित व चपखल आहे..."

त्याने पुस्तक बाजूला ठेऊन डोके हलवले, "नाही, नाही, प्रिये, मी तुझी बाजू घेणार नाही हे आधीच बजावले आहे. त्यांच्याकडून काहीच प्रतिसाद नाहीये. साधा निरोपदेखील नाहीय. ज्या विरोधकांना काही कल्पनाही नाहीय, त्यांच्यावर हल्ला करण्यासाठी मी माझे सैन्य पाठवू इच्छित नाही. मला माफ कर."

"पण त्यांनीही काहीतरी योजना केलीच असेल ना?"

"त्यांना काहीही करू देत. मी तुला सांगितले आहे. जेव्हा अगदी गरजच असेल तेव्हाच मी यात सहभागी होईन, हे मी तुला मागेच स्पष्ट केले आहे आणि तू ते मान्यही केले आहेस."

मनसाने खाली जमिनीकडे नजर केली.

"मत्प्रिये, तूच सांग, तू कबूल केलेयस की नाही?" विभिषणाने विचारले. त्याच्या आवाजात जरब होती. काही वेळ मनसा गप्पच

होती. अडचणीत आल्यामुळे तिचा चेहरा लालबुंद झाला होता. एखाद्या लहानग्याला बारीकश्या चुकीसाठी समज द्यावी तसे तिला वाटत होते.

"मी कबूल केलेय."

"ते तुला कबूल होते. मग तुला असं का वाटतंय की मी तुला मदत करीन म्हणून?" त्याने मुलासारखे खांदे उडवत हसत म्हटले. "तू असे अजिबात आवश्यक नसणारे हल्ले का करते आहेस? अशी योजना का आखते आहेस? याचे अत्यंत वाईट व आपल्याला उध्वस्त करणारे परिणाम होणार आहेत हे आपल्या दोघांनाही माहीत आहे. मग मला सांग, आपल्याला तसे व्हायला हवेय का?"

संतापातिरेकाने मनसा उठून उभी राहिली, विभिषणाकडे पाहून तिने मान डोलवली व ती तंबूबाहेर पडली. बाहेर ऐरावन एक गाणे गुणगुणत उभा होता. तिने समोरचे रंगीबेरंगी व उत्साहाने ओतप्रोत भरलेले शिबीर बघितले.

सरतेशेवटी मनसाने आपल्या मनाशी निर्णय घेतला.

"तू म्हणतोस तसे कर." तिने सेनापतीला म्हटले.

सेनापती अवाक् झाला होता, "महाराणी?" तो उद्गारला.

"तू तसेच कर." तिने पुन: म्हटले. तिच्या मनात नसतानाही तिने विभिषणाचा सल्ला मानायचे ठरवले. काहीही करून तिला ते युद्ध जिंकायचेच होते. "जा, अप्सरांना बोलावून ये. त्यांना घेऊन चल. कागदपत्रे घेऊन ये. मी त्यावर सही करेन. विभिषणालाही तसे करायला आवडेलच याची मला खात्री आहे."

"मला वाटलेच होते की त्यांचा तुम्हाला पाठिंबा नाहीय."त्याने काळजीपूर्वक शब्द निवडत म्हटले.

मनसाने जबडा विचकला. "नाही, तसे नव्हतेच." तिने त्याच्याकडे पाहिले. प्रथमच त्याच्या डोळ्यात दयाबुद्धी होती. "पण तरीही, तो तसे करेल असे मला का वाटतं होते हेच मला कळत नाहीये."

9

तिथे काहीतरी मिळेलच अशी पद्‌माला खात्री होतीच.

ज्या बाजूला वानर वनस्पती गोळा करायला गेले होते तिथे पोचताच त्यांना हवेतील गारवा जाणवला.

पद्‌माने शरीराभोवती व नाकातोंडावर कापड गुंडाळून घेतले होते. त्या एवढ्या बर्फातल्या थंडाव्यासाठी ते आवश्यकच होते. भोवतालच्या डोंगरांच्या शिखरावर बर्फाच्या टोप्या घातल्यासारखे दिसत होते. जमिनीवर हिरवा गालीचा घातल्यासारखा दिसत होता. त्यावरील गवत सोनेरी सूर्यप्रकाशात सोन्यासारखे चमकत होते. रस्त्यावरील दिवे आकाशातल्या ताऱ्यांसारखे चमकत होते.

जिथे नजर पोहोचेल तिथपर्यंत पद्‌माला बर्फच बर्फ दिसत होता. झाडांमुळे असेल कदाचित वाऱ्याचा बोचरेपणा जाणवत नव्हता.

"मृत अश्व!" मागून रत्नामारूने समोरच्या मैदानावरील घोड्यांच्या मृत शरीराकडे पाहून म्हटले.

रत्नामारू तिच्याबरोबर येऊन त्या तपासात भाग घेत होती हे पद्‌माला नको होते पण त्या अप्सरेने आग्रहच धरला म्हणून ती तयार झाली. कुणीतरी ते विषारी व धूरयुक्त बॉम्ब कसे काय डागतात हे पद्‌माला पाहायचे होते.

"मला ते कसे करतात हे बघायचे आहे. म्हणजे पुढे वेळ आली तर मलाही तसे करता येईल." रत्नामारूने निष्ठुरतेने म्हटले व पद्‌माने कुरकुरत प्रतिसाद दिला.

ही एक महत्त्वाची मोहीम होती. कधी कधी पद्‌माला वाटे की रत्नामारू ही स्वार्थी व आत्मकेंद्रीत आहे व आपल्या जमातीला जे फायद्याचे आहे तेवढेच ती करते. कधीकाळी पद्‌माही तशीच होती. ती स्वत:पुरतेच बघायची. पण आता ती तशी राहिली

नव्हती. आता नि:स्वार्थीपणे दुसऱ्यांना मदत करण्यापर्यंत तिची प्रगती झाली होती.

कल्की आणि अर्जनने तसे वागायला मला शिकवले आहे.

पद्माबरोबर काही वानर होते. रत्नामारूची उजवा हात असलेल्या स्मितनेही त्यांच्याबरोबर यायचे ठरवले होते. ते सारेजण काहीतरी मिळेल अशा मनिषेने सगळीकडे हुडकत होते.

पद्माने शुकोला म्हटले, "उडून जा आणि आपल्या आसपास आणखी कुणाचे शिबीर आहे का ते बघून ये."

शुको ताबडतोब उडून गेला. त्याच्याकडे अकल्पनीय अशी शक्ती होती. आजूबाजूला कुठे शत्रूचा वास तर नाही ना येत हे बघायला त्याला कसे पाठवायचे हे कल्कीने तिला शिकवले होते.

"मुली, इथे आसपास काहीच नाहीय." रत्नामारू म्हटली. शालीच्या आतून बोलल्यामुळे तिचा आवाज वेगळा येत होता. "हे मूर्खांचे नंदनवन आहे अशी माझी खात्री होत चाललीय."

"तू फार लवकर हार मानतेस, खरंच ना?" पद्मा वैतागाने म्हणाली.

"मी? हार मानते? छे, कधीच नाही." ती उद्गारली. "मी जर अशी पटकन निराश झाले असते तर माझी मोहीम फुकटच म्हणायची."

पद्मा तंबूत हुडकू लागली. अपेक्षेप्रमाणेच साऱ्या खाटा रिकाम्या होत्या. "तुझी मोहीम? तुझ्या मोहीमेचे स्वरूप तरी कळू दे. तू फक्त इतरांच्या कामात ढवळाढवळ करत आहेस. अप्सरांना खरोखरी काय हवे आहे हे तू कधी विचारले आहेस का? त्यांना स्वतंत्र व्हायचे नाही का?"

रत्नामारूने खांदे विस्तारले व ती पद्माकडे आली. तिचे डोळे रोखलेले होते. "मुली, तू माझ्यापुढे काय बोलते आहेस ते विचारपूर्वक बोल. कुणाही स्त्रीला लैंगिक भूक भागवायचे साधन व्हायला *आवडेल* का?"

तिने काय म्हटले होते त्यासाठी पद्माने लागलीच माफी मागितली. ती अत्यंत अविचाराने बोलली होती.

"आपण आपल्यातील मतभेद संपवून टाकू. आपली मने साफ करू. ही मोहीम संपल्यावर तू तुझी इन्द्रगडला जा. तुझ्याबरोबर प्रवास करायला मजा येईल असे मला वाटत होते. पण मी माझे मत आता बदलले आहे." रत्नामारुने स्वत:ची जीभ घोळवली, "मला वाटत होते की आपण चांगल्या मैत्रिणी होऊ शकू."

पद्माने सुस्कारा सोडला, "मला माफ कर. मला तसे म्हणायचे नव्हते."

रत्नामारू तिच्याकडे पाहून खिन्नतेने हसली. "असू दे, कुणी काहीही म्हटले तरी मी माझ्या योजनेपासून ढळणार नाहीये. असा दिवस कधी ना कधी उगवेलच, जेव्हा मी इलावर्तीतील सगळ्या अप्सरांना त्यांचे स्वातंत्र्य मिळवून देईन."

"आणि, मग पुढे काय?"

रत्नामारू थोडा वेळ शांत राहिली. "तुला काय म्हणायचेय?"

"तुला कधीतरी थांबावे लागेलच ना?"

"मी थांबेनच. माझ्या नवऱ्याच्या मारेकऱ्याचा मी जेव्हा शिरच्छेद करेन व सगळ्या अप्सरांना सोडवेन तेव्हा. त्या दिवसाची मी वाट बघतेय. मग मी स्वस्थ बसेन. छानपैकी धूम्रपानाचा आस्वाद घेईन, मदिरेचा घोट घेईन. पण तोपर्यन्त मी झगडत राहणार. दर दिवशी, दर क्षणी."

"नवरा?" पद्‌माने आश्चर्याने विचारले. ती विचार करू लागलीये असे वाटत होते. *तुला नवरा वगैरे असेल असे वाटत नाही.* अर्थात पद्‌मा उघड काही बोलली नाही पण तिच्या मनात काय आलेय हे रत्नामारूने ओळखले होते.

"हो, त्याचा खून झाला. त्याच्या सख्ख्या भावानेच तो केला. नलकुवेराने. ते नाव तुझ्या मनात कोरून ठेव. एक ना एक दिवस बातमी येईल की, त्याचा मी खातमा केलाय आणि त्याच्या मुंडक्याची धिंड मी रस्तोरस्ती काढली आहे म्हणून. आणि त्याचा सर्व पैसा अडका गरिबांमध्ये वाटून टाकला आहे म्हणून. तू हे लवकरच ऐकशील."

"सूडाचा मार्ग, तो घेणाऱ्याच्या घरापाशी येऊनच थांबतो." पद्‌मा म्हणाली, "मीसुद्‌धा तुझ्यासारखाच विचार करत असे, पण मी आता बदलले आहे."

"त्याने माझ्या नवऱ्याला ठार मारलेय! त्याच्या मरणानेच त्याला त्याचे प्रायश्चित्त घेऊन हिशोब चुकता करावा लागेल."

तिचे विचार बदलण्याचा प्रयत्न करावा असे पद्‌माला वाटत होते पण ती तसे करू शकणार नाही हेही तिला ठाऊक होते. ही रत्नामारू आपली कुणीही नाही, असे तिने आपल्या मनाला बजावले.

पण मग मी अर्जनची कुणीही नव्हते तरी त्याने आपल्याला साधा सरळ विचार करायला शिकवलेच ना.

तेवढ्‌यात समोरच्या ढगातून अचानकपणे शुको आला व तिच्या हातावर बसला.

पश्चिम! पश्चिम! पश्चिम! तो केकाटला.

त्या दोघींनीही एकमेकांकडे पाहिले.

त्यांचे शिबीर असे मध्येच कशासाठी असेल?

पद्मा हसली, "मला वाटतंय की आपल्याला आपला शत्रू सापडलाय!"

ते पश्चिमेकडे काही मैल चालत गेले. आणि ते तंबूजवळ पोचले, जिथे उंच वृक्षांची हद्द संपत होती. तिथेच वानरांची शिबिरेही जवळच होती. तंबूमध्ये कोणीही नव्हते. त्यांच्यासमोरच जळून गेलेली लाकडे पडली होती. तंबूही फाटलेले होते व जमिनीवर सगळीकडे माणसांचे कपडे पसरले होते. हे सारे कमी म्हणून की काय तंबूच्या डाव्या बाजूला एक मोठे भोक पडले होते व तिथे ओले गवत भरलेले होते.

"ही एखाद्या शिकाऱ्याच्या जागेप्रमाणे दिसतेय." रत्नामारूने नि:श्वास सोडला. "तुझ्या पोपटाने आपल्याला चुकीची माहिती पुरवलीय."

आपण खोटे बोललेलो नाही हे दर्शवणारे केकाटत शुको ओरडला.

शुको सारखेच केकाटत होता तेव्हा पद्मा रत्नामारूकडे पाहून हसली. पण मग तिने तिचे लक्ष त्या भोकाकडे वळवले. त्यावर हिरवा रंग सांडलेला होता व त्याला कुबट वास येत होता. तिने तिथले गवत काढले तेव्हा तो वास आणखी उग्र झाला.

रत्नामारू गुरगुरली. इतर वानरही मागे सरकले.

थोडेसे खोकत पद्माने भोकात पहिले. तिथे थोडासा कोरडा बर्फ व पाण्यात कुठलीतरी अनोळखी वनस्पती टाकलेली होती.

"मला वाटते की त्यांनी तो धूर कसा निर्माण केलाय हे मला कळलेय." तिने सर्वांनाच वनस्पतीकडे पाहायला लावले. "हे त्या दुष्टांचेच काम आहे. ही त्या लांडग्यांचीच करामत आहे. मी जे वनस्पती शास्त्रातले धडे घेतले त्यातून मला हे आठवले.

"वनस्पतीशास्त्राचे धडे?" रत्नामारूने विचारले, "हा विषय फक्त अमीर-उमरावांनाच शिकवला जातो. तू काय राजकन्या आहेस का?"

हे राम!

पद्माने खांदे उडवले, "अर्थातच नाही. मी राजकन्येकडचे एक पुस्तक चोरले होते. मला वाचन करायला खूप आवडते." तिला खोटे बोलणे भाग पडले. ती राजा विभिषणाची मुलगी आहे हे कुणालाच माहीत नव्हते.

"थोडा कोरडा बर्फ, गरम पाणी, आणि त्यात व्होयला घालतात. त्यातून जो धूर निर्माण होतो त्याला वानरांच्या शिबिराकडे पाठवले जाते. ते इथे जवळच होते." तिने त्या कपड्यांकडे निर्देश केला. "ज्या कुणी हे सारे केले त्यांने स्वतःचे पारोसे कपडे इथे फेकलेत व तो निघून गेलाय."

"अगदी थोड्या शेतकऱ्यांना मारण्यासाठी केवढा हा उपद्व्याप, असे तुला वाटत नाही?" रत्नामारूने विचारले.

पद्माने डोके हलवले, "नाही ते तसे नाहीय. वानर इथे विश्रांती घेतायेत हे त्यांना माहीत होते. त्याची मला जास्त काळजी वाटतेय. याचाच अर्थ ज्यांनी त्यांचा पाठलाग केला होता, म्हणजेच त्यांना वानरांना खरोखरीच ठार मारायचे होते."

"ते? हे सारे कृत्य एकाच माणसाने केल्यासारखे वाटतेय."

"ते बघा." पद्माने तंबूमागील खुरांच्या खुणांकडे निर्देश केला.

"ते बरेच असावेत असे वाटते."

"अरे बापरे, हे फारच भयंकर आहे."

"हो ना."

पद्मा सरळ उभी राहिली व तिने त्या जागेकडे बारकाईने नजर टाकली. तेव्हा तिला घोड्यावर बसलेला पण दूरवर एक माणूस दिसला. त्याने एक मुखवटा घातला होता व त्यावर शिंगे होती. तो मुखवटा वेडावाकडा, काळा होता. त्यावर मोठे रंगवलेले डोळे होते. त्या स्वाराचे नीट दर्शन झाले.

तो त्यांच्याकडेच पहात होता.

तो तिच्याकडे पाहत होता.

पद्मा सम्राट बजरंगांच्या खोलीत सर्व हकीकत सांगायला आली.

तिने काय काय पाहिले ह्याचे वर्णन करताना रत्नामारू तिथेच उभी होती. ते लक्षपूर्वक ऐकत खुर्चीत बसले होते.

"त्यांना आपल्याबद्दल सारी माहिती आहे. त्यांचा तंबू, आपण 'बघावा', शोधावा, असेच त्यांना वाटत होते." पद्माने दात दाखवत म्हटले, "म्हणूनच त्यांनी तिथे एक देखरेख करणारी व्यक्ती नेमली होती. आपण येतोय की नाही हे बघण्यासाठी."

"त्याने शिंग असलेला मुखवटा घातला होता असे तू म्हणालीस." त्यांनी विचारले, "हे काहीतरी वेगळेच होते. त्यावरून मला एक गोष्ट आठवतेय."

"काय?"

बजरंग उठले व लहानशा ग्रंथालयाजवळ गेले. तिथे अनेक कापडी बांधणीतील पुस्तके ठेवलेली होती. त्यांनी त्यातील एक बाहेर काढले व ते चाळत ते म्हणाले, "पद्मा, पवन (वारा) हे शस्त्र म्हणून वापरणारे कोण हे तू विचारल्यामुळे मी विचार करू लागलो. मी शोधही घेऊ लागलो आणि आता तुझ्या हकिकतीवरून ते कोण यासंबंधीचा निर्णय मी घेऊ शकलेलो आहे असे मला वाटते."

त्यांनी एका मोठ्या मुखवट्याची प्रतिमा असलेले, पुस्तकातील पान तिला दाखवले. तिच्याभोवती राखी रंगाची लोकर होती. त्या प्रतिमेला लांडग्याचे तोंड व मोठ्या बकरीसारखी शिंगे होती. तसेच रंगवलेले डोळेही होते.

"हा असाच मुखवटा होता. ते काय आहे?" पद्माने विचारले, "त्या पुस्तकात त्याविषयी काय म्हटले आहे?"

"शिवाच्या मुलांनी हे मुखवटे वापरले होते. ते शाही योद्धे होते. इंद्राच्या दरबारात ते रक्षक होते. नंतर त्यांची जमात नष्ट झाली व ते दिसेनासे झाले. त्यांनी स्वत:च्या छोट्या जमाती निर्माण केल्या व प्रलयानंतर तेही नष्ट झाले. ते वीरभद्राचे पूजक व समस्यानिवारक आहेत. ते सम्राट शिवांचे संतापी व भीतीदायक अवतार आहेत."

पद्माने ओठावरुन जीभ फिरवली, "त्यांना एकेकाळी 'मारुत' म्हणत.

पण आता, त्यांना रुद्र म्हणून ओळखतात. ते जर का या भागात आले असतील तर त्यांना आपल्याकडून काहीतरी हवे असणार आणि आपल्याला लवकरात लवकर 'ते काय' हे हुडकण्याची गरज आहे.

10

अर्जनने त्याची ढाल त्याच्या प्रशिक्षकावर मारली.

प्रशिक्षक मागे पडला व लोळत उडी मारून स्वत:च्या पायावर उभा राहिला. तो अर्जनवर चालून आला, त्याने तो हल्ला आपल्या ढालीवर झेलला. अर्जनने तलवार उगारली व शिक्षकाला जखमी करायचा प्रयत्न केला. पण त्याने आपल्या तलवारीवर तो घाव घेतला व हल्ला चुकवला.

त्याचा खूप मोठा खणखणाट झाला.

"माझ्या डावीकडे हल्ला कर." प्रशिक्षक ओरडला. पण तेवढ्यात अर्जनच्या छातीवर आघात झाला. पण त्याने कोलांटउडी मारून तो वाळूत उभा राहिला. "मुला तुझे लक्ष विचलित झाले आहे."

अर्जन नलकुवेराच्या किल्ल्याच्या मैदानात होता व त्याच्या पांढऱ्या दाढीच्या तलवारबहाद्दराकडून धडे घेत होता. पण आज जो काही सराव चालला होता त्याने शिक्षक प्रभावित झालेले दिसत नव्हते.

"आपण थोडी विश्रांती घेऊयात का?" अर्जनने गुडघ्यावर बसत म्हटले.

प्रशिक्षकाने मान डोलवली. "फक्त पाच मिनिटे." मग तो कदाचित स्नानगृहात गेला.

अर्जन वाळूवर पडल्या पडल्या आपला घाम पुसत होता. त्याला हे सगळे आवडत नाही हे माहीत असूनही तो आता हा सराव करत होता. यापूर्वी तो कायम पुस्तक वाचनात गढुन जात असे. आता अलीकडे अनेक वर्षात त्याने पुस्तकाला हात लावला नव्हता. यापूर्वी रस्त्यावरच्या पुस्तक विक्रेत्याने-अमरने-दिलेले पुस्तक त्याने चाळले होते.

मी योग्य ते वाचन केलेच पाहिजे.

"तू खूप थकलेला दिसतोयस. मित्रा, तुझी पुढचा सामना करायला तयारी आहे का?"

अर्जनने शरीराला ताण दिला. त्याने पाहिले की समोरच्या किल्ल्यातून नलकुवेरा त्याच्या नेहमीच्या सोनेरी कपड्यात येत होता. तो शाही इसम वाटत होता. त्याच्या हातात दुधारी तलवार होती.

"तुला माझ्याशी लढायचेय का? स्वत:च्या जमातीत जो देव म्हणवला जातो, अशा भाग्यवंताला?" अर्जन म्हणाला. त्याला त्या यक्षांच्या राजाचे तोंडही पाहायची इच्छा नव्हती. नलकुवेराने जी चेष्टा केली होती त्यामुळे अर्जनला स्वत:ला मूर्ख बनवले गेल्यासारखे वाटत होते.

"तुझा राग अजून गेला नाही का?"

"तू माझा वापर करून घेतलास. मला खेळवलंस." अर्जन उठून उभा राहिला. तलवार पकडून आपले स्नायू त्याने ताणले. "मला खेळणं म्हणून वापरणे अजिबात योग्य नाही."

"मला फक्त जगाला हे दाखवून द्यायचे होते की..."

"निष्पाप माणसांना तुला मारायचे होते!"

"अर्जन, ते म्लेंच्छ होते. त्यांना मारायलाच हवे होते. ते अनावश्यक लोक होते. त्यांना काही महत्त्वच नव्हते."

"कुणाचाही जीव अनावश्यक नसतो." अर्जन संतापाने म्हणाला. "प्रत्येकाच्या जीवनाला किंमत असते."

"ते मला माहीती आहे." नलकुवेराने डोळे गरागरा फिरवले. "चल, लढ माझ्याबरोबर."

"मी लढणार नाही."

नलकुवेराने त्याचे ऐकले नाही व तो गप्पही बसला नाही. तो पुढे झेपावला व त्याने त्याची तलवार अर्जनजवळ आणली.

अर्जनने हुलकावणी दिली व जमिनीवर लोळण घेतली. "तुला असे व्हायला नको आहे."

"मला सांग, तू रात्रंदिवस हा सराव का करतो आहेस?" नलकुवेरा म्हणाला, "जेव्हा जेव्हा मी तुला बोलावतो तेव्हा तू इथेच असतोस. तू एवढा जबरदस्त, अगदी घाम गाळून सराव का करतोयस? तुझ्या वैफल्यग्रस्ततेतून तर नाही? का तुझ्या संतापातून? आणि कुणा विरुद्ध?"

अर्जनने नाकपुड्या फुगवल्या. रुद्र मेल्यापासून त्याला कायम इथेच यायला आवडायचे. ही वाळू...त्याला रुद्रने कुस्तीचा पहिला धडा दिला. त्याची आठवण करून देई. रुद्रच्या मृत्यूबद्दल त्याने अश्रु ढाळले नव्हते.

त्याने रुद्रचे कलेवर चितेवर ठेवले तेव्हा तो रडला नव्हता. त्याला त्या वेळी झालेले दु:ख व संताप तो विसरला नव्हता. पण तो जेव्हा

जेव्हा इथे येऊन लढाईचा सराव करे तेव्हा तेव्हा त्याला त्याचा विसर पडत असे.

"मला ते तुला सांगायची गरज वाटत नाही."

नलकुवेराने पुन: अर्जनवर तलवार परजली. पण आता तो त्याला हुलकावणी देऊ शकला नाही. त्याच्या खांद्यावर बारीक जखम झाली.

अर्जनने दातओठ खाल्ले. मग नलकुवेराने वारंवार हल्ला केला पण तो चपळ होता.

"तुला वाटते तेवढा मी भाग्यवान नाही. मी माझ्या आईला खूप वर्षापूर्वी गमावले आहे. माझ्या वडिलांनीच तिला मारले."

"मला खात्री आहे की तू त्यानंतर त्यांच्यावर जास्ती प्रेम केले असशील."

"त्यांनी तिला मारले त्याचे कारण हे होते की ती अप्सरा होती. त्यांच्या दृष्टीने ती अनावश्यकच होती."

"तुझ्या आईसारख्याच सगळ्या असतात असे तुला वाटते का?" त्याने क्षणार्धात आपली तलवार उगारली. नलकुवेरा सरकला. वाळू त्याच्या अंगावर पडली.

"मी त्याबाबत तसा विचार कधीच केलेला नाही. कदाचित तू म्हणतोस ते खरेही असेल." नलकुवेरा हसला. तो आपली तलवार एका हातातून दुसऱ्या हातात खेळवत होता. अर्जन त्याच्याकडे गोंधळून पाहत होता. आता तो उठला. तो नवीन पवित्रा घेतोय हे तो बघत होता.

नलकुवेराने तलवार अर्जनच्या पोटाजवळ आणली व वर केली. तसे ती त्याच्या नाकाला लागली.

अर्जनने नाकाकडे हात नेला.

"न्यायमंडळाच्या सभासदांनी एक बैठक ठरवली आहे. मी आता तिकडेच जात आहे. अर्जन माझ्याकडे एक योजना आहे. मी सर्व सरदार-दरकदारांना एकत्र घेऊन, आपल्या वेशीवर उभ्या ठाकलेल्या शत्रूशी लढण्यासाठी त्यांना तयार करणार आहे." तो थांबला. "आणि त्या वेळी तू तिथे उभा असलेला मला हवा आहेस. मी त्या वेळी तुझी राजेपदासाठीची उमेदवारी जाहीर करणार आहे."

"तू केलेल्या त्या नौटंकीनंतर तसे करायला नको..."

"मी तुझी फसवणूक केली. त्याबद्दल मला माफ कर. मी पुन: तसे करणार नाही असे शपथपूर्वक सांगतो."

त्या यक्षांच्या राजाने सांगितलेल्या एकही शब्दावर अर्जनचा विश्वास नव्हता. नलकुवेरा त्याच्या वडिलांप्रमाणे-कुवेरांप्रमाणेच-अविश्वसनीय व अप्रामाणिक होता.

"तुला लढाई उकरून काढायची आहे का?" "आपण जर तसे केले नाही तर आपण संपूनच जाऊ. ज्या पद्धतीने त्या नागराणीने तो हल्ला केला त्यावरून ती आपल्याबरोबर कुठलाही, अगदी कुठलाही शांततेचा करार करेल असे मला वाटत नाही." नलकुवेराने त्याच्या तलवारीवर हात ठेवला व म्हणाला, "जशास तसे, असेच आपल्याला वागायला हवे. त्यांनी एक डोळा फोडला तर आपणही तसेच करायला हवे. मग अगदी एकच कारण असले तरी."

"कोणते?"

"न्यायमंडळात काय करावे यावर दोन प्रवाद आहेत. त्यातील काहींना युद्ध नको आहे. त्यामुळे ते त्यांचे सैन्य आपल्याला देणार नाहीत. आपण जर त्यांना नीट समजावले तर आपण युद्ध जिंकण्याची शक्यता वाढणार आहे. कारण आपल्याकडे पुरेसे सैन्य नाहीय."

"आणि त्यांना एकत्र आणणे अगदी दुरापास्त आहे." अर्जनने त्याची तलवार परजली. भाला व तलवार एकमेकांवर आदळली. "हे तुलाही माहीत आहे, मलाही ठाऊक आहे...चांगलेच."

"नाही, तसे नाहीय. जर तू राजा झालास, तर ते अशक्य नाहीय. जर त्यांच्यात तुझ्यासारखा कोणी असेल तर ते गुडघे टेकून पुढे येतील कारण त्यांना तू घाबरवू शकतोस."

अर्जन मागे सरकला. *ते मला घाबरतील?* "पण जर का त्यांनी मला मतदान केले नाही तर?"

"तसे काही होईल असे मला वाटत नाही मित्रा. मी कुठल्याही गोष्टीची चांगली, सकारात्मक बाब बघत असतो." तो थांबला. "त्या नाग सैन्यावर चालून जाण्यासाठी सगळ्यांनी एकत्र यायलाच हवे. आपण ते करायला जेवढा उशीर करू तेवढी परिस्थिती बिकट होत जाणार आहे. ती नागराणी पुन: हल्ला करण्याची तयारी करत आहे, अशी बातमी माझ्या हेरांनी आणली आहे. कदाचित अगदी एक दोन दिवसातही तसे घडू शकते. मग आपण किती लोकांना गमावून बसू काही सांगता येणार नाही..."

अर्जनला तसे व्हायला नको होते. त्याने आपल्या मुठी आवळल्या. त्याला आता अधिक मृत्यू-प्रेते बघायची इच्छा नव्हती. तो काही बोलणार इतक्यात नलकुवेराने तलवार खाली आणली व टाळ्या वाजवल्या.

एक रक्षक किल्ल्यातून पुढे आला. त्याच्या हातात एक चौकोनी गादी होती.

नाही, हे असे व्हायला नकोय.

"मला खात्री आहे की हे तुझे आहे." नलकुवेराने गादीवरील शस्त्र उचलले. काही आठवड्यांपूर्वी तू रात्रीच्या जेवणाच्या वेळेला तू मला एक सांगितले होतेस. तुला कलीने जेव्हा तुरुंगात टाकले होते तेव्हा ते शस्त्र हरवले होते. मी तुरुंगात गेलो, तिथल्या पहारेकऱ्याशी बोललो आणि मी हे मिळवले. तुझ्या आईने तुला दिलेली भेट.

अर्जन पुढे झाला. आपली तलवार त्याने बाजूला ठेवली व आईने दिलेल्या त्या कट्यारीकडे पाहू लागला. साश्रूनयनाने त्याने ती उचलली. तत्पूर्वी त्याने जळलेल्या धारेवरून हात फिरवला.

आईने ती कट्यार दिली त्या दिवशीची आठवण काढत त्याने ती कट्यार काही वेळ हातात तशीच ठेवली. तो आभार मानणारच होता तेवढ्यात नलकुवेरा जायला उठला.

"मी जे काही बोललो त्यात तथ्य वाटत असेल तर त्या बैठकीला निश्चित ये." तो म्हणाला व किल्ल्यात परतला. त्याने तो 'नाट्यप्रवेश' घडवून आपले साध्य सिद्ध केले होते.

11

तो अजून का बरे आला नाहीय?

अर्जनची वाट पाहत नलकुवेरा थांबला होता. पण न्यायमंडळातील सभासद अस्वस्थ झाले होते, बेचैन झाले होते. ते आता अधिक वेळ थांबू इच्छित नव्हते.

त्या खोलीत अनेक सरदार-दरकदार, शाही मंडळी, त्यांचे साहाय्यक व सल्लागार उपस्थित होते. काहीजणांनी तर आपली मुले व मुलीही आणल्या होत्या.

ते आता अधिकाधिक अधीर होत होते.

"आपण बैठकीला सुरुवात करू या का?" एका सरदाराने विचारले.

नलकुवेराने मान डोलवली. सगळ्यांनी सुटकेचा निश्वास सोडला.

तो येईलच. त्याची आई उद्गारली, "तुला जे काही सांगायचेय, म्हणायचे आहे ते सांगून टाक. कलीची काय योजना आहे ते मात्र अजिबात सांगू नकोस. त्याबद्दल चकार शब्द काढू नकोस."

तो सांगणार नव्हताच. कली राज्यात परत आलाय आणि त्याने काहीतरी मोठी योजना आखली असणारच त्या विचाराने तो खूप हुरळून गेला होता.

"तुला तशी खात्री वाटतेय?" त्याने कुणालाही कळू नये म्हणून स्वत:च्याच मनाशी तो पुटपुटला.

"हो, तू पुढे बोल."

नलकुवेराचा आईवर विश्वास होता. व ते बरेच वेळा खरे ठरत असे.

त्याने समोरच्या लोकांकडे पाहून नि:श्वास सोडला, "तुम्ही सर्वजण येथे आलात त्याबद्दल प्रथम तुमचे आभार. आपल्या सर्व शूर लढवय्ये सेनापती बरोबर या बैठकीच्या खोलीत का जमलोय, हे आम्हाला माहीत आहेच. ज्या शत्रू सैनिकांनी दोन दिवसांपूर्वी आपल्या शहरात येऊन हे

शिरकाण केले, निरपराध लोकांची हत्या केली, ते आपल्या वेशीवरच उभे ठाकलेत. ते तसाच हल्ला पुन: करणार आहेत, अशी खबर आम्हाला मिळाली आहे. त्यामुळे आपलीही काही योजना असणे हे अगदी अपरिहार्य आहे. तसेच आणखी एका महत्त्वाच्या मुद्द्याकडे मला तुमचे लक्ष वेधायचे आहे. आपला 'राजा' म्हणून कुणाला निवडायचे हा तो 'मुद्दा'.

एक सरदार म्हणाला, "तुम्हाला जी चिंता लागून राहिलीये हे अर्थातच चांगले आहे. पण आम्हा सर्वांना माहिती आहे की त्या संचलनाच्या दिवशी त्या समलिंगी माणसाबाबत काय घडले? ती सर्व एक चाल होती, एक मस्करी होती. असली काहीतरी नौटंकी करण्याची ती एक अयोग्य वेळ होती."

"मी काहीही केले नव्हते. लोकांना एक समर्थ नायक हवा होता. मी तो त्यांच्यापुढे पेश केला."

सारे सरदार एकमेकांत कुजबुजू लागले.

आता या प्रसंगावरची तुझी पकड सोडू नकोस. त्याच्या आईने स्पष्टपणे म्हटले.

"मी माझ्याकडच्या संपत्तीने, पैशाने सारा खजिना भरून त्यामुळे राज्याचा शासनकर्ता कोण होईल याची काळजी मला वाटायलाच हवी. टाकलाय. पण या राज्यावर कोण शासक होईल याची मला काळजी लागून राहिली आहे."

"आणि त्यासाठी आम्ही तुमचे उपकृत आहोत. सम्राट नलकुवेरा!" दुसरा सरदार म्हणाला, "आम्ही खरेच खूप आभारी आहोत. पण आता या क्षणी, शत्रूला तोंड देताना, आपण आपला राजा कोण होणार याबाबत परंपरेचा आधार घ्यायला हवा, बरोबर म्हणतोय ना मी? असं तुलाही वाटत नाही का?"

"अर्थात!" त्याने डोके वाकवत म्हटले, "मी तेच म्हणतोय. आपण साऱ्यांनी एकत्र यायला हवे. आपले सारे सैन्य एकवटून युद्ध पुकारले पाहिजे."

सारे लोक शांत बसले. व अस्वस्थपणे एकमेकांकडे पाहू लागले.

"पण सम्राट नलकुवेरा, सम्राट कुवेरांचे सुपुत्र, आपली पथके लहान आहेत, आपले सैन्यही अगदी थोडे आहे...आणि..."

"आपल्या पथकात दोनशे सैनिक असणे ही काही लहान गोष्ट नाहीय."

नलकुवेराने हसत त्याचे भाषण मध्येच तोडले.

"पण आम्ही आमचे लोक सैन्यात सामील केली तरीही ते सैन्य पुरेसे ठरणार नाही." दुसरा सरदार म्हणाला.

"म्हणूनच आम्ही तुम्हाला विनंती करत होतो की तुमच्या माणसांना-यक्षांना-शहराचे रक्षण करू द्या म्हणून."

"ते अगदीच लुटुपुटीचे ठरेल." गर्दीतून कोणीतरी बोलले. नलकुवेराने नाक फेंदारले पण तो गप्पच राहिला.

"आम्ही आमची माणसे दिली तर शहरात औषधालाही रक्षक राहणार नाहीत." सरदाराने पुढे म्हटले.

नलकुवेराने या सरदाराला ओळखले. त्याचे नाव अमरिश होते. त्याने शहरात अनेक ठिकाणी जुगाराचे अड्डे चालवून अमाप पैसा जोडला होता. अर्थात नलकुवेराइतका नक्कीच नाही.

"मी असे सुचवू इच्छितो", त्याचे भलेमोठे पोट त्याच्या प्रत्येक शब्दाबरोबर थुलथुल हालत होते. "आपण सरळ शरणागती पत्करू या. त्यांना नेमके काय हवे आहे ते आपण विचारू. त्यांना जर खरोखरीच काही जमीनजुमला हवा असेल तर शहराचा काही भूभाग त्यांना देऊ या व वाद मिटवू या. त्यांना जर आपण काही ऐवज-संपत्ति दिली तर त्यांची मागणी कमीही होऊ शकेल."

नलकुवेराला तसे व्हायला नको होते. पण जमलेल्यांपैकी बऱ्याच जणांनी बाके वाजवून त्याला संमती दिलेली त्याने पाहिले. त्याच्या डोळ्याच्या कोपऱ्यातून त्याने पाहिले की गुरु नरेंद्र-सर्व देवळांचे महापूजारी-त्यांच्या नजरेत एक भीतीची छटा झळकत होती. ते बुटके होते व त्यांची दाढी-केस पांढरे धोप झाले होते. ते सरदार नव्हते. पण शहरातील धर्ममार्तंड होते.

गुरु नरेन्द्रांनी टेबलवर हाताने आवटले नाही. त्यांनी फक्त नलकुवेरा कडे पाहिले. त्याचे राखाडी डोळे नेहमीप्रमाणेय निर्बिकार होते.

"त्यांना काहीतरी हवे आहे." सम्राट अमरिश पुढे होऊन बोलू लागला. "ते नेमके काय हे आपण विचारू आणि देऊन टाकू. आपण जर सम्राट वेदान्त किंवा सम्राट कलीच्या अमलाखाली असतो तर आपण त्यांच्याशी अगदी स्वाभाविकपणे लढलो असतो. परंतु सध्या ह्या शहराचे 'स्वामित्व' सारखे एखाद्या पत्त्याच्या खेळाप्रमाणे बदलत आहे. आपण दुर्बल आहोत. इंद्रगडमधील सैन्य झपाट्याने कमी कमी होत आहे. कारण यापूर्वीच्या सर्व शासकांनी त्यांना हव्या तशा मोहिमा काढल्या. आणि त्यात किती सैन्यहानी झाली याची त्यांनी अजिबात काळजी केली नाही. आपली सध्याची परिस्थिती लढण्यासारखी मुळीच राहिलेली नाही."

आपल्याजवळ माणसे नसणे किंवा ते कमी असणे हा खरा प्रश्न नाही हे नलकुवेराला कळत होते. पण तो ते आता कुणाला सांगू शकत नव्हता.

82

तो आता आपण काय बोलावे त्याचा विचार करतच होता, तेवढ्यात दारावर काहीतरी आपटल्याचा मोठा आवाज झाला.

दरवाजा उघडला व अर्जनने प्रवेश केला. पांढऱ्या शुभ्र अंगवस्त्रात व काळ्या धोतरात तो फारच देखणा दिसत होता.

"जी जमीन, जो देश तुम्ही आजपर्यंत कवटाळून बसला होता, त्याचा व तुमच्या लोकांचा-सैन्याचा यांनी सर्वनाश केला तर मग? ते जर मूर्ख व वेडगळच असतील तर? हा शत्रू काय करेल याचा आपल्याला काहीच अंदाज लावता येत नाहीये." अर्जन म्हणाला.

अमरिशने खांदे उडवले व म्हणाला, "हा एक भांडकुदळ आला. मुला, ही न्यायमंडळाची बैठक आहे. तुला इथे यायचा अधिकार नाही."

अर्जनने नलकुवेराकडे पाहिले व तो हसला. अर्जनच्या कमरेच्या पट्ट्यात 'ती' कट्यार लावलेली नलकुवेराने पाहिली.

"त्याला मीच इथे पाचारण केले. राजेपदाच्या जागेसाठी तो एक चांगला उमेदवार ठरेल यासाठी मीच त्याला इथे बोलावण्याचा विचार केलाय. त्यासाठी ही एक चांगली सुसंधी आहे असे मला वाटते."

"आणि राजा होण्यासाठी तो योग्य आहे हे कशावरून?" सर्वजण सम्राट नरेंद्रांकडे पाहू लागले. त्यांचा मोठा आवाज सगळीकडे घुमत होता.

"गुरुजी, स्पष्टच सांगायचे तर यापूर्वीच्या राणीचा मी प्रमुख सल्लागार होतो. तसेच मी एका लहानश्या खेड्यातून आलो असल्यामुळे तिथल्या लोकांच्या काय तक्रारी-मागण्या असतात-अगदी बारीक सारीक देखील-याची पूर्ण कल्पना मला आहे. मी तुम्हा कुणापेक्षाही नैतिकदृष्टया जास्त नालायक आहे या पदासाठी."

सर्वजण चपापले. पण नलकुवेराला त्याचे म्हणणे पटले. अर्जन खूपच आत्मविश्वासाने बोलत होता.

आता तो 'खराखुश' अर्जन वाटत होता.

"पण माझ्या दृष्टीने, शहरातल्या नागरिकांना संरक्षण देणे, ही सगळयात महत्त्वाची बाब आहे. राणी उर्वशीच्या काळात या लोकांनी प्रचंड प्रमाणात दु:ख भोगले आहे. तिची कठोर धोरणे आणि करपद्धतीतील प्रचंड वाढ यामुळे खजिना भरून वाहू लागला पण सामान्य माणूस नाडला गेला. त्यांच्या संपत्तीवर घाला पडला. आणि आज आपल्याला कोणी परदेशी, काही नाग लोक, सर्व लोकांच्या दृष्टीने जे आदिवासी आहेत त्यांनी येथे येऊन आपल्यावर हुकमत गाजवावी हे मला अजिबात खपणारे नाही. मी ते होऊ देणार नाही. म्हणून मी म्हणतो

आपण सारे एकत्र येऊ आणि त्यांच्याशी लढा देऊ." अर्जनच्या चेहऱ्यावर मोठे हास्य होते. तो पुढे म्हणाला, "म्हणूनच मला तुम्हा सर्वांना एक गोष्ट सांगायची आहे की आपल्या खजिन्यात भरपूर पैसा आहे; याची तुम्हाला जाणीव करून द्यायचीय. की तुम्ही जर तुमचे सैन्य लढाईसाठी उपलब्ध करून दिलेत तर त्याबदल्यात तुम्हाला भरपूर पैसा देण्यात येईल." अर्जनने सर्वांवरुन नजर फिरवली. बऱ्याच सरदारांनी होकारार्थी माना डोलवल्या होत्या व ते उत्साहाने त्याला संमती देताना दिसत होते.

"मला तुमचे सारथ्य करू द्या, 'राजा' म्हणून नव्हे तर भावी सम्राट म्हणून माझ्यात एक चांगला शासक होण्याचे, राजा होण्याचे गुण आहेत हे मला सिद्ध करू द्या."

सारे सरदार-दरकदार एकमेकांकडे पाहत होते. अमरीशदेखील शांतपणे उभा होता. आपण यावर काय बोलावे हेच त्याला कळत नव्हते. गुरु नरेंद्र तटस्थ होते. काही सेकंद सन्नाटा होता. मग ते म्हणाले, "अर्जन, तू या आधीच्या राणीला ठार केले आहेस. आणि उर्वशीच्या काळात साऱ्या सरदारांची, न्यायमंडळाची भरभराट झाली होती."

ताबडतोब नलकुवेरा म्हणाला, "जे घडून गेले ते गेले." अर्जन म्हणतोय ते खरे आहे, बरोबर आहे. आपल्याला एकत्र येणे आवश्यक आहे. ही काळाची गरज आहे. आपल्याला शत्रूकडून येणाऱ्या धमक्यांची काळजी करण्याचे कारण नाही. उलट आपण त्यांना किती धाकटपटशा करू शकतो याची काळजी करू या. त्यावर लक्ष केन्द्रित करू या."

सरदार अमरीश घाईघाईने म्हणाला, "आपण शरणागती पत्करूया. यावर मी ठाम आहे. आणि एखाद्या समलिंगी व्यक्तीने आपले नेतृत्व करावे हेही मला अजिबात पटत नाही. तसेच त्याला अजिबात अनुभव नाहीय आणि तो अगदी दुर्बल अशक्त वाटतोय. तुमच्यापैकी कोणाला माझ्यासारखेच वाटतेय?"

आता कुणीही होकार देण्यासाठी टेबल वाजवण्याआधीच अर्जन अमरीशकडे धावला व त्याने त्याला ढकलले. आश्चर्यचकित झालेला सरदाराचा स्वतःचा तोल गेला व तो खाली पडला.

अमरीशचा मुलगा भीतीने ओरडत आला. सारे रक्षक अर्जनवर हल्ला करण्यासाठी त्याच्या भोवती जमा झाले. अर्जनने झटकन आपली कट्यार काढली व अमरीशच्या गळ्यापाशी धरली. "तुम्ही माझ्याजवळ याच, याचा गळा कापल्याशिवाय मी राहणार नाही."

रक्षक मागे सरकले.

“तुम्हाला, मी दुर्बल आहे असे अजूनही वाटतेय का?” अर्जनने सर्वांच्यावर डोळे रोखले, पण नलकुवेराच्या लक्षात आले की त्याचे डोळे गुरु नरेंद्रांवर जास्त रोखले होते. “माझ्यात सम्राट कलीपेक्षा जास्त शक्ती, सामर्थ्य आहे. तुम्ही सर्व सरदारांनी ते प्रत्यक्ष बघितले आहेच. मी त्याला नुसती धमकी किंवा आव्हान देण्याइतकाच धीट नव्हतो तर त्या दिवशी मी त्याला जवळजवळ हरवलेच होते. माझे सामर्थ्य व चपळाई अद्‌वितीय आहे.” अर्जन काही क्षण थांबला. त्याला त्या खोलीतल्या सर्वच बलिष्ट मंडळींना उद्‌देशून ते सांगायचे होते.

“तुमच्यापैकी काहीजण माझ्याकडे ‘खुनी’ म्हणून पाहतात आणि ते खरेही आहे. मी राणी उर्वशीला ठार मारले आहे. पण तिने काही अश्राप-निष्पाप लोकांना मारले होते म्हणून मी तिला मारले. आणि त्यानंतरच मला कळले की तुम्हाला जर न्याय हवा असेल तर चांगलेचुंगले बोलून किंवा तशी निव्वळ अपेक्षा करून काहीही होत नसते. आणि आपण जर का या धमक्यांना शरण गेलो तर कदाचित आपले काही नुकसान होणार नाही, पण आपण त्या निष्पाप लोकांचा बळी जाऊ दिला म्हणून आपणही अन्यायी ठरू. आपण त्या हत्याकांडाचा सूड घेऊ शकणार नाही. त्या हल्ल्याचा जो कोणी ‘कर्ता’ आहे त्याला मरणे भागच आहे. हे तुमच्या लक्षात येतेय का? ‘राजा’ कोण होणार हे आताच ठरवण्यापेक्षा आपण नागराणीच्या वधानंतर त्याचा विचार करू या. यामध्ये माझ्याबरोबर कोण सामील व्हायला तयार आहेत?”

सारे सरदार-दरकदार एकमताने पण भीतीने सहमत झाले. “छान!” तो मुक्तपणे हसत नलकुवेराकडे वळला.

“महाराज, आपण आता पुढे कसे काय करू या?”

अर्जनने डोळे मिचकावत विचारले. त्यानेही मान डोलवली. “आपण आपले सारे सैन्य एकत्र करू या...आणि...” तो पुढची योजना सांगू लागला. पण गुरु नरेंद्रांची थंड, स्थिर नजर अर्जनवर खिळली असल्याचे त्याच्या नजरेतून सुटले नाही.

पण नलकुवेरा हर्षभरित झाला होता हे लपून राहत नव्हते. त्याची आई टाळ्या पिटत उल्हसित झाली होती व म्हणत होती की, *“बघ मी म्हणत नव्हते की तो तसेच वागेल म्हणून तोच रक्षणकर्ता आहे. आणि त्याला तसे घडवण्यात तुझा मुख्य हात आहे.”*

12

त्या रात्री अप्सरांना नाग शिबिरात पाचारण केल्यामुळे एक मोठी मेजवानी आयोजित करण्यात आली होती.

तिथे मनसाही हजर होती पण ती सैनिकांपासून दूरदूरच राहत होती. नाचगाणे, संगीत, वाद्यवादन आणि अप्सरांशी मौजमजा यांची रेलचेल होती. तिथल्या मुली-स्त्रिया समाधानी नव्हत्या, आनंदात दिसत नव्हत्या हे तिच्या लक्षात आले होते. पण त्यांना मदत करण्यासाठी ती काहीच करू शकत नव्हती आणि ती अपरिहार्यता तिला जास्त बेचैन करत होती.

सैनिकांना तिच्याबद्दल यत्किंचितही आदर नव्हता. त्यांना जे हवेय तें फक्त तिने दिल्यामुळेच ते तिला मदत करणार होते हे तिच्या लक्षात आले होते.

तिने रिकाम्या दारूच्या ग्लासावर टकटक केली. ताबडतोब रक्षक तो ग्लास भरायला पुढे झाला.

मनसा एका मोठ्या वृक्षाच्या खाली उभे राहून समोरचे दृश्य पाहत होती. आता विभिषणाच्या शिबिराप्रमाणेच हे शिबिरही जीवंत झाल्यासारखे वाटत होते.

आपण या मुलींना इथे आणले ते चांगले झाले ना?

तिची नजर ऐरावनवर पडली. तो त्या साऱ्या हल्ल्यागुल्ल्यापासून दूर उभे राहून शांतपणे सगळे बघत होता.

ती त्याच्याजवळ आली. ती जवळ आल्यावर त्याने मुजरा केला.

"विश्राम!" ती म्हणाली, "सगळेजण आनंदात आहेत."

"तुमच्याशिवाय सारे, महाराणी. तसे म्हणायची मला परवानगी असेल तर..!"

"तुला तसे म्हणण्याची गरज नाही, तरी तू म्हणालास, सेनापती, तू एक लबाड, कावेबाज माणूस आहेस." तिच्या चेहऱ्यावर हसू उमटले.

"तुझ्याकडे पाहिले की मला माझ्या नवऱ्याची आठवण होते. त्याला जे हवे असे ते तो मिळवतच असे."

"महाराणी, मला माफ करा."

"तुला 'हेच' हवे होते ना, बरोबर?" तिने जबडा विचकला.

"तुझ्या सैनिकांसाठी?"

"त्यांना चांगले कशाने वाटेल तेच मला हवे होते." तिने डोके हलवले, "मला वाटते की त्यांचे लक्ष आता विचलित झाले आहे. आपण उद्या हल्ला करणार आहोत आणि आज ते दारूच्या नशेत आहेत. काय भयानक दृश्य आहे हे?" ती उद्वेगाने म्हणाली.

"मग तुम्ही त्यांची विनंती मान्यच करायला नको होती."

"काय?" तिने आश्चर्याने विचारले, "तू काय म्हणालास?"

"महाराणी, तुम्ही...तसे करायलाच नको होते." ऐरावनने काळजीपूर्वक म्हटले. "काही झाले तरी तुम्ही राणी आहात. कसंही असलं तरी त्यांनी तुमचे ऐकायलाच हवे होते. प्रत्येकाला आपल्या अमलाखाली ठेवून, आवश्यक तेव्हा त्यांच्या पाठीवर शाबासकीसाठी हात थोपटला पाहिजे. त्यायोगेच त्यांच्याबद्दलचा आदर त्यांना दाखवता येणे हेच उत्तम नेत्याचे लक्षण असते."

"सेनापती, कुत्र्यांना तसे वागवतात."

"मग त्या पद्धतीने बघितले तर जरत्कारू कसा आहे असे तुम्हाला वाटते? तो एक कप्तान असेल पण तो अत्यंत घाणेरडा आहे. त्याला जे हवे ते...म्हणजेच...स्त्री. ते त्याने तुमच्याकडून मिळवलेच." ऐरावनने, दोन सुंदर अप्सरांना आपल्या कवेत घेऊन मजा करणाऱ्या मिशाळ व्यक्तीकडे नजर फिरवली.

नागलोकांप्रमाणे धुडगूस न घालता अप्सरांपासून दूर राहून शिस्तीने आपल्या टेबलावर जेवणाचा आस्वाद घेणाऱ्या सुपर्णांकडे तिचे लक्ष गेले.

"त्या घाणेरड्या कद्रूने यांना बिघडवून टाकले आहे." मनसाने डोके हलवत म्हटले.

"मी यांच्याशी सहमत होऊ शकत नाही. ती जर आणखी काही काळ सिंहासनावर राहिली असती तर परिस्थिती अगदीच हाताबाहेर गेली असती. ती खूपच उदारमतवादी होती. महाराणी, आपण कलयुगात राहतोय. जुलूम करणारे सर्वच ठिकाणी असतात." ऐरावन आत्मविश्वासाने म्हणाला.

"आणि हे सर्व तू मला *आता* सांगतोयस? काहीही उपाय करण्यासाठीची वेळ निघून गेल्यावर?"

तो हसला, “मी सैतानाची भाषा बोलतो आहे नाही का? असो एवढे स्पष्ट बोलण्यासाठी मला माफ करा. मी खूप काही बोलतोय हे मला कळतंय. (लहान तोंडी मोठा घासच जणू!) पण कृपया हे जाणून घ्या की तुम्ही आज्ञा द्याल त्याप्रमाणे वागण्यासाठी मी इथे आहे आणि प्रसंगवशात...तुम्हाला सल्ला देण्यासाठीही.”

“ऐरावन, तू एक विलक्षण व तुझ्या मनाचा थांग न लागणारा असा माणूस आहेस. तुझा इतिहास तरी काय आहे?”

“महाराणी, माझे वडील एक कोळी-मासे पकडणारे होते. मी अठरा वर्षाचा असताना नाग सैन्यात भरती झालो. सर्वप्रथम मी सम्राट वासुकींकडे काम केले.”

“तुला बायको नाही ना?”

“मला लग्न करायची संधीच मिळाली नाही. मी लग्नाचा विचार करण्याअगोदरच माझे खच्चीकरण (नसबंदी) करण्यात आली.” तो एखादा विनोद झाल्याप्रमाणे हसला. माझे एका मुलीवर खूप प्रेम होते. ती खूप सुंदर होती. आम्ही एकमेकांवरील प्रेमात आकंठ बुडून गेलो होतो. आम्ही एकमेकांबरोबर आयुष्यभर राहण्याच्या आणाभाकाही घेतल्या होत्या. पण मग मी सैन्यात भरती झालो. आमचे मार्ग तिथून बदलले. मला आजही तिची कधीतरी तीव्र आठवण येते. पण त्या निर्णयाचा कुठलाही पश्चात्ताप मला होत नाहीय. मी आज तिच्याबरोबर नसेना, पण मला माहितीये की ती खूप आनंदात जीवन कंठत असणार. काही वर्षांपूर्वी तिचे लग्नही झाले.”

मनसाने डोके हलवले, “वासुकीने सैनिकांचे खच्चीकरण करायला नको होते.”

“सम्राट वासुकी हा चांगला शासनकर्ता होता. पण तो विचित्र परिस्थितीच्या आहारी गेला. त्याने सम्राट कलीच्या मार्गाची...चुकीच्या मार्गाची निवड केली. आपण आता त्याला वचनबुडव्या-अवसानघातकी म्हणतो. त्याने कराराचा भंग केला.”

“मला त्याचा तिरस्कारच वाटतो. त्याचे राज्य कोलमडण्यासाठी जे काही करायला हवे ते सर्व मी करेन.” मनसा नाचणाऱ्या बागडणाऱ्या सैनिकांकडे पाहत होती. “आणि मला खात्री वाटत नाही की हे पेताड, दारूने धूत झालेले लोक आपल्याला हवे ते करू शकतील.”

जरत्कारूने एका अप्सरेचे वस्त्रहरण केले तशी ती चित्कारली. ती त्याला दूर करू पहात होती. संतापाने भडकून-त्याने सर्वांसमोर तिच्या थोबाडीत मारले. ती रडायला-भेकायला लागली. पण त्याने त्याची

पर्वा केली नाही. इतर लोक बघताहेत हे पाहूनही त्याने तिचे कपडे सर्वांसमोर काढायला सुरवात केली. उलट बरेच जण त्याला प्रोत्साहन देऊ लागले.

मला या प्रकाराचीच भीती वाटत होती.

ऐरावनने निश्वास सोडला, "ते खूप बलवान व समर्थ आहेत. आता जरी ते असे बीभत्स वागत असले तरी ते खूप शूर आहेत. त्यांना फक्त एखादी योग्य दिशा दाखवण्याची गरज आहे. तुम्हाला जर त्यांची नेता व्हायचे असेल, एक राणी व्हायचे असेल, जिचे ते ऐकतील, तर त्यांना तुम्ही एक वरिष्ठ आहात हे दाखवूनच द्या..."

त्याचे शब्द म्हणजे थंड पाण्याचा फवारा होते. तो बरोबर बोलत होता. ती त्यांची राणी होती. आता ती तसे वागूही लागली होती. तो कितीही हुशार कप्तान असेना, आता तो तिला नावे ठेवू शकणार नव्हता. शिव्या देऊ शकणार नव्हता. तिने जवळच्याच एका शिपायाच्या म्यानातील तलवार उपसली व ती जरत्कारूकडे झेपावली. त्या नाचणाऱ्या व गाणाऱ्या लोकांतून ती पुढे झाली.

ती शेकोटीजवळ जशी आली तसे सारेजण स्तब्ध झाले आणि जरत्कारूला कळायच्या आत ती पुढे झाली व तिने त्याच्या दोन्ही पायांमध्ये तलवारीचा घाव घातला. रक्ताच्या चिळकांड्या उडाल्या. तो खाली कोसळला. त्याच्या चेहऱ्यावरचा रंगच उडाला. अप्सरा किंचाळल्या व भयभीत झाल्या. ज्या अप्सरेला त्याने धरले होते ती मनसाकडे कृतज्ञभावाने पाहू लागली. आपण एका राक्षसाच्या तावडीतून सुटल्याचे तिला समाधान वाटले. ती पळाली व एका तंबूत लपून राहिली.

जरत्कारूने वर पाहिले. तो रक्तबंबाळ झाला होता. व अश्रुपातही करत होता. गोंधळून त्याने विचारले, "का...का...पण?"

तिने एक शब्दही काढला नाही. मग कप्तान बेशुद्ध होऊन जमिनीवर पडला. भयभीत व आश्चर्यचकित झालेल्या सैनिकांकडे बघून तिच्या चेहऱ्यावर स्मितरेषा उमटली. "तुम्ही चिंतित होऊ नका. मी तुमच्या कप्तानाप्रमाणे कुणाचेही खच्चीकरण करणार नाहीय. मला तुम्हाला एवढेच सांगायचे आहे-दाखवून द्यायचे आहे की माझ्याशी कुणीही पंगा घेऊ नका. मला शिवीगाळ करू नका. धमकावणी देऊ नका. मी तुमची राणी आहे. 'तुम्ही' माझ्या अंकित आहात. 'मी' तुमच्या अंकित नाहीय. आता यापुढील काळात आपल्या शिबिरात दारुला कोणीही शिवणार नाही, तसेच इतर कुठलीही चित्त विचलित करणारी गोष्ट आणणार नाही.

स्त्रिया या काही केवळ 'भोगासाठी' नाहीत आणि हे प्रत्येकाने लक्षात ठेवा. तुमच्या कप्तानाला तो धडा, मला वाटते, आवश्यकच होता." तिने ऐरावनकडे पाहिले. त्याच्या ओठावर किंचित हसू होते.

"सेनापती, या सर्व मुलींना सुरक्षितपणे त्यांच्या शिबिरात पोहोचवा. त्यांना भरपूर पैसे द्या. सर्वच्या सर्व पैसे ठरल्याप्रमाणे देऊन टाका."

"त्यांना मानवांच्या शिबिरात पाठवू?" त्याने हसत पण मोठयाने विचारले.

तिला झालेला बदल दाखवायचा होता...मोठाच बदल. "नाही, त्यांना दूर पाठवून द्या. यापुढे कुणा एका सैनिकालाही असले सुखाचे चोचले पुरवले जाणार नाहीत. माझ्या युद्धात तरी...नागांत तरी नाहीच. सुपर्णातही नाही. मानवातही नाही. इतर शिबिरांमध्येही हा फतवा पाठवून द्या. प्रत्येकाला हे समजू द्या. अगदी हर एकाला"

आता तिला आणखी एक करायचे होते.

मनसा विभिषणाच्या तंबूत शिरली. यावेळी तो वाचत नव्हता. तर खात होता. रात्रीचे जेवण त्याच्यासमोर टेबलावर होते.

त्याने गळ्यापाशी लाळेऱ्यासारखा एक रुमाल शर्टात खोचला होता. त्यामुळे अन्न त्याच्या अंगावर सांडणार नव्हते...चमचा व काट्याच्या साहाय्याने तो समोरचा घास तोंडात टाकणार होता तेवढ्यात मनसाने तिथले एक पुस्तक उचलून त्याच्या ताटावर फेकले.

भांड्याचा एक मोठा आवाज झाला व त्याच्यासमोरचा सूपचा कप उलटून त्याच्या अंगावर शिंतोडे उडाले.

विभिषण तिच्याकडे चकित होऊन पहात राहिला, "मनसा हे तू काय करतेयस?" तो चिडला होता.

"मला वाटले की तुला पुस्तके एवढी आवडतात तर तू तीच खात असशील!"

"तुझे डोके ठिकाणावर आहे ना?"

"नाहीय."

"हा काय प्रकार..."

"मी साऱ्या अप्सरांना हुसकावून लावले आहे."

"तू त्यांना परत आमच्या शिबिरात पाठवलेस का?"

"नाही! मी त्यांना निघून जायला सांगितले आहे." तिने त्याच्याकडे पाहिले, "त्या आता तुझ्या किंवा माझ्या शिबिरात परतणार नाहीयेत."

"आणि (एक लक्षात ठेव) हे माझे युद्ध आहे!" ती ओरडली, किंचाळली, "आणि तू मला साहाय्य करणार आहेस असे वचन दिले आहेस. तू तुझा सर्व वेळ ती पुस्तके वाचण्यात घालवतो आहेस. मला तुझे सैन्य, साहाय्य हवे आहे." तिचा आवाज चिरकला होता व डोळ्यातून आसवे गळत होती. "मला त्यापैकी काहीच मिळत नाहीय. त्यामुळे मला खूप दुःख होते आहे. माझ्या इतक्या वर्षांच्या मित्रा, मला खरंच खूप वेदना होत आहेत. मी काय काय व किती गमावले आहे याची तुला कल्पना आहे. माझे आयुष्य कसे व्यतीत झाले आहे व मला तुझी मदत हवीय याची तुला पूर्ण जाणीव आहेच."

"मी...अं..." विभिषणाने रुमालाने तोंड पुसले. "मुली, तू मला माझ्या मुलीची आठवण करून दिलीस. खूपच. मत्प्रिये, ती पण तुझ्यासारखीच बंडखोर होती. तिने तिच्या बंडखोर भावाबरोबर इथल्या सर्व सुखांवर लाथ मारली व ती मला सोडून गेली."

मनसाला आश्चर्य वाटले. विभिषणाने त्याचें खाजगी आयुष्य तिच्यापुढे कधीच उघड केले नव्हते. तो त्याबाबत खूपच आतल्या गाठीचा होता.

"मला वाटले की ती मरण पावली आहे. तिच्या भावाप्रमाणेच." त्याने डोके हलवले, "मी तिला थोपवू शकलो असतो. पण मी तसे केले नाही. मी तिला जाऊ दिले. मी किती बिनकण्याचा माणूस होतो."

मनसा तिच्या लहानपणीच्या सवंगड्याच्या गुडघ्याशी बसली व पूर्वीप्रमाणे त्याच्याकडे पाहून हसली, "विभिषणा, मला मदत कर. तुझे सैनिक माझा आदर करत नाहीत. त्यांना वाटते की मी तुझा वापर करून घेते आहे. तुझे सैन्य बाजूला ठेवून तू शहाणपणाचे पाऊल टाकले आहेस असे त्यांना वाटतेय. पण तुझ्या लक्षात येतेय ना की आपण एखाद्या पुस्तक वाचन स्पर्धेत भाग घेतलेला नाही. आपण युद्धाच्या धामधुमीत आहोत. आपल्याला लढाई करायची आहे." ती एक सेकंदभर थांबली. आणि मग तिने आयुष्यात ज्याचा कधीही उच्चार केला नव्हता व नसता ते ती बोलली, "...नाहीतर...नाहीतर...तुला तसे करायचे नसेल तर...तर तू इथून निघून जा. कितीही आणिबाणीची वेळ आली तरी मला मग तुझे साहाय्य नको आहे. एकतर तुला सर्व शक्तींनीशी यात सहभागी व्हावे लागेल नाही तर तू निघून जा."

91

"मुली, हे जुगाऱ्यासारखे वागणे होतेय." विभिषणाने कपाळावरचा घाम टिपला. "मला जुगार कधीच आवडला नाही...ओह...नको...नको..." त्याने तिच्याकडे नजर स्थिर केली. "मला माझ्या मुलीप्रमाणे, मुलाप्रमाणे तुला गमवायचे नाहीय. माझ्या जीवनात आलेली तू एक सुंदर व्यक्ती राहिली आहेस." तो हसला. "मी काय करायला हवेय असे तुला वाटतेय?"

त्याच्या अंगावर टोमॅटो सूपचे डाग पडले होते तरीही तिने त्याला आपल्या कवेत घेतले.

पण ते चांगलेच झाले.

मी लोकांना भरीस पाडत नाही हे लोकांना कळण्याने चांगलेच होईल.

पण त्यांचे हे मैत्रीचे क्षण फार काळ टिकले नाहीत. त्यांच्या शिबिरातून कर्ण्याचे आवाज येऊ लागले.

मनसा त्याच्या मिठीतून बाहेर आली आणि त्याच्या बरोबर ती बाहेरचा गोंधळ बघायला तंबूबाहेर आली. लोक सैरावैरा पळत होते. आपल्या तलवारी-भाले घेण्याची घाई करत होते. धनुष्य बाण, कुऱ्हाडी, कट्यारी, ढाली व शिरस्त्राणे घ्यायला ते धावत होते. आपापली शस्त्रे, चिलखते घालत होते.

मनसा व विभिषणाने नगारे, हलग्यांचा आवाज ऐकला. याचा अर्थ त्यांच्या लागलीच लक्षात आला.

"अरे बापरे" विभिषणाने दीर्घ श्वास घेतला, "तू मगाशी म्हणत होतीस तशा रात्रीच्या अकस्मात हल्ल्याची आता आवश्यकता पडणार नाही."

होय. तिच्याही ते लक्षात आले होते.

रक्षक जिथून सर्वदूर लक्ष ठेवीत त्या उंचावरील चौकीमध्ये ती पोचली. तिने तिथल्या एकाच्या हातातली दुर्बिण हिसकावून घेतली व ती समोर पाहू लागली. दोन व्यक्तींच्या मागून अनेक सैनिक चालून येत होते असे तिला दिसले.

तिने त्यातील एकाला ओळखले. तो यक्षांचा राजा होता. आणि दुसरा...ती एक तरुण व देखणी व्यक्ती होती. पण तो योद्द्यासारखा दिसत नव्हता.

कली कुठे उलथलाय?

तो कुठे असेल त्यामुळे आता काहीच फरक पडणार नव्हता.

तो लवकरच येईल हे तिला माहीत होते.

युद्धाला तोंड फुटले होते.

13

अनेक तासांचा प्रवास करून कल्की आपल्या मुक्कामावर पोचला होता.

या प्रवासात त्याने अनेक अनुभव घेतले होते. जवळजवळ मृत्यूच्या दारातून परत येणे, युद्धामध्ये लढणे, पुराण पुरुषांना भेटणे, प्रेमभंग व पुन: प्रेम लाभणे अशा अनेक घटना त्याच्या जीवनात येऊन गेल्या.

त्याने ते सारे भोगले होते.

भार्गवरामांचे देऊळ त्याच्या समोरच उभे होते. आतापर्यंत घेतलेल्या श्रमांचे आता चीज झाले होते. त्याला छान सुटल्यासारखे वाटत होते. आपण जे करणे क्रमप्राप्त होते, ते कर्म समाधानकारक पद्धतीने पूर्ण केल्याचे त्याला अप्रूप वाटत होते.

सम्राट विष्णुंच्या कृपेने आता त्याला समाधानी वाटत होते.

आता त्याला भार्गवरामांकडून मिळणाऱ्या शिक्षणाबद्दल कुतूहल वाटत होते. तो देवळाभोवती प्रदक्षिणा घालत, त्याची रचना, त्यातील स्थापत्य, भिंती, चिन्हे, रेखीव काम, पुराणातील प्रसंग, मोठे प्रवेशद्वार, बर्फाने वेढलेला सर्व परीसर, दगडांचे खांब बघत होता. ते सारेच खूप भव्य व देखणे दृश्य होते. खालची ग्रानाइटची फरशीदेखील बाहेरच्या बर्फाप्रमाणे पांढरी शुभ्र होती.

ते मंदीर खूपच प्रशस्त होते. त्याची शेवटची भिंतही दृष्टीच्या आवाक्यात येत नव्हती.

पांढरे बुरखाधारी आत गेले. समोरचे दार रक्षकांनी उघडले. बांबूच्या दोरांनी त्यांनी दार उघडले, तेव्हा तिथल्या बर्फाची चादर मोडल्याचा आवाज आला. आतमध्ये सोनेरी पदपथावर हिरे-माणके लावली होती. मोठेमोठे खांब दोन्ही बाजूला होते. बाजूच्या कपाटात कागदांचे गठ्ठे दिसत होते. वरच्या तक्तपोशीतून शेवटी सुंदर प्रकाश खाली पडला होता.

त्याने बाजूच्या पांढऱ्या बुरखेधाऱ्यांकडे पाहिले. तो त्याच्या मागेच होता. त्यानेच हल्ल्यापासून वाचवले होते.

"जांबवनला मला मारण्यात काय रस होता?" तो माणूस काहीच बोलला नाही.

ओह...छान.

"आम्ही सम्राट भार्गवरामांचे उपासक-भक्त आहोत." काही क्षणांनंतर तो माणूस म्हणाला, शांततेचा भंग करत ते आत गेले.

आतही पांढरे बुरखे घेतलेली अनेक माणसे दिसत होती. त्यांचे चेहरे दिसत नव्हते. कल्कीला त्याचे कारण कळेना.

"आमच्या पूर्वजांनी सम्राटांची पूजाअर्चा केली आहे." तो पुढे म्हणाला, "आम्ही साऱ्यांनी त्यांची काळजी घेण्यासाठी दीक्षा घेतली आहे."

काळजी घेण्यासाठी? भार्गव स्वतः एक बळकट तरुण होते. कल्कीला त्या दिव्य अनुभवांमधून ते कळले होते. त्यांची काळजी घेण्यासाठी त्यांना यांची गरज का पडावी? पण मग त्याच्या लक्षात आले की कृपासुद्धा अमर होता तरीही तो पुढे अशक्त, दुर्बल झाला होता व मरणही पावला होता. अमर व्यक्ती मृत्यूमुखी कशी काय पडते हे भार्गवांना विचारायला हवे.

त्या मिळू घातलेल्या प्रशिक्षणाच्या कल्पनेने कल्की हुरळून गेला होता आणि या विषयावरील आणखी ज्ञान मिळवण्यासाठी उत्सुक होता.

"मला कुणीतरी सांगितले होते की कुठल्यातरी शापामुळे भार्गव ही जागा सोडून जात नाहीत."

त्या धर्मगुरूने मान डोलवली. "होय, ते बरोबर आहे. ते कुठेच जात नाहीत. मागच्या दोन वेळी ते पडले. पहिल्यांदा सम्राट राघवांच्या काळात. व दुसऱ्यांदा सम्राट गोविंदांचे वेळी. पण आता...आता मात्र सारी योजना अगदी सुव्यवस्थितपणे आखलेली आहे." मग तो पुटपुटला, "जोपर्यंत तो भयानक प्राणी हल्ला करणार नाही तोपर्यंत." त्याने जखमी धर्मगुरूंना दवाखान्यात जाण्याची सूचना केली.

कशात पडले?

कल्कीला आणखी प्रश्न विचारायचे होते पण तेवढ्यात देवदत्ताने त्याला ढोसले.

मानवी?

हो?

या जागेत काहीतरी गूढ आहे. मला तसा आभास होतोय.

तुला काय जाणवतेय?

धोका.

कल्कीचा हात ताबडतोब तलवारीकडे गेला. तो पूर्णपणे सावध होता. काही विपरीत घडले तर त्यासाठी तो तयारीत होता.

ते शेवटास आले. त्यांच्यापुढे सफेद जागा होती. ती जागा रिकामी होती. तिथे फक्त एक ब्राँझचा पुतळा होता.

"हे कोण आहेत?" कल्कीने घोड्यावरून उतरत म्हटले

"जरा!" आपला बुरखा काढत त्या माणसाने म्हटले. तो खूपच वृद्ध होता. त्याची गालफडे बसली होती. काळपट वर्णाचा, माशासारखे डोळे असलेला; पण त्याखाली खूप सुरकुत्या होत्या. आपण एखादे भूत बघतोय असे कल्कीला वाटले.

"मी हे नाव कुठेतरी ऐकले आहे असे मला वाटतेय."

"जरा हा एक शिकारी होता. त्याने सम्राट गोविंदांना मारले."

कल्कीचा चेहरा उजळला. "पण तो तर एक अपघात होता."

"ते खरे नाही" तो बाण त्यांच्या दिशेनेच मारला होता. तो एक खुनच होता.

मग त्या खुन्याचा पुतळा इथे कशासाठी उभारलाय?

"सम्राट गोविंद हे प्रचंड धोरणी होते. पण त्यांनी चांगली कामे केली नाहीत. सम्राट भार्गवांनी खूप चांगली कृत्ये केली असती व त्यांनी महायुद्ध व नंतरचा परिणामही वाचवला असता. सम्राट गोविंदांनी फक्त स्वतःचे घर-द्वारका-त्यांचे लोक-यादव या सर्वांना नष्ट केले." तो वृद्ध थांबला व म्हणाला, "तुझा प्राणी तुला इथेच सोडून द्यायला हवा."

"प्राणी? तू कुणाला प्राणी म्हणतोयस? देवदत्त खिंकाळला.

कल्कीने त्याला थोपटले.

शांत राहा. मित्रा मी परत येईन. सुरक्षित राहा. इथे धोका आहे. मला तसा वास येतोय.

कल्कीने मान डोलवली. त्याला त्याच्या बोलक्या घोड्याच्या भावनांना कमी लेखायचे नव्हते. त्याने वेळेवर येऊन त्याचे प्राण वाचवले होते. त्या दिवशी तो मेलाच असता, देवदत्त जर वेळेवर तिथे आला नसता तर तो त्या बर्फाळ तळ्यात बुडून गतप्राणच झाला असता.

दुसरा एक बुरखाधारी घोड्याचा लगाम धरून निघून गेला. कल्की त्या म्हाताऱ्याबरोबर एका मोठ्या इमारतीत शिरला. तिथे अनेक पुस्तके, कागदपत्र, कपाटातून ओळीने ठेवली होती. आगीचे दिवे तक्तपोशीवर

लटकत होते. भिंतीच्या एका बाजूला जुन्या राजांच्या तसबिरी लावल्या होत्या. पण त्यातील कर्णाचे-एका खालच्या जातीतल्या योद्ध्याचे चित्र जास्त प्रकर्षाने दिसत होते.

"हा सम्राट भार्गवांचा पट्टशिष्य होता. सम्राट गोविंदांना मारायला पाठवलेला हा पहिला खुनी होता. पण त्याला त्यात यश मिळाले नाही." म्हातारा धर्मगुरू म्हणाला.

"काय?" भार्गवांनी गोविंदाला मारण्यासाठी कर्णाला शिक्षण दिले होते? म्हणजे मी व सर्वांनी ज्या गोष्टी भार्गव व कर्ण यांच्याबद्दल ऐकल्या होत्या त्या खोट्या होत्या?

"भार्गवांना गोविंदांना का मारायचे होते?"

"आज आपण कुठल्या परिस्थितीत आहोत ते तू बघतोच आहेस. ते जर आधीच मेले असते तर ते चांगले झाले नसते का?"

या उत्तराला प्रत्युत्तर काय द्यावे हे त्याला समजेना. एका *अवताराला-भार्गवांना-दुसऱ्या अवताराला-गोविंदांना का मारायचे होते?*

"सम्राट भार्गवांना देवांची एक गुप्त गोष्ट समजली होती-तुम्ही ज्याला सूर्य म्हणता तो देव. देवाने आमच्या सम्राटाला संतापाच्या भरात शाप दिला. आमच्या सम्राटाने या आधीच्या युगातील प्रत्येक नायकाला, या जगाचे संरक्षण करण्याच्या बाबत अपयश मिळाल्याचे बघितले होते. आमचे सम्राट फक्त ते पाहू शकत होते. काळानुरूप ते दुर्बल, अशक्त होत गेले. ते मरणोन्मुख अवस्थेत होते. दिवसेंदिवस खंगत चालले होते. पण त्यांना मृत्यू येत नव्हता. त्यांचे अमरत्व हाच त्यांचा शाप होता." ते एका गोलाकार खोलीत आले. त्यांना धुक्याने घेरले. त्यांच्यासमोर एक थडगे होते. "प्रत्येक युगात एक अवतार जन्म घेईल असे सम्राट विष्णुंनी वरदान दिले आहे तरीही वाईट वृत्ती-सैतान शिल्लक राहतातच. आमच्या सम्राटांना या जगातून सैतानांचा-वाईट प्रवृत्तींचा नाश झालेला बघायचा आहे. त्याचा नायनाट करायचा आहे."

धर्मगुरूने त्या थडग्यावरून हात फिरवला. "पण त्या शापवाणीत असेही म्हटले आहे की, त्यांना जर अधर्मापासून जगाला वाचवायचे असेल तर त्यांना स्वतःलाच एकट्यालाच फक्त त्या युगाचा अवतार असायला हवे. दुर्दैवाने, सम्राट राघवांच्या काळात त्यांना काहीही इजा करण्याचे धारिष्ट्य झाले नाही. ते एक आदर्श व सज्जन गृहस्थ होते. गोविंदांना मारण्याच्या वेळी राघवांचा मृत्यू आधीच झालेला होता. पण आता..."

कल्कीचा हात त्याच्या तलवारीवर होता. या संभाषणाचा अंत कुठे चालला होता हे त्याच्या लक्षात येत होते पण मनोमन त्याला वाटत होते की आपली ही कल्पना खोटीच ठरावी.

नाही हे असे नसावे.

"त्यावेळी त्याचे बरोबरच होते." धर्मगुरूच्या चेहऱ्यावर एक गूढ हसू उमटले. तो त्या थडग्याकडेच पाहत होता. तेवढ्यात त्यातून एक विचित्र, दुतोंडी प्राणी बाहेर पडला. त्याची कातडी सैल पडली होती व ती चित्याच्या कातडीत लपली होती. त्याचे जाडेभरडे पांढरे केस व दाढी धुळीने माखली होती व त्याच्या उजव्या हातात एक जडशीळ कुऱ्हाड होती.

तो मृत भार्गवरामांचा अवशेष वाटत होता.

त्या दिव्य अनुभूतीच्यावेळी त्याला असे काही दिसले नव्हते. त्याने स्वतःचा चेहरा मुखवट्यात लपवला होता. त्या दिव्य अनुभूतीच्या वेळी काय घडू शकेल, जे मला माहीत नव्हते, हे सांगणारे ते होते.

ती आकृती हसली. "कल्की" तो माणूस करवदला. "ओह, तुझी वाट मी किती काळापासून बघत होतो."

14

पद्माने एक योजना आखली होती, ती अगदी साधी होती पण खूप परिणामकारक होती. अन तरीही तिला थोडी धाकधूक वाटत होती, कारण ती एका अज्ञात गोष्टीला हात घालत होती.

मी याहूनही वाईट गोष्टींना तोंड दिले आहे.

राजा वेदान्तने तिच्या भावांना ठार केल्यावर, त्यांची शिकार केल्यावर आपल्याला किती एकटेपणा आला होता हे तिला चांगलेच आठवत होते. आणि मग ती एक खुनी म्हणून नागराणीकडे कशी आली होती हेही ती विसरली नव्हती. मग ती पिशाच्च्यांच्या दलदलीच्या प्रदेशात जाऊन, तिने वानरांसाठी युद्धही केले होते.

खरोखरीच मी खूप दुःख भोगले आहे. त्यासाठी मी प्रशंसेस पात्र ठरले आहे.

रुद्रच्या लोकांच्या पावलांच्या खुणांवरून ती पायी चालत होती. तिच्या बरोबर रत्नामारू व वानरांचा गटही होता. त्यांनी मुद्दामच घोडे आणले नव्हते. नाहीतर त्या घोड्यांचे व रुद्रच्या खुरांचे ठसे एकमेकांत मिसळले असते व त्यातला फरक कळला नसता. ते जंगलातून जात असताना त्यांना एक साफसूफ केलेली जागा दिसली. तिथल्या गवतावर हिमाचा हलकासा थर जमला होता. पद्मा त्या आकाशात घुसणाऱ्या पर्वत शिखरांकडे पाहून हर्षभरित झाली.

ती जागा फारच सुंदर होती. पण तरीही तिला तेथे काहीतरी गूढ लपलेले असावे असे वाटले. भवतालच्या झाडांवर वरपासून खालपर्यंत हिमकण पसरले होते व ती गोठलीही होती. त्यांची फुले खाली जमिनीवर शुष्क होऊन पडली होती.

"मुली, मला तुझ्याकडे एक कबुलीजबाब द्यायचा आहे." रत्नामारू म्हणाली. ती पद्माच्या थोडीच मागे होती.

"काय तो?" पद्मा मागे न वळता म्हणाली. ती खालच्या जमिनीचा अंदाज घेत होती.

"यापूर्वी मी खूपच स्वार्थीपणाने वागलेय. विषाचा परिणाम लोकांवर कसा होतो हे मला जाणून घ्यायचे होते. म्हणजे भविष्यात त्याचा वापर, ज्या लोकांनी अप्सरांना गुलाम करून ठेवले आहे त्यांच्यावर करता येईल. पण..."

"पण काय?"

"माझ्या या हेतुमूळे तू मला अगदी खालच्या दर्जाची समजू नकोस. नीच समजू नकोस. मी माझ्याच जमातीतील लोकांचा शोध घेते आहे. आणि आता मात्र मी इथे केवळ तुला मदत करावी म्हणूनच आले आहे इतरांनीही चांगलेच वागावे म्हणून आपणही इतरांना साहाय्य करण्याचे महत्त्वाचे आहे हे मला समजले आहे. हे मला कल्कीने समजावले आहे."

वा! हे तर फारच छान झाले.

"रत्ना, मी ते समजू शकते. मीसुद्धा तुझ्याबद्दल इतक्या घाईने मत बनवायला नको होते. कल्कीचा मलाही क्वचित राग येत असे. त्याचा त्रास होत असे, पण मलाही त्यानेच त्यावर नियंत्रण ठेवायला शिकवले आहे."

आता ते साफसफाई केलेल्या जागेवर आले. उतारावर उभे राहिल्यावर त्यांना शेकोटी पेटवलेली व त्याभोवती काही तंबू लावलेले दिसले. मुखवटे लावलेली विचित्र माणसे लांब भाले घेऊन तिथे हिंडत होती.

"चला, सापडले एकदाचे!" पद्माने रुद्रचे शिबीर पाहून म्हटले, "अच्छा! हे असे आहे तर!" रत्नामारूने दृष्टिक्षेप टाकत म्हटले.

पद्माचे निरीक्षण संपल्यावर तिने मनाशी ठरवले की सम्राट बजरंगांबरोबर ठरवल्यानुसार पुढची योजना मार्गी लावली पाहिजे.

काही तासांनंतर...

"तू काय करते आहेस त्याकरता तुझी तयारी आहे ना?" सम्राट बजरंगांनी विचारले.

पद्माने त्यांना पुढच्या कारवाईची कल्पना दिली. "महाराज, माझी तयारी आहे. मला खात्री आहे, आपण त्यांच्यापैकी एखाद्याला पकडले व त्याच्याकडे खोलवर जाऊन चौकशी केली तर आपल्याला काही उत्तरे, माहिती कळेल. वानरांच्या विरुद्ध जाण्यासाठी त्यांचा नेमका काय अंतस्थ हेतु आहे तोही कदाचित आपल्याला कळेल.

“पण ते रुद्र आहेत. ते कुणी ऐरेगैरे नाहीत...” सम्राट बजरंगांना काळजी वाटत होती.

तारबरोबरच्या युद्धातदेखील त्यांना एवढी काळजी करताना तिने पाहिले नव्हते. *रुद्रकडे असे ‘काय’ असावे जेणेकरून साक्षात महान बजरंगही चिंतीत व्हावेत.*

“मी तुला एक विचारू का? वानरांसाठी तू तुझा जीव का धोक्यात घालतीयेस?”

पद्मा रत्नामारूकडे पाहत हसली. ती मगापासून शांतपणे मागे उभे राहून सगळे ऐकत होती. “महाराज, मला तुमच्याबद्दल खूप आदर आहे. आणि तुमच्यासाठी काहीतरी करायला मिळावे हा माझाच गौरव आहे. एक समान शासन तुम्हाला हवे आहे. आणि मी इथून जाण्यापूर्वी मी ते तसे होण्यासाठी जिवाची बाजी लावायला तयार आहे.”

बजरंगांनी ओठावरुन जीभ फिरवली, “मी माझे सैन्य तुझ्याबरोबर पाठवेन. आणि तुझ्या सुंदर भावनेसाठी, शब्दांसाठी मी आभारी आहे. पण मीसुद्धा यथायोग्य, परिपूर्ण नाहीये हे मी तुझ्यापुढे कबूल केलेच पाहिजे. माझ्यासंबंधीच्या दंतकथांमुळे मी एक-पूर्ण निर्दोष वानर आहे असे सगळ्यांना वाटते. पण पद्मा, माझ्या हातूनही चुका होतच असतात.”

पद्माचा त्यावर विश्वास बसत नव्हता. तो वानरांचा राजा खूपच नम्रपणे वागत होता. “मला सर्व सैन्य नको आहे. कारण तसे झाले तर आपण त्यांच्यावर चालून येत आहोत असे रुद्रांना वाटेल. आपले हे कार्य शांतपणे, हळुवार पद्धतीने केले पाहिजे.”

“मग मी माझा कप्तान पाठवतो.”

“फक्त काही सैनिक पाठवा. आणि तो व रत्नालाही बरोबर येऊ द्या. तिच्याकडे या कामासाठी लागणारी योग्य प्रमाणातील उपहासगर्भता व निंदा करण्याचे कसब आहे.”

15

अर्जनच्या सैन्याने हल्ला केला तेव्हा नाग सैनिकही आपली शस्त्रे घेऊन सज्ज होते.

अर्जन घोड्यावर बसून समोरची धुमश्चक्री पाहत होता. इंद्रगडच्या सैन्यासमोर नागांनी आपआपल्या ढाली जवळ जवळ धरून एक भिंतच उभी केली होती. अर्जनचे सैन्य ती फळी मोडून काढण्याचा प्रयत्न करत होते. पण नाग अजिबात जागेवरून हलत नव्हते.

मग अर्जनच्या सैनिकांनी बेचकीसारखे एक उपकरण पुढे आणले व त्यातून त्यांनी त्या भिंतीवर भलामोठा पेटता दगडी गोटा जोरदारपणे मारला. तशी ती फळी मोडून पडली. संरक्षक फळी मोडल्यामुळे अर्जनचे सैन्य आत शिरले.

अर्जन नलकुवेराच्या मागे उभा होता. तो आताच लढाईत सहभागी होणार नव्हता. मानव व यक्ष स्वतःच योग्य ती कारवाई करत होते. त्याने मानव सैन्याची पायदळात व्यवस्था केली होती तर यक्षांना मागच्या बाजूने जळत्या बाणांचा वर्षाव करायची आज्ञा दिली होती.

आता नाग सैनिकही बेचकीच्या उपकरणातून दगड-गोट्यांचा वर्षाव करू लागले. "त्या दगडी गोळ्यांमुळे आपले लोक मरत आहेत." अर्जन म्हणाला. "आता मला जायला हवे."

"तुझे धुरंधर योद्धे पहिल्याच हल्ल्यात वापरू नकोस." नलकुवेराने म्हटले व त्याने पायदळाला पुढे जाण्याचा इशारा केला.

उडत येणाऱ्या सुपर्णांवर धनुर्धारी त्यांचे बाण फेकत होते. ते त्याने पाहिले. आपल्या हातातील जळते बाण फेकून सुपर्णही त्या हल्ल्याला हुलकावणी देण्याचा प्रयत्न करत होते.

आता नलकुवेराने हत्तींच्या दलाला पुढे यायला सांगितले. हत्तींच्या सोंडेवर लोखंडी चिलखत होते तर त्यांना काटेरी झालरही घातली होती.

त्यामुळे त्यांचा बचाव होत होता. त्यांच्या पायाखाली अनेक सैनिक दबत होते. हत्ती सैरावैरा फिरत होते, त्यामुळे सारी जमीन हादरत होती. काही हत्ती लोकांना सोंडेत धरून लांब फेकत होते.

हवेत लाल धूळ पसरली होती. त्यात ताज्या रक्ताचा वास मिसळला होता.

"तुला खूपच आत्मविश्वास वाटतो आहे असे दिसतेय." यक्षांच्या राजाला पाहून, अर्जन स्वत:शीच हसत हसत म्हणाला.

"तुला माहीतीच आहे की माझ्याकडे नेहमीच विविध योजना तयार असतात. मला वेळोवेळी कळवत राहा. का मला अंधारात ठेवणार आहेस... या वेळीदेखील?"

नलकुवेराने त्याच्याकडे पाहिले. त्याचा चेहरा सौम्य झाला. "या वेळी तुला काहीच वेगळे करायचे नाहीय. फक्त योग्य वेळ आली की हल्ला कर म्हणजे झाले..."

त्याच क्षणी एक भाला त्यांच्या दिशेने आला व तो नलकुवेराच्या छातीत घुसला. तो त्याच्या घोड्यावरून खाली पडला व कण्हू लागला. अर्जनने आपल्या घोड्यावरून उडी मारली व आपल्या मित्राच्या मदतीला पुढे आला. नलकुवेराचा चेहरा पांढरट पडला होता.

"माझी काळजी करू नकोस. आता तू त्या रणधूमाळीत घुसायची वेळ आलीय असे मला वाटतेय."

क्षणार्धात यक्ष सैनिक आले व त्यांनी त्यांच्या राजाला रुग्णशिबिकेवर घेतले व त्याला मागेच असलेल्या रुग्णालयात घेऊन गेले.

अर्जनला काळजी वाटली...पण क्षणभरच...कारण त्याला माहीत होते की आता त्याच्यावर योग्य ते उपचार होतीलच. त्याने आघाडीवर लक्ष केन्द्रित केले. इंद्रगडचे सैन्य समोरच्या सैन्याहून खूपच कमी होते. नागराणीने मानव सैन्याची मदत मागवली असेल असे कुणाला स्वप्नातही वाटले नव्हते.

अर्जनने तलवार उपसली.

व तो एखाद्या वादळाप्रमाणे रणांगणात घुसला.

━━━━━━━━━

तुंबळ युद्ध चालू होते.

अर्जनने दररोज भरपूर सराव केला होता. पण प्रत्यक्ष युद्धात भाग घेण्याचा त्याच्या आयुष्यातील हा पहिलाच प्रसंग होता. तो खूपच

प्रभावीपणे लढत होता पण तरीही शत्रूपक्षाने त्याला काही ठिकाणी शरीरात भोसकलेही होते. त्याच्या हाता-पायातून रक्त झिरपत होते.

परमेश्वरा, मला वाटत होते त्या पद्धतीने हे चाललेले नाही.

त्याने सकाळच्या न्यायमंडळाच्या सभेत कसा प्रभाव टाकला होता व स्वत:चा अधिकार प्रस्थापित केला होता हे त्याला आठवले. त्याने मनाशी योजल्यानुसार निष्पाप लोकांच्या प्राणाचे मोल त्या दिडदमडींच्या सरदारांना समजावून दिले होते.

पण आता त्याला...थकल्यासारखे...वाटत होते.

त्यांना विजय का मिळत नव्हता हे त्याला कळत नव्हते. तलवारबहाद्दरांकडून शिकलेले तलवारबाजीचे सारे कसब कुठे गेलेय त्याला कळत नव्हते.

अर्जन आता पुढे काय करावे या विचारात असतानाच एक नागसैनिक त्याच्यावर झेपावला व त्याच्याकडे त्याने भाला फेकला. अर्जनच्या अगदी जवळून तो गेला कारण तेवढ्यात तो बाजूला सरकला होता. तोच भाला उचलून त्याच्यावर उलट फेकायला त्याला काही सेकंदच लागले.

तो भाला आपल्या निशाणावर-रथाच्या चाकावर रूतला. चाकाने कोलांटउडी खाल्ली व ते मोडून पडले.

चला, आपण काहीतरी भरीव काम करतोय!

आणि अचानक त्याच्या पोटात वेदना होऊ लागल्या. अर्जनच्या पोटात काहीतरी खुपसले गेले होते. मागचा नाग सैनिक हसत त्याच्याकडे बघत होता हे वळल्यावर त्याला कळले.

त्याचा रथ मी मोडण्यात यशस्वी झालो तरी त्याने चाकू आपल्या पोटात मारलाच. त्याने तो चाकू खेचून बाहेर काढला. वेदनेचा एक कल्लोळ शरीरभर उमटला.

माझ्या सामर्थ्यावर मला विश्वास ठेवला पाहिजे.

मला तसे केलेच पाहिजे. ती सारी शक्ती आतून येतेय.

त्याने संताप आवरला व त्या नागाकडे तो झेपावला व त्याच्या छातीत त्याने तलवार खुपसली.

ही शक्ती...आत्मविश्वासातूनच मिळते.

स्वत:च्या सैनिकांकडे पाहिल्यावर त्याच्या लक्षात आले, ते मरत होते. नागराणी जिंकत होती!

त्याला अशक्त झाल्यासारखे वाटले. त्याच्या अंगातून बरेच रक्त वाहून गेले होते.

मला शिबिराकडे परतायला हवे.

अर्जन लडतखडत मागे जाऊ लागला. तेव्हा जमीन हादरत असल्याचे त्याला जाणवले. एक भयानक आवाज आसमंतात घुमला.

सर्वजण लढायचे थांबले.

काय होतंय तरी काय?

अर्जनने आकाशाकडे पाहिले. साऱ्या रणभूमीवर एक मोठी सावली... राक्षसाची सावली...पडली होती.

16

काही सेकंदातच कल्की भोवती घेराव झाला. पांढऱ्या बुरख्यातील लोक त्याच्या भवताली गोल करून उभे होते त्यांच्या हातात लहान बिचवे (चाकू) होते. आणि मध्ये अशक्त, दुर्बल झालेले व भुतासारखे भार्गवराम होते.

माझा आतापर्यंतचा सारा प्रवास...फुकट गेला. भार्गव माझ्याशी कायम खोटे बोलत आले.

“म्हणजे केवळ मला ठार मारण्यासाठी तुम्ही मला इथे बोलावत होतात का? खरं?” कल्कीने चकीत होऊन विचारले, “मग तुम्ही मला यापूर्वीच ठार का केले नाहीत?”

“कारण आता माझ्याकडे माणसे नाहीत. माझ्याकडे योद्धे सैनिक कोणीच नाहीत. मी आता खूप दुर्बल झालो आहे आणि ही माणसे...माझी पूजा तर करतात पण ते लढाई करू शकत नाहीत. यातील बऱ्याच जणांना शस्त्र हातात धरता येत नाही. अगदी हे लोकं सोडून बहुतेक सर्वच. तसेच तू अवतार घेऊन, मला ज्या देवाने शाप दिला आहे, त्याच्यासाठी तुझा बळी द्यायला हवा आहेस आणि सुदैवाने मला हुडकायच्या नादात तू तसा अवतार झालेला आहेस. तुझ्या छातीवरची ती खूण निर्देश करते आहे की तू आता माझा पुढचा निशाणा आहेस.” भार्गवांनी त्या शिष्यांना कल्कीजवळ जाण्याची खूण केली. “मी जेव्हापासून अशक्त व म्हातारा होऊ लागलो तेव्हापासून तेच माझी सर्व काळजी घेतात.”

“पण तुम्ही तर अमर आहात.”

“हो, बरोबर आहे. मी एक दुर्बल माणूस आहे पण मला त्या अवतारांकडूनच ऊर्जा मिळते.” भार्गव त्यांच्या परशूवर रेलून उभे होते. “म्हणून मी तुला प्रशिक्षण देण्याच्या आमिषाने इथे बोलावून घेतले. याहून माझ्या भक्ष्याला इथे आणण्याचा आणखी दुसरा कोणता मार्ग होता, असा मी विचार केला.”

"म्हणजे ते प्रशिक्षण वगैरे काहीही खरे नाही तर?" कल्की प्रचंड निराश झाला होता. पण त्याने ते वरवर दर्शवले नाही. त्याने तलवार हातात घेतली. जर का त्या धर्मगुरूंनी किंवा भार्गवाने त्याच्यावर हल्ला केला असता तर तिचा उपयोग करता आला असता.

"नाही, तुझा आयुष्याचा प्रवास इथे संपतोय. आता मी तुला ठार करणार आहे जेणेकरून मी सारे जग वाचवू शकेन."

"जगाचे रक्षण? अवतारांना ठार करून?"

"मी अवतार आहे!" तो ओरडला. "मी रक्षणकर्ता, जगाचा तारणहार आहे. मी कुणी भित्री भागुबाई नाही. तुम्ही स्वत:कडे नीट बघितले आहे का? तुम्ही अशक्त झाला आहात. तुम्हाला कायम-सतत कोणाची ना कोणाची मदत लागते आहे. तुम्हाला सत्य काय हे कळण्यासाठी खूप वेळ लागतो, एवढे तुम्ही मूर्ख आहात. तुमच्याशी तुलना केली तर मी खूपच शहाणा, हुशार आहे. मी शेकडो वर्षांचं आयुष्य उपभोगले आहे व मी सर्व शस्त्रांचा वापर करण्यात खूप वाकबगार आहे. माझ्याकडे शिवांचा परशु आहे. आणि माझ्यात विष्णुंच्या इतके सामर्थ्य आहे. मी..."

"तुम्ही एक शापीत आहात. तुमचा काळ आता संपत आलाय."

"तुला काही समजतंच नाहीये. कळलं का?" भार्गव हसले. "मी तारणहार आहे. या सर्व सर्गाचा नायक आहे. मुला, इकडे ये. आता तुला तुझ्या प्राणांचा त्याग करायला हवा, ज्यायोगे मी पुन: माझ्या तरण्याबांड स्वरूपात प्रकट होऊ शकेन."

"आणि मग पुढे काय? तुम्ही त्या स्वरूपात लढणार आहात का?"

"हो. मला पुन: पूर्ववत स्वरूप प्राप्त होईल. खराखुरा 'मी' पुन: अस्तित्वात येईन. तुझ्या त्या दिव्य अनुभूतीत मला जसे बघितलेस तसा मी पुन: दिसेन आणि मग मी अधर्माला ठार करेन." त्याने एका धर्मगुरूला कट्यार घेऊन पुढे बोलावले.

कल्कीने त्याच्यावर घाव घातला व त्याच्या पाठीत तलवार खुपसली. त्याच्या अंगातून रक्ताच्या चिळकांडया उडाल्या.

दुसरा धर्मगुरू पुढे झाला. त्याने कल्कीच्या खांद्यावर कट्यारीचा वार केला. कल्की किंचाळला. त्याने ती कट्यार उपसून काढली व त्याला लाथ घातली. तो लांब जाऊन पडला.

"आणि कृपाला हे माहीत होते का?"

"अर्थातच नाही. हे कोणालाही माहीत नाही. लोकांना वाटते की हे फारच उच्च प्रतीचे शिक्षण आहे." त्यांचे डोळे विचित्र पद्धतीने चमकत

होते. "तुझी वाट पाहतोय हे मी त्या दिव्य अनुभूतीमध्ये सांगितले ते त्यांना मूर्ख बनवण्यासाठी. दिशाभूल करण्यासाठी होते. त्यांच्यात फक्त एकच जण असा होता ज्याला मी फसवू शकलो नाही. जी व्यक्ती तुझ्यासाठी त्या पर्वतावर वाट बघत होती. तिला."

"कोण?"

"जांबवन."

कल्कीने डोळे विस्फारले. तो तर त्या अस्वली माणसापासून वाचायचा, त्याच्यापासून दूर राहायचा प्रयत्न करत होता. पण खरंतर तो त्याला कायम मदत करण्याच्या प्रयत्नात होता.

म्हणूनच त्याने पांढरा बुरखा धाऱ्यांवर हल्ला केला होता. तो मला सुरक्षित करत होता. मला वाचवत होता.

कल्कीने दात चावले.

अच्छा, तर हे असे आहे म्हणायचे. इथे येण्यासाठी मी जे श्रम घेतले, आटापिटा केला तो व्यर्थच होता तर. माझा परममित्र कृपाने उगाचच बलीदान केले. ते फुकटच झाले.

"तो कसा मेला?" दुसरा धर्मगुरू चालून आला म्हणून कल्की किंचाळला. त्याने तलवारीचा वार चुकवला व त्याचा पाय कापून काढला.

"कोण?"

"कृपा!"

भार्गवांच्या चेहऱ्यावरील भाव बदलले, "तो मेलाय?"

"हो."

"ते कसे शक्य आहे? पण...थांब...त्या लोकांना अमरत्वाचे वरदान मिळाले आहे असे लोक त्यांच्यापुढील जीवित कार्य संपले की मरण पावत असत. अशा प्रकारच्या अनेक गोष्टी माझे वडील मला सांगत असत. त्रिमूर्तीने तशी संमती दिली असेल तर तसे होत असे. पण मी स्वत: असे काही होताना पाहिलेले नाही..."

"हे भिकार दरिद्री म्हाताऱ्या, कृपा का मरण पावला हे तू तरी विचारू नकोस!"

कल्कीने जबडा विचकला. तो काही हालचाल करणार एवढ्यात दोन धर्मगुरू पुढे झाले व त्यांनी त्याला भोसकले.

दु:खातिरेकाने तो गुडघ्यावर बसला. त्याच्या पोटातून रक्त वाहू लागले. भार्गव पुढे झाले व त्यांनी त्याचे केस धरून त्याची मान तर केली

“कृपाला आणखीही एका तऱ्हेने मरण येऊ शकले असते.-ते म्हणजे शिवांच्या तलवारीने. ती तलवार गूढ आहे. तिच्या साह्याने शरीरावरची कातडी लोण्यासारखी कापली जाते. ती तलवार सम्राट शिवांनी स्वत: तयार केलेली आहे. वाईट प्रवृत्ती व वाईट योद्ध्यांना अलौकिक सामर्थ्याने ठार मारण्यासाठी त्यांनी ती तयार केलेली आहे. देवांनासुद्धा तिची भीती वाटते. सम्राट शिवांनी तयार केलेली प्रत्येक गोष्टच प्रचंड शक्तीशाली असणार हे आपणा सर्वांना माहितीच आहे.”

भार्गवराम मोठमोठ्याने खोकू लागले. एवढा वेळ बोलल्यामुळे त्यांना थकवा आला होता.

“पण मला त्याची पर्वा नाही. ती आता कुठे आहे हेही मला ठाऊक नाही. माझी ‘कठपुतळी’ मेली याचे मला वाईट वाटतेच आहे. पण त्याच्या मृत्यूसाठी दु:ख करण्याची ही वेळ नाही...”

म्हणजे त्याने मला जे जे काही सांगितले ते सर्व खोटे होते तर!

भार्गव पुढे म्हणाले, “मी पुन: महानायक होईन. अखेरीस मीच पुन: महानायक होणार आणि सारे जग त्या गोष्टीला साक्ष असेल. मी जे जे गमावले आहे ते पुन: मिळवीनच.”

“तुझ्या लक्षातच येत नाहीय...” तो परमावधीचे दु:ख/वेदना सहन करत असला तरी तो बोलत होता, “एखाद्या नायकाला स्वत: महानायक ठरवण्यासाठीच फक्त योग्य गोष्ट करायला लागत नाही. तो ती करतो कारण ती ‘योग्य’ असते. त्याने जर तसे नाही केले तर तो महानायक असून काय होणार आहे? त्याला महानायक कोण म्हणणार?”

कल्की पुन: उभा राहिला. त्याची शक्ती परत आलीय असे त्याला वाटले. त्याने दुर्बल-अशक्त भार्गवला हाताने धरल्यावर त्याचा तो विश्वास वाढीस लागला. कल्कीने भार्गवचा हात पिरगाळल्यावर तो कण्हू लागला.

“तुला एक नायक होण्याच्या फुटकळ नादात तू एक गोष्ट विसरलास. हे सर्व ‘योग्य’ गोष्ट करण्यावर अवलंबून आहे.”

“पकडा त्याला” कल्कीच्या, घट्ट पकडीतून स्वत:ला सोडवून घेत तो इतर धर्मगुरूंकडे पाहून ओरडला.

ते त्याच्याभोवती जमा होऊन त्याला भोसकणार एवढ्यात कल्कीने ‘तो’ आवाज ऐकला.

“मानवा, मी परत आलोय.”

शेपटीने व पार्श्वभागाने त्याने साऱ्या धर्मगुरूंना ढकलून दिले. “चल उडी मारून बस! आपल्याला निघायला हवे.”

त्याने घेराव्यातील लोकांना ठोसे मारले व घोड्यावर बसून टाच मारली. ते तिथून बाहेर पडून देवळाच्या दाराकडे जाऊ लागले.

दार जवळ येऊ लागताच देवदत्ताने पायावर जोर देऊन उडी मारली व दार ओलांडून तो बाहेर पडला. "थांबवा! त्यांना रोका!" भार्गवच्या आरोळ्या त्यांना ऐकू येत होत्या.

"गृहस्था, मी तुला कायमच वाचवत आलोय!"

"ओहो! आणि मलाही त्याची सवय झालीय."

कल्कीचा सुटकेमुळे झालेला आनंद औट घटकेचा ठरला. इतर धर्मगुरूही त्यांच्या घोड्यावर बसून त्यांचा पाठलाग करत होते. थोड्याच क्षणांनी कल्कीने एक भयंकर आवाज ऐकला.

एकाचा भाला त्याच्याजवळून गेला. पण अगदी काही इंचांनी तो चुकला.

"मित्रा, आपल्याला जलत गतीने जायला हवे नाहीतर आपण मरुच."

त्याच क्षणी त्याने गदारोळ ऐकला.

तो आवाज ओळखीचा होता.

कल्कीने घोड्याला थांबवले. तो वळला, त्याने पाहिले तर जांबवन त्या धर्मगुरूंना मारत होता. पळून जात असताना त्यातील बरेचजण खाली पडले. तो कल्कीचे रक्षण करत होता.

"तू त्याच्यावर विश्वास ठेवू शकतोस? तशी तुला खात्री आहे?"

"मला त्याशिवाय पर्यायच नाहीय. तसेही तो पर्वतावर माझी वाट पाहत थांबला होता आणि भार्गव माझ्याशी कसे वागले हे त्याला माहीत असावे. म्हणूनच त्याने आपल्याला वाचवायचा प्रयत्न केलाय."

"ओह, छान, पण वरवरचा चेहरा किती फसवा असतो, हे तुला माहीतच आहे!"

तत्क्षणी त्याला सम्राट वामनांचे 'तेच' शब्द आठवले. त्याच्या पाठीतून थंड शहारा आला.

ती दिव्य अनुभूती दुसरे काय करते?

त्या मंडळींना मारून जांबवन सभ्यपणे कल्कीकडे आला. तो राक्षसांचा राजा प्रत्यक्षात एक लोकरीचा वेष धारण केलेला एक माणूसच आहे हे त्याच्या लक्षात आले. त्याने सुंदरसे हास्य करत कल्कीकडे पाहिले.

"धन्यवाद!" कल्कीने शांततेचा भंग केला. "तू तेव्हा मला वाचवायचा प्रयत्न करीत होतास हे माझ्या लक्षातच नाही आले."

"तू मला दुखावलेस."

"काय? नाही नाही. मी नाही केले तसे...ते..."

जांबवन खाकरला, "तुझ्या अंगातून रक्त येतेय. पण होईल ते बरे. खूप काही शिकण्यासारखे आहे. पण वेळ मात्र कमी आहे. चला." तो म्हणाला व डोंगरावरून खाली येऊ लागला.

"तुम्ही माझे शिक्षक व्हाल?"

"आह, खरंतर नकोय व्हायला, पण चालेल."

कल्की देवदत्तावर बसून त्याच्या मागे जाऊ लागला. किमान हा प्रवास तरी वाया गेला नव्हता असा विचार त्याच्या मनात येऊन गेला. त्याला एक नाखूष पण महान शिक्षक मिळाला होता.

110

17

पद्मा एका ओक वृक्षावर हातात दोर घेऊन बसली होती. त्या दोरीचे एक टोक झाडाला बांधले होते आणि विरुद्ध बाजूच्या झाडावर रत्नामारू उभी होती. वानर झाडांच्या व झुडुपांच्या मागे लपले होते.

आणि आता आपण वाट पाहू.

खाली जमिनीवर स्म्रित, रत्नामारूची सहकारी, घाईघाईने रक्षकांकडे धावत चालली होती. रक्षक रुद्रच्या शिबिराच्या प्रवेशद्वारापाशी उभा होता. त्याच्या हातातल्या भाल्यावर लाल रुमाल बांधला होता.

त्यांचे संभाषण ऐकण्यासाठी पद्माने कान टवकारले.

"तू इथे काय करतीयेस? तुला इथे यायची परवानगी नाहीये." रक्षक ओरडला.

"महाशय, कृपा करा. माझे वाहन बिघडले आहे. मला मदत करा. मला साहाय्याची गरज आहे."

"मी कसलीही मदत करू शकत नाही."

"महाशय, कृपा करून मला माझी भांडी उचलायला मदत करा."

स्म्रित तिची भूमिका चांगली वठवत होती. तिचे ते असहाय्यपणे विनंती करण्याचे कसब पाहून पद्मा प्रभावित झाली. वास्तवात ती गरजवंत सोडून सारे काही होती.

रक्षकाचा नाईलाज झाला व तो मदत करायला तयार झाला. तो स्म्रित बरोबर, पद्मा जिथे उभी होती तिथे येऊ लागला.

ते ओक वृक्षाजवळ पोचताच तो वळला व स्म्रितला म्हणाला, "इथे कुठलीच गाडी दिसत नाहीये."

पद्माने एक क्षणही न दवडता दोर धरत जमिनीवर उडी मारली. सहजपणे तिने रक्षकाच्या गळ्याभोवती दोर आवळला. त्याच वेळी रत्नामारू तिथे आली व तिने त्याच्या हातातील भाला घेतला.

"तू वानरांवरती हल्ला का केलास?" रत्नामारू म्हणाली.

त्या माणसाचा श्वास कोंडला होता.

"पद्मा, त्याला श्वासही घेता येत नाहीय." रत्नामारू म्हणाली.

रत्नाने गळ्यावरची पकड सैल केली, जेणेकरुन त्याला श्वास घेता आला. "तू वानरांवर हल्ला का केलास? ते सांग, मग मी तुला सोडून देईन."

रक्षक चकार शब्द काढेना.

पद्माने दोर आवळला, "काय दुखतंय ना? तू जर बोलला नाहीस तर मी दोर आणखी आवळेन."रत्नामारू तिच्याकडे काळजीयुक्त नजरेने पाहते आहे हे तिला डोळ्याच्या कोपऱ्यातून दिसले.

मी अतीच करत नाहीय ना?

रक्षक ती पकड सैल करण्याचा प्रयत्न करीत होता. पद्माने दातओठ खाल्ले व ती आता ती पकड आणखी घट्ट करणार एवढ्यात तिच्या मागून आवाज आला.

"मुली, त्याला सोडून दे."

रुद्र बरोबर आलेला लोंढा त्यांना दिसला. त्या सर्वांनी राक्षसाचा मुखवटा घातला होता व त्यावर लाल डोळे रंगवले होते. त्यांच्या हातात भाले होते.

समोर उभ्या असलेल्या माणसाला पद्माने विषारी भागात असताना पाहिले होते. तो कदाचित त्यांचा नेता असावा. पद्माने दोर सैल केला. तो श्वास घेत धडपडत खाली पडला. त्याचवेळी वानर झुडुपांमागून पुढे आले पण ते रुद्रांच्यासमोर अगदीच किरकोळ वाटत होते.

पद्माच्या डोळ्यादेखत वानर भराभर मरत होते. निष्ठुरतेने त्यांचा फडशा पडत होता. काही मिनिटातच सारे वानर ठार झाले.

रुद्रांच्या नेत्याने पद्मा, रत्नामारू व स्मिरत कडे पाहिले. ते तिघेचजण जीवंत राहिले होते. "ही तुमची अगदी फालतू, मूर्खपणाची योजना होती. मुली ती तू आखली होतीस का?" त्याने विचारले. तो पद्माच्या अगदी जवळ आला होता.

पद्मा काहीच बोलली नाही. तिने रत्नामारूकडे पाहिले.

ते किती वेगाने तिथून पळून जात आहेत यावर त्यांचे जीवन अवलंबून होते.

"तू त्याचे नवे प्यादे आहेस ना? बरोबर?" नेता उद्गारला. "तू त्या मूर्खाच्या, माथेफिरूच्या नादी लागू नकोस. तो पक्का ढोंगी आहे."

पद्माने नाक फेंदारले, "सम्राट बजरंगांबद्दल वाईट्साईट बोलू नकोस. ते एक महानायक आहेत."

"असा महानायक आपल्या गर्भारशी बायकोला सोडून देतो का?" नेता ओरडला.

"प्रेमिका?" पद्मा उद्गारली, "तू सम्राट बजरंगांऐवजी दुसऱ्या कुणातरी विषयी बोलत असशील. ते तर ब्रम्हचारी आहेत."

"बरोबर, त्यांना साऱ्या जगाने तसेच ओळखावे असेच त्यांना वाटते." मग त्या नेत्याने आपला मुखवटा काढला. आत पांढऱ्या रंगाचे वानर होते.

त्यांच्यातील साम्य विलक्षण होते.

"पण ते जर ब्रम्हचारी असतील तर मग मी कोण आहे?" त्याने विचारले.

रत्नामारू गोंधळून पुढे आली. "म्हणजे तू..."

"होय" पांढऱ्या केसांच्या वानराने मान डोलवली. "मी मच्छनू आहे, बजरंगाचा पुत्र व किष्किंधाचा वारस."

18

मनसाने सर्व काही नीट योजून ठेवले होते. परंतु कली दानवांबरोबर असेल हे तिने कधी स्वप्नातही बघितले नसते.

ते खूपच अवाढव्य होते, जडशीळ होते. त्यांची ऊंची किमान 20 फूट असावी, असे मनसाला वाटले. आणि त्यांचे लाल भडक, थंड आणि राक्षसी आकाराचे डोळे पाहून मनसाच्या अंगाचा भीतीने थरकाप उडाला. ते कुठून एकदम, अचानक प्रकट झाले होते कुणास ठाऊक?

पण हा कली कुठे उलथलाय?

त्या दानवांच्या प्रत्येक पावलागणीक जमीन हादरत होती. त्यातील एकाने हातातील सुपर्णाला चिरडले तर दुसऱ्याने जमीनीवरील नागाला चिरडले.

"महाराणी!" ऐरावनने घोड्यावर बसूनच म्हटले. तो जखमी झाला होता. "आपण माघार घ्यावयास हवी."

"आपण...*नाही!"*

तिला तसे करायचे नव्हते. पण दानव महाप्रचंड शिरकाण व हत्याकांड करत होते त्यांच्या पायाखाली असंख्य लोक चिरडून मरत होते.

"आपण शिबिराकडे परत जाणे गरजेचे आहे. असल्या राक्षसांशी संघर्ष करण्याची आपल्याला सवय नाहीय. परमेश्वरा, हे सैतान आपल्याला भारी आहेत." दानवांच्या वातावरणातील भीतीदायक आरोळ्यांनी काळजी वाटून ऐरावन उद्गारला. "मला वाटते की हे दानव भयानक गूढ प्राणीच आहेत."

दानव...

हे जर खरे असतील तर ते 'पुरातनही' असणार.

मनसाने दीर्घ श्वास घेत दानवांकडे पाहिले. ते फक्त चारजण होते.

मी हे सारे असे घडू देणार नाही.

तिच्या अगदी समोर, पुढ्यातच सैनिक दानवांच्या पायाखाली फुटत होते. सैनिक शस्त्रे फेकून दया-याचना करीत होते.

मनसा तिच्या घोड्यावरुन उतरली. भाला घेऊन ती सैनिकांकडे धावली व तिने एका राक्षसाच्या पायात तो खुपसला.

राक्षस संतापाने किंचाळला.

"पळा!" तिने आपल्या नाग सैनिकांना आज्ञा दिली. त्यांनी तिला धन्यवाद दिले व ते माघारी पळू लागले. ते निघून जाताच मनसाही त्या दानवांपासून दूर झाली. त्या घाईत ती सैनिकांना धडकली व पडली. तिने डोळे उघडले व बघितले. ऐरावनचा घोडा तिच्यावर सावली म्हणून उभा होता.

ऐरावनने तिच्यापुढे हात केला. तिने तो पकडला व घोड्यावर उडी मारली. ती त्याच्या मागे बसली व ते दौडत निघाले.

मनसाचे एकमेव शस्त्रही तिने गमावले होते.

"सेनापती, माघारी चला. तसे निशाण फडकावा."

"महाराणी, आपण शरणागती घेत आहोत?"

"परमेश्वरा, नाही...आपण तात्पुरती माघार घेत आहोत."

ते आपल्या शिबिराकडे येत असताना तिच्या मनात फक्त एकच विचार घोळत होता.

मला ब्रह्माच्या डोळ्यातील चवथा कपचा वापरावा लागणार...बहुतेक.

19

कल्कीने टेराकोट्याच्या पेल्यातील सूपचा घोट घेतला. त्याच्या मनात असंख्य विचारांचा कोलाहल माजला होता.

ते काही मिनिटे चालून जांबवनाच्या गुहेत सुमारे तासापूर्वी पोचले होते. त्या गुहेतील मिट्ट काळोख व पूर्ण शांतता त्याला अस्वस्थ करत होती. ते थोडा वेळ आणखी चालत गेले. तेव्हा त्यांना आजूबाजूला आगीचे दिवे टांगलेले दिसले. जांबवनाने कल्कीच्या जखमांना मलमपट्टी केली. आता त्यातून रक्त येण्याचे थांबले होते. त्याला विश्रांती घेण्यास सांगण्यात आले. कल्की जमिनीवर झोपला. तेवढ्यात जांबवनाने त्याच्यासाठी सूप करण्यात स्वतःला गुंतवून घेतले.

कल्की त्या महाकाय राक्षस राजाकडे पाहत होता. व गावातून आणलेले काही अन्नपदार्थ खात होता.

"मी इथे असेन हे तुम्हाला कसे काय कळले?"

"वासामुळे." त्याने नाकाला स्पर्श केला. "खूपच तीव्र वास. हवेच्या झुळुकीमुळे तो वास जाणवला."

त्याचे घ्राणेंद्रीय फारच तीक्ष्ण दिसतेय. त्याने गाढ झोपलेल्या देवदत्तकडे पाहिले. त्याने त्याचा जीव पुन: एकदा वाचवला आहे.

"तुला प्रत्यक्ष बघेपर्यंत तू इकडे या पर्वतराजीवर आला असशील असे वाटले नव्हते." त्याने डोके हलवले.

"मला त्यामुळे आनंद वाटला."

जांबवनाने जेवण संपवले व मोठा ढेकर दिला.

"ते हिंसक भयानक होते. त्यांच्या मनात काय होते ठाऊक नाही."

भार्गवाने जे काही म्हटले, ते कल्कीने सूप तयार करणाऱ्या जांबवनाला सांगितले होते.

"आता मी काय करू?"

"प्रशिक्षण, आता तुला शिक्षण घेतलेच पाहिजे." उत्साहाने त्याने मान डोलवली.

"तुम्ही मला खरेच शिकवाल?"

"हो, तुझ्या सामर्थ्याला शिस्त लावणार. ते खूप महत्त्वाचे आहे." जांबवनाने दीर्घ श्वास घेतला. "चक्र. चक्रांवर ताबा मिळव म्हणजे तू आणखी मजबूत-बळकट होशील. ते शिकून घे."

"तुम्ही मला ते शिकवाल?"

"हो, त्या हिंसकाला पराजित करण्यासाठी शिकवेन."

"आणि मग अधर्माचे काय?"

"त्यालाही. ते सोपे नाहीय. पण माझ्या काकांच्या तलवारीचा वापर कर."

काका? ओह. म्हणजे सम्राट शिवा म्हणायचेय. काही संस्कृतीत, लोकांत त्रिमूर्ति हे भाऊ भाऊ आहेत असा. समज आहे, हे त्याला आठवले.

"त्या तलवारीने मारता येते, नष्ट करता येते. अमर माणसांना देखील ठार करता येते. फक्त युगातील खरा अवतारच तसे करू शकतो."

"का बरे?"

"तो एक दोषच आहे. प्राचीन काळी असुरांमुळे तसे झालेय. त्याचा वापर त्यांनी अवताराविरुद्ध केला होता. त्यामुळे काकांनी तसाच नियम करून टाकला. फक्त अवतारच त्याचा वापर करू शकतात. इतर कुणीही नाही."

"आपण ती आणायला जायचे का?" कुठे आहे ती?"

त्यांनी डोके हलवले. "प्रथम शिक्षण घ्यायला हवे-नियंत्रणाचे. त्याची आधी निकड आहे. तुमच्या भावनांवर व स्वत:वर नियंत्रण राखता यायला हवे."

कल्कीने मान हलवली. त्याची डोकेदुखी दिवसेंदिवस वाढतच चालली होती. त्याने त्या दिव्य अनुभूतीवर नियंत्रण ठेवण्याचा प्रयत्न केला होता. पण ते अवतार सतत त्याच्या नजरेसमोर येतच होते.

"तुम्ही मला एवढी मदत, साहाय्य का करीत आहात?"

"माझ्या वडिलांनी मला इथेच वाट बघत थांबायला सांगितले होते. मला तशी सूचना त्यांनी केली होती. मी तुझा गुरु व्हायलाच हवे म्हणून."

सम्राट ब्रह्मा खरोखरीच या अस्वली माणसाचे वडील आहेत का?

कल्कीने जांबवनाकडे संशयी नजरेने पाहिले. ठीकच आहे. आपल्याशी खोटे बोलण्याचे त्यांना काहीच कारण नाहीय.

भार्गवालाही कल्कीला खोटे सांगायचे कारण नव्हते. कल्कीला कायमच इतरांची मदत, साहाय्य लागतेच व लागणार, असे त्याने सांगितलेच होते की, तो अशक्त, दुर्बल आहे म्हणून.

कल्कीने ओठावरुन जीभ फिरवली. त्याला स्वत:च्या समजुतीचीच आता शंका येऊ लागली. "भार्गव म्हणतात ते खरे असेल तर?"

"कशाबद्दल?" जांबवन गुरगुरला.

"माझ्याबद्दल. मी दुर्बल आहे असे मला वाटतेय आणि देवदत्त व तुम्ही वेळेवर तिथे आला नसतात तर भार्गव मला ठार मारण्यात यशस्वी झाले असते." जांबवन त्याच्याकडे प्रश्नार्थक चेहऱ्याने पाहू लागले. ते आता काय म्हणतील याचा अंदाज करण्याचा प्रयत्न कल्की करू लागला.

पण जांबवन जे काही म्हणाले त्याचे त्याला आश्चर्यच वाटले.

"सर्वच अवतार दुर्बल, अशक्तच असतात. मूर्ख असतात. पण मग ते माझ्याकडूनच सारे शिकतात."

"तुम्ही? तुम्ही त्यांचे गुरु होतात?"

"मी बऱ्याच जणांना शिकवले. पण फक्त चक्रांवर कसा ताबा मिळवायचा हेच. बाकी सर्व त्यांचे ते शिकले."

"हे फारच अद्‌भुत आहे. आता आपण प्रशिक्षणाला सुरुवात करू या."

जांबवन गुरगुरले, "नाही. आता तू विश्रांति घे. काहीच नाही असे नाही, पण थोडेफार काहीतरी मिळवण्यासाठी तू खूप दूरचा प्रवास करून आला आहेस. आणि तुझा प्रवास अजून अपूर्ण आहे. तुझी योग्य अशी प्रगती झाली आहे पण ती अजून खूप व्हायलाही हवी."

जांबवन बरोबर व योग्य तेच बोलत होते. कल्की मोठा झाला होता. तो आता भितरा, घाबरट राहिला नव्हता. तो परिपूर्ण नव्हता. व आपण स्वार्थरहित व्हायला हवे असे त्यालाही वाटत होते.

मी शांबलामध्ये ज्या चुका केल्या त्यांची पुनरावृत्ती व्हायला नकोय.

"तू आता चांगलाच सामर्थ्यशाली झाला आहेस. आणि शहाणाही" जांबवन मनापासून म्हणाले व मग त्यांनी मोठयाने ढेकर दिला.

कल्कीला त्यांच्यावर हसावेसे वाटत होते. ते त्या दिव्य अनुभूतीत भार्गव जसे तेजस्वी दिसत, तसे दिसत नव्हते. ते एक विचित्र व अस्वलाप्रमाणे दिसत होते. जांबवन म्हणून कोणी व्यक्ती अस्तित्वात आहे हेसुद्‌धा त्याला इथे येईपर्यंत माहीत नव्हते. "मला, मी एकादा

महानायक आहे असे वाटत नाहीये." कल्कीने हाताची घडी घातली. "तुमच्याकडे एखादे ब्लँकेट किंवा कांबळ आहे का?"

जांबवनने मान डोलवली. त्यांनी पिशवीतून एक कांबळ काढून त्याच्याकडे फेकली. त्याने ती अंगाभोवती लपेटून घेतली. थंडी वाजल्यामुळे व थकल्यामुळे तो तिथेच झोपी गेला.

"मला माझ्या घरी परतायचेय."

"परत जायचेय? नक्कीच जायचेय. पण ते नियंत्रण मिळवल्याशिवाय नाही. डोके दुखू लागले का?"

कल्कीचे डोळे विस्फारले, "होय, आठवड्यातील दर दिवशी मला डोके-दुखी आहेच."

"असे बऱ्याच जणांना होत असते. पण फार कमी जण त्यावर ताबा ठेवतात. डोकेदुखी,...नियंत्रण नसणे. चक्रावर," त्यांनी दीर्घ श्वास घेत म्हटले, "हेच तुझ्या सामर्थ्याचे रहस्य आहे."

कल्कीने डोके हलवले, "माझ्यात शक्ती नाहीय. मी अशक्त आहे. भार्गव बरोबर म्हणत होते." त्याचा धीर खचत चालला होता. आपली शुद्ध गेली असे त्याला वाटले. हा सर्व प्रवास नाहक झाला होता.

जांबवन हे ऐकू इच्छित नव्हते. त्यांनी कल्कीचे खांदे पकडले व त्याला उचलले. काय प्रतिक्रिया द्यावी हे न कळून कल्कीने त्यांच्याकडे पाहिले.

त्याच्या डोळ्यात पाहत ते म्हणाले, "भार्गव दुर्बल आहे. तू नाहीस. सारे जग तुझ्या विरोधात गेले तरी स्वतःवर विश्वास ठेव. खरे नायक अशा परिस्थितीतून तावून सुलाखून निघत असतात, हे कायम लक्षात ठेव."

त्या अस्वली माणसाची नखे त्याच्या शरीरात खुपत होती. त्यांच्या शब्दांनी त्याला जाग आली.

मी हा सारा खटाटोप सोडून देणार नाही. मी जर का हे एवढे सारे सहन करून इथे पोचलोय तर काहीतरी नवीन शिक्षण घेणे मला क्रमप्राप्तच आहे.

मी हे सोडून पळ काढणार नाही.

"ठीक आहे. ठीक आहे."

जांबवन मागे सरकले. त्यांचा राग आता गेला होता. त्यांच्या चेहऱ्यावर स्मित पसरले.

"ठीक तर मग. आपण कुठून सुरूवात करू या?"

20

ब्रह्माच्या डोळ्यातील कपचच्यामुळे मनसाची शुद्ध हरपत चालली होती. तिच्या डोळ्यापुढे अंधुक अंधुक दिसू लागले. ती अर्ध्या तासापूर्वीच लढाईतून माघार घेऊन परत आली होती आणि ती विचार करत बसली होती. त्या कपच्यामध्ये तिला मृत शरीरांचा खच पडलेला दिसत होता.

मी पुन: युद्धाचा निर्णय घेऊन ते केले तर? मग काय होईल? असा तिने त्या कपचाला प्रश्न केला. व तिच्यासमोर विविध दृश्ये येऊ लागली.

त्या चवथ्या कपचामुळे पुढे काय होईल, तिने जर इंद्रगडवर पुन: हल्ला केला तर काय घडेल?...दानव नागांवर तुटून पडत होते, सुपर्णांना चिरडून टाकत होते...आणि...आणि मधोमध कली उभा असलेला तिला दिसला.

त्याच्या डोक्यावर टक्कल नव्हते, तर कुरळे, सोनेरी केस व सोनेरी बुब्बुळे असलेले डोळे विराजमान होते. समोर रणकंदन सुरू होते. रक्तपात होत होता व तो रणभूमीत अनिर्बंध स्वैर संचार करत होता. मग त्याने मनसाला पाहिले व तो तिच्याकडे पाहून हसू लागला.

दानवांनी तिला पकडून ठेवले होते तरी तो का हसत होता हे तिला कळेना. तिने डोळे बंद करताच त्या प्रतिमा वितळू लागल्या. विरू लागल्या.

मी आता काय करू?

तिने त्या कपच्याला असा प्रश्न कधीच विचारला नव्हता.

तिच्या समोर ते दृश्य दिसू लागताच तिला नवल वाटले. मनसाला एक लहानसा बोळ (गल्ली) दिसली. कोणीतरी तिच्याकडे धावत येत होता. ती स्त्री होती. तिचा एक हात अपंग होता. तिच्या दुसऱ्या हातात यादी होती.

ही तर मीच आहे. मी कोणापासून पळत दूर जात आहे? बुरखाधारी काही लोक तिच्या मागे येताना तिला दिसले. त्यांचे डोळे निळे होते व

त्यांच्या बाहूवर साप नाग गुंडाळले होते व ते तिच्यावर हल्ला करायच्या तयारीत होते.

हे कोण आहेत?

प्रतिमा अंतर्धान पावली व ती विभिषणाच्या तंबूत परत आली. तिच्या डोक्यात तीव्र वेदना होत होत्या. त्या कपचाचा वापर केल्याचा तो परिणाम होता. तिच्या नाकातूनही रक्ताची धार लागली होती.

ऐरावन रुमाल घेऊन धावला. विभिषणाला काळजी वाटत होती.

"तू ठीक आहेस ना?" दक्षिणी राजाने विचारले.

"माझे डोके दुखत आहे. पण होईल ते सुरळीत." मनसाने कपाळाला हात लावला व ती कण्हली. तिने तो कपचा कोटाच्या खिशात टाकला व आपला तळहात डोळ्यांवर ठेवला.

"महाराणी, तुम्हाला त्यात काय दिसले?"

"आपण जर पुन: हल्ला केला तर आपण सर्वच मरून जाऊ." मनसाने खरेखुरे सांगितले.

"अरे बापरे" विभिषण म्हणाला व त्याने खुर्चीत बसकण मारली.

"दानवांनी हल्ला केलाय...व त्या हल्ल्यामागे कली होता."

"अरे परमेश्वरा! मला ते समजायला-सुचायला हवे होते." विभिषण हादरला. ती महाभयानक राक्षसी जमात फारच पूर्वी अस्तित्त्वात होती. कली त्यांना कसे काय घेऊन येऊ शकला हेच मला समजत नाहीय.

"आता ते आपले शत्रू आहेत. आणि आपण योग्य योजना न आखता हल्ला केला तर आपण सपशेल हरू. आता यापुढे मी काय करावे हे त्या कपच्याला विचारले तेव्हा मी एक यादी घेऊन पळते आहे असे दिसले. नाग लोक माझा पाठलाग करत होते. माझेच लोक मला मारण्यासाठी माझाच पाठलाग करत होते. याचे मला आश्चर्यच वाटले" मनसाने नि:श्वास सोडला. सरळ उभी राहत समोर उभ्या असलेल्या दोघांकडे पाहत होती. "या सर्वाचा काय अर्थ होतोय तेच कळत नाहीय."

ऐरावन व विभिषणाने अविश्वासाने तिच्याकडे पाहिले. काही वेळ तंबूमध्ये भीषण शांतता पसरली.

"मत्प्रिये, त्या कपच्यांना काय सांगायचेय हे मला समजलेय असं मला वाटतंय!" विभिषण पटकन म्हणाला. समोरचे दोघेही चकित झाले. तो एका कोपऱ्यात गेला व एक पुस्तक घेऊन आला. ते चाळून तो म्हणाला, "प्रमिलाजींनी मेघनादविषयी एक पुस्तक लिहिले आहे, हे मी तुला बोललो होतो. तुला आठवतेय? त्यात सम्राट रावणांविषयी

एक परिच्छेद आहे. त्याच्या इलावर्तीवरील विजयाच्या वेळी त्याने दानवांचा पराभव केला होता. त्याने नरकावरदेखील कब्जा मिळवला होता. नरक म्हणजे काय ते माहीत आहे का? जगाचा अंत, शेवटले टोक. तिथे राक्षस व असुर हे एकत्रपणे राहतात." तो वाचू लागला. "त्यांनी दानवांना कुठल्या पद्धतीने पराजित केले माहितीये का? सोमापासून बनवलेल्या बॉम्बचा आधार घेऊन..." मनसा व ऐरावन उत्सुकतेने ते ऐकत होते.

"बॉम्ब?" मनसाला धक्काच बसला व ती किंचाळलीच.

"हे तर महायुद्धाप्रमाणेच दिसतेय!" तिने डोके हलवले. "मत्प्रिये, कदाचित त्या वेळी तो तेवढाच एक मार्ग शिल्लक राहिला असावा. दानव हे अचाट शक्तीवान होते. राक्षस व असुरांनाही पुरून उरतील किंवा त्यांच्यापुढे ते उभेच राहणार नाहीत, एवढे ते शक्तीशाली होते."

"नाही, ते मला माहीत आहे." मनसाने मान डोलवली, "त्यांनी त्या लढ्यात बॉम्बचा कशा पद्धतीने वापर केला?"

"त्याने त्याच्या, अभियंते व शास्त्रज्ञांबरोबर काम केले, संशोधन केले, अशी एक समजूत आहे की रावणाने ते बनवण्याची कृती एका कागदावर लिहून ठेवली होती. आणि मग आपल्या विश्वासू लोकांकडून त्यावर काम केले."

मनसा हसली, "ती यादी तुझ्याकडे असेलच."

"मत्प्रिये, दुर्दैवाने माझ्याकडे ती नाही. माझे वडील व सम्राट रावणाचे काही मुद्द्यावर अजिबात पटत नसे. सम्राट राघवांबरोबर युद्ध छेडावे की नाही या विषयावर दोघांमध्ये प्रचंड मतभेद झाले व त्यामुळे रावणांनी माझ्या वडिलांना, त्यांच्या भावाला, भाऊ म्हणून नाकारले. मी त्या यादीसंबंधी, कृतीसंबंधी काही वाचले होते म्हणून मला त्याबाबतची माहिती कळली. ती विद्या माझ्याकडे आली नाही."

"महाराणी, मी जरा बोलू का?" ऐरावन बोलायला उत्सुक होता.

"हो, हो, सेनापती बोला."

"मी जेव्हा कद्रूजींकडे काम करत होतो तेव्हा त्या ती कृती व यादी सम्राट रक्तपाकडून घेणार होत्या असे मी ऐकले होते. रक्तपा इलमचे राजे होते. आता ते वरुणगडावर असतात. ती कृती मिळाल्यास आपली जमात सर्वात श्रेष्ठ ठरेल असे त्या म्हणाल्या होत्या."

"म्हणजे कद्रूला त्या बॉम्बच्या कृतीबाबत आधीच माहिती होती असे तुला म्हणायचे आहे का?" सोमापासून अस्त्रे बनवायची आहेत

असे कद्रू आपल्याला म्हणाली होती हे तिला आठवले. त्यासाठी कद्रू सुपर्णीकेला गेली होती-तिथून बॉम्ब बनवण्यासाठी सोमाची झाडे तिला चोरून आणायची होती. पण मनसाने तिला अडवले होते.

"तिला या योजनेची माहिती होती. मला वाटते की सम्राट विभिषण म्हणतात ते खरे आहे."

"पण मग रक्तपाकडे जर का ती कृतीची यादी होती तर त्यांनी काहीच का केले नाही?" तिने विचारले.

"कदाचित त्याला सुपर्णीकेवर हल्ला करायचा नसावा." किमान आता तरी त्याला बॉम्बची गरज नसेल. जर का कुठलेही युद्ध झाले तर राक्षस त्याला तोंड द्यायला तसेही सक्षम आहेतच!"

मला ती कृती मिळवलीच पाहिजे. मला वाटते की हे युद्ध जर का आता जिंकायचे असेल तर तेवढा एकच मार्ग दिसतोय.

"आता पुढचा हल्ला कधी होईल असे तुला वाटतेय?" मनसाने ऐरावनला विचारले.

"मला ठाऊक नाही. त्यांनी बराचसा फौजफाटा गमावला आहे. पण ते आणखी दानव रणांगणात उतरवणारच नाहीत असे सांगता येणार नाही. ते कदाचित उद्या सकाळी हल्ला करतील."

"अरेच्चा! वरुणगडला पोचायलाच एक पूर्ण दिवस लागेल. सेनापती, माझ्यासाठी विमान सज्ज करा." मनसा म्हणाली. सुपर्ण जे उडते रथ वापरत त्याबाबत ती म्हणाली, 'विभिषणा, मी जातेय तेवढा वेळ किल्ल्याचे रक्षण करशील ना?" त्या जाड्याने मान डोलवली व कपाळावरचा घाम टिपला.

"तू ती यादी-कृती रक्तपाकडून मिळवण्यासाठी कसे काय राजी करशील?"

मनसा हसली. "अच्छा, माझ्या मित्रा, मी त्याला योग्य पद्धतीने ते विचारेन."

21

एकदम अर्जन जागा झाला. त्याचे सारे शरीर प्रचंड प्रमाणात दुखत होते. आणि डोक्याची तर शकले उडतील की काय असे वाटत होते.

मला काय झालेय? मी दवाखान्यात आहे का?

तो किंचितही हालचाल करू शकत नव्हता. काहीच सुचत नव्हते. त्याने डोळे बंद केले व तो पुन: झोपी गेला.

त्यानंतर जेव्हा त्याला जाग आली तेव्हा खोलीत सूर्यप्रकाश आल्याचे जाणवले. तो नलकुवेराच्या किल्ल्यात परत आला होता. हवेत आयुर्वेदिक मलमांचा वास दरवळत होता. त्याच्या जखमांवर मलमपट्टी करण्यात आली होती.

अर्जन एका लोकरी पांघरूणात लपेटलेला होता. त्याच्या शेजारीच नलकुवेरा बसला होता. त्याच्या छातीवर जाड पट्ट्या बांधलेल्या होत्या. त्याच्या चेहऱ्यावरही पट्टी बांधली होती.

"आपण जिंकलो का?" अर्जनने सौम्यपणे विचारले.

"होय, मित्रा!"

"ते राक्षस...कोण होते ते?"

"माझे गुप्त शस्त्र" नलकुवेरा हसून म्हणाला.

"मला समजले नाही. तू ते कसे..."

"ते तुला समजेलच, कळलं ना? त्याची काळजी करत बसू नकोस." नलकुवेरा एकदम विचारमग्न झाला.

"आता तू एक कृपा कर. लोकांना सांग की तो तूच होतास. तूच त्यांना नियंत्रणात आणलेस हे सांग."

अर्जनने जवळच्या खिडकीतून बाहेर पाहिले. एक दानव किल्ल्याजवळच्या भिंतीशी झोपला होता, एखाद्या रक्षक श्वानासारखा.

"बाकीचे लोक...ते खूप घाबरलेले असतील."

"हो, भीती चांगलीच असते अर्जन. तुला त्या भयानेच राजा बनवले आहे." त्याने उत्तेजित होत टाळ्या वाजवल्या. "लोकांना वाटतंय की तू कुठला तरी देवच आहेस. तुला जखमा वगैरे होतच नाहीत. तू मृतांनादेखील जीवंत करू शकतोस. त्यांच्यात प्राण फुंकू शकतोस असे त्यांना वाटते. सारे न्यायमंडळ व नागरिकांना तुझ्याबद्दल विश्वास वाटतोय."

त्याला वास्तविक आनंद व्हायला हवा होता पण लोकांना असे फसविणे, त्यांच्याशी खोटे बोलणे त्याला आवडले नव्हते. "काल रात्री खरं तर मी काहीच केले नाही. मी कोसळलो होतो."

"माझ्या मित्रा, जगाला त्यातील काहीही माहिती नाहीय. हेच राजकारण आहे, आलं लक्षात?" नलकुवेरा खुर्चीतून उठला. "तुझ्या सज्जनपणाने यावर पाणी फिरवू नकोस."

अर्जनने उठून बसत डोके हलवले. त्याने स्वत:जवळ ठेवलेल्या कट्यारीकडे पाहिले. त्याने ती हरवण्याच्या भीतीने लढाईच्या वेळी जवळ ठेवली नव्हती.

मी ती न्यायला हवी होती.

"ठीक आहे." नलकुवेराने खांदे उडवले, "मी सुद्धा सज्जन सरदार नाही. पण बघ मी जीवनात कुठवर आलो..." अर्जनने डोके हलवले.

"अर्जन, तूच त्यांची शेवटची आशा आहेस.

तूच त्यांचा प्रकाशकिरण आहेस. तू त्या न्यायमंडळाच्या सभेत काय म्हणालास ते आठव. तूच राजा होण्याच्या लायकीचा आहेस. हेच सगळयांच्या डोळ्यात दिसतेय. आता कां-कु करू नकोस. राज्याभिषेक उद्याच आहे. मग आपण नागराणीच्या विरोधातील युद्ध पुढे चालू ठेवू. तू जखमी असल्यामुळे मला त्यांच्यावर पुन: हल्ला करायचा नाही. पुढच्या हल्ल्याच्या वेळी तू आघाडीवर असायला हवास."

यक्षांचा राजा एक लबाड, फसवणूक करणारा होता हे अर्जनला ठाऊक होते. पण तसे असले तरी तो म्हणतोय ते खरे होते, ही वस्तुस्थिती बदलणार नव्हती. शत्रूचा पाडाव करण्यासाठी त्याने दानवांची मदत मिळवली होती. "ते दानव होते. मी त्यांच्यासंबंधी वाचले होते. एका दंतकथेनुसार असुरांनी त्यांना कायमचे निद्रादेवीच्या अधीन केले होते. मग तू त्यांना पुन: जागृतावस्थेत कसे आणलेस?"

"उगाच काहीही बोलू नकोस. पण त्यांना इथे आणणारा मी नव्हतो. त्यांना आणणारा बाहेर उभा आहे. त्याला तुझ्याशी संभाषण करायचे आहे."

अर्जनच्या पाठीतून थंड लहर गेली.

नलकुवेरा दरवाजापाशी गेला. पडदा बाजूला सारून तो म्हणाला, "तुम्हाला एकमेकांशी खूप खलबते करायची आहेत. त्यानेच आपल्याला, तुला मदत केलीय अर्जन." नलकुवेरा वळला व म्हणाला, "अशा बऱ्याच गोष्टी ज्या तुझ्यासंबंधी आहेत व त्या तुला कळायला हव्यात. त्या तो तुला सांगेल."

दरवाजा उघडला आणि एक किरकोळ दिसणारा माणूस आत आला. त्याचे केस सोनेरी होते व अवयव रेखीव होते. पण एक मुख्य गोष्ट-पहिली गोष्ट-त्याच्या लक्षात आली ती म्हणजे त्या माणसाची बुब्बुळे. ती सोनेरी होती.

नाही!

तो कली होता.

22

“काय अर्जन” कली हात पुढे करत अर्जनच्या पलंगाजवळ आला.

अर्जन उठून बसला. त्याला भरून आले होते.

एक जुलमी राजा, इंद्रगडचा भूतपूर्व राजा. करारांचा उदगाता. अर्जनच्या शत्रूंना नेस्तनाबूत करणारा त्याच्यासमोर उभा होता. अर्जनपासून काही पावलांवर उभा होता. तो त्याला घट्ट मिठी मारू शकत होता व त्याला खाली खेचू शकत होता.

तुझ्यावर नियंत्रण ठेव.

नलकुवेरा गेला. आता ते एकटेच होते. खोलीत पूर्ण शांतता होती. कलीने डोक्याची मागची बाजू खाजवली.

“मला वाटते की माझी भेट-तुला आवडली असेल.”

“मला ती नको आहे.” अर्जन तडकाफडकी म्हणाला, “तुझी मदत घेण्यापेक्षा मी मरण पत्करेन.”

कलीला दु:ख झाले नव्हते. ती केवळ त्याची प्रतिक्रिया होती. “मी किंवा माझ्या हातून काही नको अशा गोष्टी घडल्या आहेत. त्याबद्दल मी क्षमा मागतो. तू त्या पदासाठी योग्य आहेस ते बिरुद मी तुला दिले. तू या लोकांना ओळखतोसच. तूच राजा होणे गरजेचे आहे. मी त्या पदासाठी कधीच योग्य नव्हतो.”

अर्जनने कलीच्या चेहऱ्यावरच्या भावांचा अंदाज घेण्याचा प्रयत्न केला. तो आपल्याला फसवतोय का हे बघण्याचा प्रयत्न करत होता. पण कली खरोखरच उद्विग्न झाल्यासारखा वाटत होता किंवा मग तो उत्कृष्ट कलाकार तरी असावा. पण अर्जन आता कुठलाही धोका पत्करू इच्छित नव्हता. कलीने रात्रीला, बालीला, विक्रमला व अशा अनेकांना यमसदनास पोहोचवले होते. त्याने कल्की व अर्जनला त्यांच्या घरापासून, गावापासून परागंदा व्हायला भाग पाडले होते.

तो अधर्म होता.

कल्कीने त्याला मारणे क्रमप्राप्त होते.

मीसुद्धा त्याच्याऐवजी ते काम करू शकेन.

"तू हे सारे कसे केलेस?" अर्जनने विचारले.

"मुला, ती एक खूप मोठी कथा आहे."

"तू असे का केलेस? तू तसा काहीच नाहीयेस पण मला तुझा भयानक अनुभव आलाय."

"ओह. छान. मी तुला आताच सांगितले. तुझ्यासाठी काही तरी चांगले करावे असा विचार मी केला. मी माझे सिंहासन परत काबीज करायला आलो आहे. पण तत्पूर्वी तू इथल्या साऱ्या गोष्टी कशा काय सांभाळतो आहेस हे मला पाहायचे आहे. तू इथला राजा झालास तर या शहराची भरभराट होईल असे मला वाटते. म्हणून मी माझा पाठिंबा तुला दिला."

अर्जन तुच्छतेने हसला. *म्हणजे या शहरावर पुन: ताबा मिळवण्याच्या हेतूने तो आला आहे तर!*

"तू परत आला आहेस हे जनतेला माहीत आहे का?"

"मला पडद्याआड राहूनच माझे ईप्सित साध्य करायचे आहे." कली हसला, "माझ्या साहाय्याने तू राजा बनला आहेस हे त्यांना कळले तर ते तुला राजा होऊ देणार नाहीत. तू त्यांच्याकडे सध्या पाहिले नाहीस, त्यांचा अंदाज घेतला नाहीस का? ते तुझी पूजा करताहेत. तू त्यांच्या दृष्टीने त्यांचा देवच आहेस."

हा माझ्याशी एवढा चांगला का वागतोय?

"तू माझ्यापासून काहीतरी लपवतोयस."

कली चालत पुढे येऊन अर्जनपुढे उभा राहिला.

"होय, ते खरे आहे. आपल्याबद्दलचे एक गुपित मी लपवलेय."

"आपण?"

"तू आणि मी?"

"तू काय म्हणतोयस त्याची मला पर्वा नाही. कली, मी तुझ्यावर कदापी विश्वास ठेवणार नाही."

"प्रत्यक्ष परिस्थितीवर पण नाही?"

कशावरही नाही. त्याने बाजूच्या टेबलावर जोरात हात आपटला. ते मोडले.

कली मागे सरकला. "मी तुला मागच्यावेळी पाहिले होते, तेवढाच

कणखर, बळकट तू अजूनही आहेस. पण तुझी ती शक्ती, तो संताप कुठून आला आहे हे आता मला कळतेय."

दुरुक्तीने आपल्याला सोम दिले होते. हे त्याला माहिती आहे की काय?

"ते तुझ्या रक्तातच आहे." कली म्हणाला. त्याला त्या गोष्टीचा अभिमान वाटला.

"मला तुझी कुठलीही मदत नको आहे. तू आणि तुझे ते राक्षस. तुम्ही इथून निघून जाणे आवश्यक आहे." अर्जनने आज्ञा दिली.

"मी, इथला राजा, तुम्हाला तडीपार करतोय. माझ्या माणसांना जर तुम्ही शहरात इतरत्र कुठे दिसलात, तर तुमची खैर नाही. तुमचा जीव घेतल्याशिवाय ते तुम्हाला सोडणार नाहीत."

हे ऐकल्यावर कलीचा चेहरा उतरला. "होय महाराज, जशी तुमची आज्ञा!"

एक तास झाल्यावरही, कलीने आपल्याला मदत केली, या गोष्टीवर त्याचा विश्वास बसत नव्हता.

तो आपल्या बिछान्यावरून उठलाही नव्हता तर त्याच्या तक्तपोशीकडे पाहत शून्यावर नजर स्थिर करुन पडला होता. त्याला जरी कलीचा राग येत होता, त्याचा तिरस्कार वाटत होता, तरीही त्याला आपल्याला काय सांगायचे असावे या विचारात त्याची उत्कंठा वाढतच होती.

आता थोडेसे फिरून यावे असे वाटून तो उठून बसला एवढ्यात दारावर टकटक ऐकू आली.

आता कोण बरे आले असेल?

"मी झोपलोय" तो ओरडला.

"मी दुरुक्ती आलीये" आवाज आला.

अर्जनच्या चेहऱ्यावर हसू उमटले. ही तीच स्त्री होती जिने माझ्या जीवनाचा विध्वंस केला व तिने तो जीव वाचवलाही.

"ये ये."

दुरुक्ती आत आली व तिने अर्जनला घट्ट मिठी मारली. साध्या काळ्या कपड्यातही ती सुंदर दिसत होती. तिने लांब झगा घातला होता, त्याचा गळ्याकडेचा भाग हिऱ्यामोत्यांनी मढवला होता. तिच्या ओठांवर

लाल रंग (लिपस्टिक) लावलेला होता व तिच्या मोठ्या, तपकिरी डोळ्यात सुरमा घातलेला होता.

"किती काळाने भेटलीस?"

अर्जनने तिचे हात धरले, "तू कशी आहेस? तू कुठे होतीस तरी कुठे?"

दुरुक्तीची नजर जमिनीकडे वळली, "त्याचे काही एवढे नाही रे. आम्ही बाहेर जावे असे तुला वाटतेय?"

"तुझा भाऊ व त्याचे ते राक्षस गण! तुझे या शहरात कायमच स्वागत असेल."

"तुला माहितीच आहे मी मला त्याच्याबरोबर राहायला लागते. आम्ही एकाच रक्ताचे भाऊ-बहीण आहोत ना!" मग ती दुसरीकडे पाहू लागली. जणू तिला त्याच्यापासून काहीतरी लपवायचे होते. "अर्जन, मला तुला एवढेच सांगायचेय की तुला त्याची गरज भासेल. तो आता खूप बदलला आहे. तुझा त्याच्यावर विश्वास नसला तरी माझ्यावर विश्वास ठेव. त्याला खरोखरच तुला मदत करायचीय. काहीही झालं तरी त्याला तुझ्याबरोबरच राहायचंय."

"का बरे?"

"असं बघ, कलीला तुला ते का हे सांगायचंय. आणि माझ्यावर विश्वास ठेव, जर का तू त्याची मदत घेतलीस, तर तुझा या युद्धात जय होईल याबद्दल माझ्या मनात काहीही शंका नाही."

"पण जर का त्याने माझ्या इतर मित्रांना दुखावले तर?"

दुरुक्ती हसली, "माझ्या मित्रा, मी तुला शब्द देते की, तो तसे काहीही करणार नाही. साऱ्या गोष्टीत *खरोखरच* खूप बदल झाला आहे."

अर्जनने क्षणभर विचार केला, "त्याबाबत मला थोडासा विचार करू दे. मी जर का त्याची मदत घेतली, तर माझ्या मित्रांना, ज्यांना त्याने ठार केले त्यांना मी विसरल्यासारखे होईल."

"त्या वेळी तो वेगळाच होता. तो आजारी होता." दुरुक्तीने स्पष्ट केले, "मी सुद्धा त्याचा त्या वेळी तिरस्कार करीत असे. पण आता तो बदललाय. आता त्याचे मन साफ आहे व त्याचे दानवांवर वजनही आहे. तो त्याच्या अंतर्मनाने त्यांच्यावर नियंत्रण ठेवतो. तो खरंच तुझा उत्तम मदतनीस ठरेल."

दुरुक्तीच्या मनात नव्हते तरीही तिने त्याला घाबरवले होते.

"अंतर्मनाने नियंत्रण? अंतर्ज्ञानाची पकड. त्याने त्याबद्दल वाचले होते. पूर्वीच्या काळचे लोक तसे करू शकत असत, असे त्याने ऐकले होते. तशी शक्ती त्यांच्यात आहे, असे म्हटले जायचे. आणि कली जर तसे दानवांबाबत करू शकत असेल तर ते एका क्षणात इंद्रगडवर चाल करून येऊ शकतील."

मग मी काहीही करू शकणार नाही. त्याने जर खरंच हल्ला केला तर? त्याने अमर सारख्या निष्पापांना, ज्यांचे मी प्राणपणाने रक्षण करतोय, अशांना पुन: मारले तर?

अर्जन एवढा काय गहन विचार करतोय या विचाराने दुरुक्तीलाच गम्मत वाटली.

त्याच्याशी कुठल्या पद्धतीने वागायचे हे ठरवेपर्यंत मला त्याला आनंदात ठेवायलाच हवे. मुख्यत: आता मीच राजा आहे त्यामुळे मला धोरणीपणे, चतुरपणे वागायला हवे.

"दुरुक्ती, चला तुम्ही सारेजण इथेच राहू शकता." अर्जन हसला. "झाले गेले आपण विसरून जाऊ." दुरुक्ती आनंदली व तिने पटकन अर्जनला मिठी मारली. तो वेदनेने कळवळला.

"आता आपण उद्या राज्याभिषेकाच्या वेळी भेटू. तू राजसिंहासनावर बसणार आहेस यावर माझा विश्वासच बसत नाहीये. परमेश्वरा, मी तुझ्याशी किती वाईट वागले होते...अगदी कालपर्यन्त, असेच वाटतेय, होय ना?"

अर्जनने शांतपणे मान डोलवली.

कितीही क्षमा मागितली तरी ती पुरेशी नाही त्यामुळे ती पुढे काहीच बोलली नाही. ती जाण्यासाठी दारापर्यंत आली व म्हणाली, "मी तुला त्यादिवशी सोम दिले याचा मला आनंदच होतोय. त्याच्या योगाने तू किती बळकट झालायस. त्याचे सेवन केल्यावर कली वेडा झाला होता. तुझ्यावर तसा काही वाईट परिणाम झाला नाही याबद्दल परमेश्वराचे आभारच मानायला हवे."

ती गोंधळात पडली आहे असे त्याला जाणवत होते. तिला काहीतरी आणखी बोलायचे-सांगायचे आहे अशी तिच्या मनाची उलघाल चालली होती.

आणि...मग ती निघून गेली.

एका गुराख्याचा मुलगा आज इंद्रगडचा राजा बनत होता. अर्जन त्याच्या आयुष्यात खूप लांबवर आला होता.

एक भलेमोठे चमचमते जाजम त्या मंचावर अंथरले होते. अर्जन मध्यभागी बसला होता. त्याच्या बाजूला रंभा व नलकुवेरा उभे होते.

इथवर येण्यासाठी एका असत्यावर लोकांचा विश्वास बसवण्याचे काम त्याने केले होते. पण पुढे तो एक उत्तम राजा ठरेल हे त्याला माहीत होते. तो त्याच्या शहराला उत्तम दिवस दाखवणार होता.

त्यांच्या नव्या राजाच्या राज्याभिषेकासाठी अनेक लोक गर्दी करून आले होते.

अर्जनला अत्यानंद होत होता. तो आता राजा होता. हे शहर *त्याचे* होते. आता त्याच्या आईने त्याला बघितले असते तर तिला खूपच संतोष वाटला असता. तिला अभिमान, गर्व वाटला असता.

त्याच्या डोक्यावर मुकुट ठेवल्यावर त्याने लोकांकडे आनंदाने पाहिले. टाळ्यांचा कडकडाट झाला. त्या गर्दीच्या मध्ये तीन बुरखाधारी-होते. त्यातील एक-कली, अर्जनकडे सौम्यपणे पाहत हसत होता. दुसरी दुरुक्ती-मोठयाने हसत होती. पण तिसऱ्या व्यक्तीला अर्जनने ओळखले नाही. त्या व्यक्तीचा चेहरा पांढराफटक पडला होता.

अर्जनने सरदारांकडे पाहिले. अमरिश नाइलाजाने टाळ्या वाजवत होता. त्याच्या शेजारी उभा असलेला मुलगा गोंधळून पाहत होता.

अर्जनने स्मित केले.

मग त्याची नजर खोल गेलेल्या काळ्याभोर डोळ्यांवर पडली-ते गुरु नरेंद्र होते. कलीने नष्ट केल्यानंतर त्यांनी अनेक देवळे पुन: बांधली होती. त्या सगळ्या गर्दीत तेच फक्त टाळ्या वाजवत नव्हते.

23

पद्‌मा तुरुंगात अडकली होती. अर्थात ही काही तिची पहिली वेळ नव्हती. पण या वेळी ती कोठडीत नव्हती. बांबूने बनवलेला तो तुरुंग होता. व तो फोडून जाणे दुरापास्त होते.

तिला तेथे आणताना तिने आजूबाजूचा परिसर पाहिला होता. काही तंबूच्या पुढे कच्चे अन्नपदार्थ शिजत ठेवलेले होते, त्यांचा वास पसरला होता. काहीजण शस्त्रे तयार करत होते. ज्या तंबू-राहुट्यांत सैनिक राहत होते, ते जीर्ण झालेले होते.

तिने एक मोठा तंबूही त्यावेळी पाहिला होता. त्याची झापे उघडी होती. टेबलावर काही कागदपत्रे पडलेली दिसत होती. रुद्रमंडळी त्याभोवती उभे राहून चर्चा करत होते. अनेक नकाशे, निळ्या कागदावरचे आराखडे टेबलावर इतस्ततः विखुरले होते.

काहीतरी योजना आखताहेत असे दिसतेय.

मग तिला कोणीतरी ढकलले व तुरुंगात नेले. पद्‌माने मोठ्याने आवाज करत सुस्कारा सोडला व ती खाली बसली. रत्ना व स्मित काळजीने तिच्याकडे पाहत होत्या.

"आता पुढे काय?"

"आपण एक रात्र इथे राहून मग पळून जाऊ." पद्‌मा म्हणाली.

"कसे काय? काही योजले आहेस का?" रत्नामारूने विचारले. "आपल्याकडे काही शस्त्रेही नाहीत."

पद्‌माने मच्छनुकडे पाहिले. आता तिने मुखवटा घातला नव्हता व ती सहकाऱ्याबरोबर काहीतरी बोलत होती.

त्याच क्षणी पद्‌मा एक योजना घेऊन आली.

ती पुढे आली व समोरच्या कठड्याला धरून मच्छनुकडे पाहून ओरडली, "ऐ, अक्करमाशा! तू आमचे काय करणार आहेस?"

"तू हे काय करतीयेस? तो आपल्याला मारणार आहे!" रत्नामारू म्हणाली.

"छान! पहिल्यापासूनच ही एक चुकीची कल्पना आहे हे मला माहीतच होते." स्म्रितने तिची री ओढली.

"अक्करमाशा!" पद्मा पुन: ओरडली. तिने आपल्या सहकाऱ्यांकडे लक्ष दिले नाही. "तू जर आम्हाला ताबडतोब ठार मारले नाहीस तर सम्राट बजरंग आमच्या सुटकेसाठी त्यांचे सैन्य पाठवतील हे लक्षात ठेव. पण तरीही तू आमचे काय करणार आहेस?"

मच्छनुने तिच्याकडे पाहिले. प्रथम पद्माला वाटले की तो आपल्याकडे दुर्लक्षच करेल; पण तो त्यांच्याकडेच येऊ लागला. "मी तुम्हा साऱ्यांनाच मारणार नाहीये. तुमचा काहीतरी उपयोग होईलच. तुम्ही मूर्ख आहात, एका ढोंगी पण चांगल्या माणसाच्या नादी तुम्ही लागलाहात. केवळ आमच्या पावलांच्या खुणांवरून आमचे लपण्याचे ठिकाण हुडकण्याइतके हुशारही आहात. ती चांगली चाल होती. एकदा का या युद्धातून मी मोकळा झालो की तुम्हीही आम्हाला सामील व्हाल."

युद्ध?

मच्छनूच्या मनात काय आहे, या विचाराचे पद्माला नवल वाटले.

"असं म्हणतात की या माणसाकडे फक्त पुरुष रक्षकच आहेत." कोण आहे हे बघण्यासाठी मच्छनु वळला. त्याने मान डोलवल्यावर त्या माणसाने मुखवटा काढला.

एक मानव स्त्री!

"मला माफ करा. तुम्ही बजरंगांशी असे वागू शकत नाही. ते खूप चांगले आहेत."

"मुली, मी तुला एक गोष्ट सांगतो. फार वर्षांपूर्वी एक स्त्री राहत होती. ती एक गरीब मत्स्यकन्या होती. ती या जगात अगदी एकटी होती. एके दिवशी तिने एक खूप महत्त्वाचे दृश्य पाहिले. विष्णूचा एक अवतार, त्यांच्या सेनापतीबरोबर म्हणजेच बजरंगांबरोबर जात होता. त्यांना लंकेकडे जायला बोटी हव्या होत्या. सुग्रीवाच्या सैन्यातील वानरांनी त्यांना त्या उपलब्ध करून दिल्या. पण जेव्हा ते प्रवास सुरू करणार तेवढ्यात काहीतरी घटना घडली. बजरंग त्या मत्स्यकन्येच्या प्रेमात पडले होते."

सम्राट बजरंग प्रेमात पडले होते?

मच्छनूने पुढे सांगितले, "बजरंगांची निघण्याची वेळ झाली तशी तिने त्यांना न जाण्यासाठी गळ घातली. पण त्यांना त्यांचे कर्तव्य पार पाडणे

आवश्यक होते. तरीही ते तिच्यावर आरक्त झाले असल्यामुळे तिच्यापासून लांब राहू शकले नाहीत. लवकरच ती गर्भवती झाली. बजरंगांना हे कळल्यावर त्यांनी तिच्याजवळ राहायचे ठरवले. पण तेव्हा एक भयंकर सत्य साऱ्यांना कळले."

पद्माच्या हृदयाची धडधड वाढली होती.

ती मत्स्यकन्या कुणी साधीसुधी स्त्री नव्हती. ती रावणाच्या अनेक शिष्यगणांपैकी एकजण होती. बजरंगांना भुलवण्यासाठीच तिची नियुक्ती झाली होती. म्हणजे मग त्यांनी युद्धात भागच घेतला नसता, असा हेतु त्यामागे होता. रावणाच्या मते तो रणांगणात इतर कुणाहीपेक्षा बळकट, दणकट होता. मत्स्यकन्या तिच्या योजनेत यशस्वी झाली. पण त्यात एक अडचण होती. मच्छनूने पद्माच्या डोळ्यात पाहिले. तो अगदी तिच्याजवळ आला होता. "बजरंगांना जेव्हा खरी गोष्ट कळली तेव्हा ते हादरूनच गेले. त्यांनी नुसत्या राक्षस जमातीसाठी त्यांचे ब्रम्हचर्याचें व्रत मोडलो एवढंच नाही तर ते त्यांनी शत्रू पक्षातील एका स्त्रीबरोबर संग केल्यामुळे मोडलं, अशा रीतीने त्यांनी तिला सोडून दिले."

"काय?"

"मी तुमच्यावर खूप प्रेम करते. अशा अनेक विनवण्या तिने त्यांना केल्या. पण त्यांनी काहीही ऐकले नाही. ते लंकेवर चालून गेले." मच्छनूने सुस्कारा सोडला. रावणाला आता तिचा काही उपयोग नव्हता आणि बजरंगांनाही तिची काही गरज नव्हती. त्यामुळे तिने तिचे उर्वरित आयुष्य एकटीनेच व्यतीत केले."

मच्छनूचे डोळे भरून आले.

"तिचे असे कुणीच शिल्लक राहिले नव्हते. पण कसेबसे तिने परिचारिकेची मदत घेऊन एका मुलाला जन्म दिला. पण त्या मुलाला जन्म दिल्यावर ती दिवसेंदिवस खंगतच गेली. ती स्वत:साठी व मुलासाठी भीक मागत राहिली. परंतु शेवटी तो मुलगा दहा वर्षांचा असताना ती मरण पावली. पण हा मुलगा खूप वेगळा होता. तो वडिलांप्रमाणेच खूप बळकट होता. तो अमर जरी नव्हता तरी त्याचे वय खूप सावकाश वाढत होते. त्याची आई गेल्यावर तो रस्तोरस्ती भीक मागत हिंडत असे. जेव्हा तो खूप भुकेला असे आणि त्याच्याकडे काही पैसेही नसत तेव्हा त्याने चोरीही केली. अशा तऱ्हेने तो वर्षानुवर्षे जगला. प्रलयानंतर त्याने काही वानरांची शिबिरे धुंडाळली, त्याला तिथे आश्रय मिळेल असे वाटत होते. तो आता पंचेचाळीस वर्षांचा झाला होता पण दिसायचा पंधरा वर्षांचाच.

त्याची कथा कुणालाच विश्वासार्ह वाटत नव्हती. तो खोटारडा आहे व संधीसाधू आहे म्हणून त्याला सगळ्यांनी वाळीत टाकले होते. आता पुढे काय याची शाश्वती नव्हती. म्हणून तो दिशाहीन अवस्थेत भटकत असे. मग त्याला हा मारूतांचा समूह भेटला. व तोही त्यांच्यासारखाच बुरखाधारी झाला. महायुद्धाने त्यांना रुद्रात परिवर्तीत केले. त्यांचा देवावरचा विश्वास उडला होता. व त्यांच्या चरितार्थासाठी हिंसाचार हाच मार्ग त्यांना राहिला होता. त्यामुळे आपल्याला व आईला कुठल्याही देवाने मदत केलीच नाही हा ग्रह त्याच्या डोक्यात पक्का झाला." त्याने जबडा विचकला. "तुमचा तो बजरंग, त्याच्यात अनेक उत्तम गुण आहेत पण तो घाबरट आहे. आणि अशा भित्र्या भागुबाई लोकांनी मेलेच पाहिजे. मी त्यांचा कित्येक वर्षे शोध घेत आहे. मग तो व तार यांच्यात दंडकारण्यात युद्ध होणार आहे असे माझ्या लोकांकडून मला कळले. अगदी खरं व प्रामाणिकपणे सांगायचे तर त्या युद्धात तारचा विजय व्हावा असेच मला मनोमन वाटत होते."

ती काय ऐकतेय यावर पद्माचा विश्वास बसत नव्हता. *मी हे जे काही बजरंगांबद्दल ऐकत आहे ते पूर्णपणे असत्य आहे.* पण ती मच्छनूवर विश्वास ठेवू शकत होती का?

तो रडतो आहे. हे सर्व तो कशासाठी असे करेल?

"त्याने ज्याची सुरुवात केलीय, त्याचा शेवट मी करेन." त्याने जमिनीवर संतापाने पाय आपटला. "बजरंगांचे सर्व शिष्यगण मरण पावतील असाच मी प्रयत्न करेन. पण मी त्यांना मारणार नाही. त्यांना खूप दु:ख सहन करायला लावायचे आहे. त्यांच्यामुळे मला व आईला जे जे भोगायला लागले ते सर्व त्यांनाही भोगायला लावेन."

"मला माफ कर" कठड्यावर वाकून ती म्हणाली.

मच्छनूने त्याच्या चेहऱ्यावरचे अश्रु पुसले व तो जायला निघाला. पद्माने त्याच्याकडे पाहून सुस्कारा सोडला. तिला तिचा स्वत:चाच अनुभव आठवला. ती व तिच्या भावाने, काहीतरी नवीन करायचे ठरवले तर त्यांचे वडील त्यांना कसे मागे खेचत हे तिला आठवले.

सम्राट बजरंग हे आपल्या वडिलांसारखेच आहेत. माणसांना जेव्हा गरज असते तेव्हाच त्यांना सोडून देणारे.

"तू त्यांच्यावर विश्वास ठेवत नाहीस ना?" रत्नामारूने कोपऱ्यात बसत विचारले. पद्मा वास्तव जगात परतली. इथे आणखीही दोन जण आहेत हे तिच्या लक्षात आले. "तो आपल्याला घोळात घ्यायला बघतोय."

"तसंही असेल." पद्माने आपल्या झग्यात लपवलेली सुरी बाहेर काढली, "पण मला तो जे काही सांगतोय याची पर्वा नाही." ती खोटे बोलत होती. "मला त्याच्या नकळत त्याला हे शस्त्र म्यानातून काढायला लावायचे आहे."

रत्नामारू हसली. "तू एक छान स्त्री आहेस. हे तुला माहिती आहे का?"

पद्मा हसली व तिने चोरलेले ते शस्त्र हातात घेतले.

"आपण ते सैनिक झोपी जाईस्तोवर वाट पाहू या. आणि मग आपण इथून पळून जाऊ या." पद्मा म्हणाली. ती जमिनीवरच बसली व तिने बजरंगाची जी गोष्ट नुकतीच ऐकली होती त्यावर ती विचार करू लागली. एखादी दंतकथा होऊन राहिलेला, ज्याच्याबद्दल तिच्या मनात अतीव आदर होता तो तिच्या वडिलांप्रमाणेच निघाला होता.

यापुढेही मी त्यांच्यासाठी इमानेइतबारे काम कसे काय करू?

24

“लक्ष एकाग्र कर. आणि श्वास घे.” मागून जांबवनचा आवाज आला.

कल्कीने दीर्घ श्वास घेतला व सारे लक्ष एकाग्र केले. तो एका कड्याजवळ बसला होता. जोरदार वारे वाहत होते.

त्याने खूप खोलवर श्वास घेतला. पण काहीच घडले नाही.

त्याला एकाग्रतेने ते करणे जमत नव्हते. कल्की खूप दुर्बल आहे, अशक्त आहे, त्याला कायमच दुसऱ्याची गरज लागेल, ही भार्गवाने बोललेली वाक्ये त्याला आठवत होती.

मदत, साहाय्य मागणे हे काही दुर्बलतेची लक्षणे नव्हेत.

मग त्याला या गोष्टीची एवढी काळजी का वाटत होती?

स्वत:चे लक्ष दुसरीकडे गुंतवण्यासाठी तो गाणे गुणगुणू लागला. “मला नेमके काय करायला हवे?” त्याने विचारले.

“सर्वोत्कृष्ट शक्ती, सामर्थ्य, त्या डोकेदुखीवर नियंत्रण मिळवण्यासाठी तुला त्या दिव्य अनुभूतीवर ताबा मिळवला पाहिजे. आपली ऊर्जा कुठून येते हे समजून घेण्याची गरज आहे.”

कल्कीचे डोळे अजूनही बंदच होते. “ती ऊर्जा आत्मविश्वासातून येते हे मला ठाऊक आहे.” *माझे काहीतरी महत्त्वाचे चुकते आहे. माझ्यात काहीतरी कमतरता असावी.*

जांबवनाने कल्कीच्या डोक्यावर टपली मारली. “तू अती आत्मविश्वासी आहेस. प्रत्यक्षात तुला काहीच माहिती नाहीये. आत्मविश्वास महत्त्वाचा असतोच-खूपच, पण त्याबरोबरच इतर गोष्टींनाही महत्त्व आहेच. सर्वांनी ती कौशल्येही शिकली पाहिजेत.”

कल्कीने मान डोलवली. त्याने दीर्घ श्वास घेतला. त्यातून थंड हवेचा स्त्रोत शरीरभर गेला. त्याने मनाला मोकळे सोडले.

माझ्यातील सर्वोत्कृष्ट गोष्ट कुठली आहे?

"तुमचे वजन किती आहे यावर तुमची शक्ती-तुमचे सामर्थ्य अवलंबून नाही तर तुम्ही जीवनात कशाची निवड करता, ज्यायोगे हे जग सुंदर-मजेदार होईल, हे प्रत्येकाने समजून घेतले पाहिजे."

त्याने डोळे उघडले. तो जंगलात आला होता. आकाश निरभ्र होते. चेरीची झाडे व मोठी झाडे झुडुपे तिथे होती. काही अंतरावर काही झोपड्याही दिसत होत्या.

ही जागा आपल्या माहितीची वाटतीये...मग कल्कीच्या लक्षात आले...

ते शांबला गाव होते.

हा केवळ आभास आहे हे त्याला माहीत होते पण तो किती खराखुरा भासत होता.

"तू खूप सुंदर गावात राहत होतास." आवाज ऐकू आला.

तो आवाज कुठून आला हे पाहण्यासाठी तो वळला. त्याच्या मागे केशरी रंगाचे धोतर व मोठा लांबरूंद गळपट्टा घातलेला एक उंचापूरा गृहस्थ उभा होता. त्याचे केस टोकदार होते. त्याच्याजवळ धनुष्यबाण होता. त्याचे डोळे सौम्य व नितळ होते.

कल्कीला तो कोण हे माहीत होते.

सम्राट राघव!

"होय, मी इथेच राहत होतो." त्या दिव्य अनुभूतीच्या दरम्यान धनुष्यबाण कसा वापरायचा हे त्यांनी त्याला शिकवले होते व मर्तंजा या ब्रम्हराक्षसाला मारताना त्याचा त्याला खूप उपयोग झाला होता. "इतक्या दिवसांनंतर आपण भेटतोय या गोष्टीचा मला खूप आनंद झालाय. तुमची शिकवण माझ्या खूप उपयोगी पडली होती."

"आपण यापूर्वी भेटलोय?" त्यांनी खांदे उडवले, "मला तर काही आठवत नाहीय. पण इतरांनी दिलेल्या शिकवणुकीचाही तुला फायदा झाला असणार. हे जग व इथल्या लोकांकडून खूप काही शिकण्यासारखे आहे. पण तरीही तू तुझ्या अंतर्मनाचे ऐकायला हवेस. फक्त इतरांचेच नाही. तू इतरांना माफ करायला शिकले पाहिजेस. युद्ध हे जास्त महत्त्वाचे नाही तर शांतता-स्वास्थ्य याचे महत्त्व खूप जास्त आहे." त्यांनी सुस्कारा सोडला. "मला जर हे पूर्वी माहीत असते तर रावणाला पराजित केल्यानंतरचे माझे आयुष्य खूप आनंदात व शाश्वत सुखात गेले असते. माझे आयुष्यही साधं सरळ गेले असते. पण मी लोकांच्या मर्जीनुसार

ते घालवले. त्यांच्या इच्छेला मान देऊन मी जगलो. ती माझ्यातली सर्वात मोठी कमतरता होती. दुबळेपणा होता. मला जसे वागायचे नव्हते तसे मला त्यांच्या इच्छेखातर करावे लागले." सम्राट राघवांनी कल्कीकडे पाहिले. तुझे आयुष्यही तसेच-दुःखात-उद्वेगात व असमाधानात जाऊ नये असे मला वाटते. कल्की, तू शेवटचा (अवतार) आहेस. आम्हा सर्वांच्या शेवटाप्रमाणे तुझा शेवट होऊ नये, तो चांगल्या पद्धतीने व्हावा असे मला वाटते."

सम्राट राघवांचे विचार, किती विशुद्ध व खरेखुरे वाटत होते. कल्कीने नजर खाली नेली व विचारले, "आपण इथे का आलो आहोत?"

"तुला काहीच आठवत नाहीये असे दिसतेय. तुझ्या लक्षात येत नाहीय. हा क्षण तुझे आयुष्य बदलून टाकणारा आहे."

ते समोरच्या रस्त्याकडे वळले. गुरुकुलात जाताना तो लक्ष्मी बरोबर याच रस्त्याने जात असे हे त्याला आठवले.

"पण माझे आयुष्य बदलवणारे काहीतरी इथे घडले होते हे मला आठवत नाहीये."

त्या रस्त्यावरून दोन मुले जाताना दिसत होती. त्यातील मुलगा हडकुळा, दुर्बल वाटत होता तर ती मुलगी मात्र चांगली बाळसेदार वाटत होती. त्यांनी एकमेकांचे हात धरले होते.

ते समोरचे लक्ष्मी व तो होता हे त्याच्या लक्षात आल्याने त्याचे डोळे भरून आले.

पण त्या दिवशी मी काय केले होते?

"आता मला आठवले. मी खूप अशक्त असायचो. मी चांगले-चुंगले खात असूनही मी सारखा आजारी पडत असे. कांजिण्या, थंडी ताप, सर्दी असे अनेक आजार मला होत असत. मी तसा का होतो कुणास ठाऊक. ते मला कधीच कळले नाही. मला जर का मी लहान असताना सोम दिले गेले होते तर मग मी बळकट, दणकट का नाही झालो?"

"कारण अशा पोरसवदा वयात ती वनस्पती घेणे, तिचे प्राशन करणे त्या व्यक्तीला कमकुवत बनवते. अगदी तू जरी अवतार असलास तरी..."

कल्कीने मान डोलवली. लक्ष्मी व तिचा तरुण मित्र अजूनही चालतच होते.

कल्कीने मनातले बोलून दाखवले, "मी अशक्त असल्यामुळे मी लवकरच मरणार आहे असेच मला वाटत असे. म्हणूनच माझे पालक

माझ्याशी एवढे चांगले वागतात असे मला वाटे. दर दिवशी हा आपला शेवटचा दिवस आहे असेच मला वाटे."

सम्राट राघवांनी मान डोलवली. "ही भीती खूप महत्त्वाची असते. आपण जे करू शकणार नाही अशा गोष्टी करायला आपल्याला ती भीती उद्युक्त करते. माझ्या पत्नीला मी वाचवू शकलो नाही ते याच भीतीमुळे. या उद्वेगातून मी रावणासारख्या महाबलवानाशी लढायला सिद्ध झालो."

त्या दोन लहान मुलांना दोन माणसांनी वाटेत अडवल्याचे त्याला दिसले. ते दोघे उंच, तेलकट केसांचे होते व त्यांचे डोळे माशासारखे होते.

"मुलांनो, तुम्ही कसे आहात?" एकाने विचारले.

लक्ष्मीने लहानग्या कल्कीला बाजूला ओढले, "आम्हाला आमच्या मार्गाने जाऊ दे. कुणाही अनोळखी परपुरुषाशी बोलायचे नाही असे आम्हाला आमच्या आईने बजावले आहे."

"पण मी अनोळखी नाहीये. मला तुमच्या आईनेच पाठवले आहे."

पण लक्ष्मी ऐकत नाहीये असे बघितल्यावर त्या माणसाने तिचा बाहू धरला. "मुली, तू आमच्याबरोबर का येत नाहीस?"

लहानगा कल्की गोंधळून गेला होता. तो पुढे झाला व म्हणाला, "महाशय, माझ्या मैत्रिणीला सोडून द्या."

"किती छान." लहानशा कल्कीला बाजूला सारून दुसरा माणूस म्हणाला, "मुला, तू आम्हाला सोडून का देत नाहीस?"

"आम्ही तिला तिच्या घरी सोडू."

"नाही!" लक्ष्मी किंचाळली. पण जवळपास त्यांना वाचवणारे कोणीच नव्हते.

"मुकाट्याने आमच्याबरोबर चल. नाहीतर तुला इथेच ठार मारू."

तो माणूस लक्ष्मीला जोरात ओढू लागला. मग काय घडले ते कल्कीला आठवले.

लहानसा कल्की गोंधळून गेला होता. त्याने मुठी आवळून घेतल्या व तो त्या माणसावर तुटून पडला. त्याने आपले डोके त्याच्या पाठीवर आपटले. माणसाचा तोल गेला व तो पडला. त्याची लक्ष्मीवरची पकड सुटली.

दुसऱ्या माणसाचा श्वास कोंडला होता. त्याने लहान कल्कीवर हल्ला केला, पण कल्कीने त्याला थोपवले. आणि मग बारकुल्या सात वर्षाच्या कल्कीने त्या जाडजूड माणसाला गळ्याजवळ धरून वर उचलले.

कल्की स्वत:च्याच त्या रूपाकडे धक्का बसून पाहत राहिला. त्याने डोळे मिचकावताच ते दृश्य अंतर्धान पावले. तो त्या कड्यापाशी थंडीने

कुडकुडत उभा होता. कल्कीने सुस्कारा सोडला व समोरच्या टोकदार बर्फाळ शिखरांकडे पाहत राहिला. जांबवन शेजारीच बसला होता.

"काय बघितलेस?"

"मी माझ्यातलीच सैतानी शक्ती पाहिली." कल्कीचा त्यावर अजूनही विश्वास बसत नव्हता.

"आणि?"

"योग्य ती गोष्ट करणे...हेच मी माझ्या मनाशी नेहमी घोकत असतो. स्वार्थरहित चांगुलपणा हीच माझी शक्ती होती...तेच माझे सामर्थ्य होते."

"होते? तुझे आताचे सामर्थ्य काय आहे?"

त्याच्यात ऊर्जा संचारत आहे असे त्याला जाणवले. त्याच्या शत्रूंशी लढायला कोणत्या दिव्य अनुभूतीची गरज आहे हे त्याला ठाऊक होते.

ती म्हणजे संताप...उद्वेग...त्वेष!

25

मनसाला विमानात बसल्यापासून आपल्याला वांती (उलटी) होईल असे वाटत होते. खूप जोरदार वारा वाहत असूनदेखील तिला खूप घाम येत होता. ती आता उडून जाणार असेच तिला सारखे वाटत होते.

म्हणूनच कदाचित आकाशात उडण्यापेक्षा नाग लोक जमिनीवरच राहत असावेत.

कद्रूला फेकून द्यायच्या वेळी ती शेवटचे विमानात बसली होती. कद्रू तेव्हा खोलवर पोकळीत पडून कायमची दिसेनाशी झाली होती.

कद्रूला बदलण्यासाठी आपण काही करू शकलो असतो का हा विचार तिच्या मनात नेहमी येत असे. ती खरंतर मनाने खूप छान होती. पण तिच्या सत्तालालसेमुळे ती पागल झाली होती.

तिने ऐरावनकडे पाहिले. तो सुपर्णाला विमान चालवायच्या सूचना करत होता.

"आपण आता जवळजवळ पोचलोच आहोत." तो म्हणाला.

चला सुटलो एकदाचे. आपण दिवसभर उडतच आहोत.

मनसा खालच्या चमचमत्या वरुणगडाच्या शहराकडे बघत होती. खरंतर रात्रीचा उत्तर प्रहर असूनही लोक रस्त्यावर गर्दी करून होते. पूर्वीचा तह करणारा रक्तपा व त्याचा मित्र कली या शहरावर राज्य करत होते. आणि साऱ्यांना खूप त्रास देत होते याहून तिला या शहराची अधिक माहिती नव्हती. वासुकी व ती त्याला एकदाच भेटले होते. तो दिसायला चांगला होता पण भीतीदायक दिसणारा राक्षस होता. राक्षस सर्वसाधारणपणे काळेकभिन्न असतात, पण हा रंगाने गोरा होता.

त्याला सोने खूप आवडत असे.

"तुला एक गंमत सांगते." मनसा तोल सावरत म्हणाली, "मी कद्रूला अस्त्रे बनवण्यापासून रोखले आणि आज मीच ते करण्याचा घाट घालतेय.

सारा नशिबाचा खेळ आहे. एखादी घटना जर घडायचीच असेल तर तुम्ही कितीही ती थोपवायचा प्रयत्न करा ती घडल्याशिवाय राहत नाही."

"महाराणी" ऐरावन म्हणाला, "आपण आता राजवाड्याच्या दरवाजाजवळ आलो आहोत. आपण इथे उतरू या का?"

तिने आपल्या चांगल्या हाताने विमानाला धरले होते. तिचा अपंग हात तिने मलमपट्टी करून मोज्यात गुंडाळला होता. "नाही, नको. आपणा राजवाड्याच्या आतच उतरू या."

"पण...पण, जर रक्तपाने आपल्यावर हल्ला केला तर?" ऐरावनने विचारले. "आता आपण फक्त दोघेच आहोत."

मनसाने त्याच्याकडे दुर्लक्ष केले व ती उभी राहिली. विमानाने थोडा वेग घेतल्याने तिचा थोडा तोल गेला. तिने वैमानिकाला सांगितले, "त्या राजवाड्याजवळ जा व तिथेच उतरव!"

त्याने मान डोलवली व विमान खाली उतरवू लागला.

ते राजवाड्याजवळ आल्यावर त्यांनी पाहिले की तिथे एक मेजवानी चालली आहे. मोठ्या टेबलांवर अनेक उत्तमोत्तम पदार्थ ठेवलेले होते व काही अप्सरा तिथल्या लोकांबरोबर नृत्य करीत होत्या. हिरवळीच्या प्रवेशद्वाराशी दोन रक्षक उभे होते.

"आम्हाला तिथेच उतरव."

"महाराणी, आपण त्या मेजवानीत व्यत्यय आणतो आहोत." ऐरावनच्या आवाजात काळजी वाटत होती. "तो संतापेल ना!"

"आपल्याला तेच हवे आहे." मनसाला ती योजनाच पसंत पडली. "मी त्याला घाबरत नाहीये हेच त्याला दाखवायचंय. कदाचित त्यानंतर तो आपल्याला मदत करायला राजी होईल."

"पण..."

"ज्यांच्यात सामर्थ्य व दम आहे असेच लोक राक्षसांना आवडतात हे लक्षात ठेव. मी तोच त्यांना दाखवणार आहे."

ते विमान हिरवळीवर उतरताच सारेजण पळू लागले. नृत्यांगनांना आश्चर्याचा धक्का बसल्यामुळे त्या गोंधळून गेल्या व त्या किंचाळू लागल्या. आपापल्या तलवारी परजत रक्षक विमानाकडे पळत आले.

मनसा हिरवळीवर थोडीशी हेलपाटतच उतरली. तिची नजर मोठ्या आसनावर विराजमान असलेल्या त्या "सैतानाच्या हस्तका"वर पडली. तो मनसाकडे पाहत होता पण त्याच्या चेहऱ्यावरचा नेमका भाव कळत नव्हता. पण तो विचार करतो आहे असे मनसाला जाणवले. त्या शहरात,

त्या ठिकाणी तिचे योग्य स्वागत होणार नव्हते. ती आता अठरा वर्षाची यावर्षीच झाली होती. तिच्या सुंदर चेहऱ्यावर तारुण्यपिटीका उगवल्या होत्या. राक्षस त्यांच्या स्त्रियांना मारतात हे उघड सत्य होते.

रक्षकांनी तिच्याभोवती कडे केले. तिने शरणागती दाखवण्यासाठी आपले हात वर केले. ऐरावननेही तसेच केले. रक्षकांनी त्याची तलवार काढून घेतली.

त्या रक्षकांना मागे व्हायची खूण करून रक्तपा उभा राहिला. तो मनसाकडे आला. तिचे चमकते केस वाऱ्यामुळे उडत होते. त्याच्या चेहऱ्यावर स्मितहास्य विलसत होते.

"अहो भाग्यम्! नागांची राजकन्या, साक्षात इथे?"

"तीच आता महाराणी आहे." मनसानेही ओढून ताणून हास्य केले.

"इथे येण्यासाठी अगदी योग्य दिवसाची निवड केली आहेस." रक्तपाने आपले आखूड हाताने टाळी वाजवत म्हटले. "आज माझा वाढदिवस आहे."

मनसाने दारूचा घोट घेतला व ती खुर्चीवर मागे रेलून बसली. ती रक्तपाबरोबर दिवाणखान्यात बसली होती. ते समोरासमोर बसले होते पण रक्तपा तिच्याकडे पाहत नव्हता. तो त्याच्या कुत्र्याबरोबर खेळण्यात मग्न होता.

"तू जी सुवर्णभेट दिलीस त्याबद्दल धन्यवाद!" तो शांततेचा भंग करत म्हणाला.

"सम्राट रक्तपा, ही फक्त सुवर्णभेट नाहीय. तुझ्या प्रती माझी जी निष्ठा आहे त्याचे प्रतीक आहे. तू आम्हाला मदत करावीस असं मला वाटतेय."

त्याने खांदे उडवले, "जेव्हापासून तो तह-भंग झालाय तेव्हापासून मी कुणाही एकाचीच बाजू घेत नाही. मी माझ्याच शहरात शांतपणे जीवन व्यतीत करतोय."

असं आहे तर! वरुणगड मध्ये सारे काही आता तरी आलबेल आहे!

वरुणगडाच्या भोवती तळी होती. राक्षसांची वस्ती होती व सारे शहर सुंदर, उत्साहित दिसत होते. रक्तपाने यावर कब्जा मिळवण्याआधी इथे, मानव ज्याची पूजा अर्चा करत असे अशा वरुणाचे वास्तव्य होते. आता मात्र इथल्या शासकाच्या मर्जीनुसार शिवाचे भक्त राहत होते.

"तू आमच्या बाजूने उभे राहावेस यासाठी मला काहीतरी करायलाच हवे." मनसा म्हणाली.

"वासुकीचे काय झाले ते मी ऐकले. मी त्याबद्दल तुझ्याकडे दुःख प्रकट करतो. आणि आता कलीही परतलाय."

"परतलाय? पण तो गेला कधी होता?"

"अह!" तो हसला. "तुझ्या शत्रूचे काय झाले हे तुला माहीत नाही का? एका लहान बालिकेने त्याचा पराभव केला. पण तो आता दानवांबरोबर परत आलाय." *हे सारे केव्हा घडले? आता रक्तपा आपल्याला मदत करणार नाही. माझा शत्रू काय काय करतोय हेदेखील मला ठाऊक नाही.*

"मनसा झाकल्या मुठीचा शोध घेण्यापेक्षा, बळकट व महाकाय दानव ज्यांच्याकडे आहेत, त्यांना मदत करण्यातच शहाणपणा नाही का?" रक्तपाने दया येऊन मनसाकडे बघितले.

"पण तुझे पूर्वज-रावण-असुर व दानवांचा तिरस्कार करत असत?" ती म्हणाली, "राक्षस त्यांच्या विरोधात नाहीत का?"

"ओह, ते आहेत. खूपच विरोधात आहेत. पण तू एक विचार कर." रक्तपा उभा राहिला व मनसाकडे आला. "पण आता काळ बदललाय. मनसा. पुराणातील माणसे पुन: जागृत होत आहेत. कलीने अशक्य ते शक्य करून दाखवले. मला कायमच तो वेगळा आहे...विचित्र आहे असे वाटत आले आहे. पण तितकाच लबाडही!"

मनसाने मूठ वळली.

"तुला त्याच्याविरुद्ध लढायला माझे सैन्य हवे आहे का? तुला तेच हवे आहे ना?"

"मला ती यादी-कृती हवी आहे." तिने खरे ते सांगितले.

रक्तपा मधेच थांबला. मनसाने त्यालाच चकीत केले होते. "ती कृती सम्राट रावणांची आहे. मग ती मेघनादकडे गेली. तेथून पुढच्या लोकांकडे..."

"ती कशा पद्धतीची आहे?"

"अस्त्रे कशी बनवावीत हे त्यात वर्णिले आहे."

"ओह" त्याने ओठावरुन जीभ फिरवली, "वा, छानच. तुला काय अणुयुद्ध सुरू करायचे आहे का? दानवांच्या विरोधात अण्वस्त्रे वापरल्याने त्यांचा पाडाव होईल असे तुला वाटतेय का?"

"मला तसे वाटत नाही, मला ते माहीत आहे."

"असल्या भाकडकथांवर तू विश्वास ठेवत असावीस असे मला वाटले नव्हते." रक्तपा हसला. *मी त्या कृती-यादीचा वापर करून बॉम्ब तयार*

146

केले नाहीत त्याचे एकच कारण आहे, ते म्हणजे पुन: तो प्रलय पाहावा लागू नये. मला पुन: महायुद्ध व्हायला नको आहे."

तो अजिबात राक्षसांसारखा बोलत नव्हता. बहुतांश राक्षस युद्धे मुद्दाम छेडत असत. तर हा शांततेचा पुरस्कार करत होता.

"मी ती कृतीयादी गुप्त ठिकाणी सुरक्षित ठेवली आहे. मी ती माझ्या फक्त तीन विश्वासू लेखनिकांना देणार आहे." तो पुढे म्हणाला. त्याचा आवाज घोगरा व खर्जातला होता. "ती यादी एका लेखनिकाकडून दुसऱ्याकडे अशी दरमहा दिली जाते. त्यामुळे कुणी ती गडप करण्याचा विचार केलाच तर ती कोणाकडे आहे हे कधीच कळत नाही. आणि त्यांनी जर एखाद्याला ठार मारलेच तर रक्षकांना, ती कोणीतरी चोरणार आहे, याचा ताबडतोब सुगावा लागतो. लागलीच ते सावध होतात. तुझा विश्वास बसणार नाही पण अनेकांनी ती यादी चोरायचा प्रयत्न केला आहे. बऱ्याच लोकांना अस्त्रे बनवण्यात रस आहे."

"ते जर एवढे अवघड असेल तर तू ती जाळून का टाकत नाहीस?"

"पिढ्यांपिढ्या जी कृती यादी आमच्या घराण्यात आहे ती जाळून टाकू? मी कोण आहे असे तुला वाटतेय? मी काही एवढा भावनाकठोर, निष्ठुर हृदयाचा आहे असे तुला वाटतेय का?" तो उद्गारला. "मी संस्कृतीला, परंपरेला श्रेष्ठ मानणारा आहे."

"मग कुठलाही प्रलय, महायुद्ध होणार नाही. मी वचन देते. मला फक्त माझ्या सैन्याला दानवांपासून वाचवायचे आहे."

रक्तपा हसला, "मी तू म्हणतेस त्यावर विश्वास ठेवला असता." तो दरवाजाजवळ गेला व त्याने त्यावर टकटक केली.

तो त्यावर टकटक का करतो आहे?

"तू एक फार महत्त्वाची गोष्ट सांगितली आहेस...अगदी आताच." रक्तपाने जीभ तोंडात फिरवली. "तुला जर का ती यादी एवढ्या प्रकर्षाने हवी होती तर तू ती मला मागायची होतीस...माझ्या लेखनिकाला ठार मारण्याऐवजी!"

"लेखनिकाला मारले?"

रक्षक आत आले. त्यांचे बाण तिच्यावर रोखलेले होते. "मी कुणालाही मारलेले नाही." मनसा उभी राहिली.

तिला वाटले की ऐरावन आत येईल. पण तो बाहेरही दिसत नव्हता.

ते त्यालाही घेऊन गेले असतील...नक्कीच!

"तुझ्या बरोबरच्या माणसाने ते केलेय." तो म्हणाला, "नागांनी दोन

लेखनिकांना विष पाजले आहे. ते मला शहरातही कसे शिरले ते कळत नाहीय. आणि आता त्यांच्याकडे ती कृती यादी आहे."

"पण मी तर काहीच केलेले नाही..."

"माझ्या लेखनिकांना मारून तू काय विचार केलास ते मला कळत नाहीय. आणि आता इथे येऊन तू ती यादी देण्यासाठी विनंती करते आहेस. पण मला खात्री आहे की ती यादी आता तुझ्याकडेच आहे. महाराणी मनसा, तुला खून केल्याच्या आरोपाखाली अटक करण्यात येत आहे आणि उद्या पहाटे तुला फाशी देण्यात येईल."

148

26

आजच्या सकाळी तो जेवढा आनंदी होता तेवढा तो आतापर्यंत कधीच नव्हता. आता अर्जन त्याच्या सिंहासनावर विराजमान होता.

त्या दरबारात सर्व बाजूंनी सूर्यप्रकाश येण्यासाठी अनेक खिडक्या होत्या. दारावर रक्षक उभे होते. सिंहासनासमोरच मोठे लांबरुंद लाल जाजम पसरले होते. ती खूप मोठी खोली होती. लवकरच तिथे अनेक नागरिक त्यांच्या तक्रारी-अर्ज राजापुढे मांडायला घेऊन येणार होते.

मी.

अशावेळी आपल्या नेमक्या भावना काय असणार, आपणास कसे वाटेल याचा अंदाज येत नव्हता. त्याचे हात सिंहासनावर ताठ करून तो बसला होता. त्याला त्याच्या 'राजे' पणाची शक्ती, त्यातील सामर्थ्य जाणवत होते.

"कसे छान वाटते आहे ना?"

अर्जनने कलीकडे पाहिले. तो दाराशी उभा होता. त्याने त्याचा नेहमीचा काळा पेहराव केला होता व त्याचे डोके टोपीखाली झाकलेले होते.

"आता तू पुन: नागराणीवर कधी हल्ला करणार आहेस? माझी दानवसेना बसून बसून कंटाळली आहे."

"पुन: युद्धावर जाण्यापूर्वी मला राजा म्हणून माझे बस्तान बसवू दे."

"बरोबर. हे ठीकच आहे. सर्वसाधारणपणे 'राजे' स्वत: युद्धात भाग घेत नाहीत. पण तू एक योद्धा म्हणूनच जास्त परिपक्व झाला आहेस. बरोबर ना?"

अर्जनने कलीकडे कट्यारी फेकल्या. *याला माझ्याबद्दल सारे काही माहीत असूनही हा असे का बोलतोय?* त्याला कलीचा तिरस्कार वाटला. अर्जनचे अनेक मित्र याच्यामुळेच निजधामास गेले होते.

त्याच क्षणी त्याला गळा दाबून ठार करावे अशी अर्जनला इच्छा झाली.

पण तो आज दानवांवर नियंत्रण ठेवून आहे. मी जर काही वेडेवाकडे केले तर तो माझ्यावरच हल्ला करेल.

कली त्याच्याकडे चालत आला. तेव्हा तो शांतच होता. “मी सत्तेवर असताना मला दारूचे व्यसन लागले. आता मला समजले आहे की मी राजपदासाठी योग्य नाहीये. माझ्या राजा, हा मुकुट तुझ्याच डोक्यावर शोभून दिसतोय.”

“उर्वशी व मी, दोघांनीही तुझे राजेपद हिरावून घेतले.”

“नाही” कली सौम्यपणे म्हणाला, “माझ्या आधाशीपणाने, माझ्या लोभीपणाने माझे राजेपद हिरावून घेतले. पण तुझा स्वभाव तसा नाहीय. तू शहाणा व दयाळू आहेस. एक चांगला माणूस आहेस.”

कली पायऱ्या चढून आला व अर्जनसमोर येऊन उभा राहिला. त्याने आपला हात त्याच्या खांद्यावर ठेवला व त्याच्या डोळ्यात खोलवर पाहत राहिला.

मी याची मुंडी मुरगाळून याला ठार मारू शकेन.

“तू आता राजा आहेस, व मी तुझा सल्लागार आहे.”

“तू कोणीही नाही आहेस.” अर्जन त्याचा हात झिडकारत म्हणाला, “मी फक्त दुरुक्तीमुळेच तुला सहन करत आलोय. आणि तू आम्हाला गरजेच्या वेळी मदत केलीस म्हणून. नाहीतर मी तुला केव्हाच तुरुंगात डांबले असते.”

“ते मला माहीत आहे व म्हणूनच मी तुला साहाय्य केले.”

लबाड, लुच्च्या, अक्करमासा!

“तुझी अशीच योजना होती ना?”

“तू मला ठार मारू नयेस म्हणूनच मी हे सर्व केले. अर्जन, मला फक्त सुरक्षित राहायचे होते. आणि सारे लोक माझ्या बाजूने असायला हवे होते. नलकुवेरा व दुरुक्तीप्रमाणे, ज्यांना तू प्रिय आहेस (तेही तुला आहेत), त्या दुरुक्तीने तुझे गाव बेचिराख केले तरीही ती तुला आवडते म्हणून. दानवांची तुला मदत उपलब्ध करून मी तुला कायमचे माझ्या ऋणात बद्ध करून घेतले नाही तर मला बघताक्षणीच तू माझा कोथळाच बाहेर काढला असतास.”

“ते मला माहीत आहे.” अर्जन हसला, “तू एखाद्या किड्याइतकाही महत्त्वाचा नाहीस.”

"पण मी ते माझ्या जिवासाठी केले. आणि तुझ्यासाठीही. अर्जन, मला मनापासून वाटत होते की तूच राजा व्हायला लायक आहेस. यामागे माझा कुठलाही अंतस्थ हेतू नाही. मी जे काही म्हणतोय त्यावर विश्वास ठेव." त्याचा आवाज त्या भल्यामोठ्या खोलीत घुमत होता.

माझ्यापासून काहीतरी लपवले जातेय, सर्वांपासूनच. तसा मला वास येतोय.

अर्जन काहीतरी म्हणणार येवढ्यात एक यक्ष खोलीत आला. "महाराज, महोदय, आपल्यासमोर एक समस्या उभी राहिलीय."

"काय ती?" अर्जनने विचारले."

"आपल्या सुंदरतेवर घाला पडतोय, महाराज!"

———————

अर्जनने गळ्यापाशी बंद होणारा राखाडी रंगाचा अंगरखा घातला होता. काळे धोतर व सोनेरी चपला घातल्या होत्या. एक मलमली पिशवी त्याच्या बाजूला लोंबत होती. त्यात त्याने त्याची कट्यार ठेवली होती.

तो राजा आहे, हे कोणीही ओळखले असते. त्याने जरी मुकुट परिधान केला नव्हता तरी तो राजासारखाच दिसत होता.

त्याने डोक्यावर मुकुट का बरे घातला नव्हता? त्याला तो घालायचाच नव्हता. तो त्याला शोभत नाही असेच त्याला वाटे. तसेच त्याला ज्यांची आपण सेवा करतो, त्यांच्याप्रमाणेच राहायचे होते.

तो राजवाड्यातून तसेच दारामधून बाहेर पडला. तिथे भिंतीजवळ काही लोक जमाव करून उभे होते. ते आपसात कुजबुजत होते.

तीन रक्षकांच्या गराड्यात, एखाद्या देवाच्या रूपात नलकुवेरा तिथे आधीच आला होता. तो त्यांच्याच संस्कृतीतला, परंपरेतला होता.

त्याने अर्जनला बघताच त्याला तिथेच बोलावले. भिंतीवर चकाकत्या मोठ्या लाल अक्षरात एक शब्द लिहिलेला होता.

समलैंगिक!

कली बाहेर आला व त्याच्याजवळ उभा राहिला. तो अस्वस्थ वाटत होता.

तर अर्जन संतापाने फणफणला होता. सारे लोक त्याच्याकडे पाहत होते.

छान. म्हणजे आता सगळ्यांना याबाबत कळणार तर!

151

"या बाजूला गस्त घालणाऱ्या रक्षकाला बोलावून त्याला विचारा, त्याची उलटतपासणी घ्या. नीट चौकशी करा. दिवसाढवळ्या हे सारे त्यांनी कसे काय करू दिले?"

"मी ते आधीच केलेय महाराज." नलकुवेरा म्हणाला. "असं वाटतेय की यामागे गुरु नरेंद्रांच्या शिष्यगणांपैकी कोणीतरी असावे. तुम्ही त्यांना आवडत नाही...कारण...ते तिथे लिहिले आहे. ज्या रक्षकांनी त्यांचे काम नीटपणे केलेले नाही त्यांना मी अटक केली आहे."

"आणि गुरु नरेंद्रांचे काय?" अर्जनने विचारले.

"आपण त्यांना हातही लावू शकत नाही. काही झाले तरी ते मुख्य पुजारी आहेत. त्यांच्यामागे काही खूप प्रभावशाली व्यक्ती आहेत. तसेच नरेंद्रांची जी शिकवण आहे, त्या वैदिक परंपरेवर अनेक लोक विश्वास ठेवतात. व तसे आचरणही करतात. त्यांच्या विरोधात जाणे हे लोकांच्या विरोधात जाण्यासारखे ठरेल." नलकुवेराने स्पष्ट केले. "पण मी त्यांच्याबद्दल अधिक माहिती घेतोय." नलकुवेरा आत गेला. त्याच्या रक्षकांनी लोकांना हटकले तसे तेही तिथून निघून गेले.

भिंतीचे परीक्षण करणाऱ्या कलीकडे अर्जनने पाहिले. कली व अर्जन किल्ल्यात आल्यावर कली म्हणाला, "तू दुर्बल वाटत नाहीस. तसे दाखवत नाहीस."

"कली, तू काही माझा सल्लागार नाहीस."

"तू दुर्बलता दाखवता कामा नये." अर्जनकडे दुर्लक्ष करून कली पुन: म्हणाला. "नरेंद्राला मारून टाका. मी ती देवळे विशिष्ट उद्देशातून पाडली होती. सारे धर्म खोटे, असत्य, भ्रम, विश्वास पसरवतात व खोट्या दैवतांची पूजा करायला लावतात."

अर्जनलाही तसे वाटले पण त्याने डोके हलवले. *प्रत्येकाचाच जीव बहुमोल असतो, मी पुन: खुनी होणार नाही.*

"तो लोकांना तुझ्याविरुद्ध फितवतोय. तू त्याला तसे फितवू देऊ नकोस. लोक आता तुला घाबरतात. त्यांनी तुझ्याविरुद्ध काही करावे, तेही तुझ्या पाठीवर हे तुला आवडणार नाहीय. बरोबर?" कलीने विचारले, "माझ्यातील कमकुवतपणा मी एकदाच दाखवला होता. तेव्हा मी आजारी होतो. मी जेव्हा तो तह घडवून आणला, त्यानंतर त्याचा शेवट लोकांनी एकमेकांच्या पाठीत खंजीर खुपसल्याने झाला. काहीवेळा राजा असूनही काही वाईट गोष्टी अंगिकाराव्या लागतात.

नाही, मी पुन: खुन करणार नाही.

कली जाऊ लागला तेव्हा अर्जन जागेवरच उभा होता. एकदम अर्जन म्हणाला, "तू मला का साहाय्य करतोयस? तू आतापावेतो माझा द्‌वेष, तिरस्कार करत आलास. तू इथून गेल्यानंतर तुझ्यात एवढा बदल कसा काय घडला?"

काही क्षण शांतता पसरली. मग कलीने अर्जनकडे पाहिले. "मी जे म्हणत होतो तेच तू आता म्हणतोयस. तुझा माझ्यावर विश्वास नाहीय."

अर्जनला तो संवाद आठवला. "ते विसरून जा. माझ्या प्रश्नाचे उत्तर दे."

"ठीक आहे, अर्जन" कली हसला, "मी तुला मदत करतोय. व तू एक महान राजा होणार आहेस यावर माझा दृढ विश्वास आहे त्याचे कारण... म्हणजे..." त्याच्या डोळ्यात एक अभिमान दृग्गोचर होत होता, "कारण... तू माझा भाऊ आहेस."

27

रात्र पडू लागली होती. आता निघायची वेळ झाली होती.

मच्छनू त्याच्या तंबूत गेला होता व त्याचे अधिकारी गुहेचे रक्षण करत होते. पण आता बरीच रात्र झाली होती. त्यांना झोपेने घेरले होते.

पद्मा पिंजऱ्याच्या सळ्यांमधून वाकून पाहत होती तेव्हा रत्नामारू म्हणाली, "चला आपली निघण्याची वेळ झालीय." तिने बांबूला बांधलेले दोर कापायला सुरवात केली.

"हे तू का करतीयेस?" पद्माने मधेच विचारले.

"सम्राट बजरंग व त्यांच्या माणसांना वाचवण्याकरता." रत्नामारूने वस्तुस्थिती सांगितली. "तुला काय झालेय काय?"

पद्माने निश्वास सोडला, "ते माझे मलाच कळत नाहीय. मला वाटतंय...की आपला मार्ग चुकलाय."

"तुला हे करणे योग्य वाटतंय म्हणून तू हे करते आहेस असे मला वाटले." रत्नामारूने स्वत:जवळचा चाकू स्म्रितला दिला. ती दोर कापू लागली. ती पद्माजवळ उभी राहिली. "तुझ्या डोक्यात हे काय आलेय?"

"मला माहीत नाही. मी हे सारे बजरंगांसाठी करत होते. मी जरा त्यांची काळजी करत होते. पण आता त्यांनी कायकाय केलेय हे कळल्यावर, लोकांना त्यांनी ज्या पद्धतीने नाराज केले आहे ते बघून, माझ्या लक्षात आलंय की...ते एक..."

"माणूस (आहेत)" रत्नामारूने तिचे वाक्य पूर्ण केले. "मुली, हे बघ, हा मच्छनू जे काही सांगतोय त्यावर माझा तिळमात्र विश्वास नाही. बजरंगांची बाजूही मला ऐकायला हवी आणि मग जर ते खरे ठरले तर मी त्यांना बडवीन."

पद्माला हसू आल्यावाचून राहवले नाही. तिचा खूप गोंधळ उडाला होता.

स्मितने पिंजऱ्याची एक बाजू मोकळी केली होती. त्यातून लहान व्यक्तीला बाहेर जाता येणे शक्य झाले होते.

"तू येतीयेस का?" रत्नामारूने विचारले, "का तुला रुद्रांना सामील होऊन, नाराज केल्याबद्दल बजरंगांना मारायचे आहे?"

"तू हे काय बोलतीयेस?"

"आपण आणि मच्छनू यांच्यात फरक एवढाच आहे की आम्हाला ज्या गोष्टी योग्य वाटतात त्याच आम्ही करतो. त्याही नि:स्वार्थ बुद्धीने. हे फक्त बजरंगांच्या बाबतीतच नव्हे. जे निष्पाप लोक त्यांच्या मर्जीनुसार वागतात त्यांच्यासाठी. त्यांचे जीव टांगणीला लागले आहेत. मच्छनूला त्यांना ठार करायचे आहे."

अश्राप वनरांना मारण्याच्या त्याच्या योजनेसंबंधी पद्मा विसरली होती. ती तिच्याच भावविश्वात पूर्णपणे मग्न झाली होती. ती किती वेड्यासारखी वागत होती.

"योग्य गोष्टींसाठी" रत्नामारूने आपला हात पुढे केला.

पद्माने तिचा हात हातात घेऊन हलवला व ती हसली.

एकेक करून त्या पिंजऱ्याच्या बाहेर आल्या. रक्षक गाढ झोपी गेले होते.

"आता कुठे जायचे?" रत्नामारूने विचारले.

"आज सकाळी त्या सर्वात मोठ्या तंबूत ते सारेजण काहीतरी योजना आखण्यासाठी जमले होते. त्या तंबूत काय आहे हे मला पहायचे आहे. ते लोक वानरांच्या बाबत काय करणार आहेत हे आतमध्ये जाऊन बघायचे आहे. म्हणजे मग आपण त्यांना त्यापासून रोखू शकू." पद्मा कुजबुजली.

अंधारातून मार्ग शोधण्यासाठी रत्ना व स्मित त्या रक्षकांकडे आगीचे दिवे घ्यायला पुढे गेल्या.

पद्माला आकाशात उडणारा शुको दिसला. तिच्याकडचे येण्यासाठी तिने एक हलकीच शीळ घातली.

त्या आवाजाने रक्षक जागे झाले.

शुको खाली आला व रक्षकावर हल्ला करू लागला. स्मित व रत्नामारूने त्याच्या अंगात कट्यार घुसवली. पद्माने दुसऱ्या रक्षकावर झडप घातली. तिच्याकडे शस्त्र नसल्याने तिने त्याविनाच हल्ला केला.

दोन्ही रक्षक मरुन पडले. पद्मा जेव्हा खुनांच्या सुपाऱ्या घेत असे तेव्हाच्याच सहजतेने व चपळतेने सारे काम उरकले होते.

पद्मा व रत्नामारूने रक्षकांचे भाले घेतले, स्मितने दिवा हातात

घेतला व पद्‌माने दाखवलेल्या त्या मोठ्या तंबूकडे त्या निघाल्या. शुको पद्‌माच्या खांद्यावर बसला होता.

"हे भारीच झाले." स्मितने आपला पंजा वर केला. पद्‌माने तिच्या पंजावर आपला पंजा मारला (High Five).

त्यांच्या चेहऱ्यावर हास्य विलसत होते.

"आपला हा संकल्प केवळ अप्सरांना मुक्ती देणे येवढ्यापुरताच मर्यादित नाही, हे तुला माहीत असेलच." रत्नामारू पुढे म्हणाली.

"मी ते लक्षात ठेवीन." पद्‌मा हसली. रुद्र मंडळी त्यांच्या योजनेसंबंधी जिथे चर्चा करत होते त्या भल्यामोठ्या तंबूपाशी ते आले.

त्यातील भल्या मोठ्या टेबलावर अनेक नकाशे व कागद पसरले होते व काही लपवलेलेही होते. तिघींनीही ते तपासले. त्याचा अभ्यास केला. दंडकारण्याच्या भागावर काही खुणा केलेल्या होत्या. ज्यांचा अर्थ गळा दाबल्यासारखा होता. बरीचशी पाने एका मोठ्या पानात एकत्र केली होती.

याचा काय अर्थ असावा?

पद्‌माने दुसऱ्या टेबलावरील कागदही तपासले. एका कागदावर वानर राहत असलेल्या शिबिराभोवती गोल केलेला आढळला व त्यावर फुली मारलेली होती.

रत्नामारू व स्मितला त्यातील एका कागदावर एक खुरप्याच्या आकाराचे चित्र दिसले. ते खुरपे सर्वसाधारण खुरप्यापेक्षा मोठ्या आकाराचे होते. पिंजऱ्याच्या वाटेपर्यंत ते दाखवलेले होते. दुसऱ्या एका कागदावर त्यांना एका मोठ्या पानाचे विस्तृत वर्णन आढळले. त्याच्या मथळ्याच्या जागी "मंच्चीनिल" असे लिहिलेले होते. आणखी काही तपशील खालील बाजूस लिहिला होता. तो येणेप्रमाणे...गुणकारी, विषारी, आणखी एक नाव म्हणजे, हिप्पोमेन मॅन्सीनेला.

"मला वाटतंय की ते काय करणार आहेत ते माझ्या लक्षात आलंय." पद्‌मा त्या दोघींच्या कानात कुजबुजली. "त्यांनी सर्व योजना परिपूर्ण केली आहे. त्यांनी दंडकारण्याभोवतीचा सर्व परिसर या मोठ्या खुरप्याने खणून काढला आहे."

"ते असे का करतील?"

"कारण..." पद्‌माने ओठ पुसत डोके हलवले. "त्यांनी साऱ्या शेतकऱ्यांच्या बाबत काय केले होते ते आठवले का? त्यांना विषारी पदार्थ देण्यात आले होते."

"होय, होय आठवले." रत्नामारूने दीर्घ श्वास सोडला.

"हे त्याहून वाईट आहे." 'मच्चीनिल' ही जगातील सर्वात जास्त विषारी वनस्पती आहे. त्याने मूळ, शाखा, पाने सर्व काही विषमय असते. त्याच्या फळामुळे माणूस मरतो, तर पानातील रसामुळे अंगाला प्रचंड खाज सुटते व सारे अंग जळजळू लागते."

रत्नामारू व स्मितचा श्वास कोंडला.

"त्या शेतकऱ्यांवर केलेला प्रयोग होता तो. तो धूर त्यांना आजारी पाडतो की नाही हे त्यांना बघायचे होते." पद्माने कागदावर बोटे ठेवली, "आता ते तो प्रयोग खूप मोठ्या प्रमाणावर अनेकांवर करणार आहेत. वानरांचे ते अख्खे शिबीर नाश पावणार आहे."

28

आता रात्र पडली होती व कल्कीही गाढ झोपला होता. त्याला गुहेतील एका कोपऱ्यातून कोणीतरी काहीतरी खात आहे याचा आवाज आला व तो जागा झाला. कल्की एका फालतू पलंगावर, फालतू कांबळ घेऊन झोपला होता. अर्थात आतापर्यंत तो ज्या खातेऱ्यातून गेला होता त्याच्या तुलनेत ही अवस्था ठीकच होती.

जांबवन आपल्या तोंडात तोबरे भरत होता. त्याचे लक्ष गेले तो कल्की जागा झालेला त्याने पाहिले. त्याने माशाचा एक तुकडा कल्कीकडे फेकला. "हे घे."

"नाही, नाही ते ठीक आहे." कल्कीने वैतागून तो मासा जमिनीवर ठेवला. त्याने आतापर्यंत कधीच कच्चे अन्न खाले नव्हते. "तू हे गावातून आणलेस का?"

जांबवनने मान डोलवली. त्याने तो मासा उचलला व मचमच आवाज करीत तो खाऊ लागला.

"मी तिथल्या एका रहिवाशाशी बोललो." कल्कीला तो तबेल्यावाल्याशी बोलला होता ती आठवण झाली. "अन्नपदार्थ घेण्याव्यतिरिक्त तू त्यांच्याशी कधी बोलला आहेस का?"

कल्की एखाद्या परकीय भाषेत बोलत असल्यासारखा तो कल्कीकडे पाहत होता.

"तू इथे आहेस हे त्यांना कळणे महत्त्वाचे आहे, आवश्यक आहे."

"मी तिथे असेन. त्यांचे रक्षण करीन." त्याने ढेकर दिला.

"पण तिकडच्या कुणीच तुला पाहिलेलेदेखील नाही."

"हे अतीच झाले. माझ्यासारखे कोणीच नाहीय."

कल्कीने निःश्वास सोडला, "ठीक. त्यांना तुला बघायचंय तर ठीक आहे. ते घाबरलेत कारण त्यांना वाटतंय की ते ज्याची पूजा करताहेत

तो देव अस्तित्वातच नाहीये. तू त्यांनाच हुडकतोयस हे त्यांना समजणे आवश्यक आहे. तुझ्यावरचा विश्वास, श्रद्धा त्यांना पुन: प्रस्थापित करायची आहे. जेवढी माझी समजूत आहे त्याप्रमाणे फक्त तुझ्या गावातच तुझी पूजा केली जाते. आणि तू त्या गावात फक्त अन्नाच्या शोधात जातो आहेस."

अस्वली माणसाने गोंधळून डोके खाजवले, "मग माझी जबाबदारी काय आहे?"

"होय, जबाबदारी, एका गुहेत लपून राहायचे आणि तुला देऊ केलेले अन्न खाणे हे अगदी साधीसोपी गोष्ट आहे. पण तिथे राहून, त्यांना मदत करणे आणि त्यांची जबाबदारी घेणे ही खूप मोठी जबाबदारी आहे. त्यांना तू 'तिथे' हवा आहेस. आणि तुला बघून त्यांना खूप आनंद होईल."

तो काहीतरी चांगले बोलेल, जबाबदारीने बोलेल असे वाटून कल्की थांबला. तो आतापावेतो किती बेजबाबदारीने वागला होता याची त्याला जाणीव होईल असे त्याला वाटत होते. पण तसे काहीही न दर्शविता-बोलता तो एवढेच पुटपुटला, "अर्रर!"

काही दिवसांपूर्वी ज्या कड्यावर तो बसला होता तिथेच कल्की आजही बसला होता. नेहमीप्रमाणेच जोरदार वारे वाहत होते. वरचे आकाश निळे, जांभळे आणि लाल याच्या मिश्रणातून झालेल्या रंगाचे दिसत होते.

कल्की पायावर पाय टाकून हात गुडघ्यावर ठेवून विश्रांती घेत होता. त्याला चांगले, शांतशांत वाटत होते. त्याने डोळे मिटून घेतले. जांबवन त्याच्या मागेच बसला होता. कल्कीला त्याचे गुरगुरणे ऐकू येत होते.

त्याने त्याच्या गुरुला विचारले, "आता मी माझे लक्ष कशावर केन्द्रित करू?"

"तुझा जो सर्वात मोठा कमकुवतपणा आहे त्यावर."

त्याच्या पाठीतून थंड लहर गेली. हे कळल्यावर तो घाबरला, "का बरे?"

"तुमच्यातील कमतरता तुम्हाला माहीत असणे आवश्यक असते. त्यामुळे तुम्ही त्यापासून स्वत:चे संरक्षण करू शकाल."

कल्कीने मान हलवली. त्याने दीर्घ श्वास घेऊन आपले लक्ष एकाग्र केले. काही मिनिटांनंतर त्याला चेरी ब्लॉसमचा सुवास आला. त्याच्या

पायाखालची जमीन गवताळ असल्याचे त्याला जाणवले. तो वेगळ्याच जागी होता. तो दिव्य अनुभूतीत गेला होता.

वेगळ्याच संपर्कात होता.

त्याने डोळे उघडताच तो शांबलामध्ये असल्याचे त्याला दिसले. पण मागच्या अनुभूतीच्या वेळी दिसलेले ते गाव नव्हते.

ते त्याचे घर होते. तो अठरा वर्षाचा होता. तिथे अर्जनही होता. ते त्यांच्या झोपडीबाहेर उभे होते. विष्णुयथ...त्यांचे वडील...गोंधळून गेलेले दिसत होते.

बाबा, मला तुमची फार आठवण येतेय.

विष्णुयथाने कल्कीच्या कानावर चापटी मारली. तो दु:खाने ओरडला.

तो तर कधीच्या काळी मरण पावला होता आणि तरीही ते अगदी कालच घडल्यासारखे वाटत होते. मला ते ओरडताहेत हे अगदी ताजे वाटतेय.

“ओह, मित्रा इकडे बघ.”

कल्की वळल्यावर त्याला सम्राट वामन दिसले. वामन हा विष्णुंचा पाचवा अवतार होता.

“हे इथे काय चाललेय? ओ...हो...कुणाला तरी बोलणी ऐकावी लागताहेत. का बरे?”

त्या दिवशी काय घडले होते ते कल्कीला आठवले. “मी गुरांची राखण करणे अभिप्रेत होते. पण मी लक्ष्मीला भेटायला निघून गेलो. अर्जनला जेव्हा हे कळले तेव्हा त्याने ते सारे सांभाळून घेतले. पण तो...” त्याने बघितले तर अर्जन कोपऱ्यात उभा राहून, त्यांचे वडील कल्कीला बोलत आहेत याची हसत मजा घेत होता. “तो थापा मारत होता. ते भयानकच होते.”

“माझ्या मित्रा, मी त्याची कल्पना करू शकतो. मीही अशा वेगवेगळया खोड्या काढतच होतो.” वामन म्हणाले. ते त्यांच्या भडक रंगाच्या छत्रीवर रेलून उभे होते. “तुला माहितीय का? माझे वडील कश्यप हेदेखील खूप कडक शिस्तीचे होते. तेही मला खूप मारायचे व मला ज्या गोष्टी आवडत नाहीत त्या करायला लावायचे. मला मुली आवडतात हे जेव्हा त्यांना समजले तेव्हा ते खूप हसले...व म्हणाले...अं...तुला माहितीये का, ते म्हणाले “मी नवरा होण्याच्या योग्यतेचा अजून झालेलो नाही...आणि... मी अगदी लहानुला आहे.” त्याने खांदे उडवले. पण वामन दुखावले होते हे त्यांच्या लक्षात आले. “मला उंच लोकांबद्दल असूया वाटत असे.

पण मग माझ्या लक्षात आले की तुमची उंची किती आहे यावर काहीही अवलंबून नसते. तुम्ही योग्य त्या गोष्टी करताहात ना आणि तुमचे सामर्थ्य व धिटाई महत्त्वाची असते. आणि मित्रा, धीटपणा, शौर्य हे कुणाच्याही 'उंचीवर' अवलंबून नसते. एखादा उंदीरही मांजराला धीटपणे सामोरा जाऊ शकतो. एखादा हत्तीही सिंहाच्या मानाने दुर्बल असू शकतो."

"खूप छान उपदेश."

"धन्यवाद, मन:पूर्वक धन्यवाद. माझ्याकडे अशा गोष्टी लिहिलेले पुस्तकच आहे. मला लिहायची आवड आहे हे तुला माहीतच आहे. मी कधीतरी त्या छापूनही आणेन." अठरा वर्षाच्या कल्कीकडे पाहत सम्राट वामन म्हणाले, "तू गोंधळून गेलेला दिसतोयस."

"हो, मी गोंधळलो होतोच." कल्कीने ओठ दाबत मान डोलवली. *पण त्यानंतर काय झाले ते मला काहीच आठवत नाहीय.* "अर्जन. माझ्यापेक्षा खूपच चांगला होता. त्यामुळे मला त्याचा दु:स्वास वाटत होता. तो जास्त अभ्यासू, जबाबदार होता. मग मी किती बलवान आहे, त्यापुढे तो किती किरकोळ आहे हे त्याला सारखे जाणवून देत असे. आमच्या भांडणात तो नेहमीच जखमी होई. पण त्याला त्याबद्दल काही वाटत नसे. त्याने माझा कधीच हेवा केला नाही. त्याच्या शारीरिक दुर्बलतेविषयी त्याला काहीच दु:ख होत नसे. तो जसा आहे त्यात तो खूश होता." कल्कीने सुस्कारा सोडला.

"मी त्याचा त्यासाठी धिक्कार करत असे. वास्तविक तो दत्तक पुत्र होता. पण तरीही माझे वडील त्याच्यावर खूप प्रेम करीत असत. तो माझी 'जागा' घेत होता. ओह...त्या वेळी मी किती साधाभोळा होतो..."

आता ते चित्र बदलू लागले. दिवसाची रात्र झाली. आता ते त्या झोपडीत होते. अर्जन शांतपणे झोपला होता. तो शांतपणे झोपला होता तेव्हा कल्की व वामन खोलीच्या कोपऱ्यात ते बघत उभे होते. त्याचक्षणी त्याला कळले की आपण आपल्या भावाचा विरह किती मोठ्या प्रमाणात सहन करत होतो.

"किती शांत व सहज दिसते आहे." सम्राट वामनांनी म्हटले.

त्याचवेळी कल्कीला दाराजवळ एक सावली दिसली. कोणीतरी हातात एक उशी घेऊन आत येत होता. ती सावली अर्जनजवळ क्षणभर थांबली व नंतर अर्जनच्या चेहऱ्यावर ती उशी दाबू लागली. अर्जनने हात हवेत मारले. तो श्वासासाठी तडफडू लागला. त्या माणसाला दूर हटवू लागला. पण तो माणूस खूपच शक्तिमान होता...

कल्की त्या माणसाकडे अविश्वासू पद्धतीने पाहू लागला.

तो माणूस आपले काम पूर्ण करण्याआधीच निघून गेला. अर्जन गोंधळून आजूबाजूला पाहू लागला. तो ओरडू-किंचाळू लागला की कोणीतरी आपल्याला मारण्याचा प्रयत्न करतेय म्हणून.

"अरे बापरे, कोण होता तो?" वामनांनी विचारले.

"तो मीच होतो." कल्की म्हणाला.

कल्की घाईघाईने गुहेत शिरला. तो परतला पण तो खूपच अस्वस्थ वाटत होता. त्याला विचित्र वाटत होते.

मी हा प्रसंग कसा काय विसरलो?

कल्कीच्या आठवणीतून हा प्रसंग त्याने पुर्णपणे पुसून टाकला होता. तो त्या क्षणी किती भयानक पद्धतीने वागला होता. आपण आपल्या भावाचाच खून करणार होतो हे त्याला आता कळले. त्याच क्षणी तो तिथून पसार झाला होता.

त्याच्या मनात अपराधीपणाची भावना होती.

मी एक सैतान आहे. मी माझ्या भावाच्या खुनाचा प्रयत्न केलाय. परमेश्वरा, मी आता त्याला तोंड कसे दाखवणार?

"तू हे का केलेस?" जांबवनने विचारले. कल्कीने त्या दिव्य अनुभूतीमध्ये संपर्कात काय बघितले हे त्याला सांगितले होते.

"कारण...कारण...मी भयंकर संतापलो होतो. मी मूर्खपणात धुंद झालो होतो. मी काय करतोय हेच मला समजत नव्हते. फक्त हे केल्याने आपल्या साऱ्या समस्या संपतील ही एकच भावना माझ्या मनात होती." त्याने अंगठा चावत डोके हलवले, "मी इतका..."

"मूर्ख? दुर्बळ?"

कल्कीने लाजेने मान खाली घातली. त्याने त्या अस्वली माणसाकडे पाहिले व म्हटले, "मत्सर, मला त्याचा मत्सर वाटत होता. ज्याप्रमाणे वामनांना उंच माणसांचा मत्सर वाटतो. अगदी तसाच."

"नाही." जांबवनने म्हटले, "तू अजूनही तसाच आहेस."

"नाही...नाही. तसा मी नाहीये." त्याने अविश्वासाने गोंधळून म्हटले, "मत्सराशी कसे काय लढायचे?"

"त्या प्रवृत्तीचा त्याग करून..." जांबवन सहज म्हणाले.

जांबवनाच्या म्हणण्यावर कल्कीला बोलायला वेळ नव्हता. एक मोठा खडक गुहेवर पडला. त्यांनी बाहेर उडी मारली. कुठलीही इजा होणार नाही एवढ्या लांब ते गेले.

समोरच्या बर्फाळ खडकाळ जमिनीवर कल्कीला दहा बारा पांढरे बुरखाधारी घोड्यावरून येताना दिसले. त्याच्या मागे बेचकी यंत्र होते. आघाडीवर हत्तीच्या वेशात लोखंडी रणगाडा होता.

दोन माणसांना मारायला एवढा जामानिमा? ते मला व जांबवनला खरेच घाबरत असावेत.

त्या सर्वांच्यामध्ये एक गलितगात्र व्यक्ती होती-भार्गवराम!

163

29

"आता रात्रभर आपल्या अंतिम इच्छेचा विचार कर. उद्या पहाटे तुला फाशीवर चढवले जाईल." तुरुंगाचा रक्षक म्हणाला व निघून गेला.

मनसा निराशेचा सुस्कारा सोडत जमिनीवर पडली व सभोवताली बघू लागली. तक्तपोशीतून पाणी गळत होते. आणि उंदीर त्यांच्या बिळातून इतस्तत: उड्या मारीत होते. अस्फुटसा, अंधुक असा चंद्राचा प्रकाश साऱ्या कोठडीत भरला होता.

मनसाने मोठ्याने सुस्कारा सोडला. स्वत:च्या विस्कटलेल्या, मळलेल्या कपड्यांकडे तिचे लक्ष गेले. तिला स्वत:च्याच घामट शरीराचा दुर्गंध येत होता. तिला तो आवडत नव्हता.

आपली ती योजना भयंकर वेडेपणाची होती. आपण फक्त ती यादी त्याच्याकडून हस्तगत करायला हवी होती.

त्या पैशाचे आमिष दाखवणे ही घोडचूकच होती. पण तिला आपल्या शिबिरात घाईघाईने परतायचे होते. दानव तिच्या माणसांवर हल्ला करतील या विचाराने ती भयभीत झाली होती.

कलीने जर आजच हल्ला केला तर काय होईल? विभिषणाने जर सैन्याला योग्य पद्धतीचे नेतृत्व दिले तर? आता त्याला एकट्यालाच युद्धात भाग घ्यावा लागेल. मला तर उद्या फासावर लटकावले जाईल.

"बाई, तुम्हाला इथे कशासाठी डांबलेय?" शेजारच्या कोठडीतील माणसाने त्याचे पिवळे घाणेरडे दात विचकत विचारले. त्याच्या चेहऱ्यावर धुळीची पुटे चढली होती. आणि एखाद्या मेलेल्या उंदराप्रमाणे त्याच्या अंगाला दुर्गंध येत होता.

बाजूच्या दुसऱ्या कोठडीत एक सोनेरी केसांचा माणूस डांबलेला होता. तो चांगला दिसत होता. कदाचित तो सैनिक असावा. "रुस्तम, तिला एकटीला राहू दे."

“विनोद, तुला काय अडचण आहे? मी फक्त त्या प्रौढेशी थोडेसे बोलू इच्छितोय.”

प्रौढा? खरेच?

“तुला त्यांनी का पकडलेय?” रुस्तमने मधेच विचारले.

मनसाने काहीच प्रतिसाद दिला नाही.

“मी माझ्या झोपडपट्टीमध्ये एका राजासारखा राहतो म्हणून मला त्यांनी पकडलेय. पण त्यांना हे माहीत नाहीय की मी त्यांच्यापेक्षा कमी लाचखाऊ आहे.” त्याने हाताची घडी घालत म्हटले.

विनोद मनसाकडे वळला व म्हणाला, “तू त्याला काहीही उत्तर द्यायची गरज नाहीय.”

मनसा दोघांकडेही दुर्लक्ष करत होती.

“महानृशंस राक्षस! त्यांना वाटतं की ते केव्हाही इथे येऊ शकतात आणि आमचे जीवन उध्वस्त करू शकतात. मी गेली कित्येक वर्षे माझ्या झोपडपट्टीत व्यवस्थित गुजराण करीत होतो. आणि आताच अचानक रक्तपाला काहीतरी समस्या वाटू लागली.”

“अं...हो. तू इथे राहण्याच्या योग्यतेचा आहेस.” विनोद त्याला म्हणाला. “तुझ्या त्या अनाथ लोकांना इतर लोकांवर पाळत ठेवायला लावणे हे योग्य आहे असे तुला वाटते का?”

“हं...पण मी भरपूर सोनेनाणे मिळवले होते. मग मी काय करायला हवे होते? मी एका उद्योगपतीकडे काम करत होतो. एका हिच्यासारख्याच नाग माणसाकडे.” तो म्हणाला. त्याने मनसाकडे इशारा केला. “हिच्यासारखेच त्याचेही डोळे निळे होते.”

आता मनसाचे त्याच्याकडे लक्ष गेले, “ही स्त्री कोण होती?”

“ओह, आता महाराणींचे लक्ष गेले, हो ना?” तो हसला.

“मला तिच्याबद्दल सांग बरे.”

“तू तिच्या चेहऱ्यावरून ‘तिला’ ओळखू शकणार नाहीस. तिचे चालणे-बोलणे एखाद्या गलीतगात्र व्यक्ती सारखे होते. मला अजूनही खात्री नाही की ती स्त्री होती का आणखी कोणी? पण घटकाभर आपण तिला ‘स्त्री’ म्हणू...तुला नेमके काय म्हणायचेय?” मनसाने मध्येच विचारले.

रुस्तम दुखावल्यासारखा झाला. मनसाला स्वत:ची उत्सुकता शमवायची होती. तिने डोळे रोखले व म्हणाली, “सांग न लाडक्या?”

“हं” रुस्तम आनंदाने म्हणाला, “माझ्या झोपडपट्टीतील काही अनाथांना ती बाई घेऊन गेली. त्यांचे तू काय करणार आहेस हे मी

विचारले नव्हते. मला नंतर कळले की ते लोकांवर पाळत ठेवण्याचे काम करत. रक्तपाच्या किल्ल्यामधील कोणावर तरी."

हे त्या लेखनिकांपैकी कुणी असतील का?

"तुझ्या त्या लोकांना काय आढळले?"

"बाईसाहेब, काही कळले नाही. मला ते समजायच्या आतच त्यांनी मला या कोठडीत फेकून दिले."

मनसाला त्याला आणखीही विचारायचे होते. पण तेवढ्यात रक्षक पुढे आला. हा वेगळाच होता. त्याने दार उघडले व तिच्याकडे एक कांबळ टाकली. याचे तिला आश्चर्यच वाटले.

"हे तुझ्या चेहऱ्याभोवती गुंडाळ." तो म्हणाला.

"हे काय चाललेय?"

"मला ऐरावनने पाठवलेय."

हे सारे तिच्या सेनापतीने कसे काय घडवून आणले हे तिला कळेना, पण ती आनंदली. तिने चेहऱ्याभोवती कांबळे गुंडाळले व ती बाहेर जाऊ लागली. ती बाहेर आल्यावर तिने विनोद व रुस्तमच्या आश्चर्याने चकित झालेल्या चेहऱ्याकडे पाहिले. "मला त्या अनाथांबद्दल माहिती घ्यायची असेल तर?" तिने रुस्तमला विचारले. "मी त्यांना कुठे हुडकू शकेन?"

"रुस्तमचे खोटारडे लोक कुठे आहेत म्हणून विचार."

मनसाने मान डोलवली. मग ती त्या रक्षकाच्या मागे जाऊ लागली.

तिला कुठे घेऊन जाताहेत हे तिला माहीत नव्हते. सारे काही अंधारात गुडुप होते. ती विचार करत करतच त्याच्यामागून चालली होती....

परमेश्वराने मला तुरुंगात पाठवले. मला हे सर्व कळावे म्हणूनच त्याने असे केले.

ते सारे काही पूर्व संचित प्रारब्ध होते. मनसाने सुटकेचा श्वास घेतला. ती आता कृती यादी मिळवण्याच्या जवळ आली आहे असे तिला जाणवले. पण वेळ भराभर जात होता. तिला लवकरात लवकर ती यादी मिळायलाच हवी होती.

परमेश्वर तिच्या पाठीशी होता. तिने युद्ध जिंकावे असे त्याला वाटल्यानेच तो तिला मदत करत होता. आता तर तिची खात्रीच पटली.

ही कुठलीतरी दैवी शक्तीच मला साहाय्य करत आहे. हा काही निव्वळ योगायोग नाही. नागराणीबरोबर जो बोलला होता तोच आपल्या शेजारच्या कोठडीत असावा हा निव्वळ दैवी योगायोग नव्हता.

166

रक्षक व ती त्या लांबलचक तुरुंगाच्या ओवरीतून बाहेर पडताना, आपण आता आस्तिक समजले जाऊ का असे तिला वाटू लागले.

ते मुख्य प्रवेशद्वाराजवळ जाताना तिचे एका माणसाकडे लक्ष गेले. त्याच्या हातात भाला होता. पण दाट अंधारामुळे तिला तो कोण हे समजले नाही. त्या माणसाच्याजवळ दोन घोडे सज्ज होते.

भिंतीवर ठेवलेला दिवा त्याने पेटवला.

मनसा धावतच ऐरावनजवळ गेली. व तिने त्याला घट्ट मिठीच मारली. ऐरावन चकीत झाला. त्याने त्याचे बाहू तिच्याभोवती आवळले. राक्षस रक्षकाकडे वळून म्हणाला, "धन्यवाद!"

"आता मी तुझे काहीही देणे लागत नाही." रक्षक म्हणाला व घाईघाईने तुरुंगाकडे गेला.

"तो तुला काय देणे लागत होता?"

"मी थोडासा जुगारी आहे." तो हसत म्हणाला, "आणि त्या राक्षसाच्या विरुद्ध मी जिंकतच होतो. त्याला माझे पैसे देणे शक्य नव्हते. त्या वेळी मी त्याला म्हटले होते की मी कधीतरी पुन: येऊन ते पैसे किंवा त्या बदल्यात काही तरी घेऊन जाईन."

"म्हणून तू ते ऋण मला सोडवण्यासाठी वापरलेस?"

"तुम्ही महाराणी आहात."

मनसाने डोळे बारीक केले. "किंवा कदाचित मी तुला आवडते म्हणूनही तू ते केले असावेस."

"मला तुम्ही आवडणे क्रमप्राप्तच आहे." तो हसला.

"सेनापती, मला सांगा की माझी योजना काय वाईट, मूर्खपणाची आणि अविवेकी होती का?"

ते आता घोड्यावर बसून शहराकडे जात होते. दोघांनी आपापले चेहरे कपड्यात लपवले होते.

"महाराणी, तुम्ही एक राणी आहात आणि तुम्ही कायम योग्यच करणार."

"पण तरीही, मला सांग, ती वाईट योजनाच होती ना?" मनसा म्हणाली, "प्रामाणिकपणे सांग."

"अं..." स्वतःचे हसू लपवत त्याने तिच्याकडे पाहिले. "ती भयंकर घोडचूकच होती."

आणि तीही हसली.

बऱ्याच काळानंतर ती हसली होती.

रस्त्यावरील शेवटच्या घरापाशी मनसा व ऐरावन थांबले. तिथे रक्षक तैनात होते. मात्र खिडक्या-दरवाजे बंद होते. "हे एका लेखनिकाचे घर आहे." मनसाने ऐरावनकडे प्रश्नार्थक चेहऱ्याने बघितले.

"तुला या लेखनिकांबाबत काय माहीत?"

"रक्तपा जेव्हा तुमच्याशी बोलत होता तेव्हा मी बाहेरच्या ओवरीतच होतो. मी तुमचे बोलणे ऐकले. पण त्याने जेव्हा तुम्हाला तुरुंगात टाकण्यासंबंधी ठरवल्याचे ऐकले तेव्हा मी तिथून निघून गेलो. सम्राट वासुकी व सेनापती तारक्ष यांच्या तहाच्या वेळी मी इथेच होतो. त्या वेळी राक्षस सैन्यामधील काहीजण माझे मित्र झाले होते. तुम्हाला ते तुरुंगात घेऊन गेले तेव्हा मी किल्ल्यातच लपून बसलो होतो. माझ्या मित्रांच्या साहाय्यानेच मी बाहेर पडलो व त्या लेखनिकांचा शोध घेतला."

"आणि?"

"त्यांना कोब्रांनी [विषारी नाग] विष पाजले होते आणि कोब्रा हे जिवलग मित्र आहेत..."

"नागांचे." तिने वाक्य पूर्ण केले. "पण आपण फक्त त्यांची पूजा करतो. कोणीही त्यांना पाळत नाही. नाग पूर्वीच्या काळी तसे करत असत."

"तो जो कोणी माणूस असेल त्याला सापांवर नियंत्रण कसे ठेवायचे हे माहीत होते. पण मला दुसरे काहीच आढळले नाही."

नेमके काय घडले असेल ते मनसाने जाणले. "तुझा नशिबावर विश्वास आहे का?"

"महाराणी, हे तुम्ही काय विचारताय?"

"मी काय विचारले ते विसरून जा. आता या क्षणी आपल्याला त्या लेखनिकाच्या मारेकऱ्याचा ठावठिकाणा हुडकायचा आहे. रुस्तमच्या लपण्याच्या जागेच्या आसपास चौकशी करू."

त्यांनी शहरभर तासनतास हुडकण्यात घालवले आणि सरतेशेवटी त्यांना ती जागा-झोपडपट्टी सापडली.

दोन मोडकळीस आलेल्या इमारतींमध्ये एक मोठी इमारत होती. त्या ठिकाणी रुस्तमची लपण्याची जागा होती. त्या इमारतीत अनेक लहान

मुले होती. काहीजण खात होती. काही खेळत होती तर काही आपापसात बोलत होती.

मनसा व ऐरावन घोड्यावरून उतरले. ते इथे का आलेत अशा भावनेने ती मुले त्यांच्याकडे पाहू लागली.

मग एक मुलगा जोरात पळून जाऊ लागला.

"पकड त्याला" मनसाने ऐरावनला आज्ञा दिली.

तो गेल्यावर ती इतर अनाथ मुलांकडे पाहू लागली. ते चांगले खाते पिते, धष्टपुष्ट दिसत होते. त्यांच्या अंगावरील कपडेही चांगले होते.

लवकरच तिच्या कानावर मुलाचे रडणे आले. ऐरावन त्या मुलाला ओढत खेचत आणत होता. तो मुलगा खूप विरोध व गयावया करत होता. त्याने ऐरावनच्या हातावर मारले पण त्याने त्याला सोडले नाही. त्याने त्या मुलाला जमिनीवर आदळले. आणि आपली कट्यार त्याच्या गळ्याजवळ आणली.

मनसाने त्याच्याकडे नजर रोखली. तशी तो सरळ उभा राहिला व त्याने आपली कट्यार खिशात ठेवून दिली.

"मला माफ कर. माझ्या मित्राला मुले आवडत नाहीत." मनसा गुडघ्यावर बसली. त्यामुळे तिला त्या मुलाच्या डोळ्याला डोळा भिडवता आला. "बाळ, तुझे नाव काय?"

मुलाने प्रतिसाद दिला नाही. त्याने फक्त रागाने तिच्याकडे पाहिले.

"मी तुला सोने नाणे देईन." तिने हातातली बांगडी काढली. "हे, हे 'तू' हे बाजारात जाऊन, ते विकून पैसे मिळवू शकशील. पण प्रथम मला त्या स्त्रीबद्दल सांग बरं!"

त्याचे डोळे बांगडीवर स्थिर झाले होते, "तुला तिच्याबद्दल कसे काय माहिती आहे?"

"रुस्तमने मला सांगितले."

"तो जुलमी आहे."

"तो मलाही आवडत नाही. पण त्यानेच मला इकडे पाठवले. म्हणजे मला काहीतरी चांगले कळेल असे त्याला वाटले."

"आम्ही आमच्या नोकरीला ठेवणाऱ्याबाबत काही सांगत नाही."

"हा नोकरीदाता माझ्यासारखाच होता ना? एक नाग व्यक्ती?"

त्याने मान डोलवली.

"मग सांग बरं! माझ्याकडे आणखीही बांगड्या आहेत. मी त्या सर्वच्या सर्व तुला देईन."

मनसाने बांगडी त्याला दिली. मुलाने पटकन ती खिशात घातली आणि म्हणाला, "ती आज रात्रीच इथून जाणार आहे."

"कोण आहे ती?"

"तिला सारे जण 'आई' म्हणतात. तिच्याबरोबर बरेच निळ्या डोळ्यांचे लोक आहेत. ते तिची पूजा करतात. ती एक देवता आहे असा त्यांचा समज आहे."

"त्या लोकांकडे कोब्रा आहेत का?"

"ते मला माहीत नाही."

"तिला ती कृती यादी कशासाठी हवी आहे?"

"का, ते मला माहीत नाही. आम्ही किल्ल्यातील काही रक्षकांवर पाळत ठेवली आणि ऐकले की या महिन्यात एका लेखनिकाकडे ती यादी देण्यात आलीय. काही लेखनिकांचे पत्तेही शोधून आम्ही तिच्याकडे दिले. त्या बदल्यात तिने आम्हाला अन्नधान्य व सोनेही दिले."

"ती आता कुठे आहे?"

मुलाने ते सांगण्यासाठी तोंड उघडले, पण घाबरून तो गप्पच राहिला.

"तुला काहीही इजा होणार नाहीय, असे वचन मी तुला देते." मनसा म्हणाली.

त्याचा अजूनही तिच्यावर विश्वास बसत नव्हता.

तिने आपली रत्नजडीत मनगटी [ब्रेसलेट] काढून त्याला दिली.

मुलगा आनंदित झाला. "ती शहराच्या बाहेर वस्ती करून आहे. पण नेमके कुठे ते आम्हालाही माहीत नाही. कारण तिकडे जाताना आमच्या डोळ्यावर पट्टी बांधलेली असे. पण मी तिथल्या जिन्याच्या पायऱ्या मोजून ठेवल्यात."

"तुझ्याकडे बघून मला कुणाची तरी आठवण येतेय." मनसा हसून म्हणाली.

"कोणाची?"

"एका मुलीची. तिचे नाव पद्मा होते."

"अं...पण मी मुलगा आहे."

उंदीर एखाद्या बिळात शिरावा तसा तो इमारतीत शिरला. मनसाने सेनापतीकडे पाहिले व ती म्हणाली, "मी पुढे भविष्यात कधीतरी या शहरावर कब्जा मिळवेन आणि याच मुलाला माझा गुप्तहेर नेमीन."

"नक्कीच, महाराणीजी."

'आपले विमान कुठे आहे?'

"ते किल्ल्यात आहे. त्याने सुपर्ण सैनिकांना ठार केलेय."

"तू वाहनाची काही तजवीज करू शकशील का?"

"त्यासाठी माझे मित्र मला मदत करतील. मला परतायची परवानगी द्या. काय करता येईल ते मी बघतो."

"छान" तिने पश्चिमेकडेच्या दरवाजाकडे पाहिले. "तू विमान आणायला जा. दरम्यान मीही जाते व ही कोण 'आई' आहे त्याचा शोध घेते."

"एकट्याच जाताय?"

मनसा हसली. "सेनापती, ती कोण जी असेल तिला तोंड द्यायला मी समर्थ आहे."

30

आपण कलीच्या राक्षसांचा, वापर न करणे शक्य नव्हते हे अर्जनला माहीत होते. ते टाळता येण्याजोगे नव्हते. विशेषत: त्याचे जे बोलणे झाले त्यानंतर तर नक्कीच नव्हते. अर्जनने ते विसरायचा प्रयत्न केला. पण ते त्याच्या मनातून जात नव्हते. कली हा एक अप्रामाणिक माणूस होता. पण तो अर्जनचा भाऊ होता हे कळल्यानंतर त्याला फसवणे त्याला शक्य नव्हते. तो म्हणतोय ते खरे आहे असे अर्जनला वाटले पण ते एक दुष्ट सैतानी माणसाचे बोलणे होते. त्याने ते सारे विचार मनातून काढण्याचा प्रयत्न केला आणि आजच्या कामावर लक्ष केन्द्रित केले.

दानवांचा वापर युद्धात करायचाच नाही याबाबत तो जरा अधिकच आग्रही होता, हे प्रथमत: त्याला जाणवले. पण त्याच्याकडे पुरेसे सैन्य नाहीय आणि दानवांशिवाय तो नक्कीच पराभूत होईल हे त्याला माहीत होते. म्हणूनच अगदी नाईलाजाने काही दिवस आधीच तो आपल्या सैन्याबरोबर त्यांना युद्धावर पाठवेल असे त्याने ठरवले.

रागाने त्याने आपला हात केसातून फिरवला. कलीचे काहीही ऋण द्यावे लागू नये अशी त्याची इच्छा होती.

आणि सगळ्यात महत्त्वाचे म्हणजे तो माणूस आपला भाऊ आहे असे तो हसून सांगत होता.

अशक्य!

त्याला आता त्या खोट्या गोष्टीबाबत अजिबात विचार करायचा नव्हता. कलीने फारच पुढची धाव घेतली होती. त्या राक्षसाला आपल्या किल्ल्यात राहायला परवानगी दिल्याबद्दल त्याला स्वत:च्या मूर्खपणाचा खूप संताप येत होता. त्यातून आणखी शतमूर्खपणा म्हणजे त्याने त्याला स्वत:चा सल्लागार नेमले होते.

दार उघडले व नलकुवेरा आत आला, “महाराज, तुम्ही मला पाचारण केलेत?”

“आता युद्ध सुरू करायला हवेय, तशी वेळ आलीय. नला, आपले सैन्य व राक्षस यांना युद्धावर जाण्याची आज्ञा द्या. त्यांना आपल्या शत्रूशी लढू द्या.”

“जशी आपली आज्ञा! हे मी ताबडतोब माझ्या लोकांना सांगून योग्य ती तजवीज करतो.”

“छान. चला, मी पण जाऊन माझी तयारी करतो.”

“ती कशासाठी महाराज?”

“लढण्यासाठी! मी आता काय म्हटले ते ऐकले नाहीस का?”

नलकुवेराने गोंधळून अर्जनकडे पाहिले. त्याने काही वेळ तोंडाची उघडझाप केली. बोलावे की न बोलावे याचा विचार करत तो थोडा वेळ थांबला.

“अर्जन, आत्ता तू युद्धावर जावेस असे मला वाटत नाही.”.

“का?”

“एखादा राजा स्वत: एखाद्या युद्धात सहभागी असलेला तू कधी पाहिला आहेस का अर्जन? जर का तुलाच काही झाले तर?”

अर्जन खुर्चीवरून उठला व त्याच्याकडे गेला. काही सेकंद ते एकमेकांकडे पाहत राहिले. अर्जनने दीर्घ श्वास घेतला व स्वत:च्या संतापावर ताबा मिळवायचा प्रयत्न केला.

नलकुवेराच्या अगदी जवळ तो होता. तो म्हणाला, “तू तुझ्या राजाला, त्याने काय करावे हे सांगतोयस?”

नलकुवेराने माघार घेतली. अर्जन अशा भाषेत आपल्याशी बोलेल अशी त्याने कल्पनाही केली नव्हती.

“जर का युद्धात तू मेलास तर शहराची अवस्था पुन: निर्नायकी होईल!”

अर्जनच्या डोळ्यात काहीतरी चमकले. त्याचा चेहरा सौम्य झाला. अर्जन पुन: माघारी येऊन खुर्चीत बसला. तो मनाने खूप थकल्यासारखा वाटत होता.

“पण आपण यावर चर्चा करू. तुला जर युद्धात भाग घ्यायचाच असला तर मी तुला थांबवणार नाही. आणि अर्जन, मला तुझी व कलीची चांगली माहिती आहे. तो जेव्हा त्याची साहाय्य करण्याची योजना घेऊन आला, तेव्हा मला त्याने सारे काही सांगितले आहे.”

"माझा त्याच्यावर विश्वास नाही."

"त्याला फक्त तुझी मदत करायचीय एवढेच तू मान्य का करत नाहीस?"

अर्जन पुन: क्रोधित झाला. "नल, तो काही चांगला माणूस नाहीय. तो तसा असूच शकत नाही. त्याच्या मनात नेहमीच काहीतरी काळेबेरे असते आणि तो...तो...खूनी आहे." *अगदी माझ्याप्रमाणेच.*

"म्हणजे तो तुझा भाऊ आहे यावर तुझा विश्वास नाहीये?"

"मी काही असूर नाही. मी मानव आहे."

"पण तू तसा असलास तर?" नलकुवेरा त्याच्या जवळ आला. "तू जर खरंच शक्तीशाली असा असुर असशील तर? यक्षामदध्ये एक विशिष्ट समज आहे हे तुला माहीत आहे का?"

अर्जनने डोके हलवले.

"असुर लढाई करतील व अधर्माचा पराभव करतील. एक असुर हाच धर्म असणार आहे." तो थांबला. "तू खूप बलशाली आहेस. आमचा जो समज आहे त्यातील असुर म्हणजे तूच असशील कदाचित."

"पण" त्याने सुस्कारा सोडला, "मानवातदेखील एक समज दृढ आहे, ज्यानुसार धर्म म्हणजे एक 'मानवच' असेल."

"मी यक्षांच्या समजावर विश्वास ठेवायला तयार आहे." नलकुवेरा म्हणाला, "तू त्या सैन्यावर विजय मिळवायला हवास. आणि तू जर दानवांची मदत घेशील तर विजय निश्चित आहे."

अर्जनने जबडा विचकला, "तू जाऊ शकतोस." त्याला कली किंवा त्याचे दानव याबाबत अजून काही ऐकायची तयारी नव्हती.

नलकुवेरा जाऊ लागला. तो दरवाजा उघडणार एवढ्यात थांबला. अर्जनकडे वळून म्हणाला, "गुरु नरेन्द्रांबद्दल तुला एक गोष्ट माहीत असणे आवश्यक आहे."

"ती कोणती?"

"तू त्यांना ठार केले पाहिजेस. कली बरोबर आहे."

"का?"

"तो..."

बाहेर कसलातरी आवाज झाला. दोघांनी गोंधळून एकमेकांकडे पाहिले. ते बाहेर धावले. बाहेरच्या खोलीत भगव्या रंगाचे कपडे घातलेल्या माणसांनी गर्दी केली होती. त्या ठिकाणी किल्ल्याच्या रक्षकांची प्रेते पडली होती.

"ही नरेंद्रांची माणसे आहेत. ते इथे बंड करायला व तुला मारायला आली असणार." नलकुवेराने अर्जनकडे पाहिले. "आपण इथून निघायलाच हवे. आपण कुठेतरी सुरक्षित ठिकाणी जाऊ आणि..."

अर्जनने ऐकले नाही. क्षणभरही विचार न करता त्याने वरुन उडी मारली व तो जमिनीवर पडला. एका मजल्यावरून उडी मारूनही त्याला काही इजा झाली नव्हती. त्याने लोळण घेतली व तो उभा राहिला. त्या बुरखाधारी माणसाच्या डोळ्यात रोखून पाहत तो म्हणाला, "तुमचे स्वागत करायला मला अजिबात आनंद होत नाहीय."

आणि मग त्याने त्या माणसांना बाहेर काढायला सुरुवात केली.

नलकुवेराने बाहेरच्या रक्षकांना येण्यासाठी साद घातली पण ते येईपर्यंत अर्जनला त्यांना तोंड देणे भाग होते. एक बुरखाधारी तलवार परजत त्याच्यावर चालून आला पण त्यापूर्वीच त्याने त्याच्या गळ्यावर आपल्या कट्यारीने वार केला व नंतर लागलीच दुसऱ्या माणसाच्या पोटात ती खुपसली. एका पाठोपाठ एकजण येत होत. अर्जन एकेकाचा जीव घेत होता व रक्ताचा सडा पडत होता.

तो ज्या सहजतेने शत्रूवर विजय मिळवत होता त्यामुळे त्याला आतून खूप आनंद होत होता. आपण बलशाली असल्याचे त्याला जाणवत होते. तो आता अजिंक्य होता आणि आता या वेळी त्याला त्यांचा जीव घेण्यासाठी सयुक्तिक कारणही होते. तो आत्मसंरक्षणासाठी हे करत होता. हे तथाकथित "पवित्र भक्त" त्याचा जीव घेण्यासाठी तिथे आले होते. त्यामुळे त्यांच्यावर हल्ला करणे योग्यच होते आणि मग फक्त एकच जण उरला. तो अर्जनकडे पाहताना भांबावून गेला होता.

"मी तुला ठार करण्याआधीच पळून जा."

मग तो माणूस मुख्य रस्त्याकडे धावला. अर्जनने पहिल्या मजल्यावर उभ्या असलेल्या नलकुवेराकडे पाहिले. त्याला गर्व झाल्यासारखे वाटत होते. अर्जनने आजूबाजूला पाहिले. त्याच्यासमोर प्रेतांचा खच पडला होता आणि त्या बुरखाधाऱ्यांचे रक्त सगळीकडे पसरले होते.

"त्यांना योग्य शिक्षा मिळाली." नलकुवेरा हसून म्हणाला "मला हे असे सर्व करावे लागेल असे वाटले नव्हते." अर्जन दुःखित स्वरात म्हणाला. आता आपला जीव धोक्यात नाही असे पाहून तो शांत झाला होता. "ज्या राजावर आपला विश्वास नाही, त्याच्या विरुद्ध लढा देण्याचे स्वातंत्र्य लोकांना हवेच. हे अगदी योग्य आहे. पण त्याच्यावर असा प्राणघातक हल्ला करून त्याला ठार मारणे ही मात्र खचितच वाईट गोष्ट आहे."

"अर्जन, हे वाईटच आहे..." नलकुवेरा म्हणाला, "...की तो गुरु नरेंद्र हा वाईट माणूसच आहे. त्याला खाली खेचलेच पाहिजे."

"पण केवळ लोक माझ्या विरोधात आहेत म्हणूनच मी त्यांना खाली खेचले पाहिजे का? हे योग्य आहे का?" अर्जनने गोंधळून विचारले.

"हो, नक्कीच. त्यांच्याबाबत तू असेच निष्ठुर असले पाहिजेस." नलकुवेरा कठड्यावर रेलून म्हणाला, "आज रात्री जसे तू वागलास तसेच तू वागले पाहिजेस. त्या लोकांना तू त्यांच्याच भाषेत उत्तर दिलेस, तेच योग्य आहे. त्या शेवटच्या माणसाला तू सोडून दिलेस तेही चांगलेच झाले. तो जाऊन सारी हकीकत इतर लोकांना सांगेल बघ!"

"तो असे का करेल? हा शुद्ध देशद्रोह होता!" अर्जन गुरु नरेंद्रांच्या कृतीबाबत बोलत होता.

कारण तू जर त्याच्याशी पंगा घेशील तर, तो, यात त्याचा काहीच हात नसल्याचा आव आणेल व ते नाकारेल. ती माणसे त्याची नव्हती व ती तशी होती याचा काहीच पुरावा नाहीय असे तो म्हणेल. ही त्याचीच योजना होती. त्याचा यापुढचा पवित्रा काय असेल तो आपल्याला माहीत नाहीय. त्याच्या माणसांना तुला मारण्यात अपयश आल्याने तो पुन: आक्रमण करण्याची शक्यता आहे."

अर्जनने दात विचकले. त्याला काय पवित्र घ्यावा हे कळत नव्हते. *राजा होणे हा काही सुखाचा मार्ग नव्हता...खचितच!*

नलकुवेरा पुढे म्हणाला, "तसेच, तुझ्या संदर्भात काहीतरी त्यांच्याकडे आहे. मी थोडासा तपास केला. त्यावरून मला तसे वाटतेय."

अर्जनची उत्सुकता वाढली. *नरेंद्र व मी?* ते दोघे तर दोन ध्रुवावर होते. तसेच न्यायमंडळाच्या बैठकीआधी तो त्याला कधी भेटलाही नव्हता.

"काय ते?"

"तुला व रुद्रला तुरुंगात टाकण्यासाठी त्यानेच उर्वशीला भाग पाडले होते. तोच त्या कारस्थानामागे होता."

"काय? नाही...नाही..."

"म्हणजेच..."

नलकुवेराने मान डोलवली.

"याचाच अर्थ हा की, मित्रा, रुद्रच्या मरणामागचे कारण तोच होता."

31

रुद्रच्या शिबिरातून चोरलेल्या घोड्यांवर आरुढ होऊन पद्मा, स्मित व रत्नामारू दंडकारण्याच्या दिशेने चाललेल्या होत्या.

त्यांच्या टाचा बर्फावर आपटत होत्या. शेवटी ते शिखरावर पोचले. तिथून त्यांना वानरांचे शिबीर दिसत होते. त्या शिबिराभोवती खणलेले त्यांना दिसले.

रुद्र झोपेत असावेत असे पद्माला वाटत होते. तरीही वेळ न घालवता त्यांनी त्यांची योजना अमलात आणायचे ठरवले.

खणलेला भाग तळयापासून थोड्या अंतरावर होता. रात्र पूर्ण काळोखी होती. सारेजण गाढ झोपले होते.

त्यांच्यावर कोणती काळाची कुऱ्हाड पडलीय हेही त्यांना समजू शकणार नव्हते. ते झोपेतच मरणार होते.

शंभरएक रुद्र झाडे लावत होते. पद्मा व इतर लोक हळूहळू शिबिराकडे जात होते. काही रुद्र गरम पाण्याच्या लाकडी बादल्या घेऊन जात होते.

ती झाडे लावून झाली की लगेच हवेत विषारी वायुचा प्रादुर्भाव होणार होता. वानर जळून जातील व मरतील. सर्व भागाची पाहणी करून शुको पद्माच्या खांद्यावर बसला व केकाटला "उत्तर! उत्तर!"

मच्छनू कुठे आहे ते बघण्यासाठी पद्माने त्याला पाठवले होते. तिला त्याची आगेकूच थांबवायची होती. बजरंगांनी जरी यदाकदाचित मच्छनूच्या आईचा त्याग केला असला तरीही इतर वानरांना ठार करण्याचा त्याला, केवळ ते त्यांच्या वाटेने जात आहेत म्हणून, काहीच अधिकार नव्हता. तसे कारणही नव्हते. बाकीचे वानर अश्राप होते.

"तू जा आणि बजरंगांना जागे कर." पद्मा रत्नामारुला म्हणाली.. तिला त्या जुन्या लोकांशी अजिबात लढायचे नव्हते. "मी त्याच्या मुलाचा समाचार घेते."

"तू नक्की येणार नाहीयेस?" रत्नामारूने विचारले.

"होय, रुद्रांची काय योजना आहे ते तू त्यांना व इतर वानरांना सांग. त्यांच्यापुढे काय वाढून ठेवलेय हे त्यांना समजू दे. म्हणजे त्यांना लढाईची सज्जता करता येईल."

रत्नामारूने ओठावरुन जीभ फिरवली व मान डोलवली. "काळजी घे" ती म्हणाली व स्मित बरोबर वानरांच्या शिबिराकडे घोड्यावरून निघून जाऊ लागली. पद्मा मच्छनूच्या शोधात उत्तरेकडे गेली.

"थांब!" पद्मा कुजबुजली.

त्या गोंधळून थांबल्या.

"काय झालं?"

पद्माला हे बऱ्याच काळापासून सांगायचे होते...ते ती आता म्हणाली, "आपल्याला *जर* काही भविष्य असेल तर मला तुम्हाला घेऊन इंद्रगडला जायची इच्छा आहे."

रत्नामारूने याची अपेक्षा केली नव्हती. ती चकित तर झालीच पण आनंदीतही झाली. "खरंच? मला वाटलं की तुला एकटीलाच तिकडे जायचेय. *तुझी* तशीच इच्छा आहे."

"मलाही तसंच वाटत होते." पद्मा हसली, "पण तुमच्यासारखे लोकही हवेतच ना? तुम्ही त्यांच्यामुळेच जगता ना?"

"ठीक तर मग." रत्नामारूही हसली. "पण मी तुला सारखी चावत राहीन हं. मग म्हणू नकोस की मी तुला आधीच का नाही सांगितले म्हणून." आणि मग त्या दोघीही निघून गेल्या...वानरांच्या शिबिराच्या प्रवेशद्वाराकडे.

पद्माही उत्तरेकडे गेली. पण तिला मच्छनूचा काहीच मागमूस लागला नाही.

त्याला शोधून काढून जरूर पडली तर ठार करायचे असे तिने मनोमन ठरवले आणि जड अंत:करणाने ती पुढे जाऊ लागली.

32

पांढऱ्या बुरखाधारी धर्ममार्तंडांना समोर पाहून आपण आता इथून जिवंतपणी बाहेर पडू शकू का असे कल्कीला वाटू लागले.

मोठमोठे आग-गोळे गुहेच्या दिशेने येत असतानाही कल्की व जांबवनने उडी मारून तिथून सुटका करून घेतली. त्यात जांबवन जखमी झाला होता. त्याच्या चेहऱ्यावर भाजले होते. तो कण्हत होता व दु:खावर मात करण्याचा प्रयत्न करत होता.

जांबवनला लढता येत नाही. मलाच सारे करावे लागणार आहे.

कल्कीने, समोर जो कोणी येईल त्याच्यावर हल्ला करण्यासाठी तलवार परजली.

"आम्हा सगळ्यांवर तू मात करू शकशील असे तुला वाटतेय का?" भार्गव ओरडले, "तू स्वत:लासुद्धा वाचवू शकणार नाहीस. एवढेच नव्हे तर तो अस्वली माणूससुद्धा पराभूत झाला आहे. आता तो काही फार काळ जगत नाही."

"मूर्खा!" जांबवन कण्हत, कुथत म्हणाला. तो निस्तेज, पांढराफटक पडला होता. "मी अमर आहे."

कल्की हसला.

"एक गोष्ट कायम लक्षात ठेव." तो म्हणाला, "योग्य गोष्टी केल्यामुळेच माणसाला धैर्य लाभते. तुला चांगले शिक्षण मिळालेले नाही. पण तरीही तू चांगले काम करशील."

कल्कीने मान डोलवली. त्याने समोरच्या हत्तीकडे व धर्ममार्तंडांच्या फौजेकडे पाहिले. भार्गव त्यांच्या कुऱ्हाडीवर रेलून उभे होते.

"मला वाटते की तुमच्या मदतीसाठी जेवढी हवी, तेवढी माणसे तुमच्या समवेत नाहीयेत." कल्की म्हणाला. त्याची तलवार आकाशाच्या निळ्या रंगात चकाकत होती.

"मी तसे कधी म्हटले होते का?" तो म्हातारा म्हणाला. "तातडीच्या युद्धासाठी माझ्याकडे *राखीव* फौज नाही असे मला म्हणायचे होते. तसेच तू माझ्याकडे अगदी अनायसेच येणार होतास. पण हा सर्व त्रास, वैताग तू निर्माण केला आहेस. त्यामुळे तुला माझ्यासमोर उभे करण्याचा मार्ग माझ्या माणसांसाठी अगदी सोपा झाला आहे."

कल्कीने अजिबात वेळ घालवला नाही. तलवार घट्ट धरून तो त्या जमावावर चालून गेला. त्यांचे वार हुकवत सहजपणाने तो त्यांना भोसकत गेला.

कल्कीने तलवारीचा एक तडाखा एकाच्या डोक्यात घातला व दुसऱ्या एकाच्या पोटात तलवार खुपसली. अशा रीतीने समोर येईल त्याला तो आडवा कापत गेला. सारे पांढरे अंगरखे लालबुंद झाले.

त्याला नव्याने सापडलेली त्याची शक्ती वापरावी लागलीच नाही. पण त्याने डोळे बंद करून, मन एकाग्र करून सारी शक्ती एकवटली. त्याने डोळे उघडताच त्याच्या अंगावर येणारा बाणांचा वर्षाव त्याला दिसला.

त्याने खाली लोळण घेतली व तलवार रोखून त्याने सम्राट राघवांची शक्ती दिव्य अनुभूतीद्वारे-त्या दिव्य संपर्काच्या आधारे-आपल्यात येण्याची मनीषा केली. त्याने आपली तलवार बाणांच्या दिशेने फेकली.

थेट निशाणा!

"ओह, तुझी शक्ती कशी वापरायची हे तुला माहितीये तर?"

"अर्थात" कल्की हसला. पण भार्गव त्याच्याकडे पाहणार नव्हते. ते हत्तीवर नजर ठेवून होते. हत्तीने मोठा चीत्कार केला व आपली सोंड उभारली.

तो हत्ती आता कल्कीच्या रोखाने आला.

तो आता त्याला पायाखाली चेचणार एवढ्यात कल्कीने लोळण घेतली. त्याने पुन: डोळे बंद करून शक्तीला आवाहन केले. जसजशी त्याची आंतरीक शक्ती वाढली तशी त्याच्यात क्रोधानेही प्रवेश केला होता. भार्गवाने जांबवनाला जखमी केले होते आणि दोघांनाही ठार मारण्याचा आता त्याचा इरादा होता.

ते आता खचितच मरणार...लक्ष्मीप्रमाणे...बालाप्रमाणे.

कल्कीने खोलवर श्वास घेतला व डोळे उघडले. त्यात अंगार फुलला होता. तो एखाद्या संतप्त खदीरांगासारखा दिसत होता.

भार्गवांचा शेवट जवळ आला होता...कायमसाठी!

33

मनसाला लांबूनच तिची लपण्याची जागा सापडली. शहराच्या पश्चिमेच्या दरवाजापासून तिला सांगितल्याप्रमाणे पन्नास पावलांवरच ती जागा होती.

त्या मुलाने बरोबर सांगितले होते.

ऐरावनने दिलेली एक लहानशी कट्यार तिच्याकडे होती. जर काही दगाफटका झाला असता तर तिला तिचा उपयोग करता आला असता. त्या शिबिरात काय घडतेय याची पाहणी करत ती झुडुपांमध्ये लपली होती.

कोब्रांचे चिन्ह असलेले निळे कपडे लोकांनी घातले होते. त्यांच्या अंगावर शस्त्रे होती व अन्नाचे डबेही त्यांच्याजवळ होते. त्यांना टक्कल होते व त्यांना भुवयाही नव्हत्या. पण त्यांचे निळेशार डोळे, पाणीदार आणि मोहिनी घालणारे होते. हे मनसाच्या लक्षात आले. ही माणसेच 'नाग' होती याची तिला खात्री पटली.

ते कुठेतरी जायच्या तयारीत होते.

त्यांच्यात कुठल्याही स्वरूपातील स्त्रिया नव्हत्या. ती आणखी जवळ गेली जेणेकरून ते काय बोलताहेत हेही तिला कळले असते. आई किंवा त्या कृती-यादी संबंधी काही ऐकू येतेय का हे ती बघत होती. तेवढ्यात तिला फुसफूस ऐकू आली.

दोन मोठे नाग (कोब्रा) तिच्या मागेच होते.

तिने कदाचित त्यांना पालक म्हणून ठेवले असावे.

त्यातील एक नाग तिला चावायला पुढे आला. मनसाने त्याच्यावर कट्यार चालवून त्याला गारद केले. एक क्षणही उशीर झाला असता तर तिच्यावर विष-प्रयोग झाला असता.

दुसरा नाग विषारी जीभ फुत्कारत पुढे आला पण मनसाने त्याचा हल्ला चुकवला. *त्याला पायाखाली दाबून तिने त्यावर कट्यार चालवली.*

181

मनसाने त्या दोघांपुढेही हात जोडले. नाग ज्यांची पूजा करतात त्या सम्राट शेषनागाचे ते वंशज होते. तिने डोळे बंद करून परमेश्वराची माफी मागितली.

तिने डोळे उघडले तर तिला अनेक पदरव ऐकू आले. तीन बुरखाधारी तिच्या दिशेने येत होते. मनसाने नागांना मारल्याचा आवाज ऐकून ते तिथे आले होते.

"मला वाटले होते की तुझा देवावर विश्वास नाही" एक खर्जयुक्त खोल आवाज ऐकू आला.

तो आवाज ओळखीचा वाटत होता.

नाही. नाही. तसे होणे नाही.

त्या तिघांमधील मधल्या व्यक्तीला कुबड होते व तो काठीवर रेलला होता. बाजूच्या दोन व्यक्ती सावधपणे उभ्या होत्या. मनसाने जर काहीही हालचाल केली तर त्यांनी हल्ला केला असता.

"तुझा आवाज अगदी ओळखीचा वाटतो आहे."

"तू नेहमी इथे येतेस व माझ्या योजनांवर पाणी फिरवत असतेस?" तो आवाज ओरडल्याचा होता.

"तू कोण आहेस?"

काही क्षण ती व्यक्ती हलली नाही व बोलली नाही. मग तो बुरखा दूर झाला. आतमध्ये कधीकाळी देखण्या असणाऱ्या पण आता मात्र जखमी, पट्ट्या बांधलेली व्यक्ती होती. नाक बसके होते. चेहऱ्यावर बरेच व्रण व आघाताच्या खुणा होत्या. एक डोळा पट्टीत गुंडाळला होता. व दुसरा डोळा थोडा बाहेर आला होता.

या अशा भयानक जराजर्जर अवस्थेतही मनसाने त्या व्यक्तीला ओळखले.

तिने ज्या व्यक्तीला विमानातून खाली फेकले होते ती तीच व्यक्ती होती.

खरंतर ती व्यक्ती एव्हाना मरायला हवी होती.

"कद्रू" मनसाने हाक मारली. आता परिस्थितीने आणखी वळण घेतले होते. गोष्टी वाईटाकडून अधिक वाईटाकडे झुकल्या होत्या.

34

आता आपल्या हातून खून होणार आहे हे अर्जनला कळले होते. पण त्यामुळे त्याला काहीच फरक पडणार नव्हता.

रुद्रच्या मरणाला तो महामूर्ख माणूस जबाबदार होता तर!

त्याच्या तोंडावर त्याने कापड बांधले होते. तो एकटाच रस्त्यावरून देवळाजवळ आला.

याच मंदिरात गुरु नरेंद्र दररोज संध्याकाळी प्रार्थनेसाठी येत असे.

त्या शांत, सुनसान रस्त्याने तो आपली कट्यार बरोबर घेऊन येत होता. तो काही क्षण दरवाज्याजवळ उभा राहिला. त्यांचे शिष्य तिथे जवळच उभे होते.

अर्जनने चेहऱ्यावरील कापड दूर केले. ते दोघेजण सावध झाले पण ते स्वस्थच होते. क्षणार्धात अर्जनने त्यांचे गळे घोटले. आवाज करीत त्यांचे देह जमिनीवर कोसळले.

गुरु नरेंद्र बसलेले होते त्या विष्णुच्या पुतळ्याजवळ तोही आला. त्यांचे शिष्य तिथेच घुटमळत होते. त्याला पाहून ते चपापले. काहींनी त्याला थोपवायचा प्रयत्न केला, पण अर्जनला अजिबात वेळ घालवायचा नव्हता.

जे कोणी वाटेत आडवे आले त्यांना कट्यारीने सहजपणे गारद करत तो पुढे सरकला. मंदीराच्या जमिनीवर रक्ताचा सडा वाहू लागला होता.

मला 'त्याला' ठार करायलाच हवे मग वाटेत जे कोणी येतील ते मेले तरी मला त्याची पर्वा नाही.

कली वाईट कृत्ये करत होताच पण तो बरोबरच करत होता ही वस्तुस्थिती त्यामुळे बदलत नव्हती. अर्जन कुणालाही आपल्यावर कुरघोडी करू देत नव्हता. *आणि कोणी जर तुला इजा पोहोचवली तर तूही तसेच कर. ठकासी असावे महाठक! उद्धटासी उद्धट!*

शेवटी त्याला तो विष्णुंचा पुतळा दिसला. त्यासमोरच एक केशविहीन पुजारी प्रार्थना करत बसला होता. गुरु नरेंद्र मोठयाने प्रार्थना करत होते.

नरेंद्रांना उघडपणे सर्वांसमोर मारले तर काही अडचणी निर्माण होतील असे नलकुवेराने अर्जनला सांगितले होते. त्याने, त्यांना अगदी गुप्तपणे ठार केले पाहिजे असे बजावले होते. अर्जनने उघडपणे जर त्यांना मारले तर गुरुंना मानणारे व त्यांचे शिष्यगण कदाचित बंड करून उठतील असे त्याला वाटत होते.

आणि अर्जनने म्हटले होते की, "त्यांना जे करायचे तेवढे करू दे!"

तिथे येताना त्याने ज्यांना मारले होते त्या प्रेतांच्या व रक्ताच्या थारोळ्यात बसलेल्या पुजाऱ्याकडे अर्जन शांतपणे येत होता. आणि मग त्याने आपली कट्यार नरेंद्रांच्या गळ्याजवळ आणली.

त्या गुरुदेवांनी प्रार्थना थांबवली. त्यांनी मान वळवून कट्यारीकडे पाहिले.

"तुम्हाला मीच मारले हे कळावे अशी माझी इच्छा आहे." अर्जन म्हणाला, "मीच तुम्हाला ठार करणार आहे व जिंकणार आहे."

गुरु नरेंद्र क्षणभर शांत राहिले, "पण तू असे करून खरोखरीच जिंकणार आहेस का? जेता ठरणार आहेस का? तुला जे कोणी व्हायचे आहे 'ते' तू झालास का?"

त्या माणसाला मारल्यामुळे आपली प्रेयसी पुन: आपल्याला प्राप्त होणार आहे का, असा विचार अर्जनच्या मनात चमकला. तसेच आपल्या भावाने-कल्कीनेही-या कृत्याला परवानगी किंवा मान्यता दिली असती का? असेही त्याच्या मनात आले. पण हे विचार त्या 'जुन्या' अर्जनच्या मनात आले. आताच्या अर्जनच्या मनात, रुद्रच्या चीतेला अग्नि देताना आपल्याला कसे वाटले होते, तेच आले.

"नाही" अर्जनने कट्यार त्याच्या गळ्याच्या कातडीला टोचत म्हणाले, " मला जगाने जे व्हायला प्रोत्साहन दिले, त्यांच्या मनात मी काय व्हावे हे होते, तोच मी आता प्रत्यक्षात झालोय."

35

पद्‌मा घोड्यावरून पडली.

तिचा चेहरा बर्फात बुडाला. तिच्या नाकातून रक्त आले. ती दु:खाने विव्हळू लागली. आणि तिच्यामागेच मच्छनू उभा होता.

ते घोड्यावर बसून लढत होते. पण मग मच्छनूने तिला पकडले व खाली पाडले.

तिचा भाला तिच्या हातात होता. शुको हवेत उडत होता. तो त्याच्यावर योग्य वेळी हल्ला करेल अशी तिची अपेक्षा होती.

पद्‌मावर हल्ला करण्यात मच्छनूची माणसे त्याला मदत करत नव्हती. ती माणसे खणलेल्या भागात ती विषारी पाने टाकण्यातच मश्गुल होती. त्यांचे काम पूर्ण झाल्याशिवाय त्यांनी तिथून हलायचे नाही असे त्यांना स्पष्ट बजावले होते.

"मुली, तू मला रोखू शकणार नाहीस." तो मोठयाने म्हणाला. "मी जे बरोबर करायचे तेच करीन."

"अश्राप/निष्पाप जीवांना मारणे योग्य नाहीये."

"बजरंगाच्या मनाप्रमाणे करणे हेही योग्य नाहीय. ते एक दांभिक, ढोंगी व्यक्ती आहेत हे लोकांनी समजून घेतले पाहिजे. ते कुणाचेच रक्षण करू शकणार नाहीत."

"दुसऱ्या कुणाचा जीव घ्यायचा तुला काहीही अधिकार नाहीय." पद्‌मा म्हणाली, "एक ऐक, तुला काय वाटते आहे हे मला समजतंय. मीही या परिस्थितीतून गेले आहे. तो माझ्या आयुष्यातला एक दुर्दैवी कालखंड होता. मला कोणतीही मदत करायची नाही असा निर्णय माझ्या वडिलांनी घेतला होता. ते एक भित्रट व्यक्ती होते. पण तुम्हाला ते सारे स्वीकृत करावे लागते. पण सरतेशेवटी कितीही वाईट गोष्टींचा तुम्हाला सामना करावा लागला असला तरीही तुम्ही एक वाईट व्यक्ती होणार नाही अशी काळजी

तुम्हीच घ्यायची असते. तुम्ही कितीही प्रतिकूल परिस्थिती माझ्यापुढे निर्माण केलीत तरीही मी किंचितही डगमगणार नाही हे तुम्ही जगाला ओरडून सांगितले पाहिजे. मी माझे सत्त्व, माझा चांगुलपणा कदापिही गमावणार नाही हे तुम्ही दाखवून दिले पाहिजे." पद्‌माने ओरडून सांगितले.

मच्छनू घोड्यावरून उतरला व आपली काटेरी गदा घेऊन तिच्याजवळ आला. त्याने गदा फिरवून तिच्यावर वार केला पण तिने लोळण घेत तो हुकवला. आपल्या भाल्याजवळ न जाता ती मच्छनूवर बरसली. तिने त्याच्या पाठीवर उडी मारली व त्याच्या कानात ओरडली की, "तुला वाईटच बनवले गेले, त्यात ते यशस्वी झालेत हेच तू जगाला, असे वागून दाखवून देत आहेस. मला तू आवडत होतास. पण तो माझा चुकीचा समज होता हे आता मला कळले आहे."

मच्छनूने आपल्या जाडजूड केसाळ हाताने तिला पकडले व तिला जमिनीवरून फरफटत नेले.

तिच्या पाठीत वेदनेने कळ आली. ती आपली सारी शक्ती एकवटत होती. तेवढ्यात तिला रुद्रांचा तो नायक तिच्या जवळ येताना दिसला. मच्छनू तिला ठार मारण्याच्या हेतूने तिच्यावर तुटून पडला.

मच्छनूच्या गदेचा वार तिच्या चेहऱ्यापासून काही इंचांनी हुकला, पण तेवढ्यात त्याच्या अंगावर कुणीतरी उडी मारली.

मच्छनूचा तोल गेला व तो खाली पडला. पद्‌मा कशीबशी उठली व अंधारात डोळे चोळू लागली व ते कोण आहे म्हणून पाहू लागली.

ती रत्नामारू होती. तिच्या दुधारी भाल्याने ती त्याच्याशी लढू लागली.

आता ती काही वेळ तरी त्याला गुंतवून ठेवील.

पद्‌माने आजूबाजूला पाहिले. रुद्र लोक अजूनही ती पाने लावण्यातच गुंग होती. वानर हळूहळू त्याच्या जवळ येत आहेत हे त्यांना समजलेच नव्हते.

जेव्हा रुद्र गरम पाण्याचे भांडे घ्यायला वळले तेव्हा वानरांनी त्यांच्या अंगात आपल्या कट्यारी खुपसल्या.

आणि अचानक गदारोळ उठला. गोंधळ उडाला.

वानर व रुद्रांचे तुंबळ युद्ध सुरू झाले.

रत्नामारू व मच्छनू लढत असतानाच पद्‌माने उठून आपला भाला उचलला. तिने रुद्राला ढकलून खड्ड्यात पाडले. त्याचे शरीर त्या विषारी वनस्पतीच्या सान्निध्यात आले व जळू लागले.

दुसरा रुद्र माणूस तिच्यावर उकळते पाणी फेकायचा प्रयत्न करत होता. पण त्याने तसे करण्याअगोदरच शुकोने त्याच्यावर हल्ला केला.

त्या पक्ष्याला हुसकावताना त्याचे पाण्याचे भांडे खाली पडले. पद्माने शुकोचे आभार मानले व आपला भाला त्या रुद्राच्या पायात खुपसला. रुद्र वेदनेने कळवळला. पद्माने ते भांडे उचलले व ते पाणी त्याच्यावर ओतले.

पण तिचे समाधान क्षणिक ठरले. कारण तिने एक कर्कश्य आवाज ऐकला. पद्माने वळून पाहिले तर मच्छनू रत्नामारूच्या तोंडावर गदेचे फटके देताना तिला दिसले.

"नाही!" ती ओरडली

रत्नामारूच्या तोंडातून रक्त वाहत होते. पद्माला मच्छनूला थांबवणे भाग होते. नाहीतर तिची मैत्रीण मेलीच असती. ती आजूबाजूला बजरंग कुठे दिसताहेत का हे बघत होती.

आणि तिची नजर त्या पानांवर पडली.

मेलेल्या रुद्राच्या हातातील मोजे आपल्या हातात घालून तिने हात ताणून काही पाने हातात घेतली.

आता हा तुझा शेवटच ठरेल.

मच्छनूचे लक्ष रत्नामारूच्या रक्ताळलेल्या व विच्छिन्न झालेल्या चेहऱ्याकडे होते. मागून कोण येत आहे याकडे त्याचे लक्ष नव्हते. पद्माने पळत येऊन ती पाने त्याच्या तोंडात कोंबली व तोंड बंद केले.

मच्छनूचा श्वास कोंडला. त्याला श्वास घेता येईना. त्याचा घसा जळत होता, त्याचे डोळे लाल भडक झाले होते. पद्माने सुटकेचा श्वास घेतला. ती हसून रत्नामारूकडे, आपल्या मैत्रिणीकडे वळली.

रत्नामारू अजिबात हालचाल करत नव्हती. तिचा चेहरा ओळखता न येण्याइतका बदलला होता. तिचे डोळे आकाशाकडे लागले होते.

नाही..!

तिने रत्नामारूचे डोळे मिटले. तिच्या डोळ्यातून अश्रुधारा बरसू लागल्या.

"सारे काही छान होईल!" ती स्वत:शीच पुटपुटली. पण तिला माहीत होते तिला छान वाटत नव्हते. तिची एकुलती एक मैत्रीण तिने आताच गमावली होती. ती रत्नामारूच्या वियोगाचे दु:ख मानत होती पण तिच्या मनात विचारांचा कल्लोळ उडाला होता. *"हे सम्राट बजरंग कुठे आहेत?"*

36

त्या हत्तीचा पाय घट्ट धरल्यामुळे कल्कीच्या अंगातून लाल धूर निघू लागला. तो त्या प्राण्याला मागे ढकलत होता. तो हत्तीही त्याला ढकलत होता. पण तो एक पाऊलही मागे सरकला नाही.

कल्कीने दीर्घ श्वास घेतला व सारी शक्ती एकवटली. आणि पुन: त्याला मागे ढकलू लागला.

त्या प्राण्याचा तोल गेला व तो खाली कोसळला.

कल्कीने हवेत उडी घेतली व हत्तीची सोंड आपल्या हाताने ठेचून काढली. हत्ती वेदनेने ओरडू लागला व तो बेशुद्‌ध होऊन निपचित पडला.

कल्की त्या पूजाऱ्याकडे वळला. घाबरून ते सारे भार्गवाच्या मागे लपले होते.

भार्गवराम त्याच्याकडे अनिमिष नेत्रांनी पाहत होते. ते अजूनही त्यांच्या कुऱ्हाडीवर रेलून उभे होते. पण आता त्यांच्याही डोळ्यात भीती दिसत होती.

आता तो विष्णुचा अवतार भार्गवांकडे आला. त्याची तलवार उजेडात लकाकत होती. त्यांनी आपली कुऱ्हाड कल्कीवर फेकली. पण त्याने कस्पटाप्रमाणे तिला हवेतच पकडले.

भार्गवांचे डोळे भीतीने विस्फारले. “तू हे कसे काय करू शकतोस? सम्राट शिवांनी ती मला भेट दिली होती. ती त्यांनी स्वत: तयार केली होती! तुला सम्राट शिवा कोण आहेत हे तरी माहीत आहे का? ते तुझा खातमा करतील. ते तुला नाहीसा करतील. तू कोण आहेस? अं!” ते ओरडले.

“मी विष्णु आहे.” कल्कीने हसून म्हटले व ती कुऱ्हाड दूर फेकून दिली. त्याने भार्गवांना मानेपाशी पकडले व हवेत धरले. “तू म्हणतोस ते बरोबर आहे. मी काही कोणी महानायक नाही. पण मी तसा वागतही नाही. आणि कदाचित शेवटी तेच सर्वात महत्त्वाचे ठरणार आहे.”

"तू मला ठार करू शकत नाहीस."

"ते मला माहीत आहे. मी जर मागे जाऊन ती शिवांची तलवार घेऊन येऊ शकलो तरच मी तुमचे तुकडे तुकडे करू शकेन व तोच एकमेव मार्ग आहे हे मलाही माहीत आहे." कल्कीची निराशा झाली. "पण मला तसे करायचेही नाही. मला तुमच्याबद्दल अजूनही आदर आहे." कल्की कड्यावर जाऊन उभा राहिला. भार्गवांना त्याने दूर धरले. त्याला खोलवर एक गोठलेले तळे दिसत होते. "मी तसे करू शकतो." त्याने त्यांना सहजतेने टाकून देता येईल असे धरले. आता ते हवेत लोंबकळत होते. "तुम्ही पूर्वी जे केलेत त्याचेच हे फळ आहे. आणि तुम्हाला जर तो शाप मिळाला नसता तर मी ज्यांच्या बरोबर असतो असे गुरु तुम्ही झाला असतात. पण मी तुम्हाला वचन देतो की मी तुमची जी भव्यदिव्य प्रतिमा आहे ती डागाळू देणार नाही. तुम्ही माझे गुरु आहात असाच सर्वांना विश्वास वाटेल याची मी तजवीज करेन. कारण मला महाश्रेष्ठ भार्गवरामांच्या चांगुलपणावरील लोकांच्या असलेल्या विश्वासाला तडा जाऊ द्यायचा नाहीय. हे जरी खोटं असलं तरीही, तुम्ही विष्णूच्या एका अवताराला शिक्षण दिले आहेत यावरच त्यांनी विश्वास ठेवावा असे मला वाटते."

भार्गवांचा चेहरा लालभडक झाला होता. "तुला जे हवे तसे तू कर. लोक माझ्याबद्दल काय विचार करतात याची मला काहीच पर्वा नाही. त्याची मी का काळजी करू? माझे शब्द कायम लक्षात ठेव. मी परत येईन. तुझा नाश करीन. तुझा नायनाट करेन. तू मरण पावशील याची मी खात्री करेन. तू मला रोखू शकणार नाहीस."

"आणि मीदेखील तुमच्याशी वारंवार लढेन."

"तू आता मला सोडून देतोहेस त्याचा तुला पश्चात्ताप होईल. तुझ्या पुढच्या जन्मातही तीच गत होईल. तो धोका तू पत्करतो आहेस हे लक्षात ठेव. मी तुझ्या पुढच्या अवताराशीही खोटेच बोलेन व त्यालाही आताप्रमाणेच फसवत राहीन."

"माझ्यानंतर कुठलाही अवतार असणार नाही. होणार नाही. मी या जगातील सर्व सैतानांचा खातमा करणार आहे. या युगात सर्व वाईट साईट संपून गेले, या कारणासाठी या युगाची आठवण ठेवली जाईल."

भार्गवांनी काळजीपूर्वक खाली पाहिले, "तू आता मला खाली टाकून देणार आहेस का? तसंच करणार आहेस ना? तीच तुझी योजना आहे. पण मला वाटते तुला मला मारायचे नाहीय."

"मूर्खा, मी तुला टाकून देऊनही तू मरणार नाहीयेस. तू फक्त जखमी होशील. आणि माझ्यावर विश्वास ठेव..." त्याने आपली पकड सैल केली आणि खाली बर्फावर पडल्यामुळे भार्गव मोठयाने किंचाळले. "...तू माझ्याशी खोटे बोलल्याबद्दल तुला किमान एवढी तरी शिक्षा व्हायला हवीच."

37

"तू अजून जिवंत कशी काय?" मनसा झटकन म्हणाली, "तुला खाली पडताना मी पाहिले होते. तू मरताना मी पाहिले होते."

"पडले होते हे खरंय." कद्रू म्हणाली, "पण मला मरताना तू पाहिले नव्हते. माझ्या प्रिय भगिनी, तुला हे माहिती नाही की तुझ्याशी लढण्याच्या अगोदर मी सोमलतेच्या काही पानांची चव घेतली होती. त्यामुळे मी जखमी झाले. माझी हाडे मोडली पण अनवधानाने मला त्या पानांनी मृत्यूवर विजय मिळवण्याचे सामर्थ्य दिले. त्यामुळे नागांशी बोलण्याची विद्याही मला प्राप्त झाली आणि सुदैवाने माझ्या रक्षकांनी..." तिने केशविहीन माणसाकडे निर्देश केला. "...मला सेवा शुश्रुषा करून पुन: जीवन दिले. त्यांचा माझ्या क्षमतेवर विश्वास होता. मी त्यांची आई आहे हे त्यांना माहीतच होते. एवढ्या उंचीवरून पडूनही मी जिवंत राहिले, त्यामुळे मी त्यांची 'देवताच' ठरले. ते मला देवताच मानतात. सम्राट शेषनागांच्या पूर्वजन्मातील 'मी' व्यक्ती आहे."

"हे धादांत खोटे आहे."

"हे संपूर्ण सत्य आहे. मी अगदी आगळीवेगळी आहे." कद्रूने हसून म्हटले. त्या वेळी तिचे किडके दात व लहानसे तोंड दिसले. तिला याच क्षणी तेथून फेकून द्यावे असे मनसाला वाटले. "मी तुझ्या शोधातच होते. पण माझ्या योजनांवर पाणी फिरवण्याची तुला सवयच आहे. पण मग आता आजच मी तुला ठार करते बघ!" ती तिच्या माणसांकडे वळली, "तिच्या उजव्या अंगाने तिच्यावर हल्ला करा. तिची ती बाजू निरुपयोगी आहे. तिचा हात अपंग आहे."

मुलांनी माना डोलवल्या. व हातातील तलवारी परजत त्यांनी तिच्यावरच्या हल्ल्याची तयारी केली.

आता मी काय करू? मी फक्त एकटीच आहे.

मनसाने प्रतिकाराचा प्रयत्न केला. पण तिला तलवारीने लढण्याचा सराव नव्हता.

"तू त्या कृती-यादीचा कसा उपयोग करणार आहेस?"

कद्रूने तिच्या अंगावरील पोशाखाच्या खिशातून ती यादी काढली. "तू या यादीच्या मागे आहेस का? मी सोम मिळवणार आहे व तुझ्या सैन्याचा धुव्वा उडवणार आहे. माझ्याकडे जे काही आहे ते घे. नेहमीचेच, तुला माहीतच आहे. म्हणजे मला असे म्हणायचेय की मी सोम केव्हाही घेऊ शकेन पण मग ही यादी मिळण्याजोगी नव्हती. म्हणून ही अशी यादी अस्तित्वात आहे हे कुणा इतरांना कळण्याअगोदरच मी ती हस्तगत करायची ठरवले. पण ताई, तुला त्याबाबत माहिती आहे याचे मला नवलच वाटते."

ती मुले मनसाजवळ आली. तिने त्यांच्यावर हल्ला करण्याचा प्रयत्न केला पण त्यातील एकाने तिचा हात पकडला. तिच्या डाव्या हातातील शस्त्र गळून पडले.

ती आता दुर्बल व असुरक्षित झाली होती.

अशा वेळी काय करावे हे तिला कळेना. "कद्रू, तुला एक माहिती आहे का? तू खरोखरीच एक पोटशूळ आहेस." ती मुले तिला घेरत होती.

आणि त्याच क्षणी वाऱ्याचा प्रचंड झोत आला.

ऐरावन!

तो विमानातून आला व मनसाच्या दिशेने जाऊ लागला. येताना त्याने कद्रू व मुलांना धक्का दिला.

ती कृती-यादी कद्रूच्या हातून खाली पडली. मनसाने झटकन ती उचलली व उडी मारून ती विमानात चढली.

"तू तिला ठार करणार नाहीस का? मारून टाक!" ऐरावनने विचारले.

कद्रू व तिची तथाकथित मुले जखमांच्या दुःखावेगाने पिडीत झाली होती व कण्हत होती. त्यातील काही जणांनी शस्त्रे उचलून विमानाच्या दिशेने धाव घेतली.

कद्रू व तिच्या सैन्याला आपण दोघेच पुरे पडणार नाही हे त्या दोघांनाही माहीत होते.

"नाही" ऐरावन विमान वर घेण्याचा प्रयत्न करत होता. तेव्हा ती म्हणाली. त्याला विमानाच्या कार्यपद्धतीची फारच थोडी माहिती होती. "तुझ्या कुटुंबाला एकदा मारणे ठीक होते पण पुन:पुन: मारणे म्हणजे खूपच दुष्टपणा ठरेल."

ऐरावन हसला. मनसाही हसली.

कद्रूचा लवकरात लवकर बंदोबस्त करायला हवाय पण आता मात्र मनसाला शिबिरात परतायला हवे होते. तिला एका गोष्टीचे समाधान होते की ती कृती यादी तिला प्राप्त झाली होती. ती मिळवण्यात ती यशस्वी झाली होती.

आता आपण त्या नृशंस कलीवर बॉम्बची बरसात करू शकू.

38

किती ते सारे मृत्यू...

पद्मा जळणाऱ्या चितांकडे बघत होती. ती स्मित्रतजवळ उभी होती. स्मित्रतने अप्सरांच्या उद्धारासाठी, त्यांना गुलामगिरीतून सोडवण्याचे, रत्नामारूचे स्वप्न पूर्ण करण्याचे ठरवले होते.

वातावरण खूपच ढगाळले होते. सुंदरशी सकाळची वेळ असूनही सगळीकडे अंधारले होते. बरेच लोक भवताली उभे होते हे तिने पाहिले. बरेचसे वानर त्यांच्या माना खाली घालून चितेपुढे उभे होते. तेथून काही अंतरावरच वाळलेल्या चेरीच्या झाडाखाली बजरंगही वाकून उभे होते.

लढाईत मरण पावलेल्या वानरांच्या चितेकडेही ते पाहत नव्हते, ते पाहूच शकत नव्हते.

पद्माने सुस्कारा सोडला. तिने मागेच उभ्या असलेल्या अप्सरेला विचारले की, "तू माझ्याबरोबर इंद्रगडला येणार आहेस का?"

"नाही" स्मित्रत आता रडत नव्हती. रत्नामारूचे शव बघून स्मित्रतने फोडलेला टाहो मनसाला आठवत होता. "रत्नामारू एक नायिका होती. नेता होती. पण त्याहीपेक्षा महत्त्वाचे म्हणजे ती माझी मैत्रीण होती. आता ती या जगात नाही या गोष्टीची मला सवय करून घ्यायला हवी. मला तिच्या जाण्याचे दु:ख व्यक्त करायला वेळ हवाय. म्हणून मी आणखी काही काळ वानरांबरोबर राहायचे ठरवले आहे."

तिने पद्माकडे पाहिले. "ती तुझ्यासाठी परत आली होती. हे तुला माहितीये ना? तुझ्याबरोबर तिला राहायचे होते हे तिने मला सांगितले होते. त्यामुळे तू एक उत्तम योद्धही झाली असतीस. आमचे बहिणीचे नातेही तुझ्यामुळे आणखी दृढ झाले असते."

पद्मा हसली. "तूसुद्धा रत्ना प्रमाणेच बळकट, बलशाली आहेस. तुम्हाला माझ्या मदतीची कधीच गरज पडली नसती."

स्मितही हसली. रत्नामारूच्या चितेकडे पाहून ती म्हणाली, “तिला सूड घ्यायचा होता. ती नलकुवेराच्या मृत्यूची योजना बनवत होती. आणि आताच इंद्रगडमध्ये असलेल्या एका अप्सरेचा निरोप घेऊन एक निरोप्या आला. त्याने सांगितले की नलकुवेरा आता तिथे आहे. ही सर्वात वाईट गोष्ट आहे. तो खजिन्यावर लक्ष ठेवून आहे. आपण तिथे जाऊन अप्सरांना मुक्त करून नलकुवेराला मारले असते तर खूप छान झाले असते.” तिने डोके हलवले, “रत्नामारूचे ते स्वप्न अपुरेच राहिले. ती योजना पार न पाडताच तिचा मृत्यू झाला.”

पद्मा शांतच होती. तिने स्मितच्या पाठीवर थोपटले व ती जाऊ लागली. शुको तिच्या खांद्यावर होता. पद्मा बजरंगांकडे दुर्लक्ष करून पुढे गेली.

सम्राट बजरंग म्हणाले, “तू कुठे निघालीस?”

“मी इथून निघून जातेय.”

“तू ठीक आहेस ना?”

पद्मा थांबली व त्यांच्या डोळ्यात रोखून पाहत म्हणाली, “तुम्हाला मुले होती?”

सम्राट बजरंगाच्या डोळ्यात सौम्यपणा होता. “तो क्षण माझ्या जीवनातला एक दुर्दैवी क्षण होता. मी माझे ब्रम्हचर्य व्रत सोडायला नको होते.”

“तुम्ही ती शपथ सोडलीत की नाही याच्याशी मला काहीही देणे घेणे नाही. मला त्या गोष्टीचा राग आलेला नाही. त्यासाठी मी संतापलेली नाही.” पद्माने दात विचकले. “तुम्ही जर का काही बरेवाईट केले असेल तर तुम्ही त्याची जबाबदारी घेणे आवश्यक आहे. ती जबाबदारी झटकून पुढे जाणे योग्य नाही. *तुमच्यामुळे* सुरू झालेल्या युद्धात मी शेकडो वानरांचा जीव वाचवला आहे. तुम्ही मच्छनूला तो आता जे काही आहे तो व्हायला मदत केलीत. तो तुमचा मुलगा होता आणि *मला त्याचा खून करावा लागला!”* तिचा संताप अनावर झाल्यामुळे ती जवळजवळ त्यांच्यावर किंचाळलीच. ते चितेपासून काही अंतरावर उभे होते. त्यामुळे तिचे बोलणे कोणालाही ऐकू गेले नाही. “आणि...आम्ही जेव्हा लढत होतो तेव्हा तुम्ही कुठे होतात?”

“मला त्याच्यापुढे यायचे नव्हते. पद्मा, मला त्याबद्दल माफ कर. मी तुला आधीच सांगितलेय की मी काही परिपूर्ण नाही. त्या मत्स्यकन्येला मागे सोडून देणे ही माझी फार मोठी घोडचूकच होती

आणि त्याबद्दल मला मनापासून खेद आहे." ते थांबले, "ती गोष्ट या थराला येईल असे मला वाटले नव्हते. पण तू जे काही केलेस त्याबद्दल मी तुझा ऋणी आहे."

"बजरंग महाराज..." पद्माने स्वतःला सावरले. "तुम्ही या अवघ्या जगाला साहाय्य करण्याइतके सामर्थ्यशाली आहात. पण तुम्ही एका बिळात लपून बसलात. तुम्ही लढाई करायला हवी होती. आपल्यावर हे कलयुग अवलंबून आहे. आणि कल्की परत आल्यावर त्याला तुमची आणि तुमच्या फौजेची गरज आहे." पद्माने खांदे ताठ केले व ती त्यांच्या डोळ्यात रोखून पाहू लागली. "पण तुम्ही जाणार नाही, कारण तुम्हाला कशाचीच पर्वा नाहीय. खरे ना? आणि तुमची लाज झाकण्यासाठी-मी माझी एक मैत्रीण गमावलीय. सांगा बरं? तुम्ही माझे देणं लागताय."

पद्माने त्या 'मूक बधिर' झालेल्या बजरंगांची रजा घेतली व ती निघाली. ज्यांनी एका अवताराची बाजू घेऊन लढा दिला त्या दैवी पुराणपुरुषाला ती असे काही बोलेल, इतका पाणउतारा करणारे शब्द ती वापरेल, असे तिला स्वप्नातही वाटले नव्हते.

पण ज्यांना गरज आहे अशा लोकांच्या बाजूने उभे न राहिलेल्या व्यक्तीला एवढी विशेषणे लावण्यात काय अर्थ होता.

तिला त्यांच्याबद्दल आता काहीही आदरभाव वाटेनासा झाला.

ती आपला घोड्याजवळ आली व इंद्रगडला जाण्याची तयारी करू लागली. ती शुकोला म्हणाली, "तू कल्कीकडे जा. त्याला रत्नामारूबद्दल सारे सांग. मी आता इंद्रगडकडे कूच करीत आहे हेही सांग. मला अर्जनला भेटले पाहिजे."

पोपट केकाटला.

"कल्कीला मीही तुझ्याबरोबर यायला हवे आहे. पण मला तूच तिकडे जायला पाहिजे. तुझी त्याला गरज आहे असे मला वाटतेय. पण काळजी करू नकोस. मला काहीही होणार नाही. मी माझे संरक्षण करू शकेन. हे परमेश्वरा, माझ्या हातून पुराणपुरुषाची हत्या झाली." ती दुःखाने हसली, "मित्रा, शुभेच्छा. आशा आहे की आपण लवकरच भेटू."

शुकोने मान डोलावली व तो उडून ढगात नाहीसा झाला.

पद्मा घोड्यावर बसून डोंगरावरून खाली उतरू लागली. तिच्या डोक्यात तिच्या मृत मैत्रिणीचे विचार घोळत होते. शुकोला पाठवण्यामागे तिचा एक हेतु होता. इंद्रगडमध्ये जाताना तो तिच्याबरोबर असता

तर, ती काय करणार होती हे त्याला कळले असते. आणि मग त्याने खात्रीपूर्वक ते कल्कीला विदित केले असते.

पद्‌माला ते कुणालाही कळायला नको होते.

ती इंद्रगडला फक्त अर्जनला भेटायला चालली नव्हती.

ती नलकुवेराला ठार करायलाही निघाली होती.

39

कल्की गुहेपासून-म्हणजे जो काही ढाचा शिल्लक होता, त्यापासून
थोड्याच अंतरावर उभा होता.

त्याने हिमाच्छादित शिखरांकडे पाहिले. सूर्यास्ताची वेळ झाली होती
आणि आकाशात लाल व पिवळ्या रंगांची उधळण झालेली दिसत होती.

जांबवन उठला व कल्कीकडे जाऊ लागला. आता त्याला बरेच चांगले
वाटत होते. कल्कीने काही वनस्पती खुडून आणल्या व त्या वाटून त्याचे
मलम तयार करून ते, त्याच्या जखमांवर लावले होते.

"या प्रेतांची विल्हेवाट लावायला हवी." पांढऱ्या बुरखेधाऱ्यांच्या
कलेवरांकडे पाहून त्याने म्हटले. "इथे कुठेच पुरेशी जागा नाही त्यामुळे
आपल्याला ती प्रेते गोठलेल्या तळ्यात फेकून द्यायला लागतील. दुसरा
पर्याय नाही."

कल्की हसला. त्याने भार्गवांची वासलात लावली होती आणि आपण
दुर्बल नाही हे सिद्ध केले होते. कारण तसे भार्गवाने म्हटले होते. आता
त्यामुळे कल्कीला छान वाटत होते.

"आता तुला कसे वाटतेय?" कल्कीने काळजीने विचारले.

"छानच. मी छान आहे. तू तुझी काळजी घे."

कल्कीने मान डोलवली. जसजसा काळ जाईल तशा त्याच्या जखमा
भरून येणार होत्या. *जांबवन ठणठणीत होईल.* "आता मी इंद्रगडला जातो
व कलीचा बंदोबस्त करतो."

त्याने डोके हलवले. "शिवांची तलवार घेऊन ये."

"मला तिची खरंच आवश्यकता आहे का? मी आता बलशाली झालोय.
मी कलीचा सहजासहजी बंदोबस्त करू शकेन असं मला वाटतंय!"

"अधर्माला मारण्यासाठी *फक्त* शिवांची तलवारच लागेल." जांबवन
म्हणाला, "*फक्त तीच.* हे अजिबात विसरू नकोस. फक्त शिवांची

तलवारच अमर व्यक्तींना व अधर्माला ठार करू शकते. ती धर्माला मारू शकत नाही. तसं फक्त एकदाच घडले होते. ते पुन: होणे नाही. देवांची त्याला परवानगी नाही."

"खरंच? शिवांच्या तलवारीने कोण ठार झाले होते?"

जांबवन हसला. त्याच्या शब्दात दु:खाची भावना होती.

"ती गोष्ट पुन: कधीतरी सांगेन." कल्कीने समोरच्या रस्त्याकडे पाहिले व विचारले, "आपण आता कुठे जायचेय?"

"तिथे वर. शिवमंदिर हुडकायचे. निसर्ग वाट दाखवेल."

"निसर्ग?"

"या जगातील सर्व चराचर सृष्टीवर ज्याची हुकूमत आहे तो." त्याने स्पष्ट केले. "तुझी शक्ती/सामर्थ्यही ज्या चक्रांमुळे तुझ्यात निर्माण झालीय तेसुद्धा निसर्गानेच दिलेली आहे."

"अजून खूपच शिकायचे आहे तर!" कल्कीने ते म्हणणे मान्य केले. त्याने जरी भार्गवरामांना पराभूत केले होते, जास्त सामर्थ्य प्राप्त केले होते व जांबवनाकडून प्रशिक्षण घेतले होते तरी त्याला अजून बऱ्याच गोष्टींचे ज्ञान नव्हते.

"चला तर मग." कल्की म्हणाला, "तुझा अश्व कुठे आहे? का चालत जायलाच तुला आवडेल?"

जांबवनने खांदे उडवले व डोके हलवले. "हा सारा प्रवास तुझा तुला एकट्यानेच पार पाडायचा आहे."

"महाराज, मला मार्गदर्शन केल्याबद्दल मी आपला आभारी आहे."

"मी हे काम अनेक वेळा केले आहे." जांबवन म्हणाला. त्याला यापूर्वीच्या अवतारांबाबत म्हणायचे होते.

"तुम्ही आता कुठे जाणार?"

"जिथे मी फार पूर्वीच जायला हवे होते, तिथे." जांबवनने आपली मान दु:खाने खाली घातली. "माझ्या लोकांत, माझ्या गावी. बरोबर, तू म्हणालास ते अगदी बरोबर आहे." कल्की हसला.

आता जाण्याची वेळ झाली होती. पण त्याला जांबवनपुढे आपला आदर व्यक्त करायचा होता. कल्की देवदत्तावरुन (घोड्यावरून) उतरला व त्यांच्याकडे गेला व त्यांच्या पायाला स्पर्श करून त्यांना वंदन केले. त्या राक्षसांच्या सम्राटाने त्याला दीर्घायुष्यासाठी आशीर्वाद दिला.

कल्की पुन: घोड्यावर बसला व पुढे जाऊ लागला.

"मालक, कुठे जायचेय?"

मालक? मला वाटलं की मी एक 'सामान्य माणूस' आहे. "नाही. तुम्ही त्या म्हाताऱ्या खोकडाला चांगला धडा शिकवलात. मला तुमच्या प्रती थोडासा आदर वाटतोय...किमान आता तरी."

थोडासा? कल्की हसला. ठीक आहे मित्रा. आपण आता शिवांच्या मंदिराकडे जात आहोत. त्यांची तलवार आपल्याला अधर्माचा खातमा करण्यासाठी हवीय.

भाग सहावा

एका
युगाचा अंत

40

दुरुक्तीला आणखी एक भाऊ होता.

कलीने जेव्हा बाली जिवंत आहे असे तिला सांगितले तेव्हा तिला उत्साहित झाल्यासारखे वाटले. त्या आगीच्या वेळी ती खूपच लहान होती. आपला धाकटा भाऊ त्या आगीच्या भक्ष्यस्थानी पडला हे कळल्यावर तिचे हृदय विदीर्ण झाले. ती कलीशीच नाहीतर कुणाशीही अनेक आठवडे बोलली नव्हती. कलीही आतून तेवढाच उध्वस्त झाला होता. पण जसजसा काळ उलटला तसतसे तिने आल्या प्रसंगाला कसा प्रतिसाद द्यायचा हे शिकून घेतले.

आणि त्यानंतर सुमारे एक महिन्यापूर्वी कलीने, तिचा धाकटा भाऊ जिवंत आहे हे तिला सांगितले होते. आणि तो तर दुसरा तिसरा कोणी नव्हे तर अर्जनच निघाला.

दुरुक्तीने अवाक होऊनच कलीकडे पाहिले. अर्जन? त्या वेळी कलीशी होणाऱ्या लढाईपूर्वीच तिने अर्जनला सोम दिले होते हे बरेच झाले होते. नाहीतर कली व ती दोघेही त्यांच्या भावाला ठार मारण्यात भागीदार झाले असते.

आपण 'असुर' आहोत हे अर्जनला कळल्यावर आणि तो त्यांचा नातेवाईक आहे हे समजल्यावर तो कसा प्रतिसाद देईल या कल्पनेने तिला गंमत वाटत होती. कलीने तिला ही बातमी अगदी हळुवार पद्धतीने सांगितली होती आणि अर्जनला युद्धात मदत करण्यासंबंधीची तयारी दर्शवली होती. अलीकडच्या काळात कलीच्या आयुष्यातील एक पर्व बदलले होते. आता जशी भावनाप्रधान, नि:स्वार्थी आणि अगदी साधी सरळ अशी दुरुक्ती त्याला जाणवली होती, तशी यापूर्वी त्याला कधीच वाटली नव्हती. कदाचित, आपला भाऊ जिवंत आहे हे कळल्यामुळेही तो प्रत्येक गोष्टीकडे वेगळ्या नजरेने बघत असावा.

अर्जनला तो सुरक्षित ठेवण्याचा प्रयत्न करतोय हे तिला जाणवले होते.

आणि अर्जन...अर्जनच राहिला होता. त्याला आपले तोंड सर्वांपासून लपवावे असे वाटत होते. कदाचित *तो एका खुनी माणसाचा भाऊ होता, ही वस्तुस्थिती तो पचवू शकत नव्हता.*

दुरुक्ती आपल्या काळ्या रंगाचा पोशाख घेत असताना तिच्या मनात अर्जनचा विचार आला. आपली ओळख दाखवायची नाहीय असे कलीने सांगितल्यामुळे ती कायम बुरखा वापरत होती. पण त्या लपून छपून वावरण्याचा तिला वीट आला होता. तिने तिची ती भावना कलीला सांगितलीही होती पण योग्य वेळ आली की आपण आपली ओळख सगळ्यांना दाखवू असे त्याने तिला सांगून शांत केले होते. आणि जेव्हा अर्जन मनसाच्या सैन्याचा पराभव करेल तेव्हा ती वेळ येईल हे तिला समजत होते.

दुरुक्ती आपल्या पलंगावर पहुडली. नलकुवेराच्या किल्ल्यातील एक लहानशी खोली तिला देण्यात आली होती. तिच्या खोली समोरच कली व अलक्ष्मीची खोली.

तिचे काहीतरी बिनसले होते, खास!

तिचा सहवास दुरुक्तीच्या अंगावर शहारे आणी. तसेच तिच्या आगेमागे फिरणारे तरस तिला अजिबात आवडत नसत. ते तरस अलक्ष्मीच्या अर्ध्या वचनात होते हे ती विसरू शकत नसे. तिने एखादी शीळ घातली तर दुरुक्तीच्या अंगावरील मांस ते तरस फाडून काढतील हे तिला माहीत होते.

कलीला अलक्ष्मीपासून मुले व्हावीत असे वाटत होते, या कल्पनेने तिला भीती वाटत असे. अलक्ष्मी एक उत्तम माता होण्यास लायक नाही याची तिला खात्री होती.

तिला का कुणास ठाऊक पण अलक्ष्मी सगळ्यांपासून काहीतरी लपवते आहे असे कायम वाटत असे.

दुरुक्ती उठली. आपल्या चपला पायात घालून ती कलीला भेटायला त्याच्या खोलीकडे जाऊ लागली. कोको व विकोको-त्याचे इमानदार सेवक- तिथे उभे नव्हते. *कदाचित ते जेवायला गेले असावेत. किल्ल्याच्या आत कलीला त्यांच्या संरक्षणाची कदाचित गरज वाटत नसावी.*

ती दारावर टकटक करणार एवढ्यात तिला कुजबूज ऐकू आली.

"मी असे वागावे, करावे असे तुला का वाटतेय?" कलीने विचारले.

"तुझ्या भावाला मदत कर. तो योग्य शासनकर्ता आहे." अलक्ष्मीने तिच्या खरबरीत आवाजात म्हटले.

"नाही, नाही. तो योग्य नाहीय. माझ्यावर विश्वास ठेव. मला त्याला साहाय्य करायचेय. पण मला वाटत नाही की तो योग्य शासक म्हणून तयार झाला आहे असे! त्या भिकार गुरुने आपल्या शिष्यांना आज त्याच्यावर हल्ला करायची आज्ञा दिली आहे. पण अजूनही अर्जनने काहीच हालचाल केलेली नाही. मला वाटते की मी ती परिस्थिती चांगल्या पद्धतीने हाताळू शकेन. माझा शासनकाल संपल्यावर अर्जन खुशाल सिंहासनावर आरुढ होऊ देत."

"माझ्या राजा, भावापेक्षा तुला ते सिंहासन जास्त महत्त्वाचे वाटतेय का?"

यावर काय प्रतिक्रिया द्यावी हे कलीला कळत नव्हते.

"तुझ्यापुढे याहून महत्त्वाचे गहन प्रश्न आहेत."

"उदाहरणार्थ?"

थोडा वेळ शांततेत गेला. "अधर्म पुन: येतोय."

"कल्की"

कल्की वाईट आहे ही वस्तुस्थिती अजून दुरुक्तीला पटत नव्हती. तिला त्याची जेवढी माहिती होती त्यानुसार त्याने आजपर्यंत काहीही गैर केले नव्हते. तिच्या भावाप्रमाणे माणसांना ठार करण्यात त्याने कधीही आनंद मानला नव्हता. *मला कळत नाहीय की कल्की याक्षणी कुठे आहे?*

"महाराज शुक्रांनी भाकीत केल्याप्रमाणे त्याला सिंहासन हवे आहे आणि तो ते मिळवायला काय करेल याची तुम्हाला कल्पना आहे का?"

"तो अर्जनला ठार करेल." कलीने उत्तर दिले.

कल्की तसे कधीच करू शकणार नाही. या भयंकर स्त्रीने माझ्या भावाचा बुद्धिभेद केला आहे.

अलक्ष्मी खुसपुसली, "ओ, हो, तो नक्की त्याला ठार करेल."

"अर्जनला जरी दत्तक घेतलेले असले तरीही ते संपूर्ण आयुष्यभर भाऊ-भाऊ म्हणून एकत्र राहिलेले आहेत."

"पण अर्जन हा असुर आहे, हे त्याला कळल्यावर तो काय करेल? त्याचा विश्वासघात करण्यात आला आहे, हे समजले तर त्याला कसे वाटेल? तो संतापेल व तो तुझ्या भावाला मारायला कमी करणार नाही. जो भाऊ आज इतक्या दिवसांनंतर तुला पुन: लाभलाय त्याला?"

कुणाच्या तरी पावलांचा आवाज दुरुक्तीला ऐकू आला "होय, तू म्हणतेस ते बरोबर आहे. मी त्या गावंढळ मुलावर विश्वास टाकू शकत नाही. तो दुरुक्तीबरोबरही असतो. आणि त्याने माझ्या मित्राला-मर्तंजालाही ठार केले आहे."

"हो ना?" अलक्ष्मी कुजबुजली, "तुझ्या भावाला राज्य करू दे. आणि आजपर्यंत जशी तू त्याच्याशी सल्लामसलत करत होतास तशीच करत राहा. आणि जशी वेळ येईल त्या वेळी त्याचे संरक्षण कर."

ते दोघेही काही वेळ शांत होते.

दुरुक्तीने काळजीपूर्वक दार उघडले व तिने आत डोकावून पाहिले. अलक्ष्मी कलीच्या डोक्याला तेल लावून मसाज देत होती. ते आरशाच्या समोर बसले होते.

"महाराज, आपल्याला मुले झाली पाहिजेत. असुरांचा वंश पुढेही चालू राहायला हवा. पूर्वीप्रमाणेच त्याची वाढ व्हायला हवी व त्याची भरभराटही व्हायला हवी."

"होय" कली जरी तिच्याशी सहमत झाला होता तरी त्याच्या अंतर्मनातून त्याला ते पटलेले वाटत नव्हते असे दुरुक्ती म्हणू शकली असती.

तो थोडासा घाबरलेलाही वाटत होता. ती पुढे काहीतरी ऐकणार तेवढ्यात तिच्या कानात कुणीतरी कुजबुजले, "तुम्हाला असे चोरून ऐकायला आवडते हे मला माहीत नव्हते दुरुक्तीजी."

दुरुक्तीचा श्वास क्षणभर थंड पडला. कोण बोलले हे ती पाहू लागली.

ती रंभा होती. नलकुवेराची बायको. ती आपल्या पलंगावर ज्या अवस्थेत होती त्याच अवस्थेत आली होती. तिने केसांचा बुचडा बांधला होता व झिरझिरीत कपडे घातले होते. ती सुंदर दिसत होती.

रंभा निर्विकार चेहऱ्याने दुरुक्तीकडे पाहत होती.

"तिला राग आला असेल का? मी आता काय करू?"

"रंभाजी" दुरुक्ती म्हणाली, "मी...जरा..."

"मी शाही व्यक्ती नाही. माझ्या नवऱ्याला शय्यासुख देणारी मी फक्त एक...केवळ एक खास खेळणे आहे. ये इकडे माझ्याबरोबर..."

काय? तिचा नवरा तिला असे वागवतो? आणि तिलाही ते चालतं?

यक्ष आपल्या स्त्रियांना कसे वागवतात हे तिने ऐकले होते. ते अगदी तिरस्करणीय होते. तरीही तिला एक 'वस्तू' म्हणून वापरले जात असल्याने काहीच फरक पडत नव्हता. दुरुक्ती गोंधळून गेली होती. ती

रंभेबरोबर दालनातून जात असताना विचार करत होती. ती लोकांपासून दूर जाऊन त्यांच्यावर नजर ठेवत होती. ती असा चोरीचा मामला का करत होती याबद्दलचा योग्य विचार करत असतानाच, एक शब्दही बोलण्याच्या आधीच रंभा म्हणाली, "मी समजू शकते तू या नवीन मुलीवर विश्वास ठेवायला तयार नाहीस."

"हो, हो, ते खरेच आहे. पण हे तुला काय माहीत?"

"प्रिये, मीदेखील असुरांवर विश्वास ठेवत नाही." रंभाने तिच्या प्रश्नाकडे दुर्लक्ष करून म्हटले, "तूदेखील. पण तू एक मूर्ख आहेस तर ती वेडी आहे."

आपण सुटकेचा श्वास सोडावा की नाराज व्हावे हे दुरुक्तीला कळेना. *पण आता काही न बोलणेच बरे.*

त्या पायऱ्या उतरून खाली आल्या व तळघराच्या बाहेर पोचल्या व उभ्या राहिल्या. एक यक्ष तिथे उभा होता.

"आपण इथे का आलो आहोत?"

"प्रिये, अशी घाई करू नकोस. आता एवढेच लक्षात घे की मी तुला मदत करायचाच प्रयत्न करतेय."

रंभाने रक्षकाकडे पाहून मान डोलवली. यक्षाने दिवा लावला व आत जाण्यासाठी उजेड केला. त्या काही वेळ चालून, जिथे अनेक कोठडया होत्या अशा एका दालनात पोचल्या. आतल्या कैद्यांच्या हातात बेड्या घातल्या होत्या.

त्या सर्व कैदी स्त्रिया होत्या.

"हे काय...काय...आहे?" दुरुक्तीचा आपल्या डोळ्यांवर विश्वास बसेना. त्या किल्ल्यातील तळघरात अंधार कोठडया होत्या. त्या स्त्रिया गुलाम होत्या हे अगदी उघड होते. त्यातील काहीतर अगदी कोवळ्या तरुणी होत्या. समोरच्याच एका कोठडीतील मुलीकडे पाहून तिने इशारा केला. *ती मुलगी जेमतेम बारा वर्षाची असावी!*

त्या सर्वजणी अत्यंत देखण्या होत्या. त्या अप्सरा आहेत हे तिच्या लक्षात आले. त्या कोठडीच्या गजांना धरून, रंभाजींबरोबर कोण आले आहे ते बघत होत्या.

"ही जागा माझ्या नवऱ्याची अत्यंत आवडती जागा आहे." रंभा म्हणाली, "तो इथल्या प्रत्येक मुलीशी चाळे करत असतो."

छानच. म्हणजे मी व माझा भाऊ एका नैतिक अध:पतन झालेल्या माणसाच्या किल्ल्यात राहतोय तर.

"त्यांना त्या कोठडीत का डांबले आहे?"

"म्हणजे मग त्यांना इथून पळून जाता येणार नाही. मूर्ख. बरेचजण तसे प्रयत्न करतात. का ते मला माहीत नाही. आम्ही त्यांना चांगले चुंगले खायला देतो. त्यांची तब्येत-बांधा उत्तम राहण्यासाठी त्यांना व्यायामाच्या सुविधा देतो. माझा नवरा जेव्हा त्यांच्याबरोबर मौजमजा करायला येतो तेव्हा त्या मुलींना लैंगिक भावना उद्दीपीत करणारी उत्तेजक द्रव्येही त्यांच्या शरीरात टोचतो. म्हणजे मग सगळ्यांनाच खूप धमाल करता येते."

दुरुक्तीला बोलायला शब्द सापडेनात. तिला खरेतर खूप बोलायचे होते. पण ती आत इथे अंधार कोठडीतमध्ये नलकुवेराच्या बायकोबरोबर व रक्षकांच्या गराड्यात होती. रंभा तिचा खतमा करण्याची आज्ञा अगदी सहज देऊ शकली असती व त्याची खबर कुणालाही कळलीदेखील नसती.

"ठीक आहे." रंभा म्हणाली, "आता मी सांगते की मी कशा पद्धतीने मदत करू शकते ते. या मुली इथे केवळ माझ्या नवऱ्याला सुख देण्यासाठी नाहीत. त्यातील काहीजण उत्तम अशा गुप्तहेर आहेत. यातील कुणालाही तू पैसे देऊन भाड्याने घेऊ शकतेस. व अलक्ष्मीची बित्तंबातमी काढू शकतेस. तू त्यांना बक्षीसही देऊ शकतेस. फक्त त्यांना खूप सारे खायला घालू नकोस. कारण नलाला त्यांनी जाड व्हायला नकोय."

दुरुक्तीने मुलींच्या चेहऱ्याकडे पाहिले. त्या तिथून बाहेर पाडण्यासाठी उत्सुक वाटत होत्या. *मी यातील फक्त एकीचीच निवड करू शकते हे दुर्दैवच आहे.*

तिने नजर जमिनीकडे लावून बसलेल्या एका मुलीची निवड केली. इतर मुलींप्रमाणे तिला तिथून बाहेर पडण्यात फार रस असल्यासारखे वाटत नव्हते. ती मुलगी जमिनीवर आपल्या हाताच्या बोटाने एक चित्र रेखाटत होती.

"मला ती मुलगी हवी आहे."

रंभाने दार उघडले व त्या मुलीला दुरुक्तीपुढे ढकलले.

"मुली, तुझे नाव काय आहे?" रंभाने विचारले.

"मीरा"

रंभा हसली. "छान, मीरा. दुरुक्तीजींना तुझ्याकडून एक महत्वाचे काम करून घ्यायचे आहे."

मीराने मान डोलावली व दुरुक्तीकडे पाहिले.

छान. आता माझ्याकडे एक गुप्तहेर आहे असे वाटतेय.

दुरुक्ती, रंभा व मीरा जिना चढून वर आल्या. त्या मुख्य दालनात आल्या तेव्हा नलकुवेरा व कली एकमेकांशी बोलत बसलेले दिसले. काही यक्ष रक्षक त्यांच्याभोवती उभे होते.

दुरुक्ती कलीजवळ आली व तिने विचारले, "काय झाले?"

"गुरु नरेंद्रांचा खून झाला आहे." नलकुवेराने स्पष्ट केले. "त्याचा गळा आपल्या राजानेच घोटला आहे...आज रात्रीच."

दुरुक्तीच्या पाठीतून थंड लहर गेली. *अर्जनने कुणालातरी ठार केलंय?*

तिने कलीकडे पाहिले. तो दिलखुलासपणे हसत होता. "छान मला खूप आनंद झालाय. तो माणूस त्याच लायकीचा होता."

"तुला आनंद झालाय..." नलकुवेरा आपल्या संतापावर ताबा मिळवत म्हणाला, "पण आता जेव्हा सगळीकडे दंगे धोपे सुरू होतील, त्याला आपण कसे तोंड देणार? आता सारी परिस्थिती आणखीनच वाईट होत जाणार. त्यांच्या मुख्य धर्ममार्तंडाला मारून अर्जन गप्प बसणार नाही. तो आता शहरातील सर्व मंदिरांना टाळे लावणार आहे. तशीच त्याची योजना आहे. जे लोक त्याच्यावर विश्वास ठेऊन होते, त्यांची माथी भडकतील. मी त्याला सारे काही शांततेने, हळूहळू, दूरदर्शीपणाने करायला बजावले होते."

कलीने नलकुवेराच्या खांद्यावर हात ठेवला. "ते ठीक आहे मित्रा. आपल्या राजाने सर्व बाजूंनी विचार केला असेल असे मला खात्रीने वाटते."

"मला तसे वाटत नाही." नलकुवेराने डोके हलवत म्हटले, "तू त्याच्याकडे पाहायला हवे होतेस. तो नखशिखांत रक्ताने माखला होता. दुसरं-तिसरं काही नव्हे तर तो चक्क राक्षसाप्रमाणे बनत आहे असे मला वाटतंय." नलकुवेराने निश्वास सोडला, "आणि हे सारे कमी आहे का म्हणून, तो उद्या प्रत्यक्ष रणांगणावर जाणार आहे."

"कली, मला अर्जनची काळजी वाटतेय." दुरुक्ती भावाला म्हणाली.

"ताई, ते ठीक आहे. तोही ठीकच राहील. आपला राजा दानवांच्या बरोबरीने लढायला जाणार आहे." कलीने तिला मिठी मारली व तो तिच्या कानात कुजबुजला, "तो असुरांचा खराखुरा बाणा दाखवतोय."

208

41

इंद्रगडचा राजा एखाद्या सामान्य सैनिकाप्रमाणे तुंबळ युद्ध करत होता. त्याचे सैन्यही तसेच लढत होते. अर्जनने त्याचा भाला एका नागावर फेकला. त्याच्या आईने दिलेली कट्यार त्याला वापरायची नव्हती. कारण ती त्याच्या लेखी खूपच मौल्यवान होती. तिला शत्रूचे रक्त लागू नये असे त्याला वाटत होते.

त्या भाल्याने आपले लक्ष्य गाठले होते. तो नागाच्या छातीत रुतला होता. त्याच्या अंगातून-अर्जनच्या शत्रूच्या छातीतून रक्ताचे कारंजे उडाले.

अर्जन आपले शस्त्र घेण्यासाठी त्या प्रेताशेजारी गेला. हवेत ताज्या रक्ताचा वास दरवळत होता. त्यामुळे अर्जनला...उत्साह आला...त्याला आणखी शक्तीशाली, बळकट झाल्यासारखे वाटले.

त्याने तो भाला उचकटला व तो शत्रूंवर वार करू लागला. दोन नागा त्याच्या काही सैनिकांना संपवायला जवळ गेले होते. अर्जन त्यांच्याजवळ गेला. एकाला लाथेने उडवले व दुसऱ्याचा गळा त्याने भाल्याने कापून काढला.

दुसरा नाग संतापाने ओरडला. आपली तलवार परजत तो अर्जनवर चाल करून आला.

अर्जनने त्याला ढालीने रोखले.

त्याला रोखत असताना दुसरा नाग पुढे आला. त्याच्या तलवारीने केलेला वार वर्मीच बसला असता, पण अर्जनने तो वार शिताफीने चुकवला. नागाचा वार त्याच्याच सहसैनिकावर पडला व तो मेला.

अर्जनने क्षणभरही वाया घालवला नाही. अर्जनच्या भाल्याने त्याचा गळा घोटला व तो गतप्राण झाला.

त्याने आपल्या माणसांना आधार देऊन उठवले.

त्याचक्षणी त्याच्या लक्षात आले की आपल्यावर आता बाणांचा वर्षाव होणार आहे. त्याने ढालीने ते बाण थोपवले. पण त्याच्या सैनिकांकडे मात्र फक्त तलवारीच होत्या.

हे रक्तपिपासू सुपर्ण...हं!

मनसाचे सैन्य जिंकत होते. अर्जनने सभोवार पाहिले. बहुतेक जागी एक तर त्याचे सैन्य जखमी होऊन किंवा मरून पडले होते. काहीजण अजूनही लढत होते. पण नाग लोक राक्षसी वृत्तीने बळकटपणे पुढे येत होते.

आणि आता मात्र आपण याची भरपाई करायलाच हवी.

प्रथम आपल्या पायदळाला पुढे पाठवून युद्ध करायचे अशी त्याची योजना होती. काही काळाने त्यांनी आपापल्या शिबिराकडे परतायचे. मग दानवांनी शत्रूचा बंदोबस्त करायचा. तोपर्यंत अर्जन व त्याचे सैन्य विश्रांती घेतील. व सातूची दारू पितील, अशी त्याची योजना होती.

आता दानवांनी रणांगणावर प्रवेश केला. त्यांनी शत्रू सैन्याला चिरडून टाकले व हवेतून उडत येणाऱ्या सुपर्णांना हवेतच गारद केले.

अर्जन त्या राक्षसांचा पराक्रम पाहून हसला. फक्त दोन दानवांच्या हल्ल्यामुळे त्यांचा आजचा विजय निश्चित झाला.

विजेत्या इंद्रगडचा राजा आपल्या शिबिरात परतला. दानवांनी रणात प्रवेश करताच शत्रूने माघार घेतली. अर्जनच्या मते हे युद्ध लवकरच संपणार होते. ते जिथे लढत होते त्याच्याजवळ आपले शिबीर बांधायचे त्याने ठरवले होते. तो आपल्या राजवाड्यात जाऊ शकला असता. पण त्याने तिथेच-रणभूमीवर राहायचे ठरवले होते. त्याला तिथेच राहायचे होते आणि सारे काही सुरळीत चालू आहे याची खात्री करून घ्यायची होती.

दोन अप्सरा त्याची देखभाल करून त्याचे अंग चेपत होत्या. वैद्य बुवा त्याला काही जखमा झाल्यात का याची तपासणी करत होते.

"एखादा माणूस प्रत्यक्ष रणमैदानात युद्ध खेळतो आणि त्याला किंचितही जखम होत नाही, हे कसं शक्य आहे? महाराज, आपण किती जणांना यमसदनास पाठवलेत?" वैद्याने विचारले.

"शंभरएकजण असतील." अर्जनने सहजपणाने म्हटले, "मी पूर्णपणे रक्ताळलो होतो. ते रक्त तुम्ही धुवून काढलेत का?" त्याने अप्सरांना विचारले. त्यांनी माना डोलवल्या.

"केवळ अविश्वसनीय." वैद्य म्हणाले, "मला व माझ्या इतर सहकाऱ्यांना तुमच्या शरीराची पूर्ण तपासणी व त्याचा अभ्यास करायला हवाय. तुमची शक्ती तुम्हाला कुठून मिळते याचा आम्हाला अभ्यास करायला हवा."

"मी एकाला मारतो तेव्हा माझ्या दहा सैनिकांना वाचवत असतो याची तुम्हाला कल्पना आहे का?"

"महाराज, खचितच नाही. शास्त्रीय दृष्टीने तसे नसते."

"माझी शक्ती, माझे सामर्थ्य मोजण्याचा कुठलाही मापदंड नाहीय. वैद्यबुवा, मी जादूगारच आहे म्हणाना."

"म्हणूनच तुम्ही सारी मंदिरे बंद केलीत का?"

अर्जनने चमकून त्यांच्याकडे बघितले. "आपली जमात, आपला धर्म, चुकीच्या मूल्यांचा, चुकीच्या गोष्टींचा उद्घोष, प्रसार करत होता, म्हणून मी ती बंद केली."

"पण काही लोक त्या कारणामुळे असंतुष्ट आहेत."

"कालांतराने त्यांचे त्यांनाच कळेल की मी त्यांच्याच भल्यासाठी मंदिरे बंद केलीत." अर्जन उभा राहिला. तो वळून त्याने सेनापतीला विचारले की, "सेनापती, तुम्हाला काय वाटते? आपण हे युद्ध जिंकू का?"

"अर्थातच महाराज!"

"वा, छान सुंदर!" अर्जनने टाळ्या वाजवल्या. "जे जे वाचतील त्यांच्यासाठी मेजवानीचा इंतजाम करा. हे राक्षस सर्व काही खातात ना?"

"ऊं..." सेनापतीने डोके खाजवले, "मी त्यांना कधीच काही खाताना पाहिलेले नाही."

"मलाही फारशी माहिती नाही." अर्जन काही क्षण शांतच राहिला. विचार करत राहिला. "कदाचित काहीच खात नसावेत."

"कदाचित..." सेनापतीने खांदे उडवले, "महाराज, वानरांच्या शिबिरातून एकजण निरोप घेऊन आली आहे. तिला काहीतरी निरोप देण्यासाठी राजेसाहेबांना भेटायचे आहे. ती अशी निरोप देणारी असावी असे आम्हाला वाटत नाही."

"कां बरे?" त्याने विचारले.

"पहिले कारण म्हणजे ती 'वानर' नाही."

वानरांचे शिबीर? त्याने त्यांच्याबाबत कलीच्या राज्याभिषेकानंतर जुन्या बखरीत वाचले होते. आपल्या आधी कोण कोण राजे होऊन

211

गेले, राण्या होऊन गेल्या, त्यांनी कसे व्यवहार केले, ह्यासंबंधी माहिती घेण्याची पद्धतच होती.

काही काळापूर्वी कलीने आपले काही सैनिक सेनापती तारकडे मदतीसाठी पाठवले होते हे अर्जनला कळले होते.

ते आणखीन सैन्याची मदत मागायला तर आले नसतील?"

"तिचे नाव काय आहे?"

ते तंबूच्या दाराजवळ जिथे ती वाट बघत उभी होती तिकडे जाऊ लागले. अर्जन जेव्हा तिथे पोचला तेव्हा त्याने एक जखमी महिला पाहिली.

त्याने त्या मुलीला बरोबर ओळखले होते.

ती मुलगी सौम्यपणे हसली. तिने त्याच्याकडे पाहिले व ती त्याच्या मिठीत हलकेच धावत धावत आली.

"पद्मा!" अर्जनने तिची पाठ मिठीत घेत म्हटले.

ती काही काळाने दूर झाली. अर्जनने तिला काही महिन्यांपूर्वीच पाहिले होते. पण एवढ्याच काळात ती खूपच प्रौढ झाल्यासारखी दिसत होती. तिच्या चेहऱ्यावर मोठे हसू होते. तिने अर्जनकडे पाहून म्हटले, "ज्या व्यक्तीला मी वेदान्तच्या किल्ल्यात सोडून दिले होते ती व्यक्ती एक दिवस 'राजा' बनेल असे कोणाला वाटले होते. हं!"

42

जवळजवळ एक तास होत आला होता. गच्चीवर दुरुक्ती मीराची वाट पाहत बसली होती. पण तिचा काही मागमूस दिसत नव्हता. जाणाऱ्या प्रत्येक क्षणानुसार तिची चिंता वाढीला लागत होती.

तिने खालच्या हिरवळीकडे पाहिले. अलक्ष्मी व कली एकमेकांशी बोलत उभे होते. त्यांचे रक्षक काही अंतरावर होते. अलक्ष्मी कलीला शीळ घालायला शिकवत होती. जेणेकरून त्या तरसांवर त्यालाही नियंत्रण ठेवता येईल.

तिचा अलक्ष्मीवर अजिबात विश्वास नाही हे दुरुक्तीला कलीला सांगायचे होते. पण तिने जे काही ऐकले होते, त्यानुसार तिला तिच्या भावाचीच जास्त भीती वाटत होती. तो काय विचार करतोय हेच तिच्या लक्षात येत नव्हते. *त्याला अर्जनची खरंच काही काळजी आहे का नाही?*

तिला आता वाट बघायचा कंटाळा आला होता.

नि:श्वास सोडत ती जिना उतरून खाली आली व रिकाम्या ओवरीतून पुढे गेली. काही रक्षक तिथे तैनात होते. तिला बघून त्यांनी लवून मुजरा केला.

किल्ल्यातील यक्षांना माहीत होते की इथे नलकुवेरा बरोबर तीन असुर राहत होते. ते आपल्या राजाला त्याबाबत जाब मागू शकत नव्हते. कारण त्यांच्या दृष्टीने राजा हा देवाच्या ठिकाणी होता. आणि देवाला तुम्ही असे प्रश्न करू शकत नसता.

एक देव...

दुरुक्ती तिच्या खोलीजवळ आली. तिच्या मनात अर्जनचे विचार घोळत होते. तोही आता जवळजवळ कलीप्रमाणेच वागू लागला होता. कलीनेही राजा झाल्यावर सारी मंदिरे पाडून टाकली होती आणि आता

अर्जननेही सारी देवळे बंद करून टाकली होती. *तो काय अघोरीपणा करत होता हे त्याचे त्याला तरी कळत होते का?*

दुरुक्ती तिच्या खोलीत शिरणार एवढ्यात तिला कुठला तरी वास आला. कलीच्या खोलीतून एक प्रकारचा कुबट, कुजलेला घाण वास बाहेर येत होता. दार ढकललेलेच होते. दुरुक्तीने ते उघडले व ती आत डोकावू लागली. आतमध्ये एक प्रेत होते. ते शव जमिनीवर पसरले होते. त्यातून रक्त वाहत होते व त्या शवाच्या मांसाचे लचके ते तरस खात होते. दुरुक्तीचा भीतीने श्वास कोंडला. तिचे लक्ष त्या शवाकडे गेले.

मीरा! माझी गुप्तहेर!

ती अलक्ष्मीवर लक्ष ठेवण्यासाठी इकडे आली असावी, पण त्यात तिचाच शेवट झाला होता.

दुरुक्ती भीतीने किंचाळली. त्या आवाजाने तरस सावध झाले. त्याने आपले रक्ताळलेले सुळे विचकले ते तिच्याकडे पाहू लागले.

क्षणार्धात ते तिच्याकडे झेपावले. ती बाहेर पळाली. तिने तरसाच्या तोंडावर दार आपटले. तिने दाराची कडी बाहेरून पकडली, जेणेकरून ते तरस बाहेर येणार नव्हते.

काही क्षण तरस गुरगुरत राहिले. थोड्या वेळाने ती गुरगुर थांबली. तरसाने नाद सोडला. कपाळावरचा घाम पुसत व आता काय करावे याचा ती विचार करू लागली. ती आपल्या जिवाच्या रक्षणाकरता देवाचा धावा करू लागली. असुर खरे तर नास्तिक असतात. पण या क्षणी, ती तो विचारही करू शकत नव्हती. मग तिने दार सोडून दिले व ती आपल्या खोलीकडे धावत सुटली.

दुर्दैवी मीरा! माझ्यामुळे ती मृत्यूमुखी पडली.

आता तिथे कोण घुसखोर आले होते व ती कलीच्या खोलीजवळ काय करत होती अशासारखे प्रश्न विचारले जातील याची तिला कल्पना होती. पण आता तिथे काय घडले याबाबत आपल्याला काहीच माहीत नाही असाच पवित्रा तिला घ्यावा लागणार होता.

जवळजवळ एक तास उलटला. दुरुक्तीच्या डोळ्याला डोळा लागला नव्हता. आणि तेवढ्यात तिला पदरव ऐकू आला. सावधपणे ती उठली व तिने दार उघडले. कोको व विकोको कलीच्या खोलीत जात होते.

कली गोंधळून अलक्ष्मीजवळ उभा होता. नलकुवेरा व रंभाही तिथेच उभे होते.

"माझ्या खोलीत कोणी घुसखोर येऊच कसा शकला?" कली ओरडला. तो नलकुवेराकडे पाहू लागला, "तुझे शिपाई सावध असतील असे मला वाटले होते."

नलकुवेराही अस्वस्थ होता. तो त्या मृत मुलीकडे पाहत होता. "कली, मला काय बोलावे तेच सुचत नाहीय. आणि मला वाटतं...की...मी कुणाला तरी पाहिलंय..."

"ती मुलगी अप्सरा होती. कदाचित तिला काहीतरी चोरी-बिरी करायची असावी." रंभाने दुरुक्तीला खूण करत सुचवले. दुरुक्ती खोलीतून बाहेर पाहत होती हे तिच्या लक्षात आले होते. "हे असं घडतंच. ही काही फार मोठी घटना नाहीय. पण त्या प्राण्याने त्याकरता तिला मारायला नको होते."

"त्या मुलीपासून असलेला धोका माझ्या पाळीव प्राण्याला समजला असावा. त्यामुळे त्याची ती प्रतिक्षिप्त प्रतिक्रिया झाली असावी." अलक्ष्मी शांतपणे म्हणाली.

"लाडक्या, तुला असं वाटत नाही का?" तिने कलीला विचारले, "अलबत, चोरीही काही खुनाहून कमी प्रतीची नसते. कोको" त्याने त्याच्या सेनापतीला आज्ञा दिली, "हे प्रेत इथून घेऊन जा व ही खोली साफ करण्यासाठी कामगारांना पाठवून दे."

नलकुवेराने म्हटले, "कली, ही खोली ताबडतोब साफ होईल याची तजवीज करतो."

सर्वजण पांगले. दुरुक्तीने शांतपणे व हळूच खोलीचे दार बंद केले. तिने सुटकेचा श्वास सोडला. अन्यथा इतरांना आता खरे काय ते समजेल या भीतीने ती घाबरली होती.

सर्वप्रथम मी हे असे काही करायलाच नको होते. मी एवढी निष्काळजी व गहाळ असायलाच नको होते.

दारावर खटखट झाली. दुरुक्ती चमकून उभी राहिली.

"दुरुक्ती?" ती अलक्ष्मी होती.

दुरुक्तीने दार उघडले. लाल मेंदीने रंगवलेल्या केसांची अलक्ष्मी आत आली. तिच्या चेहऱ्यावर हसू होते.

"काय ग?"

ती दुरुक्तीच्या अगदी चेहऱ्याजवळ आली.

215

"ती तूच होतीस हे मला माहीत आहे." अलक्ष्मी अजूनही हसत होती. "माझ्या तरसांनी मला सांगितलेय."

43

एक आठवड्यांपूर्वी मनसा तिच्या शिबिरात त्या कृती यादीसकट आली होती. तिने सारी कहाणी विभिषणाला सांगितली होती. सोम बॉम्ब तयार करण्यासाठीची ती यादी कशी मिळवली हे तिने विदित केले होते.

तिने ताबडतोब सुपर्णांच्या अभियंत्यांना गोळा करून पुढे काय करायचे हे सांगितले होते. ते तसे बॉम्ब तयार करू लागले होते, पण काही कारणामुळे ते तसे करू शकत नव्हते. ते मिश्रण योग्य तऱ्हेने करणे खूप कसबाचे काम होते असे त्यांचे म्हणणे होते.

ती सात दिवसांपर्यंत कलीच्या फौजेशी लढली होती. पण दर दिवशी तिचे सैन्य दानवांकडून मार व कच खात होते त्यामुळे तिला माघार घ्यावी लागत होती.

पण आज त्या अभियंत्यांनी तिला त्या बॉम्बची चाचणी घेण्यासाठी बोलवले होते. त्यांना ते मिश्रण योग्य पद्धतीने करण्याची अटकळ साधली होती असे त्यांना वाटत होते.

मनसा व विभीषण रथात बसून शिबिराच्या दक्षिणेस असलेल्या जंगलाकडे निघाले. थोड्याच वेळात ते चहूबाजूंनी उंच उंच वृक्ष, घनदाट अरण्यातील अंधारात येऊन पोचले.

"ते यात यशस्वी होतील असे तुला वाटतेय का?" उत्तराची भीती वाटत असूनही तिने विचारले.

विभिषणाने खांदे उडवले, "प्रिये, मला काहीच सांगता येत नाहीये."

काही वेळ ते तसेच शांततेत पुढे गेले.

"कद्रूला न मारता आल्यामुळे तू नाराज आहेस का?" विभिषण मनसाला तिच्या बहीणीबद्दल विचारण्याचा विचार करत होता.

"मला तिची काहीच पर्वा नाहीय. त्या दिवशीच लढताना मी ती नक्की मेली आहे याची खात्री करून घ्यायला हवी होती. तिने सोम

वनस्पतीचा उपभोग घेतला होता हे कुणाला माहीत होते? आणि आता ती ठार वेडी झाली आहे. कुठल्या तरी नागांना आपली मुले म्हणून संबोधत होती. पण आता ती मला घाबरवू शकत नाही."

विभीषण म्हणाला, "मग तू एवढी काळजी का करत आहेस?"

कारण तिच्या अंतर्मनात तिला कुठेतरी ठसठसत होते, की कद्रू अजून जिवंत आहे आणि ती स्वस्थ बसणार नाही. ते जवळजवळ जंगलाच्या शेवटापर्यंत आले होते.

रथ थांबला.मनसा व विभिषण पायउतार झाले. व सेनापतीजवळ आले. ऐरावन त्यांना अभियंत्याजवळ घेऊन गेला.

"महाराणी, तुम्हाला माहीतच आहे की गेले आठवडाभर हे तंत्रज्ञ बॉम्ब तयार करण्याच्या प्रयत्नात होते. तुम्ही दिलेल्या कृतीनुसार ते सारे प्रयत्न करत होते. पण ते तो बॉम्ब उडवू शकले नव्हते."

मनसाने तिथल्या बेचकीयंत्राकडे पाहिले. जवळपासच्या जमिनीवर कुठेही खड्डा पडलेला दिसत नव्हता.

"पण त्यांचे म्हणणे आहे की ते मिश्रण बनवताना त्यांनी खूप काळजी घेतली होती. आज ते त्या बॉम्बचा स्फोट करण्यात यशस्वी होतील असं त्यांना वाटतंय."

"हो, ते खरंच आहे. कारण दानवांनी आणखी एक जरी हल्ला केला तरी आपण संपलोच म्हणून समजा. चला, ते अस्त्र बेचकीयंत्रावर बसवा."

ऐरावनने मान डोलवली. त्याने त्या सुपर्ण तंत्रज्ञाकडे पाहिलं व त्यांना तो आज्ञा देऊ लागला. त्यांनी ते अस्त्र यंत्रावर बसवले. ते अस्त्र त्यातील लाल द्रव्यामुळे चकाकत होते. ते अस्त्र यंत्रावर बसवल्यावर एक तंत्रज्ञ मनसाकडे पळत आला व म्हणाला, "महाराणी?"

"काय?"

"आम्ही सम्राट रावणांनी त्या यादीत लिहिल्याप्रमाणे सर्व काही सूचनांची कार्यवाही केली आहे. पण तरीही ते अस्त्र फुटत नव्हते. म्हणून आम्ही त्या मिश्रणातील जिन्नसांचे प्रमाण बदलले आहे. पण तरीही ही पण एक चाचणीच आहे. त्यामुळे आता काय घडेल याची आम्हाला साशंकताच आहे."

"ते ठीकच आहे. आपण काहीच अपेक्षा न बाळगता चांगल्याची प्रार्थना करू या."

"धन्यवाद. त्या यादीत लिहिलेय की सोमाच्या झाडातून काढलेला रस गवताबरोबर मिसळा..."

मनसाने त्याला थांबवले, "त्यातील सर्व जिन्नसांची माहीती मला नको देऊस. फक्त ती चाचणी पार पाड."

तंत्रज्ञाने मान डोलवली.

विभीषण, ऐरावन व मनसा बाजूला झाले व जिथे ते अस्त्र पडणार होते तिकडे पाहू लागले.

"महाराणी, ठीक आहे. फक्त एक सांगतो, की आज जेवढे सोम आम्ही वापरले आहे. ते अगदी लहान प्रमाणात वापरले आहे. कारण ही फक्त चाचणी आहे." ऐरावन म्हणाला व त्याने तंत्रज्ञांना खूण केली.

तंत्रज्ञाने बॉम्ब उडवला. तो जमिनीवर पडताच मोठा धमाकेदार आवाज आला. व कानठळ्या बसल्या. डोळे दिपवणारा प्रकाश पडला. सर्वांनी डोळे व कान बंद केले.

मनसाने डोळे उघडल्यावर तिला दिसले की बॉम्ब पडलेल्या जागेच्या सभोवतालची सारी झाडे उन्मळून पडली होती व जळून गेली होती. जमिनीवर मोठा खड्डा पडला होता.

"हे काय हे..." मनसाचा त्यावर विश्वास बसेना.

खरंतर कुणालाच ते खरे वाटत नव्हते. तंत्रज्ञ खूश झाले होते, आनंदले होते. त्यांच्या अथक प्रयत्नांना अखेरीस यश आले होते. विभीषण जवळजवळ बेहोष झाला होता. त्याने कपाळावरचा घाम टिपला.

मनसाने ओठावर बोटे आपटली व ती ऐरावनकडे वळली व तिने विचारले, "तुम्ही किती सोम वनस्पती वापरलीत?"

"महाराणी" ऐरावन मनसाकडे वळून म्हणाला, "आम्ही फक्त एक चमचाभर ती वापरली."

44

जो आठवडा पद्माने अर्जनबरोबर घालवला, त्यात तिच्या लक्षात आले की तो आता खूप बदलला आहे. आता ते त्याच्या तंबूत समोरासमोर बसले होते.

अर्जनच्या सैन्याने पुन: लढाई जिंकली होती. आणि मागील काही आठवड्यांप्रमाणेच त्याने आजही त्यांच्यासाठी मेजवानीचे प्रयोजन केले होते. काहीजण मद्याचा आस्वाद घेत होते तर काहीजण त्या दिवशी झालेल्या युद्धातील हकिकती एकमेकांना सांगत होते. तरीही बरेच जण इस्पितळात जखमांवर मलमपट्टी व औषधोपचाराला गेले होते.

"चल, आपण जरा चक्कर मारून येऊ."

ते दोघेही मेजवानीच्या ठिकाणाहून जरासे दूर आले, पण ते तंबूच्या बाहेरच होते. ते चालत असताना बासरीचा व बाजाचा आवाज हळूहळू मंदावत गेला.

लोक अर्जनला मुजरा करत होते. खरंतर ती आदराची निशाणी असते, पण पद्माला त्यांच्या डोळ्यात भीती जाणवत होती. *इंद्रगडमधील जनतेच्या मनात त्यांच्या राजाविषयी नेमकी काय भावना आहे? असे पद्माच्या मनात येऊन गेले.*

"तुला संरक्षण हवे आहे असे कल्कीला वाटत होते." पद्मा हसली व तिने डोके हलवले, "तो चुकीचा होता हे स्पष्टच आहे."

"तरीही, पद्मा, तू इथे आलीस ते चांगलेच झाले. तू इतका काळ काय करत असशील हा विचार मला अस्वस्थ करत असे. त्या दिवशी तुझ्या सुटकेसाठी मी तुला मदत केली तो दिवस मला कायम आठवत असे आणि..." अर्जन एकदम विचारमग्न झाला. "मी खूप भाबडा होतो. चांगले कृत्य करणे व चांगली वागणूक असणे हीच सगळ्यात महत्त्वाची गोष्ट आहे असे मला वाटे. आणि आता माझ्याकडे बघ."

"हो, तुझ्यात खूपच बदल झालाय."

मनातले विचार झटकून दूर हटवण्यासाठी, प्रयत्न करताना त्याने डोळे मिटले. "पण तू खूप बरेवाईट प्रसंग भोगलेस. पिशाच्च्यांशी लढलीस, वानरांना साहाय्य केलेस आणि सम्राट बजरंगांना भेटलीस. परमेश्वरा, मला वाटत असे की ते अस्तित्वातच नाहीत. पण ते खरोखरीच आहेत."

"आणि तुला वाटतात तसे ते नाहियेत" पद्माने पटकन म्हटले.

काही दानव घोरताहेत हे बघून ते थांबले. ते दोघेही खूप अंतर चालून आले होते.

"चल आपण मागे फिरूयात." अर्जन म्हणाला, "आता मी राजवाड्यात राहतोय. मी तुझ्यासाठीही एक दालन तयार करून घेईन. मी काय काय भोगलेय हे आता तुलाही माहीत आहेच. पण तरीही आपल्याला अजून खूप काही करायचेय."

"होय, तू कलीशी लढलास. जवळजवळ त्याला हरवलेस. मग वेदान्तच्या मुलीला तिचे सिंहासन मिळवायला मदत केलीस. आणि आता..." तिने राक्षसांकडे पाहिले.

"तू त्यांची मदत घेऊन त्या नागराणीचाही पराजय करतोयसच. खरंच परिस्थितीत खूपच बदल झाला आहे."

"कुणीतरी स्वप्नात तरी विचार केला होता का, की हा एका गावंढळ, खेड्यातला मुलगा एक दिवस राजा होईल म्हणून..."

"बरोबर, आता इंद्रगड तुझ्या आधिपत्याखाली भरभराटीला येईल. याबाबत मला यत्किंचितही शंका नाहीय. आणि..." तिचे उरलेले वाक्य दानवांच्या घोरण्यात ऐकूच आले नाही.

"ते अस्तित्त्वात आहेत, यावर माझा अजिबात विश्वास बसत नाही." पद्मा म्हणाली, "असुरांनी इतर जाती जमातींना घाबरवण्यासाठी तयार केलेली ती एक दंतकथा असावी असेच मला वाटत असे."

"मलाही त्यावर विश्वास ठेवायला जड जातेय. पण आज ते इथे आहेत आणि ते फक्त कलीचेच म्हणणे, त्याची आज्ञा ऐकतात. यापूर्वी त्यांच्यापासून सुटका करून घ्यावी असे वाटे, पण आज मात्र युद्ध जिंकण्यासाठी त्यांची गरज भासतेच. मनसाने माझ्या लोकांची भरमसाठ शिरकाणे केलीत."

"तुझी माणसे, हं!" पद्मा गालातल्या गालात हसली.

"परमेश्वरा! तू तर अवघे दहा दिवस सिंहासनावर आरुढ झाला होतास, पण तरीही तू एखाद्या अनभिषिक्त सम्राटाप्रमाणे बोलत आहेस."

अर्जनही दिलखुलासपणे हसला.

इतक्यात, पद्माने त्याचे हात घट्ट धरले. पूर्वी ते छान मुलायम लागत असत. पण आता त्यावर घट्टे पडले होते. ते राठ झाले होते. "मला तुला एक गोष्ट सांगायची होती. तू ज्या दिवशी मला माझ्या सुटकेसाठी मदत केलीस, तेव्हा तुला मदत करण्यासाठी मला परत यायचे होते. पण मग मला वाटले की कदाचित तुला ठार केले गेले असेल. मला माफ कर. मी परत..."

पद्मा आपले वाक्य पूर्ण करू शकली नाही. अर्जनने तिला आपल्या मिठीत घट्ट पकडले.

"तू तेच केलेस जे करायला मी तुला बजावले होते. ते म्हणजे माझ्या भावाला साहाय्य करणे. त्याबद्दल मी तुझा आमरण ऋणी राहीन."

पद्मा हसली. *कदाचित तो 'तितका' बदलला नसावा.*

"तो आता इथे कधी परतेल?" त्याने विचारले.

"तो लवकरच येईल." *मला खरंच वाटतंय की त्याने यावे.* तो भार्गवरामांना भेटायला गेल्यापासून तिने त्याच्याबाबत काहीच ऐकले नव्हते.

"मला त्याच्याशी बोलायचेय. त्याला पाहायचेय!"

"अर्जन, त्यालाही तसेच वाटत असणार."

अर्जन तिच्याकडे पाहून हसला. ते आता त्यांच्या मुक्कामाकडे चालले होते. दोघांपैकी कोणीच काही वेळ बोलले नाही. पण मग पद्माने बोलायचे धारिष्ट्य दाखवले. तिला काही गोष्टी माहीत करून घ्यायच्या होत्या.

"अर्जन, माझ्या मनात काही शंका आहेत." पद्मा म्हणाली, "गेले काही आठवडे लोक, तू मुख्य पुजाऱ्याला ठार केलेस असे म्हणताहेत." तिने शहरात घडलेल्या दंग्याधोप्याच्या हकिकतीही ऐकल्या होत्या व त्याबाबत लोकांना खूप काळजी लागून राहिली होती. सारी मंदिरे टाळे लावून बंद करायचा जो फतवा अर्जनने काढला होता, त्यामुळे लोकात असंतोष बळावला होता व लोक संतापाने बेभान झाले होते.

"दुर्दैवाने तू जे ऐकलेस त्या निव्वळ अफवा नाहीत."

"तू त्यांना ठार केलेस?" पद्माने अविश्वासपूर्वक म्हटले. "तुला त्या गोष्टींचे पडसाद कसे उमटतील हे माहीत आहे का?"

"रुद्र 'त्या' माणसामुळे मृत्यूमुखी पडला. माझे दुसऱ्या 'माणसावर' असलेले प्रेम हे ओंगळ आहे, अश्लील आहे, ती एक विकृती आहे असे नरेंद्रचा धर्म मानत होता. या शहरात असे सांगणारा धर्म नकोय." अर्जन

वैतागाने म्हणाला. तो राग शांत होण्यासाठी थोडा थांबला. "आजवर मला लोकांनी पायदळी तुडवले, त्यांना मी तसे करू दिले. पण आता यापुढे तसे होणार नाही. लोकांनी आता जागृत झाले पाहिजे आणि त्यांनी जे लोक अशा खोट्या देवाला मानतात, चुकीच्या कल्पना पसरवतात त्यांना मनाने सोडून दिले पाहिजे."

"तुला काय म्हणायचेय, ते मला समजतंय अर्जन. पण तू आता एक राजा आहेस. लोक आज असमाधानी आहेत, ते संतापाने विरोध दर्शवीत आहेत. तू त्यांचे प्रेरणास्थान, त्यांचे श्रद्धास्थान, त्यांचा विश्वास त्यांच्यापासून हिरावून घेतो आहेस."

"काय?"

"विश्वास, 'श्रद्धा'" तिने पुन: म्हटले, "विश्वास आपल्याला आशा दाखवतो. इथे ज्या धर्माचे अधिष्ठान होते त्यावर इंद्रगडमधील लोकांची श्रद्धा आहे. मी ऐकलेय, एका बौद्धिकावेळी एक पुजारी सांगत होता की सारे जग जरी भ्रष्टाचारी झाले तरी आपण आपला चांगुलपणा सोडता कामा नये. अंधाराचा नाश प्रकाशच करतो. हा चांगला विचार नाहीये का?"

अर्जन चकित झाला, "तू खूप बदलली आहेस. मला वाटते की आपण दोघेही बदलले आहोत."

ते आता शिबिरात येऊन अर्जनच्या तंबूकडे जाऊ लागले. "अर्जन, तुझ्या राजवाड्यातील खोली मला नकोय. शहरात मला कुठे जायचेय ते मला माहीत आहे."

"पण..."

"मला माझी काही अपुरी कामे पूर्ण करायची आहेत."

नलकुवेराचा काटा कसा काढायचा हे ती बघत आहे, त्याचा मागमूस अर्जनला लागायला नको होता. कारण सरतेशेवटी गुरु नरेंद्रला मारणे योग्य नव्हते. एवढेच तिने त्याला सांगितले होते. *अर्जनप्रमाणेच मीसुद्धा एक सूड उगवण्यासाठीच कुणाला तरी मारणार होते.*

पद्माने तिच्या मित्राला घट्ट आलिंगन दिले व जाण्यासाठी ती घोड्यावर बसली.

ती म्हणाली "तसेच, मला तू भानमतीच्या सैन्याशी लढतो आहेस हेही माहीत नव्हते."

अर्जनने गमतीने तिच्याकडे पाहिले. "त्यांनी नागराणीची साथ धरलीय. भानमती एखाद्या युद्धाचा भाग होतील याची मी अजिबात कल्पना केली नव्हती."

"हो ना. आता तो पूर्वीसारखा बिनकण्याचा राहिलेला दिसत नाही."

"कोण?"

पद्माने वर पाहिले, "कुणाला सांगू नकोस. सम्राट विभिषण, भानमतीचे राजे हे माझे पिता आहेत."

अर्जनने काहीही प्रतिक्रिया देण्याआधीच ती शहराकडे दौडत निघाली.

45

कल्की त्या मोठ्या विष्णूच्या पुतळ्यापासून पुढे गेला. त्याला तिथे थोडा वेळ थांबून प्रार्थना करायची होती, पण त्याला शिवांच्या तलवारीची मूठ पकडायची घाई झाली होती. तो जिथे होता तिथून मंदिर दिसत होते. तो जवळजवळ तिथे पोचलाच होता.

मला एकदा का तलवार मिळाली की मी परत जाईनच.

अजिबात न थांबता देवदत्त पर्वतावर गेला. लवकरच कल्की शिवमंदिरापाशी आला. तो अनिमिष नेत्रांनी त्या भव्यदिव्य देवळाकडे पाहतच राहिला.

देवळाच्या भिंती खूप उंच व खडकाळ होत्या. कुठलाही सामान्य माणूस सहजपणे त्या चढू शकला नसता. लोखंडी दरवाजातून निळा प्रकाश पडत होता. प्रवेशद्वारातून त्याला आतील भव्य बाग दिसत होती. मोठेमोठे वृक्ष फळाफुलांनी लगडले होते व खाली वाकले होते. कधीही न पाहिलेली फुले-झाडांवर फुलली होती आणि चंद्र प्रकाशात सारे उंच गवत चमकत होते.

बागेमागे देवळात जायचा रस्ता होता.

देवळाभोवतीच्या परिसरातील हवेत काहीतरी अद्भुत होते. ती जागा पुरातन वाटत होती. महेंद्रगिरीच्या पर्वतावर ती कित्येक दशके व्यवस्थित व लपलेली वाटत होती.

पण कल्की जेव्हा देवदत्तवरून उतरून देवळाजवळ आला तेव्हा त्याला पुढचे दृश्य पाहून आश्चर्य वाटले. जमिनीवर अनेक भाले होते व त्यावर लवून 'माणसे' उभी होती.

काळ्या रंगाच्या बुरख्यातील विचित्र माणसे होती ती. त्यांची तोंडे चिमणीच्या चोचीसारखी होती. ते खाली बघत होते. देवदत्त व कल्कीच्या आगमनाची त्यांनी काहीही नोंद घेतली नव्हती.

225

ती जागा भयमुक्त वाटत नव्हती.

ती माणसे जिवंत तरी आहेत का नाहीत हे बघण्यासाठी कल्की एका बुरखाधाऱ्याजवळ गेला. त्याने त्याच्या काचेसारख्या डोळ्यात पाहिले. ते डोळे बिलोरी स्फटिकाप्रमाणे निळे वाटत होते. पण नागांप्रमाणे निळे नव्हते. तो जवळ गेला तरीही त्या व्यक्तीने त्याच्याकडे मान वळवली नव्हती. सारेजण अवकाशात कुठेतरी पाहत होते.

"ते सारे स्वतःला शून्यवादी समजतात." देवळातून आवाज आला.

एक सात फुट उंचीचा म्हातारा माणूस बाहेर आला. त्याच्या कपाळावर एक मोठा जखमेचा व्रण होता. तो कल्कीकडे पाहून हसला. त्याच्या चेहऱ्यावर अस्ताव्यस्त केसांची झुलपे रुळत होती. त्याने एक लांब लोकरीचा कोट अंगावर घेतला होता. त्याच्या कोटाआड दिसणाऱ्या पांढऱ्या कपड्याकडे कल्कीचे लक्ष गेले. ते रक्ताने लडबडले होते. त्या माणसाने पायताण घातले व तो पायऱ्या उतरू लागला.

"कोण आहेस तू? आणि हे शून्यवादी कोण आहेत?" कल्कीने विचारले.

"ते शून्याचे उपासक आहेत. मूलतः ते मेलेले नाहीत. ते या पृथ्वीवर युगानुयुगे राहत आहेत." तो म्हणाला. तो जिन्यावरून उतरत असताना त्याच्या अंगावरील, गळ्यावरील व हातावरील जखमा कल्कीला दिसल्या. तो एखादा महारोगी असावा असे वाटत होते.

"ज्या वेळी काळाचा शोध लागला, त्या वेळी ते अस्तित्वात आले. आणि भविष्यातील अंताचा वेध घेणाऱ्यांना त्यांनी मदत केली."

"जगाचा अंत?"

"होय! ज्या वेळी या जगाच्या अंताची वेळ येईल तेव्हा हे शून्यवादी जिवंत होतील व जे हा अंत करणार आहेत त्यांना मदत करतील. ते फक्त असे भयमुक्त दिसण्याशिवाय काहीही करत नाहीत." त्याने सुस्कारा सोडला. "आणि ते सत्य-भाकितासंबंधी बोलत असतात."

"ती काय आहेत?"

"प्रत्येक युगात विविध जातीजमातींमध्ये अश्या खोट्या भविष्यवाण्या, भाकिते होतच असतात. तू बघशील तर प्रत्येक जमातीतच तसा एक तरी आहेच. पण त्या खऱ्या नाहीत. या शून्यवादींना नेमकी ती भाकिते माहीत असतात."

म्हणजे यांना त्याच्याबद्दल व कलीबद्दलही माहीत असणार. त्याने त्या माणसाकडे बघून म्हटले, "तू कोण आहेस?"

"तू इथे 'त्या' तलवारीसाठी आला आहेस ना? चल तर माझ्याबरोबर!" तो म्हणाला व त्या दाराची कवाडे आपोआपच उघडली गेली. त्या शून्यवादींनी अजूनही त्याच्याकडे पाहिले नव्हते. पण त्याला प्रवेश करण्यासाठी त्यांनी जागा करून दिली.

कल्कीने देवदत्तला झाडाशी बांधले व तो त्या माणसाकडे गेला.

"तू मला या विलक्षण लहरी लोकांबरोबर सोडून जाणार आहेस का?" देवदत्त खिंकाळला.

"तू काळजी करू नकोस. सारे ठीक होईल."

"सद्गृहस्था, ते तुझ्यासाठी!"

"ते घोड्याला काही इजा करतील असे मला वाटत नाही."

"ठीक आहे. पण माझा लगाम थोडा सैलच ठेव. त्यांनी माझा पाठलाग केला, त्रास दिला, तर मला पळता यायला हवे."

कल्कीने सुस्कारा सोडला. "नक्कीच."

सद्गृहस्थ?

हं?

"तो माणूस अनोळखी आहे. सावध रहा. मला बजरंगाच्या वेळी वाटला होता, तसाच संशय येतोय."

काय? पुरातनांविषयी संशय!

कल्की देवळात शिरला.

भिंतीवर लावलेल्या काही प्रतिमांशिवाय काहीच आवडण्यासारखे नव्हते.

"हे मंदिर एक पवित्र समाधी म्हणून मानले जायचे. असुरांनी हे शिवांसाठी बांधले." म्हातारा म्हणाला.

"असुर?"

"तुला विचित्र वाटले असेल, बरोबर? आणि माझ्या आठवणींवर मी विश्वास ठेवायचा ठरवल्यानुसार हे मंदिर सम्राट वीरभद्रांचे होते."

"ते शिवांचे दुसरे नाव आहे."

"तुला तसे वाटले असेल. पण शून्यवादींच्या श्रद्धेनुसार 'शिव' खूप आहेत. त्यांच्या म्हणण्यानुसार विविध लोकांनी 'शिव' हे नाव केवळ संघर्षाचे दुसरे नाव म्हणून मान्य केले आहे."

"म्हणजे सम्राट वीरभद्रांना हे देऊळ देण्यात आले आहे? बरोबर?"

"ओह, छान सुंदरच!"

म्हातारा गृहस्थ थांबला. ते एका मोठ्या संदुकीजवळ आले. तिथल्या जमिनीवर अनेक सांगाडे जळलेल्या अवस्थेत इतस्ततः पसरले होते.

"घाबरू नकोस. ही तलवार चोरायला आलेल्या लोकांचे ते सांगाडे आहेत. पण त्या तलवारीमुळेच ते जळून गेलेत. ती तलवार फक्त अवतारच चालवू शकतो."

"मला कोणीतरी सांगितले होते की एकदा एका अवतारालाच मारायला तिचा उपयोग केला गेला होता. तो कोणता अवतार होता?" कल्कीने उत्सुकतेने विचारले.

त्या माणसाने खांदे उडवत म्हटले, "मलाच. आता मात्र ती फक्त अधर्माला मारू शकते किंवा कदाचित अमर व्यक्तींना!"

"तू काय याचा राखणदार आहेस की कसे?"

"नाही. यासाठी कोणीही राखणदार किंवा पालनकर्ता नाही. मी खूप वर्षे या तलवारीच्या शोधात होतो. त्या वेळी याबद्दलची कल्पना फार कमी लोकांना होती." त्याने असे म्हटले व ती संदूक उघडली.

आतमध्ये एक सांगाडा होता. त्याच्या अंगावर चिलखत होते. त्याच्या डाव्या हातात एक त्रिशूळ होते. उजव्या हातात ती शिवांची तलवार होती. ती त्या अंधाऱ्या खोलीत खूप चकाकत होती. त्यातून प्रकाश बाहेर पडत होता. तत्क्षणी कल्कीला त्या समोरच्या वस्तूत व आपल्यात काहीतरी अन्योन्य संपर्क आहे, संबंध आहे याची जाणीव झाली.

"मला सम्राट गोविंदांनी शाप दिल्यावर मी रानावनात एकटाच भटकत राहिलो. अनेक वर्षे. आणि असेच एके दिवशी चालत असताना हा उंच उंच चोचीच्या आकाराचा पर्वत माझ्या दृष्टीस पडला. मी भारावल्यासारखा या पर्वताकडे ओढला गेलो. मला काही कळायच्या आतच मी या देवळापर्यंत पोचलो. ही तलवार या संदुकीत पडलेली मला आढळली."

तो माणूस बोलायचा थांबला. त्याने सभोवार पाहिले.

"तुला माहितीये का, रावण हा स्वतः एक शिवभक्त होता. त्यानेच हे देऊळ बांधले."

"मग रावणाने ही तलवार का घेतली नाही?"

त्या माणसाने त्या सांगाड्यांकडे निर्देश केला. "कारण त्याला माहीत होते की तो काही अवतार नाहीये."

"मग हे थडगे कोणी बांधले?"

"एका असुराने, हे मी तुला मगाशीच सांगितले." तो हसला. त्याने तलवारीकडे बघितले व तो म्हणाला, "यासाठी खूप वाट पाहावी लागली. एवढंच काय, राघवांनादेखील हिच्या अस्तित्वाची माहिती नव्हती. रावणाने याबाबत कोणालाही काहीही सांगितले नव्हते. राघवांना याची माहिती होणेही त्याच्या दृष्टीने धोक्याचे वाटत होते. त्यांनी जर ही तलवार घेतली असती तर ते सर्व शक्तीमान झाले असते. अद्वितीय झाले असते आणि सम्राट गोविंदांना जेव्हा याबाबत कळले तेव्हा फारच उशीर झाला होता."

"म्हणजे धर्मानेदेखील या तलवारीचा उपयोग केला नाही का?"

माणसाने मान डोलवली. "ही तलवार खूप धार असलेली आहे. महाबलवान दानवदेखील या तलवारीपुढे कस्पटासमान आहेत. आणि जी व्यक्ती ती तलवार वापरते तिचा तलवारीशी ऋणांनुबंध तयार होतो. ती अधर्मालादेखील ओळखते. त्याने जर ही तलवार हातात घेतली तर तो क्षणार्धात भस्मसात होईल."

कल्कीला आता थांबणे अशक्य झाले. त्याने हात पुढे केला व तलवारीची मूठ धरली. त्या सांगाड्याच्या डोळ्यातील खोबणीतून प्रकाश येऊ लागला. त्याने आपले डोके कल्कीकडे वळवले. आता तो सांगाडा उठून बसेल व आपल्यावर हल्ला करेल असे कल्कीला क्षणभर वाटले. पण सांगाड्याची तलवारीवरील पकड सैल झाली व कल्कीने ती तलवार उचलून घेतली.

ती खूपच जड होती. त्याने ती उचलायचा प्रयत्न केला तेव्हा त्याला जाणवले की, ती तलवार आता त्याच्या हाताचा व शरीराचा भाग होऊन गेलीय. आणि आता त्याला तिचे वजन एखाद्या पिसासारखे वाटू लागले. तो ती तलवार म्यानबद्ध करू लागला, तेव्हा त्या माणसाने त्याला थोपवले. "थांब, तुला आणखी एक गोष्ट करायची आहे." तो म्हणाला व गुडघ्यावर बसला.

"प्रथम मला मार."

"थांब. काय? आणि का?"

"कारण मी एक शापित आहे. मी अश्वत्थामा आहे. सिमरन माझ्यासाठी काम करत होती." त्याचे डोळे सौम्य दिसत होते. "मीच तुला इथे आणण्यासाठी हा सर्व घाट घातला होता."

कल्कीचा विश्वास बसेना.

"मीच या कलयुगाचा प्रणेता आहे." अश्वत्थामा म्हणाला.

229

46

आपण संकटात आहोत हे दुरुक्तीला समजले होते.

ती संपूर्ण दिवस घाबरलेलीच होती. अलक्ष्मी तिला कलीकडे पाठवेल ही ती भीती होती. पण अलक्ष्मी काहीच बोलली नव्हती. ती फक्त तिच्यावर सारखी देखरेख ठेवून होती. ती जिकडे जाईल तिकडे ती पण जात होती.

सरतेशेवटी अंधार पडला. दुरुक्तीने आपल्याला बरे वाटत नाहीये असा बहाणा करून आपल्या खोलीत स्वत:ला कोंडून घेतले. आता यापुढे काय करावे या विवंचनेत ती आपल्या पलंगावर पडून राहिली.

कुणाच्या तरी पायांचा आवाज झाला. दुरुक्तीने उठून बाहेर वाकून पाहिले. अलक्ष्मी तिथे एकटीच होती. तिच्या बरोबर रक्षक वा तरस कोणीच नव्हते.

ती आता एवढ्या रात्री कुठे चाललीय?

दुरुक्तीला हे हुडकून काढायचे होते. तिने हळूच दार उघडले व लपतछपत बाहेर येत अलक्ष्मीच्या मागे जाऊ लागली.

आपला कोणी पाठलाग करीत असेल याची जाणीव नसल्यासारखी ती पुढे जात राहिली आणि अचानक तिने मागे वळून पाहिले.

पटकन दुरुक्ती एका खांबामागे लपली.

"कोण आहे तिकडे?" अलक्ष्मीने विचारले पण काहीच प्रतिसाद आला नाही. तिने सभोवार पाहिले व पुन: चालू लागली.

आपले ओठ चावत दुरुक्ती पुढे जात होती. अलक्ष्मी किल्ल्याच्या बाहेर आली व टेहळणी करणाऱ्या चौकीकडे गेली. आज तिथे कोणीच दिसत नव्हते. अलक्ष्मी जिन्याच्या पायऱ्या चढू लागली.

किंचितही आवाज येणार नाही याची काळजी घेत दुरुक्तीही पायऱ्या चढून वर गेली. लवकरच ती सर्वात वर पोहोचली.

अलक्ष्मी इंद्रगड शहराकडे पाहत होती.

ती इथे का आली असावी? तिला कोणाला भेटायचंय?

"तू आता माझा पाठलाग थांबव." अलक्ष्मीने शांतपणे म्हटले. तिने मागे वळूनदेखील पाहिले नाही.

दुरुक्ती गोठून उभी राहिली.

नाही.

अलक्ष्मीने शीळ घातली व काही आवाज झाले. दुरुक्तीच्या मागे दोन तरस गुरगुरत उभे होते.

"प्रिये, जवळ ये इकडे. नाहीतर ते तुझ्यावर तुटून पडतील."

अलक्ष्मीच्या जवळ जाताना तिने आवंढा गिळला. तिला खरंतर तिथून पळून जावेसे वाटत होते. पण तिने एकही पाऊल त्या दिशेने टाकले असते तर ती त्या तरसांच्या मेजवानीस कारणीभूत झाली असती.

"ते तुला कसे काय माहीत?"

"कारण तू माझा पाठलाग करतीयेस याची मी खात्री करून घेतली होती." ती वळून म्हणाली, "मी तुझे लक्ष विचलित करण्यासाठी मुद्दाम तुझ्या खोलीबाहेर फेऱ्या मारल्या होत्या."

"मी तुझा पाठलाग करावा असे *तुला* वाटले होते?"

"अर्थात. कारण हीच ती जागा आहे...जिथून...दुर्दैवाने तू आत्महत्या करणार आहेस."

"तुला काय म्हणायचेय काय?"

अलक्ष्मीने खाली बघितले. "तू इथून खाली पडशील तेव्हा तुझ्या डोक्याची नक्की छकले होतील."

दुरुक्तीने तिच्याकडे पाहिले, "दुसऱ्या शब्दात म्हणायचे तर तू आता मला ठार करणार आहेस. आणि मी आत्महत्या केली असे सर्वांना सांगणार आहेस..."

"होय, प्रिये. कारण तू जर का इथे अधिक काळ थांबलीस तर तू आमच्यापुढील मोठी समस्या ठरणार आहेस."

अलक्ष्मीने शीळ घातली तसे ते तरस जवळ येऊ लागले. दुरुक्तीला गच्चीच्या कठड्याकडे जाण्याशिवाय पर्याय उरला नाही.

"पण तुझ्यावर कोणीही विश्वास ठेवणार नाही." दुरुक्ती ओरडली.

"ते नक्की विश्वास ठेवतील." ती हसली, "मी अशी काल्पनिक गोष्ट तयार करेन की कलीलाही संशय उरणार नाही."

दुरुक्तीने जबडा विचकला, "मी उडी घेण्याआधी तू कलीबरोबर काय व कसा व्यवहार करणार आहेस हे तरी मला सांग." तिने खाली वाकून

बघत म्हटले. तिचा तोल जवळजवळ गेलाच होता. मी जर इथून पडलेच तर वाचण्याची काहीच शक्यता नाही.

"त्याच्याशी तुला काहीच देणे-घेणे नाहीय. कलीचा प्रश्न मी व शुक्रने बनवलेल्या महायोजनेत घेतला जाईल."

"तो तर मेला आहे."

"ते मला माहीत आहे. कलीने त्याच्या बदल्यात तुला निवडले याचे मला नवलच वाटले होते. कारण बहुतेक वेळा तू त्याला फसवलेच आहेस."

"अलक्ष्मी, कृपा कर. तू माझ्या भावाच्याबाबत काय करायचे ठरवले आहेस ते मला सांग. तीच माझी मरण्यापूर्वीची शेवटची इच्छा आहे."

"ठीक आहे. तो चिथावणीखोर आहे. सगळ्याचा कर्ता करविता आहे."

"कशाचा चिथावणीखोर?"

"कलयुगाचा."

"म्हणजे मी बरोबर होते तर. तो धर्म नाहीच आहे."

अलक्ष्मी हसली. "कली अशा गोष्टींवर विश्वास ठेवेल असे कुणाला वाटले होते. त्याला वाटतेय की आपण एक महानायक आहोत म्हणून. पण...पण मी व शुक्राने असा विचार केला की,...जाऊ दे. त्याला तसा विचार करू दे..."

"आणि मग आता? त्याला ठार करणार का?" दुरुक्तीला माहीत होते की ती असे करू शकणार नव्हती. पण ती तिला गुंगवून ठेवत होती. हे संभाषण चालू असतानाच दुरुक्ती या प्रसंगातून आपण सुखरूपपणे कसे सुटू शकू याचाही विचार करत होती. तसेच कली व तिची योजना यासंबंधी तिच्या तोंडून काय माहिती मिळतेय याचीही प्रतीक्षा करत होती.

"अर्थातच नाही. मी म्हटल्यानुसार तो असुर चिथावणीखोर आहे. अगदी यक्ष नलकुवेरा प्रमाणेच. आणि यात कोणी तरी मानवांची व्यक्तीदेखील आहे. हे चिथावणीखोर धर्म आणि अधर्माची अंतिम लढाई पेटवणार व त्यातून चांगल्याचा विजय होणार का वाईटाचा हे ठरणार."

"हे सारे शुक्राला कसे माहीत?"

"तो शून्यवादिंशी संवाद साधू शकतो, जे शून्याचे पूजक आहेत." अलक्ष्मी म्हणाली. दुरुक्तीला त्यांच्याबाबत काहीच माहिती नव्हती. "त्यांना सत्य भाकीत ठाऊक आहे."

"तू खोटे बोलतीयेस." दुरुक्ती ओरडली.

"काय? छे छे, मी काहीही खोटे बोलत नाहीय."

232

"कली जर का धर्म किंवा अधर्म दोन्ही नाहीय तर मग तो दानवांना कसे काय भडकवू शकला? शुक्र म्हणाला होता की फक्त धर्मच तसे करू शकतो."

"अं..."

"ते खोटं होते ना?" दुरुक्तीचा त्यावर विश्वास बसत नव्हता. "ते खोटं होतं, कारण दानवांना कोणीही उचकवू शकतो."

"हो. पण त्यात असुरांचे रक्त सांडायची गरज नव्हती. दुर्दैवाने शुक्र मेला. आम्हाला कलीच्या गर्वाला धक्का द्यायचा होता. त्यामुळे आम्ही त्याला 'तो' धर्म आहे असे सांगितले."

"पण मग तो त्यांच्यावर नियंत्रण कसे काय ठेवू शकतो?"

"तो नियंत्रण ठेवत नाहीय. ते अधर्माची *सेवा करताहेत."* त्यामुळेच ते कलीला मदत करताहेत. अधर्म जेव्हा त्याचे भवितव्य ठरवतील तेव्हा दानव त्यांना उत्तर देतील."

दुर्दैवी कली! त्याला जेव्हा हे सत्य कळेल तेव्हा त्याची दशा फारच वाईट होईल. "तू हे सर्व त्या चिथावणीखोरांना मदत करण्यासाठी केलेस. मग तू अधर्माला अधर्म होण्यासाठी मदत का केली नाहीस?"

"कारण की फक्त चिथावणीखोरच तसे करू शकतात असे भाकीत सांगते आहे. आणि कली त्याचे काम उत्तमरीत्या करत आहे असेच मी म्हणेन. जर साऱ्या घटना योग्य योजनेनुसार झाल्या तर अधर्म पूर्णपणे जागृत होईल. लवकरच..."

"मग ते कोण आहेत? धर्म व अधर्म कोण आहेत?"

अलक्ष्मीने पुटपुटत नावे घेतली.

दुरुक्तीच्या शरीरातून वीज गेली. अलक्ष्मी तिला ढकलायला पुढे आली.

पण उलट दुरुक्तीनेच त्या तरसांच्या मालकिणीचे हात धरले व तिलाच ढकलून दिले.

अलक्ष्मी पडताना मोठयाने किंचाळली.

तिचे शरीर जमिनीवर कोसळले व तिचे डोके टरबूजासारखे फुटले.

ती मेली होती.

दुरुक्तीने आनंदाने खोल श्वास घेतला. आता ती त्या सैतानांकडे वळली. ते तरस गोंधळून तिच्याकडेच पाहत होते. त्यांची मालकीण त्यांच्याबरोबर नसल्याने त्यांना काय करावे हे समजत नव्हते. मग ते धावतच सुटले.

तिने आता अलक्ष्मीला मारले होते यावर तिचाच विश्वास बसत नव्हता.

पण किमान तिला तरी 'ते सत्य होते' हे माहीत होते.

धर्म व अधर्माचे सत्य.

पण आता ही गोष्ट कलीला सांगावी की नाही हेच तिला कळत नव्हते.

47

अश्वत्थामा अजूनही गुडघ्यावरच बसलेला होता व आता तरी कल्की त्याला मारेल अशा अपेक्षेत होता.

पण कल्की त्याच्या जागी घट्ट उभा होता. त्या वृद्ध गृहस्थाची इच्छा पूर्ण करत नव्हता.

काय घडते आहे यावर त्याचा विश्वास बसत नव्हता. "तू हे सारे का करतो आहेस?"

"तुला अमरत्त्वाच्या 'शापा' बाबत काही कळत नाहीय."

"ओह, मला वाटते की ते मला चांगलंच माहीती आहे." भार्गवरामांचा चेहरा त्याच्या डोळ्यापुढे तरळला.

"नाही, नाही" अश्वत्थामाने डोके हलवले. "तुला ते माहीत नाहीच. मी पांडवांच्या मुलांना मारल्यानंतर मला गोविंदांनी शाप दिला..."

"होय, तू बालहत्या केल्यास. तूच ते केलेस ना?"

"आणि तो दोष घेऊन, मनावर तो भार घेऊन मी आजपर्यंत जीवन कंठतोय." त्याच्या डोळ्यातून अश्रू ओघळू लागले. "पण माझ्या शापाला उःशाप नाही. असू शकला असता. पण सर्वांना असं वाटतंय की गोविंदांनी मला कायमसाठीच तो शाप दिला आहे. मी जरी त्यातून मुक्ततेची इच्छा व्यक्त केली तरी मला मरण येणारच नाही. पण खरंतर तसं नाहीय. गोविंदांनी मला सांगितले होते की मला मरण येईल. कलयुगातील विष्णूच्या अवताराचे हातून, त्या तलवारीच्या साहाय्याने ते मरण तुला प्राप्त होईल. म्हणूनच मी यापूर्वी तुझ्याकडे येऊ शकलो नव्हतो. तू अवतार नव्हतास. पण आता मात्र तू अवतार झाला आहेस. तुझ्यात ते स्फुल्लिंग आहे. तू त्या सर्वात जास्त शक्तीमान आहेस."

कल्कीने नाक फेंदारले. "म्हणूनच तू माझे सर्व मित्र, कुटुंबीय यांना मरू दिलेस. त्यांना इतस्ततः भरकटवत राहिलारा. मी ही

तलवार हस्तगत करण्यासाठी व तुला मारावे यासाठीच तू ते सारे केलेस का?"

"तो फक्त काही काळाचा प्रश्न होता. मी यासाठी खूपच अधीर झालो होतो." अश्वत्थामाने सुस्कारा सोडला. "आणि मी एक दोषी आहे. परमेश्वरा, मी खूपच दोषी आहे."

"तू जर मध्ये आला नसतास तर मी आजपर्यंत शांबला मध्येच राहिलो असतो."

त्याने मान डोलवली. "पण मग तुला, ही, कलयुगाचा महानायक व्हायची संधी मिळाली नसती."

"त्याची मी पर्वा करतोय असे तुला वाटतेय का? ज्यांच्यावर मी मनापासून प्रेम केले, ज्यांची काळजी घेतली अशी अनेक माणसे या दरम्यान मरण पावली." कल्कीने त्याचा गळा धरला व त्याला सहजपणे उचलले. त्याने कल्कीला अजिबात विरोध केला नाही. "तुझ्यामुळेच लक्ष्मीचा मृत्यू झाला. तुझ्यामुळेच माझे वडील मारले गेले. माझा भाऊ काय करणार आहे हेदेखील तुझ्यामुळेच मला समजू शकले नाही."

"एक ऐक. मी काहीही केले नसते तरीही शून्यवादींनी दुसरा चिथावणीखोर नेमून तुला इथे येणे भाग पाडलेच असते. हे असे होणारच होते. प्रत्येक गोष्ट ही विधिलिखितानुसारच होणार आहे."

"आणि या विधिलिखितात, या सर्वाचा शेवट काय व कसा होणार, हे लिहिले आहे?"

"...की तू अधर्माचा नाश करशील."

त्याच्या डोक्यात एक प्रश्न डोकावून गेला. "आणि...जर...जर का हे विधिलिखित घडले नाही तर?"

"ते मला माहीत नाही. कदाचित हे सारे चक्र नेमिक्रमाने चालत राहिले असते आणि आपण कायमच कलयुगातच वास्तव्य करून राहिलो असतो."

कल्कीने गळ्यावरची पकड आणखी घट्ट केली. त्यामुळे अश्वत्थामाला श्वासही घेता येईना. त्याचे लक्ष त्याच्या कपाळावरील जखमेच्या व्रणाकडे गेले.

याच जागी तो मणी असायचा नाही का?

"मला मारून टाक. मला अजून जगायचे नाहीय."

त्याला कल्कीकडून मरण हवे होते.

त्याला तेच आवडले असते.

पण मी त्याला मारू का?

कल्कीने क्षणभर विचार केला. त्याला आता त्याने काय करावे हे माहीत होते. "तू खूप काही वाईट साईट गोष्टी केल्या आहेत. तू मरणेच चांगले. पण तुला एक माहीत आहे का...?"

त्याने त्याच्या गळ्यावरची पकड सैल केली. व अश्वत्थामाला जमिनीवर फेकून दिले.

त्याला श्वास कोंडल्यामुळे खोकला आला होता. तो श्वास घेण्यासाठी धडपडत होता.

कल्की जिना उतरून खाली आला व दाराकडे जाऊ लागला. "तुझी सगळ्यात मोठी शिक्षा हीच आहे की तू संपूर्ण कलयुगात जिवंतच राहायचे आहे. तुला आणखी हालअपेष्टा सोसायच्या आहेत."

तो देवळाबाहेर येत असताना, त्याला अश्वत्थामाच्या किंकाळ्या ऐकू येत होत्या आणि शून्यवाद्यांनी आपला पवित्रा बदलला असल्याचे त्याच्या लक्षात आले. ते एका मागोमाग एक रांगेत उभे होते आणि ते त्यांच्या भाल्यासमोर गुडघ्यावर बसले होते.

ते कल्कीला लवून मुजरा करीत होते.

कल्की त्यांना ओलांडून दाराबाहेर आला, तेवढ्यात त्याला काहीतरी ऐकू आले.

मागून पावलांचा आवाज येत होता. कल्की खाली वाकला. कारण त्यामुळेच तो अश्वत्थाम्याने त्याच्यावर केलेल्या वारातून तो वाचू शकला. तो कल्कीची देवळात ठेवलेली जुनी तलवार वापरत होता.

"तू जर मला मारणार नसशील तर मग माझ्याकडून होणाऱ्या हल्ल्यापासून स्वतःचे रक्षण कर. तुला ते करावेच लागेल."

त्याने पुन: वार केला. कल्कीने एक कसरतपूर्ण उडी घेतली व तो वार हुकवला व मागे सरकला.

"तुला मारण्यासाठी तू मला उकसवू शकणार नाहीस."

"बघ तर खरं!" मग अश्वत्थामाने ती तलवार कल्कीच्या खांद्यात घुसवण्याचा प्रयत्न केला. तो चुकला पण तरीही तिची किंचितशी कड त्याला घासून गेली व एक जखम झाली. त्यातून रक्ताची धार लागली.

स्वतःवर ताबा ठेव. तू पराजितावर त्याचा उपयोग करता कामा नये.

अश्वत्थामा वार करीत राहिला. त्याने तलवार त्याच्या छातीशी आणली. पण कल्कीने शिवांच्या तलवारीने तो वार थोपवला. अश्वत्थामाच्या हातातील तलवार थरथरू लागली व क्षणार्धात तिची राख झाली.

237

कल्कीने आपली तलवार किती सामर्थ्यशाली आहे या दृष्टीने तिच्याकडे पाहिले. त्या तलवारीमुळे इतर शस्त्रे निष्प्रभ होणार हे माहीतच होते. पण आता तो ते प्रत्यक्ष पाहत होता.

अश्वत्थामाने राख झालेल्या आपल्या तलवारीकडे दु:खी मनाने पाहिले. “कृपा कर. तू मला मारावेस म्हणून मी सारे उपाय केले. पण मला या दुर्दैवी, तिरस्करणीय आयुष्यातून मुक्त कर.”

ते दोघेही त्या शुन्यवादींमध्ये उभे होते. ते अजूनही मुजरा करण्याच्या अवस्थेतच होते.

आता अश्वत्थामाने आपल्या मुठी वळून कल्कीला ठोसा मारण्याचा प्रयत्न केला. त्याने तो हुकवला. त्याने तलवार वापरली नव्हती. ही कुस्ती नक्कीच एकतर्फी होणार होती.

कल्कीने त्याच्या पोटात गुद्दा मारला. त्याच्या अंगातून वेदनांचा लोळ उठला. तो रक्त ओकत खाली पडला.

“आता मला तुझ्याशी लढण्यात वेळ वाया घालवायचा नाही. ह्या तलवारीचा उपयोग मी अधर्माचा शेवट करण्यासाठीच करेन.. म्हणजेच कलीच्या अंतासाठी...” अश्वत्थामाला मागे ठेवून कल्की देवदत्ताकडे गेला. “तू सारी योजना बनवलीस. सर्व गोष्टींचा विचार केलायस असे तुला वाटत होते. पण एका गोष्टीचा-मी काय निर्णय घेईन. याचा तू काहीच विचार केला नव्हतास. मी रागाच्या भरात तुला ठार करीन असे तुला वाटले, पण माझा संताप हीच माझी शक्ती आहे. आणि ती शक्ती तुझ्यासारख्या मूर्ख माणसाविरुद्ध मी वापरणार नाही. तू आणि भार्गव विक्षिप्त माणसे आहात. एकाला अमरत्व हवे आणि दुसऱ्याला त्यातून मुक्ती. या सर्व जीवनप्रवासाने मला खूप काही शिकवले आहे.”

कल्की घोड्यावर बसून जाऊ लागला.

“मी परत येईन...मी येईन.”

अश्वत्थामा त्याचे वाक्य पूर्ण करू शकला नाही. तो एक पाऊलही हलवू शकला नाही. शून्यवादींनी त्याला घेरले होते व त्याला कल्कीमागे जाऊ देत नव्हते.

नाही! सोडा मला! सोडा मला! अरे बुटक्यांनो...”

शून्यवादी आपल्याला का मदत करताहेत हे कल्कीला कळत नव्हते. मग त्याने विचार केल्यावर त्याच्या लक्षात आले की अश्वत्थामाच चिथावणीखोर होता. कल्कीला इथे आणणे एवढेच त्याचे काम होते आणि आता त्याचे काम संपले होते. शून्यवादी विश्वाच्या अंतापर्यंत राहणार

होते. खरेखुरे भाकीत सत्यात येणे ही त्याची गरज होती. अश्वत्थामाने धर्माला इजा करणे त्यांना नको होते.

"तू चुकीच्या लोकांच्या मागे लागलास असे दिसतेय." कल्की हसला. "मी कलीला ठार केले की तुला निरोप पाठवीन."

"तुझ्या एक गोष्ट लक्षात येत नाहीय." अश्वत्थामा हसत हसत म्हणाला.

"काय?"

"सत्य भाकितानुसार कली हाच अधर्म असेल असे नाही. तो माझ्याप्रमाणेच चिथावणीखोर आहे." तो वेड्यासारखे हसू लागला.

कल्की मागे आला, "म्हणजे याचा अर्थ काय? तो जर अधर्म नसेल तर मग कोण आहे?"

अश्वत्थामाचा चेहरा उजळला. त्याचे ओठ विचित्रपणे मुडपले व तो हसला.

"तो तुझा भाऊ आहे. कल्की." तो ओरडला.

कल्कीचा चेहरा काळवंडला.

अर्जन?

"ते भाकीत खरे करण्यासाठी-खरे ठरण्यासाठी कलयुगाच्या अंतासाठी नेमके काय करायचे आहे हेही तुला माहीत आहेच." अश्वत्थामाने कलकलाट केला. तो अजूनही शून्यवादींच्या गराड्यात होता. "तुला त्याला *'मारायचे'* आहे."

48

आपल्याकडे असलेल्या माहितीचा कसा उपयोग करावा हे कल्कीला कळेना. तो पूर्णपणे गोंधळून गेला होता. त्या देवळातून बाहेर पडल्यापासून अश्वत्थामापासून दूर झाल्यापासून आपल्या भावाविषयीच्या विचारात तो गढून गेला होता. देवदत्ताला मध्येच आपल्या विचारांच्या शृंखलेत न आणता तो शांतपणे चालला होता.

मी एवढ्या लांब महेंद्रगिरी पर्वतांवर प्रशिक्षणासाठी गेलो, शक्तीशाली होण्यासाठी गेलो ते काय स्वत:च्या भावाला ठार करायला?

अर्जनच्या मृत्यूच्या केवळ विचारानेदेखील त्याचा जीव कासावीस झाला.

तो जात असताना त्याला वाटेत पूर्वी दिसलेली विष्णूंची मूर्ती दिसली. त्याला तिथे थांबून प्रार्थना करायला हवी होती. कदाचित तो सर्वात्मक देव त्याला त्याच्यापुढे असलेल्या काहीतरी प्रश्नांची उत्तरे देऊ शकला असता.

कल्की प्रार्थनेसाठी गुडघ्यावर बसला. आसपास कोणीही नव्हते. फक्त पक्ष्यांचा आवाज, चिवचिवाट, झाडाच्या पानांच्या सळसळीशिवाय कुठलाही आवाज येत नव्हता. सर्वत्र भीषण शांतता होती.

केकाटण्याच्या आवाजाने त्याला जाग आली व त्याने डोळे उघडले. शुको उडत उडत त्याच्या खांद्यावर येऊन बसला.

त्याला त्याचा जुना मित्र भेटल्याने आनंद झाला. तो (कर्कश) आवाज करणारा पोपट त्याच्या प्रवासाच्या सुरुवातीपासून त्याच्याबरोबर होता.

काय चाललेय?

मी मस्त आहे.

तू संकटात दिसतोयस मुला, सर्व काही ठीक आहे ना?

काय बोलावे हे कल्कीला कळेना. त्याने विष्णूच्या पुतळ्याकडे क्षणभर पाहिले व त्याच्या पायांना स्पर्श केला.

तो घोड्याकडे जात असताना त्याने पोपटाला विचारले, *"तू इथे कसा आलास?"*

"तुझ्या मैत्रिणीने मला पाठवले."

"पद्‌माने? का बरे?"

तिने सांगितलेय की ती ठीक आहे. म्हणून मी आता तुला मदत करावी. पण मला वाटते की तिच्या मनात दुसरेच काहीतरी चालले होते.

का बरे? काय झालंय?

कल्की देवदत्तवर आरुढ होऊन जाऊ लागला. तेव्हा शुकोने बजरंगाच्या शिबिरात काय घडले त्याची इत्यंभूत हकीकत त्याला सांगितली. ती आता काय करेल त्याची कल्पना कल्कीला आली. *ती आता सूड घेणार होती.*

कदाचित.

ती आता नलकुवेराला मारणार यासंबंधी माझ्या मनात अजिबात शंका नाही. पण एक चांगले आहे की अर्जन तिथे आहे. कल्कीचे विचार थांबले. त्याला अस्वस्थतेने ग्रासले. त्याचे तो काहीही स्पष्टीकरण देऊ शकला नसता. पण अर्जन हाच अधर्म आहे, हा विचार त्याच्या पचनी पडत नव्हता.

अर्जन लहान असताना किती भित्रा, अबोल, शांत होता हे त्याला चांगलेच माहीत होते आणि अधर्म तर पूर्ण *वाईट प्रवृत्तीचा* असायला हवा होता. मग अर्जन सैतान कसा असेल?

तसेच अधर्म होण्यासाठी त्याने सोम प्राशन केलेले असायला हवे होते. *माझ्या पश्चात त्याने ते घेतले होते का?* त्यांच्या गावातील सोम वनस्पती तर केव्हाच-फार पूर्वीच जळून नष्ट झाली होती. कल्कीच्या डोक्यात अनंत विचारांचा कल्लोळ उठला होता. अश्वत्थामाचे म्हणणे चुकीचे होते, ते सत्य भाकीतही खोटे असावे असे त्याच्या अंतर्मनात त्याला जाणवत होते. अर्जन त्याचा भाऊ होता. काहीही होवो, कल्की त्याला मारणार नव्हता.

त्याने शुकोकडे पाहिले. *रत्ना मेली तर, अं?*

होय. ते खूप वाईट झाले.

मी तिला वाचवू शकलो असतो तर बरं झालं असतं.

पण अतिशक्तीमान लोकही सर्वांनाच वाचवू शकत नाहीत हे तू समजून घे.

शिवांच्या तलवारीच्या मुठीला हात लागताच कल्कीने डोळे मिटले. रत्नामारुचा चेहरा त्याच्या डोळ्यांपुढे चमकून गेला.

ही तलवार रत्नाच्या स्मृतीला अर्पण केली पाहिजे.

सद्गृहस्था, किंवा एखाद्या अप्सरेला? देवदत्ताने विचारले.

जी स्त्री तिच्या ध्येयासाठी शेवटपर्यंत लढली तिला. आपल्या मित्राला वाचवण्यासाठी आगीच्या खाईत उडी मारणाऱ्या स्त्रीला, जिला आपल्या जमातीच्या रूढीनी शृंखला घातल्या नाहीत तिला. ती पूर्णपणे आदरास पात्र होती. आणि तिच्या शौर्याच्या यशोगाथेला, ती तलवार अर्पण केली पाहिजे.

त्याने तलवार म्यानातून काढली व म्हणाला, "या क्षणापासून हे 'शिवाच्या तलवारी' तू 'रत्नामारूच' आहेस असे मी घोषित करतो."

कल्कीने रत्नामारूला म्यानात ठेवले. त्याने समोरच्या रस्त्याकडे नजर टाकली. हाच रस्ता त्याला इंद्रगडला पोचवणार होता.

कलीकडे, अर्जनकडे.

सरतेशेवटी आता तुझा शोध, तुझा प्रवास लवकरच संपणार असे दिसतेय. देवदत्त म्हणाला.

तसं झालं तर बरंच होईल. दरम्यान खूप काही घडून गेलेय. शुको म्हणाला.

कल्की हसला. त्याने देवदत्तचा लगाम पकडलाच. तो दौडू लागला व ते जाऊ लागेल.

चल, तर मग.

49

पद्मा घरांच्या छपरांवरून पळत होती.

परमेश्वरा, माझे शहरातील वास्तव्य मी विसरूनच गेलेय.

ती खूप दूरवर आली होती. तिने वानरांच्या शिबिरात प्रचंड थंडीचा सामना केला होता. त्यामुळे आता ती शहरातील सुखकर, उबदार वातावरणाचा मजेत आनंद घेत होती.

मध्यरात्र झाली होती. सारे शहर झोपेत होते. पण काही लोक मात्र घराच्या बाहेर आपसात कुजबुजत होते.

गुरु नरेंद्रांच्या मृत्यूनंतर शहरात अनेक दंगे-धोपे सुरू झाले होते. देवळांची दारे बंद केल्याचा निर्णय अनेक लोकांना रुचला नव्हता. नलकुवेराने अशा दंगेखोरांना पकडण्याचा आदेश आपल्या सैन्याला दिला होता.

शहरात दारिद्र्याने कहर माजला होता. शाही खजिन्यातील संपत्ती शहराच्या विकासासाठी, लोकांच्या भल्यासाठी वापरण्यात यायला हवी होती. पण इंद्रगडच्या राजाने तो पैसा शस्त्रांच्या दुरुस्तीसाठी, नवनिर्मितीसाठी व युद्धातील गोष्टींसाठी वापरायचा घाट घातला होता. आणि दररोज रात्री सैनिकांना देण्यात येणाऱ्या मेजवान्यांवर पैसा उडवला जात होता.

हे कलयुग आहे हेच खरे होते.

एका इमारतीवरून दुसऱ्या इमारतीवर उड्या मारत ती आता राजप्रासादासमोर पोचली. शहरातील सर्वात उंच इमारत होती ती. चहूबाजूंनी ती दिसत होती. कुणा रक्षकाने आत जाण्यापासून तिला अडवू नये म्हणून तिने आपली कट्यार हातात घेतली. पण तिला तिचा आज उपयोग करावा लागणार नाही याची तिला कल्पना नव्हती. सारे रक्षक राजप्रासादासमोर पडलेल्या प्रेताकडे धावले होते. नलकुवेराच्या महालाच्या उजवीकडेच ते होते.

ती हळूच दरवाजावर चढून आत गेली. नलकुवेरा तिथेच होता. तो प्रेताकडे पाहत होता. त्याची बायको रंभादेखील तिथेच होती.

त्याच्याभोवती बरेच रक्षक उभे होते. मी जर आताच त्याच्यावर हल्ला केला तर इथून सुटून जाणे कर्मकठीण होऊन बसेल. मग मी वाचण्याची शक्यताच नाही.

आता येणाऱ्या संधीची वाट पाहण्याचे ठरवून ती हळूच महालात शिरली.

मग तिला ओळखीचा आवाज ऐकू आला.

तो कलीचा होता. तो हादरून गेल्याचे व गोंधळून गेल्याचे दिसत होते.

किल्ल्यामधीलच कुणीतरी मेलेले होते. पण मला काय करायचंय? माझा काहीच संबंध नाहीय त्याच्याशी!

अर्जनने तिला कलीविषयी तसेच दानवांबाबतही खूप सांगितले होते. कली इंद्रगडमध्ये व या महालात राहतोय हे बऱ्याच लोकांना माहीतच नव्हते.

पद्माला कली कधीच आवडला नव्हता.

तिने अर्जनवर खूप विश्वास, भरवसा ठेवला होता. तिने तिच्या वडिलांबाबतही त्याला सांगितले होते. पण आता विचार करता त्याने ते सर्व कलीला सांगितले असावे असे तिला वाटत होते.

नाही. तो ते कुणालाही सांगणार नाही.

ती महालात शिरली. ती तळघरात जाणारा दरवाजा हुडकत होती. ती जेव्हा अर्जनच्या शिबिरात होती तेव्हा तिने ऐकले होते की या यक्षांच्या राजाने त्याच्या तळघरात अनेक अप्सरांना कोंडून ठेवले आहे.

ती रत्नामारूच्या इच्छेप्रमाणे त्यांची सुटका करणार होती.

जर काही...

आणि पद्मा नलकुवेराला मारायची योजना घेऊन इथे आली होती.

तेव्हढ्यात ती जात असताना तिला खाली जाणारा जिना दिसला. ओहो!

आज तिचा दिवस होता. दरवाजावर कोणीही पहारेकरी नव्हता. ते सारेजण टेहळणी बुरूजाबाहेरील प्रेताची विल्हेवाट लावण्यात गर्क होते.

तिने डोक्यातल्या आकड्याने कुलूप उघडले. ती जिना उतरू लागली. अजिबात आवाज न करता ती त्या अंधारात बुडून गेली.

जिन्याच्या खाली त्या लांब निमुळत्या ओवरीत प्रकाश उजळला होता. भिंतीवर दिवे जळत होते. ती चालत एका मोठ्या दालनात पोचली.

तिथे अनेक पिंजरे होते. त्यात अप्सरांना डांबून ठेवले होते. जवळच एक ढेरपोट्या, बुटका रक्षक खुर्चीवर डुलक्या काढत होता.

हळूच, रक्षकाच्या नकळत ती पिंजऱ्यात बघू लागली. एवढ्या मध्यरात्रीही त्या अप्सरा जाग्या होत्या. काही तासांपूर्वी त्यांनी वरच्या मजल्यावर काहीतरी पडल्याचा आवाज ऐकला होता. किल्ल्याच्या प्रांगणात आणखी एक प्रेत पडले होते.

"तुम्हा सर्वांना सोडवायला मी आले आहे." पद्‌माने एका अप्सरेला म्हटले. तिचा आवाज कुजबुजण्याहून थोडा मोठा होता. "नलकुवेरा कुठे आहे ते तुम्ही मला सांगाल का? आपल्याला गुप्तपणे लपतछपत बाहेर पडायला हवे. आणि तो जर खाली आला तर आपण संकटात पडू."

"तो यक्षांचा राजा दिवसातून फक्त एकदाच इथे येतो." अप्सरा कुजबुजली, "काही वेळा तो एकटा येतो तर काही वेळा तो त्याच्या त्या अधम बायकोबरोबर येतो. पण तो मध्यरात्रीच्या सुमारास कधीच येत नाही."

झकास!

"या पिंजऱ्यांच्या चाव्या कुठे आहेत?" पद्‌माने विचारले.

"त्या पेताडाकडे त्या आहेत." अप्सरेने त्या जाड्याकडे बोट दाखवत म्हटले, "तो मस्तवाल आता झोपेत आहे."

पद्‌माने मान डोलवली. ती त्याच्याजवळ आपली कट्यार पाजळत गेली व ती आता त्याचा गळा घोटणार एवढ्यात ती थांबली.

मी जर त्याला मारले, तर काहीतरी घोटाळा आहे हे इतरांच्या लक्षात येईल.

पद्‌माने खोलवर श्वास घेतला व ती मागे सरकली. तिने त्याच्या हातातील किल्ल्या पाहिल्या. काळजीपूर्वक तिने त्याची मूठ सोडवली व चाव्या हस्तगत केल्या. रक्षकाने चुळबुळ करत गुरगुर केली. क्षणभर तो जागा झालाय असे तिला वाटले. पण त्याने डोळे उघडले नाहीत व तो पुन: घोरू लागला.

ती पिंजरे उघडत असताना हसू लागली.

"मुली, मन:पूर्वक धन्यवाद!" एक अप्सरा म्हणाली. बाकीच्या अप्सरा आपापसात बोलू लागल्या.

पद्‌माने मान डोलवली. पण जेव्हा तिने दार उघडले तेव्हा तिने अप्सरांना बाहेर आणले नाही. उलट तीच एका पिंजऱ्यात गेली व तिने आतूनच पिंजऱ्याला कुलूप लावले व किल्ल्या रक्षकाकडे फेकल्या "तू

त्या किल्ल्या त्याच्याकडे का फेकल्यास?" अप्सरांनी आश्चर्याचे विचारले. पद्मा पिंजऱ्याच्या मागे जाऊन बसली. "तू आम्हाला मदत करू शकली असतीस. तू स्वत:लाच असे अडकवून का घेतलेस?"

पद्मा काहीच बोलली नाही.

ती त्यांना मदत करणारच होती. पण नलकुवेराला मारल्यानंतर.

पद्माने स्वत:चे उत्तम अवयव उघडपणे दिसतील अशा तऱ्हेने आपलेच कपडे फाडले. तिने तिची पँन्टही अर्धी फाडली. आता ती अर्ध्या पँन्टमध्ये दिसत होती. मग तिने केसांना बांधलेली रिबिनही सोडली व केस मोकळे सोडले.

तिने आपली कट्यार हातात घेतली व मागील बाजूस कपड्यात लपवली.

आता पुढच्या वेळी जेव्हा नलकुवेरा अप्सरेला न्यायला येईल तेव्हा तीच त्याच्यापुढे 'आपल्याला घेऊन जा' म्हणून सांगणार होती.

आणि मग ती कट्यार त्याच्या शरीरात खुपसणार होती व सुटून जाणार होती.

50

लढाई चालू असतानाच अर्जनचे डोके प्रचंड ठणकू लागले.

एक क्षण तो नागाशी लढत होता तर दुसऱ्या क्षणी त्याच्या डोक्याच्या ठिकऱ्या उडतील की काय इतके ते दुखत होते.

त्याच्या डोक्यात प्रचंड स्फोट झाल्यासारखे आवाज ऐकू येत होते. पण अनेक लोक बोलत होते-एकाच वेळी कोण काय म्हणते तेच त्यांना कळत नव्हते.

अर्जनने आपले डोके गच्च पकडले. एक नागा त्याला मारणारच होता तेवढ्यात त्याने कसेबसे स्वत:ला वाचवले.

सुपर्णांनी त्याच्या दिशेने अनेक बाण सोडले. अर्जनने ते ढालीने परतवले पण त्या गडबडीत तो नागा मरून पडला.

अर्जन एका हातात भाला व दुसऱ्यात ढाल घेऊन रणभूमीवर धावत होता. त्याने कट्यार कमरेला खोचली होती. तो भाला एका नागाकडे फेकणार, एवढ्यात डोकेदुखी वाढली. डोकेदुखी असह्य होत होती.

अर्जनच्या हातातून भाला व ढाल जमिनीवर पडली व तोही कोसळला.

"तू खूप उशीर करतोयस! आम्ही अधिक थांबू शकत नाही! आवाज ऐकू येत होते."

"माझ्याकडून तुम्हाला काय हवंय?" अर्जन ओरडला.

"तुझ्या भूतकाळाशी संपर्क कर!"

काय?

आत आपण नेमके काय करायला हवे हे त्याला कळेना. *हे कोणाचे आवाज आहेत?* तो असा विचार करत असतानाच एक सुपर्ण उडत उडत त्याच्याजवळ आला. अर्जनला त्याला मारायचे होते पण तो स्वत:चे शस्त्रदेखील उचलू शकत नव्हता. डोक्यातील वेदना असह्य होत होत्या.

अर्जन हतबल झाला. सुपर्णाने त्याला सहजपणे उचलले व तो त्याला हवेत उंच घेऊन गेला. ते पुरेशा उंचीवर पोचल्यावर त्याने त्याला सोडून दिले. अर्जन जमिनीवर येऊ लागला.

मी अशा तऱ्हेने मरणार आहे का?

पण त्याचे शरीर जमिनीवर आदळले नाही. तो एका दानवाच्या मोठ्या, घाणेरड्या हातात होता. त्या दानवाने त्याला मरणापासून वाचवले होते.

दानवाने लवून मुजरा केला.

त्याच्यावर सत्ता चालव! असा आवाज त्याच्या डोक्यात घुमला.

दानव शिबिराकडे जावू लागला. तोच नागांचा एक बॉम्बगोळा बेचकीतून दानवावर पडला.

निळ्या रंगाचा धूर हवेत पसरला. डोळे दिपवणारा प्रकाश व कानठळ्या बसवणारा आवाज झाला.

दानव जमिनीवर पडला. अर्जनने त्याच्या हातातून स्वत:ला सोडवले. अर्जनचे व शत्रूचे काही सैनिक दानवाच्या अंगाखाली चिरडून मेले.

तो मेला होता.

"परमेश्वरा! नाही!"

अर्जन दानवांच्या प्रमुखाकडे धावला. तिथेच बॉम्ब फुटला होता. त्याची जखम खोल होती. रक्त वाहत होते. दानवाची हाडेही त्याला दिसत होती.

आपल्या महत्त्वाच्या व महाशक्तीवान शत्रूला ठार मारण्याचे तंत्र त्यांना समजले होते.

"मागे जा." अर्जन ओरडला.

त्यांनी माघार घ्यायला हवी होती. आता यापुढे दानवांचा वापर करता येणार नव्हता. आणि त्याच्या मदतीशिवाय जीत अशक्य होती. तो निळा विचित्र चेंडूसारखा पदार्थ नेमका काय होता?

तुझ्या भूतकाळाशी संपर्क कर!

आवाज ऐकू येणे थांबत नव्हते.

"ते मी कसे करू?" त्याने स्वत:लाच विचारले. त्याचे सैन्य त्याची आज्ञा मानत होते. सारेजण आपल्या शिबिराकडे परतू लागले.

त्याचाच शोध घेत घेत!

अर्जनने त्याचा पेला जमिनीवर आपटला.

तो पेला घरंगळत सेनापतींच्या पावलाजवळ जाऊन थांबला. अर्जनने त्यांना चर्चेसाठी तंबूत बोलावले होते.

"हे काय चाललंय?" अर्जनने समोरच्या लोकांकडे पाहून म्हटले. एक आगीचा दिवा मधोमध टांगलेला होता. त्या दिव्याच्या प्रकाशामुळे त्याच्या चेहऱ्याभोवती प्रभा पसरली होती. अर्धवट प्रकाशात तो धोकादायक वाटत होता. त्याच्या छातीवर खोलवर दिसणारे व्रण होते. "ते तिकडे बाहेर काय घडतंय?" तो दात दाखवत हसला. "आपण एका दानवाला गमावलेय हे तुम्हास माहीत आहे का? एक राक्षस, ब्रम्हसमंध! ते त्याला कसे काय हरवू शकले? आणि तेही फक्त एका फटक्यात! फक्त एकाच!" तो ओरडला.

त्याचे डोके अजूनही ठणकत होते. पण काहीसे कमी. एक सेनाप्रमुख म्हणाला,

"महाराज, आम्हाला माफ करा. आपण ती शक्यता गृहीत धरायला हवी होती. आपल्याकडे दानव असूनही शत्रूने एक तुकडी युद्धात तैनात केली आहे ही खरोखरीच नवलाईच आहे. आपल्याला त्याचे कारण आता कळतेय."

अर्जनने चमकून त्याच्याकडे पाहिले. सेनाप्रमुखाने पुढे बोलण्याची भीती वाटल्याने मान खाली घातली.

"त्या बॉम्बच्या स्फोटाने फक्त दानव नाही तर इतर आजूबाजूचे सैनिकही मरतील हे त्यांना ठाऊक होते. आपले बरेचसे लोक जे दानवाजवळ होते ते मेले आहेत." दुसरा सेनाप्रमुख म्हणाला, "तुम्हाला काहीही इजा त्या स्फोटामुळे झाली नाही हे एक आश्चर्यच आहे."

"ते आश्चर्य किंवा जादुगिरी नव्हती, सेनाप्रमुख, पण ते काय आहे हे तुम्हा कोणाला माहीत असण्याची मी अपेक्षा केलेलीच नाही." अर्जन उभा राहिला व सेनाप्रमुखाजवळ आला. "फक्त आपल्याला या प्रकाराची जरा जरी आधी कल्पना करता आली असती तरी हे असे घडले नसते." तो आधी बोललेल्या सेनाप्रमुखाजवळ येऊन म्हणाला. "आपला शत्रू कोणती खेळी रणांगणात करणार आहे याची थोडी तरी कल्पना आपल्याला करता यायला हवी."

"होय महाराज!" सेनाप्रमुखाने उत्साहाने मान डोलवली.

अर्जननेही मान हलवली व अचानक त्याच्या पोटात बुक्की मारली. तो कण्हत जमिनीवर पडला. "त्यांच्या डावपेचांची माहिती आधीच

मिळवणे हे तुझेच काम होते. ते तू केले नाहीस तर आपल्याला त्याची अशीच किंमत मोजावी लागेल."

"मी ती आधीच..." तो माणूस रडत होता. पण मधेच म्हणाला.

अर्जन ओरडला, **"मग तू तो अंदाज आधीच करायला हवा होतास!** ते तूच करणे अपेक्षित आहे मूर्खा. हे मी तुला सांगायला, शिकवायला पाहिजे का?" त्याने इतरांकडे पाहून म्हटले, "मी त्याची बरगडी मोडली आहे. घेऊन जा त्याला."

इतरांनी त्याला बाहेर नेले.

अर्जनने सुस्कारा सोडला...तीव्र संतापाने. त्याने पडलेला पेला उचलला व पुसून काढला. त्याच्या डोक्यात एक कल्पना चमकली. *मी जर का शत्रूच्या शिबिरात गुप्तहेर पाठवला तर?*

ज्याचा कुणालाही संशय येणार नाही अशी व्यक्ती...शत्रूच्या राजाची मुलगीच!

हे पद्मालाही पटेल अशी आशा करू या!

51

“कृपया, तुला काय म्हणायचेय ते पुन: एकदा म्हण!” कलीने ते म्हणणे एकदा ऐकले होते, पण त्याचा त्यावर विश्वास बसत नव्हता.

तो जागेवरच खिळून उभा होता. अलीकडच्या बऱ्याच काळापासून त्याच्या मनासारखे काहीच घडत नव्हते. त्याच्या भावी पत्नीचा, कोणी कुणास ठाऊक, पण नुकताच खून केला होता. त्या व्यक्तीने त्याच्या खोलीत अप्सरेला पाठवले होते, तिनेच तो खून केलेला असावा असे त्याला वाटत होते.

आणि इकडे कलीला, लपून राहिल्यामुळे वैताग आला होता. तो परत आलाय हे शहरात कुणालाच माहीत नव्हते. तो इंद्रगडचा राजा होता आणि आज मात्र त्याला या यक्षाच्या मागे फरपटत जावे लागले होते.

त्याचा भाऊ, बाली, आता राजा होता. पण कली हा त्याचा भाऊ आहे यावरच त्याचा विश्वास नव्हता.

काहीच बरोबर घडत नव्हते.

अर्जन त्याच्या बाजूने असावा असे त्याला वाटत होते. पण त्याने ते नाकारले होते, त्याला तो प्रस्ताव आवडलाच नव्हता. आणि हे सारे कमी म्हणून की काय, त्याची साक्षात बहीणच तो कोण आहे, काय आहे याबाबत नाही-नाही त्या वेडयावाकडया गोष्टी पसरवत होती.

“तू धर्म नाहीयेस.” दुरुक्तीने पुन: म्हटले, “आणि अधर्मही नाहीस... तू...”

तिला पुढे बोलायचे नव्हते. पण तिला काय म्हणायचे हे कलीला समजले होते.

मी कोणीही नाहीय.

“मग धर्म आणि अधर्म कोण आहेत?”

“कल्की हा धर्म आणि त्याचा भाऊ बाली हा अधर्म आहे.”

कलीला जबरदस्त धक्का बसला. त्याचा भाऊ.

हे सारे मला शोभत नाहीय. मी कोणीच नाही हे खरे नाही.

हे सारे तुला कसे काय माहीत आहे? त्याने डोळे मोठे करून, गुरगुरत म्हटले.

"ज्या दिवशी अलक्ष्मी मेली त्या दिवशीच तिने हे मला सांगितले. ती...माझ्या खोलीत आली आणि तिनेच हे सगळे कबूल केले. तुला फसवले याची तिला लाज वाटत होती. तिला त्याबद्दल दोषी वाटत होते." दुरुक्तीने डोळे खाली वळवत म्हटले.

ती जेव्हा जेव्हा एखादी गोष्ट सांगायची टाळायची असते, तेव्हा ती असेच खाली बघते.

"पण ती तुझ्याकडे का आली होती? तिने मला हे का सांगितले नाही?"

दुरुक्ती गळाठली. काही क्षण ती गप्प राहिली व मग म्हणाली, "तुला सत्य कळल्यावर तू तिचे काय करशील, कसं वागशील याची तिला भीती वाटत होती. तुझ्याशी खोटे वागू नये, बोलू नये असेच तिला वाटत होते. पण शुक्राने हे सारे असेच घडायला हवे असा आग्रह धरल्यामुळे तिला तसे वागावे लागले. ती फक्त तिला मिळालेल्या सुचनेनुसार वागत होती."

"मग मला त्यांनी या काळ्या समुद्रावर का आणले? अर्जन जर का अधर्म असेल, मग मला दानवांना जागृत करायला का निवडले गेले?"

"कारण की तूच त्याला 'अधर्म' म्हणून पुढे करायला हवे आहे, तशीच योजना आहे. आणि मला वाटते की ती बरोबर वागली होती. आपण इथे आल्यापासूनच अर्जनच्या वागण्यात बदल घडत होता. तू तुझे काम योग्य रीतीने केले आहेस असेच अलक्ष्मीचे म्हणणे होते."

"असो" कली केसातून हात फिरवत खुर्चीत कोसळला. "मी त्या बाईच्या हातातील खेळण्याप्रमाणे वागलो."

जेव्हा त्याला तोच 'धर्म' आहे हे सांगण्यात आले तेव्हा तो खूपच आनंदला होता. आता आपल्या जीवनाला काही अर्थ प्राप्त झालाय असे त्याला जाणवले. पण आता ते सारेच संपले होते.

"तू ठीक आहेस ना?"

"होय, मी ठीक आहे. अलक्ष्मीच्या लायकीप्रमाणेच तिला हवे ते मिळाले."

तो खिडकीतून बाहेर बघत असतानाच त्याच्या खांद्यावर दुरुक्तीने हात ठेवल्याचे त्याला जाणवले.

"कली तू एक चांगला माणूस आहेस हे मला ठाऊक आहे."

कलीने त्याचा हात तिच्या हातावर ठेवला.

"अलक्ष्मीने तुला जे काही सांगितले, त्यावर आपण विश्वास ठेवावा असे तुला वाटते का? पण जर का ती पुन: खोटेच बोलत असेल तर?"

"ती सत्य तेच सांगत होती. तिच्या बोलण्यातील दुवे मी जोडले होते. गाळलेल्या जागा मी भरल्या होत्या." दुरुक्तीने सुस्कारा सोडला. "सर्वसाधारण माणसांनी सोमाचे सेवन केल्यावर ते जसे वेडे होतील तसेच तुलाही वेड लागले होते. तू जर धर्म किंवा अधर्म असतास तर तुझ्यावर तसा परिणाम झाला नसता."

कली चक्रावला "मला वाटतं मी माझ्यावर जास्त विश्वास ठेवायला नको होता."

"नाही, तसं नाही. तू तसाही महाबलवान व श्रेष्ठच आहेस की..."

कलीने दुरुक्तीचा गळा धरला व तिला ओढत भिंतीशी घेऊन गेला व तिला त्यावर आपटले.

हे खूपच अकस्मात घडले. दुरुक्तीला श्वास घेता येईना. ती कलीची पकड सैल करायचा प्रयत्न करत होती. तशी तिने अयशस्वी धडपड केली. पण त्याने तिला सहजपणे धरले होते. "प्रिये, मला बनवू नकोस. मी कोणीच नाही का? ठीक आहे तू म्हणतेस तसा मी क्षुद्रच आहे! मी धर्म किंवा अधर्म कोणीच नाहीय. मी फक्त शुक्र आणि त्या कैदाशिणीच्या हातचे खेळणेच होतो." त्याच्या बोलण्यातून वागण्यातून ज्वालामुखीसारख्या संतापाच्या लाटा येत होत्या.

मग त्याने तिला सोडले. ती जे काही बोलली त्यामुळे त्याला प्रचंड राग आला होता. पण त्याला तिला ठार करायचे नव्हते. दुरुक्ती श्वास कोंडल्यामुळे जमिनीवर स्फुंदत बसली होती. तो गुडघ्यावर बसला व त्याने त्याचा तळहात तिच्या गालावर ठेवला, "मत्प्रिय भगिनी, मला माफ कर. मी संतापलो होतो."

"अरे मूर्खा, नृशंसा, मी मेले असते ना!" त्याला दूर सारून ती म्हणाली, "मी नेहमीच तुझ्याशी चांगलीच वागले होते!"

कली आपल्यासाठी थोडी दारू घेऊन खुर्चीत बसला. "खरंच, प्रिये, तू माझ्याशी पूर्णपणे कधीच प्रामाणिकपणाने वागली नाहीस. यापूर्वीही तू माझ्याशी अनेक वेळा प्रतारणा केली आहेस."

"तुला काय वाटत असेल ते असेल." ती गळा धरूनच भिंतीशी वाकली. "त्याची मी काहीच काळजी करत नाहीय. मी तुझ्याशी नेहमीच

253

चांगली वागत आलीय. तू एका क्षणी माझे मनापासून ऐकत असतोस आणि दुसऱ्या क्षणी तू मला ठार करायला बघत असतोस. हे काय पद्धतीचे तुझे विचित्र वागणे आहे?"

आता आपण कसे वागावे हे त्याला कळेना. तो त्यांच्या मर्जीनुसार वागत होता. काय प्रतिक्रिया द्यावी हे न समजल्याने तो दारूचे घोट घेत राहीला.

तेवढ्यात दारावर टकटक झाली. कलीने दार उघडले. यक्ष आत आला.

"महाराज, तिकडे एक घटना घडलीय."

"कोणती?"

यक्षाने तिच्याकडे पाहिले. तिचा चेहरा पांढराफटक पडला होता. ती उभे राहण्याचा प्रयत्न करत होती.

"शिपाई, इकडे बघ!" कली म्हणाला.

यक्ष सावधपणे उभा राहिला, "जी महाराज, अं...महाराज, अर्जनांनी निरोप पाठवलाय की एक दानव मरण पावला आहे."

"मेलाय? काय म्हणायचेय तुला?"

"त्याला आपल्या शत्रूने ठार केलंय."

कलीचा विश्वास बसेना. शत्रूने असा काय जादूटोणा केला असावा?

"त्यांनी फक्त हे तुमच्या कानावर घालायला सांगितले आहे..."

"निघ इथून." कली ओरडला.

यक्षाने मुजरा केला व तो निघून गेला.

"ओह" दुरुक्ती कुरकुरली "दानव अर्जनची सेवा करतात. तुझी नाही, एवढेच लक्षात ठेव. तो त्यांना नियंत्रणात ठेवू शकतो. फक्त ते कसे हे त्याला माहीत नाहीय." "म्हणजेच ते शस्त्र तू कुणाविरूद्धही वापरू शकतोस पण ते 'तुझे' नाहीय."

कलीने तिच्याकडे संतापाने पहिले. तो बाहेर जाताना जो काळा बुरखा वापरत असे तो त्याने उचलला.

पण तो थांबला.

मी जर 'कोणीच' नाहीये तर मी का लपून बसू?

कली उघडपणे इंद्रगडच्या रस्त्यावरून जात होता. रात्र सरत आली होती. लोक अजूनही झोपेत होते. फक्त काही दारुडे व ज्यांना राहायला

घरच नाहीत असे लोक इकडे तिकडे फिरत होते. इंद्रगडच्या भूतपूर्व राजाकडे ते पाहत होते पण कलीला त्याची फिकीर नव्हती.

त्याचे दोन शरीररक्षक, कोको व विकोको, त्याच्यामागे चालले होते व पुढे दोन तरस होते. अलक्ष्मीच्या मृत्यूनंतर ते महालाच्या बागेत हिंडत असत. कलीने त्यांना जेव्हा झाडीत पाहिले तेव्हा त्याने शीळ घातली. तिने त्याला ती शिकवली होती. त्याबरोबर ते पळत आले.

ते तरस शिळेचीच भाषा समजत व त्याबरहुकूम वागत. वेगवेगळ्या कामांसाठी वेगवेगळ्या शिट्ट्या असत. कर्कश शिळेने ते हल्ला करण्यापासून थांबत. लहान पण मोठ्या शिळेने ते पाठलाग करू लागत. लांब शिळेने ते जवळ येत. असो.

लक्ष्मी ही खोटारडी होती तरी पण किमान तिने मला थोडेफार तरी शिकवले होते.

कलीला तिच्याबद्दल काहीही वाटले नव्हते. असुरांचा वंश पुढे चालवण्यासाठीच फक्त त्याने तिच्याशी लग्न करायचे ठरवले होते. एक प्रकारे तिच्या मृत्यूमुळे त्याची त्यातून सुटकाच झाली होती.

तो शहर सोडून अर्जनच्या शिबिराजवळ आला. लोक त्याच्याकडे लपून छपून पहात होते. नाहीतर हा कोण आला म्हणून बघत होते. तो त्यांच्या 'जुन्या' राजासारखाच दिसत होता.

कली अर्जनच्या तंबूजवळ आला. सारे शिबीर शांतच होते. शिपाई झोपेत होते. एका यक्ष-रक्षकाने त्याला थांबवले. तेव्हा त्याने शीळ घातली. त्याबरोबर तरस पुढे येऊन गुरगुरू लागले. घाबरून रक्षक मागे हटला.

अर्जन काय झालेय ते बघायला बाहेर आला. त्याने व कलीने एकमेकांकडे पहिले. कलीने पुन: शीळ घातली. तरस गुरगुरायचे थांबले.

"हे तू काय करतोयस? तू कोण आहेस हे रक्षकाला माहीत नाहीय." अर्जन थांबला. "आणि तुझा बुरखा कुठे आहे?"

"आता मला त्याची गरज उरलेली नाहीय." कली म्हणाला. अर्जनकडे पाहिल्यावर त्याचे डोळे सौम्य झाले. जो लहानपणीच मरुन गेला आहे असे त्याला वाटले होते तो त्याचा भाऊ समोर होता.

अर्जनने त्याला आत बोलावले. कलीने रक्षकांना बाहेरच उभे राहायला व तरसांना झाडाशी बाधायला सांगितले.

दोघेही भाऊ समोरासमोर बसले.

"काय झालेय?"

तू अधर्म आहेस. काळा अवतार. कलयुगातील साऱ्या वाईटाचा स्त्रोत. पण तू माझा भाऊही आहेस.

कल्की इंद्रगडला पोचला की तो अर्जनला ठार करेल, हे कलीला माहीत होते.

मी त्या माणसाला, अर्जनशी असे वागू देईन का?

"एक दानव आज मरण पावला असे मी ऐकले."

"होय" अर्जनने शरमेने खाली पाहिले. "तुझा एक राक्षस मरण पावला आहे. त्याबद्दल मला खूप वाईट वाटते आहे. आपण आता काय करावे हे मला सुचत नाहीये. हे युद्ध जिंकण्यासाठी दानव खूप मोलाचे आहेत."

"त्यांनी त्याला मारणे कसे साधले हे तुला माहीत आहे का?" कलीने विचारले.

"त्यांनी जो बॉम्ब टाकला, त्यातील पावडरचे विश्लेषण आपल्या तज्ञांनी केले आहे. त्या पावडरमध्ये सोम वनस्पती, डुकराची चरबी व गवतातील तण वापरले गेले होते."

"काय? त्यांच्याकडे सोम आहे?"

"असं दिसतंय."

मनसाच्या सैन्यात सुपर्णही आहेत. म्हणून तसं म्हणण्यात तथ्य आहे. आता फक्त सुपर्णीकेतच ती वनस्पती आढळते."

"छानच" कलीने डोके हलवले, "मग आता काय करायचं?"

"आपण राक्षसांचा उपयोग करून घेऊ शकणार नाही. त्यामुळे मला काहीच सुचत नाहीय." अर्जनने आपले डोके हाताने धरले.

अर्जन हा खरेतर एक गावंढळ, गरीब व तरुण मुलगा आहे. त्याच्यावर खूपच मोठी जबाबदारी टाकण्यात आली आहे. तो राजा असूच शकत नाही. मला त्याला मदत केलीच पाहिजे.

आता आपण काय केले पाहिजे ते कलीला कळत होते.

त्याने अर्जनकडे पाहून सुस्कारा सोडला. "तू माझे एक ऐकशील का?"

"तुला काय सुचवायचेय?"

"मला वाटते की आपण पूर्ण सामर्थ्यानीशी त्यांच्यावर हल्ला करू या आणि तोही ताबडतोब. सर्व दानवांना रणभूमीवर पाठवूया. आणि शत्रूचा पूर्णत: बीमोड करू. नायनाट करून टाकू. हे युद्ध फार लांबत चाललंय."

अर्जन आश्चर्यचकीत झाला. "तुला नक्की तसे वाटतेय?"

"अर्थात. एकदाच त्यांना पूर्णपणे संपवून टाकू." अर्जन द्विधा मन:स्थितीत बघून तो थांबला. "अर्जन, मला माहितीय, की तुझा माझ्यावर विश्वास नाहीये. पण मला युद्धाविषयी तुझ्याहून जास्त कळते याबाबत मला शंका नाही. हे तुला मान्य करायलाच हवे आणि..."

कलीचे डोळे अर्जनच्या डोळ्याला मिळाले तेव्हा तो बोलायचा थांबला. त्याच्या डोळ्यात अश्रु गोळा झाले होते.

"आपण जर पूर्ण शक्तीनिशी हल्ला केला नाही तर आपण आपलेच सैनिक अधिक प्रमाणात गमवत राहू. आणि शेवटी आपण हे युद्ध हरू. नागराणीला इंद्रगडवर ताबा मिळू देऊ नकोस. काहीही झालं तरीही. तू शहराचे रक्षण करायला हवेस. माझ्यावर विश्वास ठेव. आपण जर सर्व शक्तींनीशी शत्रूवर हल्ला केला तर शत्रूचा पूर्णपणे धुव्वा उडवू, त्यांना नेस्तनाबूत करू. ते पुन: आपल्यासमोर तोंड वर करणार नाहीत."

अर्जन त्यावर विचार करू लागला. "पण जर का त्यांनी पुन: या सोमबॉम्बने हल्ला केला तर?" तो थांबला. "मला वाटतं आणखी एक मार्ग आहे. माझी एक मैत्रीण या शहरात आहे. तिचे नाव पद्मा आहे. ती राजा विभिषणाची...मनसाच्या मित्राची मुलगी आहे."

कलीने डोळे बारीक केले. "तिच्या मदतीने तू काय करणार आहेस?"

"तिला गुप्तहेर म्हणून तिकडे पाठव. एकतर ती ते सोम मिळवेल तरी किंवा ते नष्ट करून टाकेल. म्हणजे मग ते त्याचा उपयोग करू शकणार नाहीत. ही अगदी योग्य अशी योजना आहे."

अर्जन अस्वस्थ होऊ लागला होता. ते कलीच्या लक्षात येत होते.

अस्वस्थतेपोटी नेहमीच वाईट फळे मिळतात. निराशेला नेहमीच कटू फळे येतात.

"आणि याला ती मान्यता देईल?"

"तिला तिच्या वडिलांचा नेहमीच तिटकारा वाटत आलाय, तसे तिने एकदा मला सांगितले होते."

"ते असो, पण एवढ्या मोठ्या युद्धाचे भवितव्य आपण एका स्त्रीवर अवलंबून ठेवावे असे मला वाटत नाही." ही मुलगी नागकन्येच्या संबंधीताची मुलगी आहे ही गोष्ट मात्र कलीने मनात ठसवून ठेवली. पुढे कधीतरी तिचा उपयोग करून घेता येईल. "चला, आपण आताच आपली काही माणसे शत्रूच्या शिबिरात पाठवू. ते तिथे पाहणी करतील व ती बेचकी यंत्रेच नष्ट करतील. या मार्गानेही ते बॉम्ब निरुपयोगी

होतील. आणि पहाट होताच आपण त्यांच्यावर दानवांच्यामार्फत हल्ला करू शकू."

अर्जनने मान डोलवली. "ही योजना योग्य वाटतेय."

कलीने हात पुढे केला. "भावा, चल आपण युद्धाची समाप्तीच करूया."

"मला हे...नाही..." अर्जन थांबला. "छान. आपण हे पार पाडूया" त्यांनी हस्तांदोलन केले.

कलीही हसला. त्याला आपल्यापुढे काही ध्येय नाही असे वाटत होते पण आता त्याला ते होते...

त्याला त्याच्या धाकट्या भावाला त्या वेडसर कल्कीच्या तावडीतून वाचवायचे होते.

आणि राजपदाचे ओझेही हलके करायचे होते. यासाठी त्याला जगापुढे जर एक कृपण, सैतान व्हावे लागले तरी तसे व्हायची त्याची तयारी होती. अर्जन हाच अधर्म आहे हे त्याला कुणालाही कळू द्यायचे नव्हते. व तो ते होऊही देणार नव्हता.

बाली, काळजी करू नकोस अजिबात. सर्व काही ठाकठीक व योग्यच होईल.

52

एव्हाना कल्कीने इंद्रगडला पोचणे अनिवार्य होते.

पण तो खूप गोंधळून गेला होता. तो तिथे पोचून लोकांपुढे काय करणार होता? भावाला हुडकायचे व त्याला ठार करायचे? अर्जन अधर्म का झाला होता? आता त्याच्यात खूप बदल झाला होता का?

त्याच्या मनात कित्येक प्रश्न घोळत होते. घाबरल्यामुळे व अतिविचारामुळे त्याने आता इथेच थांबायचे ठरवले. तसेच देवदत्तलाही विश्रांतीची गरज होतीच.

कल्की जंगलात फेरफटका मारायला चालतच गेला व एका वडाच्या झाडाखाली बसला. डोळे मिटून, मन एकाग्र करून तो बसला. त्याचा दिव्य अनुभूतीशी संपर्क साधला गेला.

त्याने डोळे उघडले तर सारे जंगल नाहीसे झाले होते. झाडांच्या ऐवजी त्याला समोर रक्ताने भरलेले तळे दिसत होते. आकाशात काळे निळे ढग वादळाची शक्यता निर्माण करत होते. तळ्यापलीकडे अनेक प्रेते पसरली होती. त्यांचा दुर्गंध हवेत परिमळत होता. त्या भयानक दृश्यामुळे त्याला कुरूक्षेत्राची आठवण झाली.

"तू इथे परत का आला आहेस?" मागून आवाज आला.

पांढऱ्याधोप दाढीतील व मुकूटात मोराचे पीस खोचलेली व्यक्ती पुढे आली. ती व्यक्ती प्रचंड थकलेली, दमलेली वाटत होती. त्याच्या अंगावरील जखमातून रक्त वाहत होते. ती वृद्ध व्यक्ती स्वत:च्या तलवारीवर रेलून उभी होती. तलवार जमिनीत गाडलेली होती.

"मला वाटतंय की मी तुला ओळखतो." कल्की म्हणाला.

"मुला, नक्कीच तू मला ओळखतोस." वृद्ध हसला.

"मी तुला एकदा भेटलोय."

"तुम्ही..."

"मी गोविंद आहे. आणि ही द्‌वारका आहे."

कल्की नि:शब्द झाला. हादरून गेला. सम्राट गोविंद त्यांच्या उतार वयात कसे होते याबाबत त्याने काहीच ऐकले नव्हते. गुरुकुलामध्येसुद्‌धा त्याने त्यांच्याविषयी काही वाचले नव्हते. पण आता इथे वयस्कर गोविंद त्याच्यापुढे साक्षात उभे होते. "हे सारे काय आहे? इथे काय घडलेय?"

"कर्म" त्यांनी प्रत्युत्तर दिले. "पण आता ते महत्त्वाचे नाहीय. तू या संपर्कात आला आहेस कारण तुला काहीतरी ज्ञात करून घ्यायचेय. सांग बरे मला? तू इथे का आला आहेस?"

कल्कीने आवंढा गिळला. आकाशात मोठी विजच चमकली. "मला माझ्या भावासंबंधी अधिक जाणून घ्यायचे आहे. कारण मला त्याबाबत खूप त्रास होतोय." तो थांबला. "माझा भाऊ..."

"मला माहितीय. सर्व अवतारांची मला माहिती आहे आणि तुझा त्यावर विश्वास नाही?" गोविंदांनी विचारले.

"अर्थातच नाही. ते सर्व हास्यास्पद, असमंजसपणाचे आहे. साक्षात सम्राट विष्णू जरी मला हे सांगायला इथे उतरून आले तरीही मी त्यावर विश्वास ठेवणार नाही."

"तुझा विश्वास असो वा नसो, जे विधिलिखित आहे त्याप्रमाणे घडणारच!"

"मी त्याला मारणार नाही!" कल्की पुढे येऊन म्हणाला.

"का बरे?" वृद्‌ध गृहस्थाने त्याच्याकडे पाहिले. त्याचे डोळे स्फटिकवत निळसर होते. "तू तसे का करणार नाहीस?"

"कारण तो माझा भाऊ आहे."

"पण तो सर्व प्रथम अधर्म आहे. मग तुझा भाऊ आहे."

"पण ते माझ्यासाठी तसे नाहीय."

"तू मूर्खपणा करतो आहेस." सम्राट गोविंद पटकन म्हणाले. ते चालत चालत त्याच्याजवळ आले. "अरे मूर्खा! तू एकाला वाचवताना अनेक लाखांना मृत्यूमुखी पाठवतोहेस."

"मला अर्जन पूर्णपणे माहीत आहे. तो दुसऱ्या कोणालाही कधीही दुखवू शकत नाही."

सम्राट गोविंद समाधानाने हसले, "तुला त्याची खरोखरीच सारी माहिती आहे? तू त्याला बघून अनेक महिने होऊन गेले आहेत. आता सारे काही खूप बदलले आहे. त्याने आयुष्यात खूप भोगलेय."

"ते तुम्हाला कसे काय माहीत?"

"आम्हाला सर्व काही समजत असते. ज्ञात असते." गोविंद समाधानाने म्हणाले.

मग त्यांनी आपली मूठ वर केली व पहिले बोट वर केले व फिरवले. त्याबरोबर सारे दृश्य विरून गेले.

कल्कीला समोर एक सपाट मैदान दिसत होते. रणांगणात एकावर एक प्रेतांचा खच रचलेला होता. त्यात स्त्रिया, मुले व पुरुषांची कलेवरे होती.

जी माणसे अर्धी मेली होती त्यांना ठार केले जात होते.

तरसांकडून!

कोल्ह्यांकडून!

ती कत्तल पाहून त्याचे डोळे जड झाले व मिटू लागले. त्याने पाहिले की, त्या भयानक प्राण्यांना केसांना मेंदी लावलेला एक मुलगा नियंत्रित करत होता. त्याच्या चेहऱ्यावर विचित्र शाईने गोंदलेले होते. त्याचे डोळेही लालभडक होते.

त्या मुलाच्या एका हातात एक चाबूक होता व दुसऱ्या हातात एक तलवार होती. तो नखशिखांत रक्तात न्हायलेला दिसत होता.

कल्कीला तो मुलगा माहिती होता.

अर्जन!

"हे काय आहे?" कल्कीने विचारले, "तू हे कसे काय केलेस?"

"आम्ही अवतारी लोक भविष्यातील घटना तुम्हाला दाखवू शकतो." सम्राट गोविंद म्हणाले.

"हे बरोबर नाहीय."

"हे असे लवकरच घडणार आहे. तू जर त्याला मारले नाहीस तर तोच या जगाचा शेवट घडवून आणणार आहे. जे विधिलिखित आहे ते अटळ आहे. ते प्रत्यक्षात येणारच."

अर्जन त्याच्या भोवतीच्या लोकांना ज्या पद्धतीने मारत होता, ते पाहून कल्कीचे डोळे भरून आले. त्याच्या लहान भावाचे 'राक्षस' होण्यात परिवर्तन झाले असेल, यावर त्याचा विश्वास बसेना.

त्याला अर्जनकडे आता बघणेही सहन होईना.

त्याने डोळे उघडले तेव्हा त्याला तो बर्फाळ पर्वतावर असल्याचे आढळले. देवदत्त जवळच विश्रांती घेत होता. व शुको त्याच्या खांद्यावर कलकलाट करत होता. कल्कीने काहीतरी बोलावे याची वाट बघत होता.

कल्कीला अर्जनला मारायचे नव्हते. (काही झाले तरी) तो त्याचा भाऊ होता.

पण अर्जन जर या जगाच्या अंताचे कारण ठरणार असेल तर मला त्याला ठार करावेच लागेल.

53

ती रात्र खूपच विविध वैशिष्ट्यपूर्ण घटनांनी भरली होती. त्यांच्यात ही नवी कोण आली आहे या विचारांनी बाकीच्या अप्सरांना खूप संशय वाटत होता, कुतूहल वाटत होते. काहीजणांना वाटत होते की ही एक वेडी आहे कारण कोण आपल्या स्वत:ला स्वेच्छेने तुरुंगात डांबून घेईल? सकाळ होताच, किल्ल्यात बराच आरडा ओरड, हल्लागुल्ला झालेला पद्‌माला ऐकू येत होता. प्रत्येकजण सावध झाला होता.

"काय झालंय तरी काय?" अप्सरा आपापसात कुजबुजत होत्या.

एक रक्षक जिन्यावरून खाली आला व त्याने खोलीत प्रवेश केला. पद्‌माजवळील एका अप्सरेने त्याला विचारले, "काय झालेय? कसला एवढा हल्लागुल्ला चाललाय?" "गप्प बस मुली!" रक्षक ओरडला. "त्याच्याशी तुला काहीही देणेघेणे नाहीय."

"पण आम्हाला काळजी वाटतेय. काहीतरी भयंकर घडेल अशी आम्हाला भीती वाटतेय." तो रक्षक खूप दमला-भागलेला आहे हे पद्‌माला जाणवले. "एक छोटासा गोंधळ उडालाय. काही लोक आमच्या राजाविरुद्ध निदर्शने करत आहेत व नलकुवेरा त्यांना शांत करत आहेत. ते किल्ल्यात प्रवेश करायचा प्रयत्न करत आहेत."

अर्थात हे असे घडणारच होते. अर्जनने त्या मुख्य पुजाऱ्याला मारल्यापासूनच हे घडत आहे.

पद्‌माने आणखीही काही आवाज ऐकले. कुणीतरी मोठा कलकलाट करत होते. आणि पावलांच्या खडखडाटावरून असे वाटत होते की अनेक लोकांनी किल्ल्यात प्रवेश केला असावा.

रक्षक गोंधळून वर बघत होता.

एकदम तळघराचे दार उघडले व एका स्त्रीच्या अधिपत्याखाली दहा-बारा यक्ष रक्षक तिथे आले. तिच्या सौंदर्यामुळे सर्वांचे श्वास रोधले होते.

"रंभाजी, तुम्ही इथे यायला नको होते."

"मूर्खा, मला माझ्या जमातीतील लोकांचे मृत्यू व्हायला नको आहेत. त्या सर्वजणी माझ्याबरोबरच येतील." हिरव्या डोळ्यांची अप्सरा म्हणाली, "तुला असं नक्की वाटतंय का की नलकुवेरा आमचा पाठलाग करेल असं?"

"होय, रंभाजी"

"छान तर मग! पिंजऱ्यांची दारे उघड." रंभाने रक्षकाला म्हटले.

अप्सरांनी रंभाच्या मागे रांग केली व त्या तिच्यामागोमाग बाहेर पडू लागल्या. किल्ल्याबाहेर नेणाऱ्या मुलीजवळूनच पद्मा जात होती.

"बाहेर सगळा गोंधळ उडाला आहे. किल्ल्याचे दरवाजे फोडण्यात आले आहेत." रंभाला काळजी वाटतं होती. तिच्या कपाळावर धर्म बिंदू जमले होते.

त्या साऱ्याजणी किल्ल्याच्या मागे जात होत्या.

"आपल्याला जायला हवे." रंभा यक्षाला म्हणाली.

"सर्व पुरुषांनी साऱ्या घुसखोरांना अडवण्यासाठी नलला मदत करा जा. तुमच्यातील फक्त चार जण माझ्याबरोबर राहा. मागील दाराशी जाईपर्यंत आम्हाला संरक्षण द्या. आता यापुढे इथे थांबण्यात सुरक्षितता नाही." तिने बरोबरच्या अप्सरांकडे पाहून म्हटले, "एकदा का आपण इथून बाहेर पडलो की आपण रथातून पळून जाऊ."

"पण आपण कुठे जाणार?" एकीने विचारले.

"जिथे आपल्याला कोणीही शोधू शकणार नाही अशी एक जागा मला माहीत आहे."

ती त्या मुलींना मागेच ठेवूही शकली असती. पण तिला तिच्या जमातीतील माणसांची काळजी होती.

"ते लोक कशासाठी एवढा दंगा धोपा करताहेत हेच मला समजत नाहीय. आणि त्यांना नलचा जीव घेऊन काय मिळणार आहे?" रंभा किल्ल्याबाहेर प्रखर सूर्यप्रकाशात आल्यावर मोठयाने म्हणाली.

पद्माने अवतीभवती पाहिले. तिच्या जवळपास साधारण वीस अप्सरा होत्या. त्या एका ओळीत जात होत्या. भाले हातात घेतलेले चार रक्षक त्याच्याबरोबर धावत होते आणि सर्वात आघाडीवर सुंदर रेखीव अशी रंभा होती.

"ही स्त्री कोण आहे?' पद्माने शेजारच्या अप्सरेला विचारले.

"सम्राट नलकुवेराची बायको!"

काय?

"नलकुवेरानेच राजाला, गुरु नरेंद्रांना मारण्याचा सल्ला दिला होता असे त्यांना वाटतेय." रक्षक रंभाला म्हणताना पद्‌माने ऐकले.

"पण त्याने तसा सल्ला दिला नव्हता..." रंभाने खांदे उडवले. "पण हे सारे तुझ्यासारख्या मूर्ख रक्षकाला सांगून काय उपयोग?"

मागील दारापासून ते काही पावलांवरच होते. रक्षक त्या सर्वांच्या मागे आला.

पद्‌माला त्वरित विचार करणे भाग होते. ती सुटकेचा प्रयत्न करून पुन: किल्ल्यात जाऊ शकत होती. मग तिला नलकुवेराला ठार मारण्याची संधी साधता आली असती. तो आता घुसखोरांशी लढण्यात व्यग्र असणार. पण त्यांच्याबरोबरचे रक्षक त्यांच्यावर सावधपणे लक्ष ठेवून होते. ते चौघेजण होते.

मी किल्ल्यात परत जाऊ शकणार नाही.

रक्षकाने बाहेर उभ्या असलेल्या व्यक्तीकडे इशारा केला व म्हणाला, "तिथे कलीची सरदार उभी आहे. ती तुम्हाला सुरक्षित जागी घेऊन जाईल."

कलीची सरदार इथे?

"ती इथे कशी काय आहे?"

"सेनापतीने सांगितले आहे की, ती दुरुक्तीबरोबर असणार आहे, जी तुमच्याबरोबरच असणार आहे. त्या बाहेर रथात तयारच आहेत."

"ठीक आहे." तिचा आवाज सौम्य झाला. दुरुक्ती बरोबर असायला रंभाची काहीच हरकत नव्हती.

त्या दाराशी आल्या तेव्हा पद्‌माही रंभाजवळ सरकली.

मी कदाचित नलकुवेराजवळ पोचूही शकणार नाही, पण मी त्याच्या पत्नीला तर मारू शकेन. त्या यक्षाला हे सहन करावेच लागेल, ज्याप्रमाणे रत्नामारूला करावे लागले तसे.

पद्‌मा रंभाजवळ येऊन तिच्या कानात कुजबुजली. "रत्नामारूच्या शुभेच्छांचा स्वीकार कर." व तिने आपल्या कट्यारीने तिचा गळा कापून काढला.

क्षणभर कोणाच्याच काही लक्षात आले नाही, पण मग रक्ताची धार लागली व रंभा जमिनीवर कोसळली. रक्षक तिच्याजवळ आले व साऱ्या अप्सरा गर्भगळीत झाल्या.

"पळा!" पद्‌मा ओरडली.

अप्सरांनी रक्षकांना ढकलून दिले व त्या मागच्या दाराशी पोचल्या.

स्तंभित झालेले रक्षक काहीच करू शकले नाहीत. ते फक्त पळत जाणाऱ्या मुलींकडे बघतच राहिले.

कुणीतरी पद्माच्या पाठीवर हात ठेवला व तिला थोपटले.

"छानच केलेस." एक अप्सरा पद्माकडे पाहून ओरडली, "ती एक जुलमी बाई होती!"

पद्मा हसली. तिने शेवटी का होईना एक उत्तम काम केले होते. त्यामुळे तिला छान वाटले.

तिला स्वतंत्र झाल्यासारखे वाटले.

रथ बाहेर उभेच होते. त्या धावत येत होत्या तेव्हा रथ चालवणाऱ्या सारथ्यांना काय होतेय हेच कळेना. शुद्धीवर आलेले रक्षक मागे धावत आले. त्यांना परत घेऊन जायला ते येत होते.

या सर्व अराजकतेत एक ओळखीची आकृती उभी होती.

मी तिला कुठेतरी पाहिले आहे.

पद्माने त्या स्त्रीला कुठे पाहिले आहे ते तिला कळेना. तिने तिच्या डोळ्यात रोखून पाहिले. काही क्षणच. मग रथापासून दूरच्या एका बोळाकडे पळाली.

ती स्त्री अजूनही मधोमध उभी होती. ती सडपातळ बांध्याची पण उंच होती व तिचे वेणी घातलेले केस रात्रीच्या काळोखाइतके काळे होते.

ती स्त्री पद्माचा पाठलाग करू लागली.

लढण्यासाठी पद्मा थांबू शकली असती कारण तिची कट्यार अजूनही तिच्याकडेच होती. पण तिचे अंतर्मन, याक्षणी त्या स्त्रीपासून शक्य होईल तितके लांब जायला बजावत होते व तेही शक्य असेल त्या वेगाने.

ती त्या बोळाच्या शेवटी होती, जेव्हा ती स्त्री तिच्याजवळ आली. त्या स्त्रीने पद्माच्या डोक्यात एक तडाखा मारला. तेव्हा पद्माला काहीच कळले नाही, ती जमिनीवर आपले डोके धरून पडली.

ती उंच स्त्री पद्मासमोर उभी राहिली. **पद्मा**ने दुर्बलतेने तिच्या पायाचे कातडे ओरखडायला सुरवात केली. पण ती सहजपणे बाजूला झाली.

"तू कोण आहेस? आणि माझा पाठलाग का करतीयेस?"

ती स्त्री काहीही बोलली नाही. तिने पद्माला धरले व एका दोरखंडाने तिचे हात बांधले. आपली तलवार काढून पद्माच्या गळ्याजवळ धरली. "चल!" ती स्त्री शांतपणे म्हणाली.

"मीच का म्हणून? मी एक साधी अप्सरा आहे."

"मुली, मला फसवू नकोस. तू कोण आहेस हे मला ठाऊक आहे." ती म्हणाली. "माझ्या धन्याने मला तुझ्यासंबंधी सांगितले आहे. त्याने तुझे सारे वर्णन माझ्याकडे केले आहे. पण मला त्याची काहीच गरज नव्हती. कारण यापूर्वी आपण एकदा आमनेसामने आलो आहोत."

पद्माने तिच्याकडे वळून नीट पाहिले. तिची नजर तिच्या सोनेरी बुब्बुळावर पडली.

नाही..

"वासुकीची खुनी...तू मला ठार मारायचा प्रयत्न करत होतीस." पद्माने खोलवर श्वास घेतला, "तू..."

"सेनापती विकोको, सम्राट कलीचा उजवा हात." विकोकोच्या चेहऱ्यावर एक भेदक हास्य होते. "आणि एक गोष्ट लक्षात ठेव राजकन्या पद्मा, तुझ्यासाठी एक मोठी योजना तयार आहे. त्याच्याकडे."

54

अर्जन रणधुमाळीत पुन: घुसला. त्याचे ब्राँझचे हत्यार प्रकाशात चमकत होते व ते नागांच्या रक्ताने माखले होते.

आज माझा दिवस आहे.

साऱ्या गोष्टी योजनेनुसार घडत होत्या. अर्जनच्या माणसांनी नागा शिबिरावर अचानक घाला घातला होता व त्यांची सारी बेचकी यंत्रे नष्ट केली होती. फक्त दोनच शिल्लक होती. आणि संध्याकाळच्या वेळी इंद्रगडच्या सैन्याने हल्ला सुरू केला होता. अर्जनजवळ कोको उभा होता. कलीने त्याला युद्धात मदत करायला सांगितले होते. ही अगदी हातघाईची वेळ होती. अर्थात किमान अर्जनला तरी तसे वाटत होते. अर्जनजवळ जो कोणी येईल त्याला मारायला व अर्जनवर नजर ठेवायला, कोकोला कलीनेच सूचना केली होती याची अर्जनला कल्पना नव्हती.

आपण हे युद्ध जिंकणारच!

आज आपणच विजयी ध्वज मिरवणार याची अर्जनला खात्रीच होती. सर्वशक्तींनीशी नागांशी लढणाऱ्या आपल्या सैनिकांकडे तो पाहत होता. सरदार- दरकदारांनी आपल्याकडील बलवान आणि सक्षम सैनिक पुरवले होते. मानवांना पायी व घोड्यांवर बसून युद्ध करायला सांगण्यात आले होते आणि एवढे कमी म्हणून की काय, यक्षसुद्धा रणांगणात उतरले होते. ते धनुष्यबाण चालवून सुपर्णांचा फडशा पाडत होते. रणभूमीजवळच दानव आपल्याला युद्धात उतरायला सांगण्याच्या आज्ञेची वाट पाहत होते.

आता माधार घ्यायची नव्हती. इस पार या उस पार, अशी परिस्थिती होती.

कलीने नलकुवेराला इंद्रगडमधील साऱ्या मानव सरदारांना या विजयी क्षणांचे साक्षीदार होण्यासाठी बोलावणे पाठवायला बजावले होते. त्यांच्या शत्रूंचे शिरकाण व हत्या बघायला बोलावले होते.

*कदाचित **तो खरेच** बदलला असावा.*

कलीबद्दल चांगले विचार मनात येत आहेत यावर अर्जनचा विश्वास बसत नव्हता. त्याला आपल्याच या मुर्खपणाच्या विचाराचे हसू आले.

कोकोबरोबर यक्षांकडे जात असताना त्याला आजूबाजूला सुपर्णांची अगणित प्रेते पडलेली दिसत होती. पण नाग सैनिक अविश्रांतपणे लढत असलेलेही त्याला कळत होते. त्याचे सैनिकही त्यांना मारण्यासाठी झगडताना त्याला दिसले.

आता शेवटचा घाव घालण्याचा समय आला होता.

अर्जनने यक्षांना आपले बाण जमीनीवरील नागांवर रोखायला इशारा केला.

नागांची अचेतन शरीरे आडवी पडू लागली.

अर्जनचे सैन्य शत्रूला भारी पडत होते. आता कलीची भन्नाट योजना पूर्णपणे यशस्वी होताना दिसत होती. अर्जन समाधानाने समोरचे दृश्य पहात होता. पण तेवढ्यात रथातून येणारे सैनिक त्याच्या सैनिकांना मारत पुढे येताना त्याला दिसले.

अर्जनने एक भाला उचलून रथातील एकावर फेकला. पण तो भाला निशाणावर लागलाच नाही.

अर्जन कोकोकडे वळला व म्हणाला, “आता दानवांना रणात उतरायला सांग.”

कोको काहीच बोलला नाही. तो समोरचे युद्ध पाहत होता.

कोकोने त्याच्या आज्ञेला प्रतिसाद द्यायला हवा होता. रथातील सैनिक वाटेतील सैनिकांना धडाधड यमसदनास पाठवीत होते.

कोको अजूनही काहीच बोलला नव्हता.

“आता तरी दानवांना पाठवशील का? नाहीतर आपले सारेच सैनिक नाश पावतील.”

कोकोने अर्जनकडे पाहिलेही नाही.

“सेनापती, दानवांना आज्ञा दे!”

सरतेशेवटी कोको त्याच्याकडे वळला व म्हणाला, “मला माफ करा.”

“काय?”

“ही अशी त्यांचीच योजना आहे. आणि काही वेळानंतर हे योग्य आहे, हेही तुमच्या ध्यानात येईल.”

अर्जन त्याच्याकडे गोंधळून पाहत होता. त्याचे सैनिक युद्ध हरत होते. तो दानवांकडे पाहू लागला. ते अजिबात हालचाल करत नव्हते.

अर्जनने दात विचकले.

"अरे बापरे! कलीने त्यांच्यावर विश्वास ठेवायला नको होता."

अर्जन रणांगणाकडे जाण्यासाठी वळला तेव्हा त्याला जाणवले की बळकट हातांनी त्याला मिठी मारलीय व त्याला बाजूला खेचण्यात येत आहे.

"तसे काही करू नका, त्याची तेवढी किंमत नाहीय. तो हे सर्व तुमच्याकरताच करीत आहे." कोको, सुटण्यासाठी धडपड करणाऱ्या अर्जनला म्हणाला.

"तो काय करतो आहे? माझ्या लोकांनाच मारत आहे."

"धर्म परत आलाय. तो हे सारे करत असताना तुम्ही सुरक्षित राहणे आवश्यक आहे."

"कल्की? माझ्या भावापासूनच मला संरक्षणाची काय आवश्यकता आहे?"

तो सुटकेचा प्रयत्न करत होता. पण कोको त्याच्याहून जास्त बळकट होता. तो शेवटचा झटका मारणार एवढ्यात त्याच्या तोंडात एक बोळा कोंबण्यात आला. त्याला तीव्र वास आला व चक्कर येऊ लागली.

"तुम्ही काळजी करू नका. मी तुम्हाला मारणार नाहीय. हा फक्त गुंगी आणणारा वास आहे. तुम्ही सुरक्षित आहात. आणि त्यांना तेच हवे आहे."

अर्जन धडपडत होता पण थोड्याच वेळात त्याचे डोळे बंद होत गेले.

बेशुद्ध पडण्यापूर्वी त्याने कसेबसे विचारले, "कुठे...तुम्ही मला कुठे घेऊन चालला आहात?"

"सुरक्षित जागी." आवाज सौम्य होत गेला. "अशा जागी जिथे तुम्हाला कोणीही दुखवू शकणार नाही."

55

"तू परत आला आहेस हे बघून आम्हाला खूप आनंद होत आहे. ती उर्वशी खूप जुलमी होती, हेच मी तुला सांगतो. पण तू इतके दिवस कुठे होतास?"

"मी सुट्टीवर होतो. आता मी परत आलोय आणि महत्त्वाची कामे सुरू करायला हवीत."

"माफ कर. आम्ही दुसऱ्या एका जुलूमशाहीला तोंड देतोय. तू जेव्हा इथे होतास तेव्हा खूप मज्जा होती" सम्राट अमरीश कलीला म्हणाला. मग तो जिथे इतर सरदार बसले होते तिथे जाऊन खुर्चीवर बसला.

कलीने नलकुवेराला सर्व अमीर-उमराव, सरदार-दरकदारांना एकत्र बोलवायला, सांगितले होते. अर्जनच्या शाही तंबूत ते सारेजण मेजवानीचा आस्वाद घेत होते. त्यांच्या समोरच्या टेबलवर उत्तमोत्तम खाद्यपदार्थांच्या राशी व उत्तम मद्याच्या बाटल्या ठेवण्यात आल्या होत्या. काही सरदारांच्या मांडीवर अप्सरा बसल्या होत्या. व त्या खाद्यपदार्थ तोंडात कोंबत होत्या.

नलकुवेरा कोपऱ्यात बसून दारूचे घोट घेत होता. त्याच्या गालावर एक व्रण होता. आज सकाळीच तो मृत्युच्या दारातून परतला होता. पण त्याच्या रक्षकाने घुसखोराचा योग्य क्षणी समाचार घेतला होता. किल्ल्यात घुसलेल्या लोकांवर योग्य ती कारवाई करण्यात आली होती. पण त्याच्या बायकोला मात्र कुणी वाचवू शकले नव्हते. तिचे प्रेत किल्ल्याच्या मागच्या दरवाजापाशी सापडले होते.

कली यक्षराजापाशी आला. विकोको उभी होती. त्या दरवाजाकडे पाहत तो म्हणाला, "तू ठीक असावास असं मला वाटतेय."

"होय" नलकुवेरा दुःखाने हसला. "अर्जन तुझे ऐकतो आहे हे छान आहे. शेवटी तो हे युद्ध जिंकेलच."

कलीने नलकुवेराला उद्देशून म्हटले पण प्रत्येक सरदार तो काय म्हणतोय तेच ऐकत होता. "सुरुवातीला मला वाटत होते की अर्जन हा एक चांगला राजा ठरेल. त्याला राज्य कारभार करायला लावणे हा चांगला निर्णय वाटला म्हणून मी त्याला माझी मदत देऊ केली." कली थांबला व त्याने सुस्कारा सोडला. "पण तुला हे माहितीये का मी चुकीचा वागलो. तो एक लहान मुलगा आहे, तोही गावंढळ. त्याला अजून खूप शिकायला हवे. त्याने फक्त स्वतःचे शारीरिक बळ प्रचंड प्रमाणात वाढवलेय."

"म्हणजे तुला नेमके काय म्हणायचंय?" नलकुवेराने म्हटले.

"तो सारे काही व्यवस्थित हाताळत आहे."

"नाही. तसे तो करीत नाहीय. त्याने अनेक चुका केलेल्या आहेत. जरा डोळे उघडे ठेवून शहराची हालत पाहा. सगळीकडे अंधाधुंदी माजली आहे."

"काय? पण मी तर लोकांना व्यवस्थित हाताळतोय..."

"तुला जो वियोग झालाय त्याबद्दल मी दिलगीर आहे. मी रंभेच्या खुनाचा बदला घेईन. मला ती आवडत असे."

नलकुवेरा चकित झाला. "तिला किल्ल्यातील काही अप्सरांनी मारले आहे. ती नेमकी कोण हे तुला कसे कळणार?"

कलीने त्याच्याकडे पाहिले व तो म्हणाला, "नला, मला सगळे काही माहितीये." त्याने आपला हात नलकुवेराच्या खांद्यावर ठेवला व त्याच्या गालाचे चुंबन घेतले.

मग तो सर्वांकडे पाहत उभा राहिला.

कलीने काळे धोतर व आगीवर उभा असलेल्या गरुडाचे चित्र असलेल्या बटनांनी भरलेला कोट घातला होता. मानवांच्या विरुद्ध जेव्हा त्याने साऱ्या जमातींना एकत्र आणले तेव्हा ते चिन्ह त्याने तयार केले होते.

त्याने सरदारांना उद्देशून म्हटले, "प्रत्येकाने ऐका! तुम्ही या मेजवानीचा उत्तम आस्वाद घेतलाच असेल. आज जो आपला विजय झालाय त्याचा उत्सव साजरा करण्यासाठीच ही मेजवानी होती. पण मला तुम्हाला एक गोष्ट आवर्जून सांगितली पाहिजे. ती म्हणजे आपण अजून हे युद्ध पूर्णपणे जिंकलेले नाही."

सारेजण गोंधळून गेले. काही निराशेने हसले. "हे खूप गंभीर आहे."

"तुमचे सारे सैन्य एका निर्णायक क्षणापाशी येऊन उभे आहे. हा त्यांच्या जीवन मरणाचा प्रश्न आहे. काल रात्री मी राजाला पटवून दिलेय की आता त्या साऱ्यावर पाणी सोडून द्यायला हवे."

272

"पण तिथे तर दानव आहेत ना?" एकजण म्हणाला.

"ते अजून आहेत?" कली हसला, "मी त्यांना मुद्दामहून रणांगणात पाठवू नका असे त्याला बजावले आहे."

"थांब" नलकुवेरा घाईघाईने उठला. "हे खरे नाही!"

"हे सत्य आहे." तो म्हणाला, "हे खरे आहे. आणि माझ्या हातातच साऱ्या नाड्या आहेत. आता तुमचे सारे सैन्य नेस्तनाबूत होणार आहे." त्याने तंबूची कनात उचलली. साऱ्यांनी ते रणांगण पाहिले. नाग व सुपर्ण इंद्रगडचे सैन्य मारत होते. मनसाचे सैन्य जिंकतेय आणि राजा मरण पावला आहे. मी त्याची खातरजमा केली आहे.

नलकुवेरा कलीकडे गेला आणि ओरडला, "तू हे सारे असे का केलेस? तो तर साहाय्यकर्ता होता, रक्षणकर्ता होता."

"नाही तो तसा नाहीय. नाही. **तो मीच आहे. सम्राट कली."**

काय करावे हे न सुचून सारे सरदार एकमेकांकडे पाहत होते. इंद्रगडचा शासनकर्ता मारला गेला होता. पुन: एकदा त्यांची माणसे रणात लढत होती पण लवकरच ते मरणार होते.

कली घाबरलेल्या सरदारांभोवती फिरत होता. तो म्हणाला, "यापुढे मी या शहरावर पुन: राज्य करणार आहे. हे तुम्हा सगळ्यांना सांगायला मी मुद्दाम बोलावले आहे. तुम्हा सर्व मान्यवर सरदारांना न्यायमंडळात स्थान देण्यात आले आहे. मला राजा होऊ द्या."

"आम्ही असे का करावे?" अप्सरेला बाजूला सारत अमरीश म्हणाला.

"कारण की तुम्ही जर मला मान्यता दिली नाहीत तर तुमचे संरक्षण करायला कुणीही असणार नाही. मी या माझ्या दानवांना आज्ञा दिल्याशिवाय ते तुमची मदत करणार नाहीत. साऱ्या सैन्याचे शिरकाण होईल. आणि मग नागराणी तुमच्या गळ्याचा घोट घ्यायला पुढे येईल."

नलकुवेराने त्याच्याकडे पाहत डोके हलवले.

कलीने चुटकी वाजवली. त्या बरोबर विकोको एक मोठी यादी घेऊन तंबूत आली. "मी एका वकिलाला यासंबंधात योग्य ती तजवीज करायला सांगितले आहे. त्याप्रमाणे या यादीवर तुम्ही सर्वांनी स्वाक्षऱ्या करायच्या आहेत. आताचा राजा मरण पावलेला असल्यामुळे मी राजा व्हावा असे तुम्हा साऱ्यांना वाटते आहे असे त्यात लिहिले आहे. त्या सह्या (मुकाट्याने) करा म्हणजे माझे दानव तुमच्या सैन्याला वाचवतील."

"हे सरळसरळ आम्हाला धमकी देऊन वेठीस धरण्यासारखे आहे." एक सरदार म्हणाला.

“अभिनंदन! तुला परिस्थितीचे पटकन आकलन होतेय. तू चटकन शिकतोयस.” कलीने हळूच टाळ्या वाजवल्या.

प्रत्येकजण त्या यादीकडे गोंधळून पाहू लागला.

कलीने शीळ घातली. गुरगुरत ते तरस हळूहळू तंबूत येऊ लागले. ते नलकुवेरा व सरदारांकडे तीक्ष्ण नजरेने पहात होते.

“आणि हो! जर का तुम्ही त्या सह्या केल्या नाहीत, तर हे तरस तुम्हाला जिवंतपणीच खाऊन टाकतील. तुमचे लचके तोडतील.” कली पुढे म्हणाला, “तुम्हाला अधिक प्रोत्साहन मिळावे म्हणून ही तजवीज केलेली आहे. बघा ना!”

विकोको यादी व लेखणी घेऊन पुढे आली. एकेक सरकार पुढे येऊन सही करू लागला. नलकुवेरा त्याच्या खुर्चीवरून उठला नाही.

कलीने ती यादी व लेखणी घेतली व तो यक्षांचा राजा नलकुवेराकडे आला. तो त्याच्या कानात कुजबुजत गुडघ्यावर बसला. “काळजी करू नकोस. तू जे साहाय्य, सरबराई केलीस तिचा मी मला विसर पडू देणार नाही. तू आम्हाला आश्रय दिलास. सहारा दिलास. आम्हाला खाऊ पिऊ घातलेस. आणि तुझ्या सैनिकांमार्फत आमचे रक्षणही केलेस. मी तुझी नक्कीच सर्व काळजी घेईन. देखभाल करीन. मी वचन देतो की तुला खूप जास्त अधिकार देईन.”

“माझा तुझ्यावर अजिबात विश्वास नाही.” नलकुवेरा म्हणाला.

“का बरे? मी हे सारे तुला लिहून देतो. मी तुला मुख्य प्रधान करेन.”

“तुला जे हवे ते कर.” तो म्हणाला व त्याने सही केली. “आमचा रक्षणकर्ता, पालनहार मेलाय यावर माझा विश्वास नाही.”

“मी तुला स्वामीपूर्वक आश्वासन देऊ शकतो, नल” कली कपाळावर आठया घालत आढयतेने म्हणाला, “तो कहीही परत येणार नाही, याची मी शहानिशा केली आहे.” क्षणभर तो आपल्यावर हल्ला करेल असे कलीला वाटले, पण मग तो खुर्चीत रेलून बसला. आपल्याला कसलीही फिकीर नाही असे तो दाखवत होता.

“धन्यवाद! मन:पूर्वक सगळ्यांना धन्यवाद. आता तुम्ही सारे सुरक्षित आहात.”

कलीने आशा केल्यानुसार अर्जनलाही तसेच वाटत होते. कलीचा मनसुबा पूर्णत्वास आला होता. तो पुन: राजा झाल्यामुळे हर्षभरित झाला होता. आपल्याकडे सारे अधिकार असल्याचे त्याला आवडत होते. त्याला नेहमीच जिंकायला आवडायचे.

कलीने यादी विकोकोकडे दिली आणि तिला सूचना दिली की ह्याची योग्य ठिकाणी नोंद करून घे. त्याने सरदारांकडे पाहिले. ते त्याच्याशी नजर मिळवायला घाबरत होते. नलकुवेरा कलीकडे बारीक लक्ष ठेवून होता. तो म्हणाला, "महाराज, यापुढची तुमची योजना काय आहे?"

"माझी योजना अगदी सोपी आहे. मी हे युद्ध थांबवणार आहे."

"ते कसे?"

"दानवांना आज युद्धात भाग घ्यायला लावून..." कलीने विकोकोकडे पाहून मान डोलवली. ती बाहेर पडून रणांगणाकडे जाऊ लागली. "...आणि मग मी तहाचा प्रस्ताव ठेवेन."

"तह?" सरदाराने टाळ्या वाजवत म्हटले, "ती नागराणी आपल्या फालतू तहाच्या प्रस्तावाला मान्यता का देईल?"

कली हसला. "माझ्याकडे अशी एक गोष्ट आहे जी तिला नक्की हवी आहे. तिची तिला गरज आहे."

56

प्रथमपासूनच मनसाला काहीतरी चुकीचे घडते आहे असे वाटत होते.

युद्धाला सुरवात झाल्यापासून दानव काहीच करत नव्हते. ते फक्त त्या मैदानात उपस्थित असत. ते मैदान शत्रूच्या शिबिराजवळ होते. मनसाचे सैन्य जिंकत असल्यामुळे ती आनंदित होती. पण प्रत्येक क्षणागणिक ती बेचैन होत होती.

कलीच्या मनात नेमके काय आहे? तो त्या राक्षसांना लढाईत का उतरवत नाही?

मनसा तक्रार करत नव्हती. त्यांच्याकडील बेचकी यंत्राचा काल रात्रीच नाश केला गेला होता. त्यामुळे ते आता दानवांविरुद्ध सोम बॉम्बचा उपयोग करू शकणार नव्हते. काही सुपर्णांना ती यंत्रे दुरुस्त करण्यासाठी सांगण्यात आले होते पण त्यात खूप वेळ वाया जात होता.

मात्र लढाईला काही तास झाल्यावर दानवांनी रणभूमीत प्रवेश केला. शत्रूंचे पायदळ व घोडदळ आपापल्या शिबिरात परतले होते. नाग किंवा सुपर्णांनी जर पुढे आगेकूच केली तर त्यांना अडवण्यासाठी दानव वाटेतच उभे होते. मनसाचे सैन्यही तिथेच अडकले होते.

ऐरावनने आपल्या लोकांना माघार घ्यायला सांगितले होते.

मनसा पहारा ठेवण्याच्या चौकीवरून दानवांवर नजर ठेवून होती. तिने खाली बघितले व ऐरावन तिला दिसला. "ती बेचकी यंत्रे दुरुस्त झाली का?" तिने ओरडून विचारले.

"महाराणी, त्यांना थोडा आणखी वेळ हवा आहे."

आपला शत्रू काय विचार करतोय ते आपणास माहीत नाही. कली कदाचित कुठल्याही क्षणी दानवांना हल्ला करायला सांगू शकतो.

ती शिडीवरून खाली आली व विभिषणाच्या शिबिराकडे जाऊ लागली. तिथे मानव सैनिक विश्रांती घेत होते. काहीजण आपल्या जखमांवर

मलमपट्‌टी करत होते. इतर आपले अन्न शिजवत किंवा गरम करीत होते.

त्यांनी उत्तम कामगिरी केली आहे.

विभिषण तंबूबाहेर आपल्या सेनापतींशी बोलत होता असे तिला दिसले. मनसाजवळ येताच त्यांनी मुजरा केला व ते तिथून निघून गेले. विभिषण गालातल्या गालात हसला. "प्रिये, आपण जवळजवळ त्यांना हरवलेच आहे."

"माझ्या हिशोबानुसार त्यांचे सारे सैन्य एवढेच असावे. ते दानवांशिवाय हरणार हे त्यांना समजलेले दिसतेय असं मला वाटतेय. हे काय चाललेय हेच मला कळत नाहीय. ते दानव नुसतेच उभे का राहिलेत?"

"प्रिये, त्याचे कारण मला माहितीये असं मला वाटते. पण आता दरम्यानच्या काळात मला वाटते की आपण गमावलेले परत मिळवू या. शिपायांना आता आराम करू देत. म्हणजे पुढे काय घडतेय त्यानुसार त्यांना आपले सामर्थ्य प्रकट करता येईल."

"हो, मलाही तसेच वाटतेय."

ते दोघेही तंबूत शिरले. तो त्याच्या पलंगावर बसला व त्याने तिला जवळच्या खुर्चीवर बसायचा निर्देश केला.

"प्रिये, तू ठीक आहेस ना?"

काय म्हणावे हे तिला कळेना. कलीच्या सैन्याला हरवण्यासाठी तिला आता अगदी कमी वेळ लागणार होता. कलीचा विचार मनात येताच तिला संतापाची तिडीक आली.

पण त्याचा सूड घेणे एवढेच तिच्या मनात नव्हते. एकदा का युद्ध संपले की तिला नागपुरीला बलवान, सुंदर बनवायचे होते. कलीला मारल्यानंतर तिने इंद्रगडबाबतही तसेच केले असते.

"आपण या जगात शांतता पसरवू या. मग तिथे मानव व आदिवासी दोघेही गुण्यागोविंदाने राहू शकतील."

"पण उदयांची कुठलीही शहरे आदिवासींमधील शासक सहन करणार नाहीत."

"मानवांतील कोणाला तरी राजसिंहासनावर बसवू." विभिषण हसत म्हणाला.

तो स्वत:बद्दल बोलत नव्हता ना?

"व तू स्वत:देखील तुझ्या दक्षिणमधील राज्यकारभारावर लक्ष देऊ शकशील."

मनसा हसली. ही कल्पना खूपच छान होती.

"आपण आपआपल्या नागरिकांची भरभराट करायचा विडाच उचलूया ना!" विभिषण म्हणाला. "मग या युद्धाचा निकाल काही का लागेना!"

मनसा म्हणाली, "आपण हे युद्ध जिंकू याची मला खात्री आहे. आज त्यांनी बराच फौजफाटा गमावला आहे. एकदा का आपण ती बेचकी यंत्रे दुरुस्त केली की आपल्याला दानवांचीही भीती राहणार नाही व ती समस्याही उरणार नाही. ते कदाचित रक्तपाकडून त्याचे राक्षस सैन्य आणू शकतील पण तो या युद्धात नेहमीसारखेच तटस्थच राहील असं मला वाटतंय. त्याच्या राक्षसांचाही एक ताप आहेच. पण हे युद्ध संपल्यावर त्यांच्याशी मुकाबला करू."

"आपण फार महत्त्वाकांक्षी राहायला नको."

दोघेही हसले. त्याने दोघांच्याही पेल्यात दारू ओतली. तेवढ्यात ऐरावन आत आला. तो काळजीत दिसत होता.

"महाराज?"

दोघेही वळले, "काय झाले?" तिने विचारले.

"एक निरोप्या आलाय."

"कुणाकडून?"

"कलीकडून. तुला दिलेल्या सूचनेनुसार त्याला ठार कर." या जिंकत असणाऱ्या युद्धात मनसाला कुठलीही बाधा नको होती किंवा तिला कुठल्याही तहाची बोलणी नको होती.

"मी तेच करणार होतो." ऐरावन म्हणाला, "पण ह्या निरोप्याकडे तुम्हा दोघांसाठी खूपच महत्त्वाचा निरोप आहे. महाराज, मुख्यतः तुमच्यासाठी." ऐरावन विभिषणाकडे वळून म्हणाला. भानमतीच्या राजाने कपाळावरचा घाम पुसला व म्हणाला, "काय, झालंय काय?"

"तुमच्या मुलीबद्दल काहीतरी आहे." तो म्हणाला.

विभिषणाच्या चेहऱ्यावरील रंग उडला होता. ते मनसाच्या लक्षात आले.

"माझी मुलगी तर मेली आहे."

"नाही." ऐरावनने डोके हलवले, "कलीने तिला कैद केले. तुमची खात्री व्हावी म्हणून त्याने तिचे नाव 'पद्मा' आहे हे निरोप्यामार्फत कळवले आहे."

मनसाने त्याच्याकडे पाहिले. तो एका खांबावर रेलला होता. त्याच्या डोळ्यातून अश्रू वाहत होते.

पद्‌मा? मी भाड्याने घेतलेली खूनी? ती याची मुलगी आहे?

"विभिषण हे खरे आहे का?"

राजाने मान डोलवली.

अरे बापरे

"महाराज, आपण आता काय करायचे?" ऐरावन म्हणाला

"त्याला काय हवे आहे?"

"सम्राट विभिषणांनी तुमच्या बरोबरची युती संपवावी आणि त्या बदल्यात ते तुमची मुलगी तुम्हाला परत देतील."

"तद्दन मूर्खपणा!" मनसा ओरडली. तिच्या सैन्यात एक तृतीयांश सैन्य विभिषणाचे होते. आणि त्यातील बसेचसे सुपर्ण किंवा नागांप्रमाणे नव्हे तर केवळ वैद्‌य किंवा लोहार काम करणारे होते. जखमींची देखभाल करायला व शस्त्रे दुरुस्त करायला त्यांची गरज होती.

"त्यांनी निरोप्याबरोबर एक यादी पाठवली आहे व त्यावर सम्राटांची स्वाक्षरी हवी आहे. त्यांना ती मिळाली की ते पद्‌माला परत पाठवतील."

"मनसा, माझे ऐक" विभिषण थरथरत्या आवाजात म्हणाला. पण मनसाने हात वर करून त्याला थांबायला सांगितले. ती ऐरावनकडे वळली व म्हणाली, "ती यादी इकडे आण. विभिषण त्यावर आपली मुद्रा उठवतील."

"महाराज?" ऐरावन हेलपाटला.

विभिषणाने चकित होऊन तिच्याकडे पाहिले. "पण मनसा, यात जर काही फसवाफसवी, काळेबेरे असेल तर?"

"आपण कुठलाही धोका पत्करू शकत नाही. विभिषणा ती तुझी 'मुलगी' आहे." मनसाने त्याचा हात पकडला. "तू तिला काही मदत करू शकला नाहीस, या गोष्टीचे तुला दु:ख वाटते आहे, असे तू मला म्हणाला होतास!"

"होय, माझ्या मुलांना व मुलीला वेदान्तशी लढायचे होते. त्यांना ती राजसत्ताक पद्‌धती संपुष्टात आणायची होती."

"मला वाटते की तू तिला मदत करण्याची ही दुसरी संधी अजिबात सोडू नकोस. आणि कलीचा, जर का आपल्याला अडचणीत आणायचा हा डाव असेल, त्याला आपल्याला फसवायचेच असेल, तर आपण वेगळ्या पद्‌धतीने प्रत्युतर देऊ."

"पण मी जर का आपली युती संपुष्टात आणली तर तुझे सैन्य एक आठवडाही तग धरू शकणार नाही."

"मी काहीतरी दुसरा उपाय हुडकेन." ती हसली. "तुझ्या मुलीला तेथून सोडवून आणणे हे सगळ्यात महत्त्वाचे आहे." खरं तर मनसाला आपला हा एकमेव साथीदार गमवायचा नव्हता. पण आता तिच्यापुढे दुसरा कुठलाच उपाय नव्हता. तिला तिच्या मित्राला मदत करणे आवश्यक होते.

"धन्यवाद!" विभिषण म्हणाला व त्याने तिला मिठी मारली.

मनसा ऐरावनकडे वळली, "चल, आपण ही दुर्दैवी अदलाबदल ताबडतोब करू या!"

57

बाहेर एक मोठा आवाज झाला. अर्जन अचानक जागा झाला.

ही कोणती जागा आहे?

तो त्याच्या शिबिरात नव्हता हे त्याला ठाऊक होते. ती एक साधी खोली होती. तो एका पलंगावर पडला होता. खाली जमिनीवर अन्नपदार्थांची थाळी व पाण्याचा एक तांब्या होता.

त्याने खिडकीकडे पाहिले. त्याला उभे राहताना थोडासा तोल सांभाळावा लागला. त्याला मेंदूत जडपणा जाणवत होता. तरीही तो खिडकीजवळ येऊन बाहेर बघू लागला. खिडकीला गज होते. बाहेर गवत व काही झुडुपे होती. त्याने गज तोडायचा प्रयत्न केला पण तो वृथा गेला.

त्याने दीर्घ नि:श्वास सोडला. सूर्यप्रकाश मंदावत होता व झाडांमधून उबदार वारा वाहत येत होता.

मी इथे किती काळापासून आहे?

त्याने दार उघडायचे प्रयत्न केला पण त्याच्या कडीवर हिरवे वंगण घातलेले होते.

विष?

दार धातूचे बनवलेले होते.

वैतागाने, निराशेने त्याने भिंतीवर पुन: पुन: दणके घातले. त्याच्या मुठी दुखू लागल्या व त्यातून रक्त वाहू लागले. भिंतीवर एक तडा गेलेला दिसला पण ती पडली नाही.

"अरे मित्रा! मी झोपायचा प्रयत्न करतेय. गप्प बस." एक ओळखीचा आवाज भिंतीमागून आला.

"अरे! कोण आहे? ऐ?" अर्जनने संतापून विचारले. "मी अर्जन बोलतोय? तू ऐकले आहेस का?" त्याने भिंतीवर दणके मारले. "मी इंद्रगडचा राजा बोलतोय. तू ऐकतोयस का? कृपा करून मला वाचव."

"अर्जन?" आवाज म्हणाला, "ही मी आहे, पद्मा!" आता स्पष्ट आवाज येत होता. पद्मा भिंतीजवळ उभी राहून बोलत होती.

"तुला त्यांनी कशासाठी पकडलेय?" अर्जनने गोंधळून विचारले. तो एकटाच नाहीय या विचाराने त्याला हायसे वाटले.

"मी राजकन्या आहे हे कलीला माहीत आहे. ते त्याला कसे कळले याचेच मला नवल वाटतेय." तिच्या आवाजात एक तिरकसपणाची भावना होती.

अर्जनने जीभ चावली, "मला माफ कर. मी काळजी घ्यायला हवी होती. पण मी कलीवर भरवसा ठेवू लागलो होतो अन माझ्या कल्पनांवर त्याचे मत काय आहे हेही मला जाणून घ्यायचे होते. परमेश्वरा, माझ्यामुळे तू या खातेऱ्यात येऊन पडलीस."

"तो माझे काय करणार आहे हेही मला माहीत नाहीय." पद्मा म्हणाली, "त्याच्यावर विश्वास ठेवणारा तूही एक मूर्खच आहेस. अर्जन, त्याने तुझ्या साऱ्या मित्रांना ठार केले. त्याने तुलासुद्ध्धा मारण्याचा प्रयत्न केला आहे."

"मला माहितीये." अर्जनने केसातून हात फिरवला. आता सारे काही स्पष्ट झाले होते. "मी तुला मदत करीन. मी वचन देतो. मी तुला इथून सुटण्यासाठी नक्की मदत करेन..."

मग त्यांना पदरव ऐकू आला. बरेचसे सैनिक येताना त्याला दिसले.

"ते आले आहेत." पद्माने कुजबुजत म्हटले. "ते इथे मला न्यायला आलेत! ते मला घेऊन जात आहेत!"

अर्जनने निराशेने पण बरेच वेळा भिंतीवर हात आपटले व त्या बाजूला जाण्याचा प्रयत्न केला. पण त्याची शक्ती फिकी पडली.

तिला चक्कर येऊ लागली. दुसऱ्या बाजूचा दरवाजा बंद झाला!

त्याच्या डोक्यात एकच प्रश्न घोळत होता. *ते आता, तिच्याबरोबर कसे वागताहेत कुणास ठाऊक!*

58

कली आपल्या कोळशासारख्या काळ्याकुट्ट घोड्यावरून उतरला व तो समोरच्या नागराणीच्या सैन्याकडे पाहू लागला. ते थोड्याच अंतरावर उभे होते.

त्याच्यामागे इंद्रगडची संपूर्ण फौज उभी होती. रणभूमीवरील वाळू लालभडक झाली होती. ते एकमेकांना गेले कित्येक दिवस मारण्यात गुंतले होते. गिधाडे त्या लोकांवर घिरट्या घालत होती. कलीने आपली दुर्बीण काढली व तो शत्रूच्या बाजुची टेहळणी करू लागला. नागराणी मनसा सैन्याच्या मागील बाजूस उभी होती.

हे युद्ध का होत आहे याचा कली विचार करू लागला. तोच त्या युद्धाचे कारण होता. त्यानेच नागराणीच्या भावाला मारले होते व तिलाही मारण्याचा प्रयत्न केला होता.

लोकांना राजकारणातले खरंच काही कळत नाही.

कोको व विकोको हे त्याचे सेनापती जवळच उभे होते. ते आपापल्या घोड्यावर बसून शत्रूसैनिकांकडे पाहत होते. कोणी जर हल्ला केला, तर त्याला प्रत्युत्तर देण्यासाठी त्यांचे हात आपल्या तलवारीच्या मुठीवर सज्ज होते. कलीसमोर दोन तरस गुरगुरत उभे होते.

"महाराज, ते भुकेले वाटताहेत." कोको म्हणाला.

"आपण राजकन्येला त्यांच्या ताब्यात दिल्यानंतर त्यांना खायला घाल."

नलकुवेरा यक्षांबरोबर मागेच घोड्यावर बसला होता. सर्वसाधारणपणे आनंदी असलेला यक्षांचा राजा खिन्न दिसत होता.

परिस्थिती किती पटकन बदलते. कालपर्यंत मी किल्ल्यात एखाद्या जळूप्रमाणे चिकटून राहत होतो. आणि आज मी राजा आहे.

"आपण जे करतो आहे ते योग्यच आहे असे तुला खरोखरच वाटते आहे ना?" नलकुवेराने विचारले.

"अर्थात" कलीने प्रत्युत्तर दिले. "एकदा का विभिषणाने शिबीर सोडले की मनसाला मारणे आपल्याला सोपे होईल."

"मला हे म्हणायला वाईट वाटतंय, पण मी म्हणतोय त्यात नक्कीच तथ्य आहे." नलकुवेरा म्हणाला. "पण मी तुझ्यावर अजून खूश आहे. मी अर्जनवर विश्वासून होतो. आपल्याकडून त्याला थोडे अधिक मार्गदर्शन मिळाले असते तर तो एक उत्तम राजा होऊ शकला असता."

"ओह, ते मलाही माहीत आहे." कली बारीक आवाजात म्हणाला.

त्याच्या रक्षकांनी पद्माला आणले व त्याच्यापुढे गुडघ्यावर बसण्यासाठी ढकलले. तिचे हात मागे बांधले होते. तरस तिच्याकडे पाहून गुरगुरू लागले. पद्मा त्यांना बघून शहारली व कलीकडे पाहू लागली.

ती आपला जीव वाचवण्यासाठी त्याच्यापुढे गयावया करेल असे त्याला वाटले होते, पण उलट ती कलीच्या पायावरच थुंकली.

"अरे रद्दड माणसा, तुला असेच वागवले पाहिजे. तुझ्यामुळेच 'रात्री' चे निधन झाले."

कलीने खांदे उडवले. त्याला तो प्रसंग आठवत होता. विश्वासघातकी, दगाबाज, जो कोणी त्याच्याशी अशी बेईमानी करेल त्याला ठार मारायला त्याला काहीच वाटत नसे. *पण पद्माला ते कळायला हवे होते.*

"तुझ्या वडिलांना बघून तुला आनंद होईल अशी मला आशा आहे. मी ऐकले की तुला ते आवडत नाहीत म्हणून?"

पद्माने कलीकडे तीक्ष्ण नजरेने पाहिले.

शत्रूकडून येणारा निरोप्या येत होता. विभिषणाची मुद्रा असलेला करारनामा त्याने त्याच्याकडून घेतला.

"छान. पाठवून द्या तिला!"

निरोप्या डुरकला. त्याने पद्माला पकडून आपल्या घोड्यावर घेतले. पद्माने तिरस्काराने कलीकडे पाहिले.

ते मनसाच्या शिबिराकडे जाऊ लागले.

"तुझी योजना यशस्वी झाली." नलकुवेरा प्रभावित होऊन म्हणाला, "मीच हे म्हणतोय यावर माझाच विश्वास बसत नाहीय. पण आपण हे युद्ध तुझ्यामुळेच जिंकू शकतोय."

कलीने पुन: दुर्बिणीतून शत्रूसैनिकांकडे पाहिले. नागराणीच्या चेहऱ्यावर हसू फुटले होते.

या हास्याचा गर्भितार्थ काय असावा?

त्याने पुन: समोर पाहिले. सेनापतीच्या चेहऱ्यावर मोठे हास्य होते. तो वळला व कोकोला म्हणाला, “आपली फसगत झालीय.”

“महाराज?”

“तुला काय म्हणायचेय?” नलकुवेराने विचारले.

“तो करारनामा म्हणजे निव्वळ कागद आहे.” त्याने तो फाडून टाकला, “ती मुलगी तिथे पोचली की ते पुन: युद्ध सुरू करतील.”

“पण त्यांनी तहावर शिक्कामोर्तब केलेय.”

“युद्धात सारे काही माफ असते. येडया त्याला कुठलेही नियम नसतात.” कलीने आत्मविश्वासपुर्ण हसत म्हटले. “ज्याप्रमाणे मलाही नाहीत...”

कलीने शीळ घातली. त्याबरोबर ते तरस पद्माच्या मागावर पळू लागले. आता तो समोरचा चित्ताकर्षक व मनोहर असा खेळ बघणार होता.

59

पद्माचे अंतर्मन तिला सांगत होते की काहीतरी विचित्र घटना घडणार आहे.

ती मनसाच्या शिबिराजवळ जात असताना तिला सैनिकांच्या मागे दोनजण उभे असल्याचे दिसले. ते दोघे तिला आयुष्यात पुन: दिसतील असे तिला कधीच वाटले नव्हते. ते म्हणजे तिचे वडील व तिची पूर्वीची नोकरी देणारी मालकीण. ती सम्राट विभिषणाकडे गेली होती त्याला आता खूप कालावधी लोटला होता. तिला तो 'माणूस' अजिबात आवडत नव्हता. पण तरीही तिला यांचा वियोग सहन होत नव्हता. वेदान्तशी लढायला जाण्याचा निर्णय घेणे हा किती मूर्खपणाचा निर्णय होता हे तिला त्याला सांगायचे होते. तिचे भाऊदेखील तिच्यामुळेच मृत्यूमुखी पडले होते. मग तिने मनसाकडे पाहिले. तिनेच तिला खून करण्यासाठी सुपारी दिली होती.

आपल्या वडिलांनी मनसाशी युती केलीय, याचा अर्थ ते दोघे आता मित्र झाले आहेत का? हे मला ठाऊक नव्हते.

दोघांच्याही चेहऱ्यावर खुले हास्य होते. तेवढ्यात त्यांना एक लांबवर व दीर्घ शीळ ऐकू आली.

हे काय घडतेय?

मनसा व विभिषणाचे पद्माकडे लक्ष नव्हते. घाबरून ते त्यांच्या मागे बघू लागले.

पद्मानेही बघितले तर कलीचे ते तरस तिच्याकडेच झेपावत होते. त्यातील एकाने घोड्याचा पाय चावला. त्याबरोबर तो घोडा मोठ्यांदा खिंकाळला व त्याने आपले पाय हवेत उडवले. त्यासारशी पद्मा व तो निरोप्या दोघेही जमिनीवर आदळले.

पद्मा उठत असतानाच एका तरसाने निरोप्यावर झडप घातली व त्याच्या नरडीचा घोट घेतला तर दुसरा तरस तिच्याकडे धावला.

मनसा व विभिषण जोरात ओरडले ते पद्माच्या कानावर पडले. ते त्यांच्या रक्षकाला तिच्याकडे जाऊन तिला मदत करायला सांगत होते. पण ते कितीही जीव खाऊन पळत आले तरी ते वेळेत पोचणार नाहीत हे तिला समजत होते.

आता मलाच माझे रक्षण करायला हवे.

ती पळू लागली पण तरसाने तिच्यावर उडी मारली.

पद्मा किंचाळली. तरसाने सुळे खुपसले होते. ते आता सुळे तिच्या घशात खुपसणारच होते. निरोप्याला मारून ते तरसही पद्माकडे धावून आले.

हाच तो क्षण माझ्या मरणाचा.

पण मी असे मरणार नाहीय. नलाला मारल्याशिवाय तर नक्कीच नाही. कल्कीला भेटल्याशिवाय नाही...आणि वडिलांनाही भेटल्याशिवाय नाही...

पद्माने तरसाच्या भयानक डोळ्यात बघितले. त्याचे तोंड उघडल्याचेही पाहिले...आणि शेणाचा घास त्यात घुसला.

तरसाचा श्वास कोंडला. ते धडपडू लागले. दुसरे तरसही तिथेच उभे राहिले. ती घाण कुठून आली तिकडे ते बघत होते.

आणि तेवढ्यात एक ओळखीचा पोपट तिच्या खांद्यावर येऊन बसला.

तो शुको होता.

"तू इथे काय करतोयस?" तिने विचारले, "मी तुला पाठवले होते..."

पोपट आनंदाने केकाटला. काळ जागीच थांबला होता. दोन ओबडधोबड वस्तू त्यांच्यापुढे आल्या.

पद्माच्या पायाजवळचे तरस तसेच उभे होते व काही अंतरावर बघत होते. पद्माही तिकडे बघू लागली.

तिथे तो होता.

कल्की

आपली तलवार उंचावत घोड्यावरून तो येत होता.

"तो परत आलाय." ती पुटपुटली व पांढऱ्याफटक पडलेल्या कल्कीकडे ती पाहू लागली. तो परतलाय! आणि तो तुम्हा सर्वांना ठार करेल!

पद्मा जिथे होती तिथे देवदत्त आला. कल्कीने शांतपणे आपल्या तलवारीने तरसांचे दोन तुकडे केले. दुसरे तरस घाण घशात अडकल्यामुळे श्वास घेता न आल्यामुळे गुदमरून मरून पडले.

कल्कीने घोड्यावरून उतरून पद्‌माला हात दिला. त्याच वेळी तिच्या एक गोष्ट लक्षात आली. का ते माहीत नाही, पण त्याच्या शरीरातून लाल धूर बाहेर पडत होता.

पद्‌माने त्याचा हात धरला व ती उठून बसली.

"तू ठीक आहेस ना?" कल्की गुडघ्यावर बसला व तिच्या जखमी पायाकडे पाहू लागला.

"अरे देवा! तू अगदी योग्य क्षणी पोचलास. तू इथे आल्यामुळे मी किती आनंदले आहे हे तुला कळणार नाही."

"मी तुला वाचवले म्हणून असे म्हणत्येस, का खरंच माझी उणीव तुला जाणवत होती?"

"ओह. चूप बैस." पद्‌माने कल्कीला बाहुपाशात घेतले व त्याला एक पुसटते चुंबन दिले.

"हं. मग ठीक आहे." कल्की दिलखुलास हसत म्हणाला.

मग तो कलीकडे पाहू लागला. कलीही शांतपणे त्याच्याकडे पाहू लागला.

"त्याला आताच मारू नकोस." अद्यापही ती त्याच्याच मिठीत होती. "त्याच्याकडे अर्जन आहे."

कल्कीने नजर फिरवली. त्याने आपले तोंड उघडले. पण लगेच बंद केले. त्याला काहीतरी बोलायचे होते. पण मग त्याने फक्त मान डोलवली व म्हणाला, "चल, मी तुला सुरक्षित जागी घेऊन जातो. निघू या?"

दोघेही देवदत्तवर बसले व मनसाच्या शिबिराकडे जाऊ लागले. हे सारे रामायण संपायला अवकाश होता पण आता या क्षणी ती सुखात-समाधानात होती.

60

पद्मा खूप वेळाने झोपेतून उठली होती.

तिने पलंगावरून उठून तंबूची कनात बाजूला सारली. बाहेर अजूनही काळोख होता. तिचा पाय मलमपट्टी करून बांधून ठेवला आहे हे तिच्या बऱ्याच काळाने लक्षात आले. ती पलंगावर परत आली.

कल्की तिच्या जवळच्याच खुर्चीवर बसलेला पाहून तिला हसू फुटले. विभिषणाने तिला पलंगावर परत आलेले पाहिले तेव्हा तोही उठला व आपल्या मुलीजवळ बसायला आला. काय बोलावे हे न सुचून त्याने तिच्या डोळ्यात बघितले नाही.

पद्माही शांत व गप्पच होती.

काही क्षणांनातर विभिषणाने कल्कीकडे पाहिले व म्हणाला, "हा मुलगा कोणी का असेना, तो खूप महत्त्वाचा वाटतोय. त्या तरसांच्या जीवघेण्या हल्ल्यानंतर तू बेशुद्धच पडलीस. तेव्हा या मुलानेच तुला उचलून इकडे आणले व तो तुला सोडून कुठेही जायला तयार नाहीय. लाडके, तू विश्रांती घेत होतीस तेव्हा, मनसा व मी त्याच्याशी या युद्धासंबंधी बोललो. आमचे सारे ऐकल्यानंतर तो अचानकपणे एवढेच म्हणाला की तो आता झोपायला चाललाय. मला वाटते की त्याला तुझ्याजवळच राहायचे आहे."

पद्मा हसली व हातांनी खेळू लागली.

"तुझे त्याच्यावर प्रेम आहे का?" तिच्या वडिलांनी विचारले.

"काय?"

"तू त्याच्यावर प्रेम करतेस का?"

"हे तुम्ही का विचारताय?"

"कारण तो तुझ्यावर प्रेम करतोय हे उघडपणे दिसतेच आहे." विभिषणाने खांदे उडवले, "तसेच ज्या पद्धतीने, ज्या सहजतेने त्याने

त्या नृशंस प्राण्यांना मारले, त्यावरून तो देवासारखाच वाटतोय असे लोक म्हणत होते."

तो देवच आहे हे मी तुम्हाला सांगितले तर? पण पद्‌मा काहीच बोलली नाही. "तुम्ही कसे आहात?"

"छान! तू?"

"मी सुद्‌धा मज़ेत आहे...मस्तच."

"तू मनसासाठी काम करत होतीस असे ती म्हणत होती."

पद्‌माला लाज वाटली. ती एका खुन्याचे काम करत होती ही गोष्ट तिला वडिलांपासून लपवायची होती. त्यांना कळू द्यायची नव्हती.

"तिने तुला काय बनवले होते ते तिने मला सांगितले. तू एक हरकाम्या होतीस ना? दूध व तत्सम गोष्टी आणण्याचे काम तू करत होतीस ना?"

पद्‌माच्या तोंडून सुटकेचा श्वास गेला. "अं...हो...हो..!"

"मला तर वाटलं होतं की तू मेलीच असावीस म्हणून." विभिषण सौम्यपणे म्हणाला. "लाडके, मला माफ कर. त्या वेळी मी तुझ्याबरोबर असायला पाहिजे होते."

"नाही." पद्‌माने डोके हलवले, "मी मूर्खासाखे वागले. मी माझ्या भावाबरोबर तिकडे गेले. मला वाटले होते की आम्ही एक फार उत्तम काम, एक कल्पनारम्य पण अव्यवहारी कृत्य करायला निघालो आहोत. एका राजाला मारले की सारी सरंजामशाही संपून जाईल अशी मूर्खासारखी आमची कल्पना होती. वेदान्तनंतर नवीन राजा नेमला गेला. आणि आता सिंहासनावर अर्जन बसला आहे. तुमची मुले व मी, सारेच खूप साधे, सरळ होतो."

"ठीक. ती माझीच मुले होती." विभिषण पुटपुटला. "ते आहेत"

"होय" विभिषणाला त्यांचे नेमके काय झाले ते माहीत करून घ्यायचे होते. सरतेशेवटी जी मुलगी मेलीय असे त्याला वाटत होते ती, त्याच्यासमोरच बसली होती. "त्यांची तिथून सुटका झाली नव्हती. मी त्याचा सूड घेण्याचा प्रयत्न केला पण शेवटी आशा सोडून दिली. मी जेव्हा इथे आले तेव्हा मला कळले की-अर्जननेच सांगितले, की देशद्रोहाच्या आरोपाखाली कलीने वेदान्तचा शिरच्छेद केला." ती थांबली व स्वत:शीच हसली. "तुमची सुटका एक वीस वर्षाची मुलगीदेखील करू शकेल. पण कर्म केल्यावाचून तुमची सुटका नाही."

"मलाही तसेच वाटतेय." विभिषण म्हणाला.

पद्मा पलंगावर पडून राहिली. ती केसातून हात फिरवत असताना तिच्या लक्षात आले की केसात वाळू अडकलीये.

विभिषण तिच्याकडे पाहून हसला. "तुझे डोके, केस स्वच्छ करायला मी माझ्या माणसांना पाठवतो. ते पाणी घेऊन देतील. तुझ्या केसांना आता सुंदरशी रुपेरी झाक आली आहे."

पद्माने केसांना हात लावला, "धन्यवाद, मी वेदान्तपासून वाचण्यासाठी ते तसे रंगवलेत."

"ओह, असे आहे होय? लाडके, आता यापुढची तुझी योजना काय आहे?"

"मला तुमच्या माणसांच्या साहाय्याने लढायचे आहे. पण मला माझा मित्र अर्जनलाही वाचवायचे आहे. त्याला कलीने पकडले आहे." आणि नलालाही मारायचे आहे. पद्माला सर्वप्रथम यक्षराजाची वाट लावायची होती. अर्जन स्वत:चे रक्षण करण्यासाठी समर्थ आहे आणि कल्की परतला असल्याने तो कलीची योग्य ती काळजी घेईल.

"नक्कीच" विभिषण म्हणाला, "तुला जे हवे ते कर. तू परत आलीस हे खूप छान झाले. तसेच मनसाने एक बैठक ठरवली आहे व त्यामध्ये आपल्या सर्वांनाच हजर राहण्यास सांगितले आहे. आपण कलीच्या सैन्यावर उद्या हल्ला करणार आहोत त्याचीच तयारी करायची आहे."

आता विभिषण, पद्माला एक मोठी झालेली मुलगी समजत होता हे तिला आवडले. तिला त्याला मिठी मारायची होती, पण ते फारच झाले असते.

"चला जाऊ या!"

पद्मा व कल्की गोल टेबलाच्या एका बाजूला उभे होते. मनसा, विभिषण व ऐरावन दुसऱ्या बाजूला होते. उद्याच्या आपल्या हल्ल्याच्यावेळी कोणती चाल वापरायची यासंबंधी ते चर्चा करत होते.

मनसा म्हणाली, "...तर आपण आपल्यातीलच एकाला निवडले आहे. सम्राट विष्णुंनी स्वत:च अधर्माला मारण्यासाठी जन्म घेतला आहे. कलीच्या भावनांना ठेच पोहोचवल्याबद्दल तुझ्यावर खटला चालला होता तेव्हा मी तुला शेवटचे पाहिले होते. आणि तुला त्याला मारायचे आहे. मला आनंद आहे की, यातला दुसरा भाग बदललेला नाही." पद्माने

मनसा व विभिषणाच्या कानात कल्कीबद्दलचे विष भरले होते. “काही लोकांना तुझी भीती वाटते हे तुला माहितीये का? आणि काहीजणांना तू सरळ स्वर्गातून अवतरला आहेस असे वाटतेय.”

“मी महेंद्रगिरीवरून आलोय. तो जर स्वर्ग समजला जात असेल तर मी नरकाची कल्पनासुद्धा करू शकत नाही.” कल्कीने विनोदाने म्हटले.

सारेचजण हसले.

पद्‌माला हे आवडले. सैतानाच्या-वाईट प्रवृत्तींना नष्ट करणे या एकाच ध्येयाने व विचाराने ते सारे एकत्र आले होते व त्यात तीही होती.

“मग? आपली योजना काय आहे?” कल्कीने विचारले.

“सर्व बाजूंचा विचार करता, विष्णुंचा अवतार, जो तू नाहीस, तो आपल्याला मार्ग दाखवणार आहे तर?” मनसाने विचारले.

“तू त्या विधिलिखितावर विश्वास ठेवून असशील असे मला स्वप्नातही वाटले नव्हते.” विभिषण म्हणाला, “या जगात देव आहे आणि त्याला आपणच जिंकावे असे वाटते, हे पटवून देणाऱ्या गोष्टी पाहिल्यामुळे माझा त्यावर विश्वास आहे.” मनसाने स्पष्ट केले. “आणि आता तो देव आपल्याबरोबर इथेच आहे. या गोष्टीचा आपण उपयोग करून घेतलाच पाहिजे.”

पद्‌माने कल्कीच्या चेहऱ्याकडे पाहिले. तिला वाटले होते की तो नाराज होईल, पण तो हसत होता.

तो आता शांत दिसत आहे. पण मी जेव्हा अर्जनसंबंधी त्याला सांगितले तेव्हा त्याची प्रतिक्रिया कशी होती याचाच मी विचार केला पाहिजे.

मनसाच्या तंबूत बैठकीसाठी जाण्याअगोदर पद्‌मा कल्कीजवळ बसली होती व सम्राट बजरंगांच्या शिबिरात तसेच तिने तो काळ अर्जनच्या शिबिरात व्यतीत केला होता, त्याबाबत त्याला सांगितले, तेव्हा कल्कीने शांतपणे तिच्याकडे रोखून पहिले होते.

“मी कोणी राजा नाहीय.” कल्कीने मनसाकडे पहात म्हटले, “मी एक योद्‌धा आहे. मी रणात लढू शकतो पण जेव्हा डावपेच आखायची वेळ येते तेव्हा नेमके काय करावे हे मला कळत नाही. म्हणून तू मला व तुझ्या माणसांनी काय करावे हे सांग, म्हणजे मग मी त्या आज्ञेबरहुकूम वागेन व ती योजना पूर्णत्वास नेईन.”

मनसाने मान डोलवली. “ठीक तर मग! आपण असं करू या की माझी माणसे पायदळातून लढतील. पण सुपर्ण त्यांचे सारे लक्ष दानवांकडेच वळवतील असे मी बघेन. ते दानवांच्या डोळ्याच्या रोखाने

बाण मारतील म्हणजे त्यांना काहीच दिसेनासे होईल. आणि मग कल्की त्यांना नष्ट करेल अशी मी आशा करते."

"पद्माने त्या प्राण्याबद्दल मला सांगितले आहे. मी त्यांचा समाचार घेईन."

"छान. मस्त. मी शिबिरातूनच साऱ्या गोष्टींवर नजर ठेवेन. या टेहळणी नाक्यांवरून मी सारे निरीक्षण करेन." मनसा म्हणाली. मग ती पद्माकडे वळली. "मला वाटतंय की तू आता जा आणि विश्रांती घे."

पद्माने डोके हलवले, "मला विश्रांतीची गरज नाही. मी मस्त आहे. मी अर्जनच्या सुटकेची योजना आखते." तिने वळून कल्कीकडे पाहिले. क्षणभर तिला वाटले की, मीही तुझ्याबरोबर येतो असे तो म्हणेल, पण तो काहीच बोलला नाही. त्याचा चेहरा निर्विकार होता. यावरून काहीच कळत नव्हते.

तिला, काय? ते माहीत नव्हते, पण कल्की आपल्यापासून काहीतरी लपवतोय असं तिला वाटत राहिले; तशी तिची खात्रीच होती.

तो काय लपवतोय?

"तू इंद्रगडला जाणार आहेस? तिथले लोक तुला ओळखतील." मनसा म्हणाली.

"ते ओळखणार नाहीत याची मी खातरजमा करेन. मी धोरणीपणाने वागेन. तो कुठे आहे याचा मी शोध घेईन व त्याला वाचवेन."

"पण तू अर्जनला का वाचवत्येस? तो तर आपला शत्रू आहे."

"नाही, नाही. तो शत्रू नाहीय. कुणीतरी ते त्याच्या मनात भरवलेय." कल्कीने संरक्षणात्मक पवित्रा घेतला. "आणि तो माझा भाऊ आहे. तुम्ही जर त्याला वाचवण्यासाठी हिला जाऊ दिले नाहीत तर मी तुमच्या बाजूने लढणार नाही."

"मुला, तू काय आम्हाला धमकी देतोयस?" मनसा म्हणाली. तिच्या आवाजातील क्रोध तिने दाबून ठेवला, "तू काय मला दमदाटी करून घाबरवतोयस का?"

"मी तसे काहीच करत नाहीय. फक्त तशी जाणीव करून देतोय." कल्की म्हणाला.

काही क्षण तंबूत भीषण शांतता पसरली.

"ठीक तर मग." मनसाने सुस्कारा सोडला. तिने पद्माकडे पाहून म्हटले, "पद्मा, तुझ्या मित्राला अवश्य वाचव. फक्त तुझी नीट काळजी घे. सावध राहा आणि स्वत:चेही रक्षण कर. तुला माहितीच आहे की तू गेल्या क्षणापासून मला व तुझ्या वडिलांना सतत तुझी काळजी असणार आहे."

"छान."

मनसाने नकाशा काढला, "आता मी योजनेप्रमाणे सर्व आडाखे बांधते, आराखडा बनवते. कारण आपले आधीच बरेचसे सैनिक कामी आलेत..."

आणि...तेवढ्यात त्यांना एका मोठ्या धमाक्याचा आवाज ऐकू आला. मनसा बाहेर आली. सैनिक इतस्तत: गोंधळून व भीतीने सैरावैरा पळताना तिने पाहिले.

आपण आता मरणार आहोत!

61

तो प्रचंड धमाक्याचा आवाज ऐकून प्रथम मनसाच्या मनात हा विचार आला की कलीच तिच्यासाठी आला आहे. तो रक्षकांना मागे सारून, आता तिला तो मारणारच आहे.

पण मग ती बाहेर आल्यावर तिने शत्रूला अजिबात घाबरायचे नाही असे ठरवले. पण तिने जे दृश्य समोर पाहिले ते बघून तिच्या आश्चर्याला पारावार राहिला नाही.

नखशिखांत काळ्या बुरख्यात लपलेली माणसे आपल्या चाकूने रक्षकांना भोसकत होती. त्या स्फोटांमुळे अनेक तंबू जळून गेले होते. आणि ही गूढ माणसे त्यांचा अन्न व मद्याचा साठाही जाळून नष्ट करत होती.

कल्कीही बाहेर येऊन परिस्थितीची पाहणी करत होता. मनसा व कल्कीने एकमेकांकडे पाहिले व ही माणसे कुठून आली, ते कोण आहेत व ते आपल्यावर का हल्ला करत आहेत या विचाराने चकित झाली. ते तसेच काही क्षण बघत राहिले मग कल्कीने स्वतःची तलवार काढली. नागांचा पाठलाग करणाऱ्या त्या घुसखोरांवर त्यानेही हल्ला चढवला. पद्माला तसे करायचे होते पण विभिषणाने तिला पुन: तंबूत खेचले व तोही आत आला.

आपली माणसे मरताना नुसते पाहत उभे राहणे मनसाला सहन होत नव्हते. ती वळून ऐरावनला म्हणाली, " माझे शस्त्र मला ताबडतोब दे."

"महाराणी, तुम्ही इथेच मागे थांबा." ऐरावनने धोक्याची जाणीव करून दिली. तो मनसाच्या पुढेच ढाल घेऊन सज्ज होता.

ऐरावनकडील दोन तलवारीतील एक तिने घेतली, "सेनापती, तू चुकीच्या माणसाला संरक्षण देतो आहेस. माझ्या बरोबर लढ." "जशी आपली मर्जी, महाराणी."

"ऐरावन, तू एक चांगला सेनापती आहेस."

ते पाठीला पाठ लावून उभे होते. आणि ते बुरखाधारी त्यांच्यावर धावून आले.

एक माणूस तिच्यावर चाकूचा नेम धरत आला पण तिने तो वार चुकवला व आपल्या तलवारीने त्या माणसाला सहजपणे भोसकले. दुसरा पुढे आला, त्याच्या गुडघ्यावर तिने वार केला. दु:खातिरेकाने तो जमिनीवर पडला.

मनसाला त्याचा चेहरा बघायचा होता म्हणून तिनं त्याचा बुरखा ओढला. तिला एक केशविहीन, टक्कल पडलेला पण निळ्या डोळ्यांचा माणूस दिसला.

नागलोक.

त्याचवेळी तिचा एक सैनिकही ओरडल्याचे तिने ऐकले. नाग! नाग!

साप जमिनीवर सरपटत होते. कल्कीला एक साप चावणार होता हे तिने बघितले. त्यानेही सापाला वेळीच बघितले व त्याला कापून काढले. ऐरावन स्वत:चे रक्षण करत होता हे तिने बघितले.

"ही तर 'आई' आहे. ती कद्रू आहे. तिने आपल्याला हुडकून काढले." मनसा भीतियुक्त स्वरात ओरडली.

मला संधी आली होती तेव्हा मी तिला ठारच करायला हवे होते.

मनसा विचारात गर्क असतानाच, तिला तिच्या राक्षसी प्रवृत्तीच्या बहिणीला सोडून दिलेला दिवस आठवला पण त्यादरम्यान हल्लेखोर तिच्यावर धावून येत होता, हे तिच्या लक्षात आले नाही.

मनसा!

ऐरावनच्या आवाजाने ती विचारातून जागी झाली. हल्लेखोर, मनसाच्या पाठीत सुरा खुपसणारच होता, पण तेवढ्यात ऐरावन त्या दोघांमध्ये आला. तो सुरा त्याच्या शरीरातून आरपार झाला.

हल्लेखोराने सुरा उपसून ऐरावनचे मुंडके कापले, ते बघून मनसा किंचाळली. तेवढ्यात त्याने ते मुंडके उचलून पांढऱ्या कपड्यात गुंडाळले व तो पळून गेला.

त्याच्या पाठोपाठच इतर बुरखाधारीही पाळले व शिबिराच्या मागील जंगलात निघून गेले.

त्यांचा पाठलाग करायला मनसा सांगू शकली नाही. ती बधिर झाली होती. ऐरावनच्या शिरविहीन प्रेताकडे तिला बघवत नव्हते. कल्कीने पाठलागाचा प्रयत्न केला पण तो व्यर्थ ठरला.

काही मिनिटातच तो मनसाच्या तंबूत आला. "मला माफ कर. ते जलद गतीने पळून गेले. काही अंतरानंतर तर ते दिसेनासेही झाले. जसं काही ते हवेतच विरून गेले."

मनसाने सेनापतीचा हात हातात घेतला. तो तिचा मित्रही झाला होता व ती रडू लागली.

"तंबूचा मागील अर्धा भाग पूर्णपणे जळून गेलाय. हा अगदी शिस्तबद्ध व पूर्व नियोजित हल्ला असणार. आपण आपल्या बऱ्याच परिचारकांनाही गमावले आहे." कल्की म्हणाला.

मनसाच्या मनात संताप खदखदू लागला.

"कल्की" ऐरावनकडे पाहात ती म्हणाली, "उद्याच्या हल्ल्याच्यावेळी दानवांना तू हाताळशील हा मला विश्वास आहे. आपण तंबूत काय ठरवले ते माझ्याही सैनिकांना सांग. मला माझ्या बहिणीला हुडकायचे आहे. तिच्या लोकांकडे कुठलीही जादू-बिदू नाहीये. ते हवेत विरलेले नाहीत. ते जंगलात लपलेले असणार असा मला संशय आहे. आणि एकदा का ते मला सापडले, की मग मी त्यातील प्रत्येकाला हुडकून हुडकून ठार करेन."

297

62

"स्वत:वर ताबा मिळवा" अंतरात्म्याचा पुन: आवाज आला.

"तुला काय म्हणायचेय हेच मला कळत नाहीय." अर्जन म्हणाला आणि लागलीच स्वत:च्या मूर्खपणाची जाणीव झाली. तो स्वत:शीच बोलत होता.

पण तो दुसरे काय करू शकणार होता. तो एकटा होता व सतत त्याला आवाज ऐकू येत होते. डोक्यात ते जाणवत होते. त्याने कितीही प्रयत्न केला तरीही ते आवाज बंद होत नव्हते.

मी भ्रमिष्ट झालोय का?

त्या लहानश्या खोपटात येऊन त्याला किती काळ लोटला होता हे त्याला आठवेना आणि त्याला खात्रीच होती की त्याला अंमली पदार्थ देण्यात आले होते. त्याला थकवा येत नव्हता पण त्याला सारखी झापड येत होती. त्याचे अन्न बाहेर तसेच शिल्लक राहत होते.

काहीही न करता अशा राहण्याने त्याला वैताग आला होता. वेड्यासारखे वाटत होते. भिंतीवर आता अधिक तडे गेले होते. त्याला जेव्हा जेव्हा उद्‌वेग येई तेव्हा तो तिथे ठोसे मारत असे.

मी एक कैदी आहे आणि मी कुठे आहे याचाही मला पत्ता नाही.

तुरुंगाबाहेर एक बाग आहे एवढेच त्याला कळले होते. कदाचित तो इंद्रगडमध्येही नसेल, असेही त्याला वाटत होते. *पण कलीला मला तडीपार करूनही काही फायदा नव्हता. तशी त्याला गरजही नव्हती. तो कदाचित मला मारूनही टाकेल ज्यायोगे तो राजाही होऊ शकेल.*

तू खूप उशीर करतो आहेस. स्वत्व मिळव. तो आवाज पुन: किंचाळला.

"मी कशावर ताबा मिळवू?"

"तुझ्या स्वत:वर!"

"मी ते आधीच केले आहे!"

"नाही! तू तुझ्या अंतरात्म्यावर ताबा मिळवलेला नाहीस. तुझे डोळे बंद कर व तुझ्या शरीरातील चक्रांचे अस्तित्व जाणवून घे. स्वत:मध्ये बघ. तुझा भूतकाळ बघ आणि त्यातून काहीतरी शिकवण घे."

त्या आवाजांना आपण नेमके काय करायला हवेय हे त्याला कळत नव्हते. त्याचा भूतकाळ? आपले बालपण आठवायचे आहे का?

"तू एकदा का स्वत:ला जाणलेस तर तू इथून सुटका करून घेऊ शकशील."

काहीही करून त्याला इथून सुटून जायचेच होते. आता इथे अधिक राहणे शक्य नव्हते म्हणून त्याने आवाजाचे ऐकायचे ठरवले. त्याने डोळे बंद केले व आपण 'कोण' आहे हे आठवायला सुरवात केली. त्याने मनातील सारे विचार शून्य केले व श्वासावर नियंत्रण आणायचा प्रयत्न केला.

काही मिनिटे काहीच घडले नाही. अर्जनच्या मनात साशंकता निर्माण होत असतानाच अचानक जमीन हादरली.

माझ्या स्वत:वर ताबा मिळवण्यासाठी मार्गदर्शन कर.

अर्जनला आपण जमिनीपासून वर उचलले जात असल्याचे जाणवले. तो काही क्षण हवेतच होता. मग मात्र हळूच जमिनीवर आल्याचे त्याला जाणवले. पण ही जमीन खडकाळ किंवा गारही नव्हती.

त्याने डोळे उघडताच तो एका प्रयोगशाळेत असल्याचे त्याला कळले.

विविध आकाराचे चंबू व निरीक्षण-नळया भिंतीवरील कपाटात ठेवलेल्या होत्या. एक व्यक्ती खोलीच्यामध्ये उभी राहून दोन वेगवेगळी द्रव्ये एका चोच असलेल्या काचेच्या भांड्यात मिसळत होता. त्या माणसाची लांब दाढी पांढरी झाली होती व डोळे गर्द निळे होते. त्याच्या डोक्यावर मुकुट होता. तो गृहस्थ वृद्ध असला तरी त्याचे बाहू बळकट वाटत होते.

त्याच्या अंगावरील गोंदलेल्या भागाकडे अर्जन पहात होता. तो वळला व म्हणाला, "शेवटी इथे पोचलास तर, अं?"

"तू कोण आहेस?"

"खरंतर तू कुठे आहेस असे तू विचारले पाहिजेस?"

त्याने अर्जनला प्रयोगशाळेच्या कोपऱ्यात नेले व तिथली नक्षीदार खिडकी उघडली. ती बाहेर उघडत होती हे अर्जनच्या लक्षात आले. पण पावसाच्या मारानेदेखील तिथल्या वैशिष्ट्यपूर्ण इमारती खराब झालेल्या

नव्हत्या. सूर्य तळपत होता व आकाशात इंद्रधनुष्यही दिसत होते. रस्त्यावर मुले आनंदात नाचत होती व पाणी उडवत होती.

"तुझे 'हैहायसच्या' राज्यात स्वागत असो. असुरांच्या सोनेरी युगातील राज्यापेक्षाही हे राज्य वैभवशाली आहे." त्याने अभिमानाने म्हटले, "माझ्या वडिलांच्या मृत्यूनंतर मीच या सुंदर राज्याचा वारस झालोय."

"हैहायस...हे नाव परिचित वाटतेय."

ते दोघेही काही सेकंद एकमेकांकडे पाहत राहिले. "भार्गवांनी नष्ट करण्यापूर्वी हेच राज्य असेच दिसायचे."

"तू..." अर्जनने डोळे बारीक केले व त्या राज्याचे नाव जे त्याच्या पाठ्यपुस्तकात असे, ते तो आठवू लागला. "तू कार्तवीर्य अर्जून आहेस ना, ज्या राजाला हजार हात होते तो."

"ठीक, मला हजार हात आहेत..." त्याने दोन्ही हात हवेत उडवत म्हटले, "ही अतिशयोक्ती आहे. पण हो, मी कार्तवीर्य मात्र आहे."

त्याच्याबद्दल गुरुकुलात वाचले होते. त्याच्या काळातील तो एक प्रचंड बलशाली राजा होता. त्याने रावणाला कसे पकडले यासंबंधी अनेक गोष्टी होत्या. सरतेशेवटी त्याचा भार्गवरामांनी-म्हणजेच विष्णूच्या अवताराने पराभव केला होता.

"अर्जन तू एक गोष्ट समजून घेतली पाहिजेस." तो म्हणाला, "तुझ्या युगापासून तू ह्या अवतारांचा अंत केला पाहिजेस. ते अमलात आलेच पाहिजे. इथे काय घडतेय हे तू पाहतोच आहेस. माझा पराभव झाला म्हणजे सारे काही आलबेल झाले, असे माझ्या युगातील अवताराला वाटल्यामुळे माझ्या राज्यातील अनेक निष्पाप लोकांना आपले प्राण गमवावे लागले आहेत."

"म्हणजे तुला काय म्हणायचेय?"

"मला सत्तेचा गर्व झालाय व ती सत्ता माझ्या डोक्यात गेलीय हे खरेच आहे. पण त्यासाठी मी काय मरायचे का? माझ्या लोकांनीही मरायचे का? मुळात अवतार म्हणजे काही देवपुरुष नाही. तोही चुका करू शकतो. तशाच मीही केल्या...ज्याबाबत मला जाब विचारला जाऊ शकतो. पण या जगात सुरळीतपणा राहण्यासाठी, त्यात संतुलनता राखण्यासाठी चांगल्या आणि वाईट दोन्ही शक्ती असणे आवश्यकच आहेत." कार्तवीये एकदम थांबले व त्यांनी अर्जनकडे दयार्द्र दृष्टीने बघितले. "माझ्या युगातील अवताराने मला बरबाद केले आणि तुझ्या युगातील अवतार तुलाही नष्ट करणार आहे."

"पण तो तसे का करेल? मी काही तुझ्याप्रमाणे सत्तेचा माज केलेला नाही. मी कुणालाही ठार केलेले नाही..." अर्जन त्याचे वाक्य पूर्ण करू शकला नाही. कारण त्याला माहीत होते की...हे म्हणणे खरे नाहीय. सत्य नाही.

"माझ्या शासनाच्या काळात माझे राज्य भरभराटीला आले" कार्तवीर्य म्हणाला, "सैतान हा नेहमी वाईटच समजला जातो. तू माझ्याबद्दलही काहीही म्हणू शकतोस, पण प्रत्येक माणसातच एक सैतान लपलेला असतो. तू सर्वगुणसंपन्न आहेस असे तुला वाटते का? तसे कुणीतरी असू शकते, असं तुला वाटते का? तू जेव्हा गुरु नरेंद्रांना मारलेस, तेव्हा जे लोक तुझ्याशी पंगा घेतील, त्यांचीही हालत तशीच होईल हे लोकांना आपोआपच समजले. त्यांना मारणे ही तुझी एक चांगली चाल ठरली. लोक तुला घाबरू लागले व कुठलीही समस्या निर्माणच न होण्यासाठी ती आवश्यक बाब ठरली. आणि (एक सांगू) तू जेव्हा चांगले वागू लागलास तेव्हा काय झाले? तू कलीसमोर दुर्बल वाटलास. निराशाजनक भासलास व त्याचाच परिणाम म्हणून तू तुरुंगात खितपत पडलास."

अर्जनने ओठ चावले.

तो म्हणतोय ते खरे आहे.

त्यात तथ्य आहे.

त्याच्या दुर्बलतेचा क्षण आठवून त्याला संताप आला व त्यामुळे त्याच्या अंगातून सोनेरी धूर निघू लागला.

"मुला, तुझ्या क्रोधापासून व दु:खातून तुला सामर्थ्य मिळू दे. ज्याप्रमाणे तू उर्वशीला मारलेस तेव्हा ते मिळाले होते. तुला तो दिवस आठवतोय? तू किती सामर्थ्यशाली झाला होतास ते आठवतेय? माझ्यावर विश्वास ठेव. तुझे कष्ट आणि संताप यांच्या संपर्कात तू आलास तर तुझे बळ दसपटीने वाढेल."

त्याने आताच जे ऐकले होते त्यामुळे अर्जन काही मिनिटे शांतच राहिला. त्याने हळू आवाजात विचारले, "अवतार मला कशासाठी मारणार आहे?"

भूतपुर्व राजाने नजर बारीक केली. त्याने अर्जनभोवती आपल्या हाताची मिठी घातली व त्याच्याकडे बघून तो हसला. क्षणभर कार्तवीर्यच्या आकर्षक व्यक्तिमत्त्वामुळे अर्जनला त्याचा खूप आदर वाटू लागला. हे जे सर्व काही घडते आहे, ते ज्याच्यामुळे घडतेय, त्या एका पुराणपुरुषाबरोबर तो बोलतोय.

"तुला ठार करायचेय? त्यांना तू राखेत मिसळायला हवे आहे. त्या पांढऱ्या घोड्यावर आरुढ होणाऱ्याला तुला खतम करायचे आहे." कार्तवीर्य म्हणाला, "आणि तुझी जर का तयारी नसेल तर तो त्याला जे हवे ते करेल. अर्जन, त्याला तू तसे करू देऊ नकोस. तू एक महत्त्वाची व्यक्ती आहेस. काही झाले तरी तूच अधर्म आहेस." अर्जनच्या हृदयाचा ठोका चुकला.

"नाही. तो मी नव्हेच." अर्जनने त्याचा हात झिडकारत म्हटले.

"होय, तूच तो आहेस, तुला सत्य स्वीकारायला हवे."

"तू खोटे बोलतो आहेस!" अर्जन ओरडला आणि त्याने त्याला मारले. तो घाबरून म्हणाला, "थांब, माझ्या डोक्यात जो सारखी खिचखिच करतोय तो तूच आहेस का?" "इतर अनेकांपैकी एकजण."

"म्हणजे तिथे अजूनही आहेत? इतर अधर्म, ज्यांना सत्याची जाणीव आहे. तू तुझ्या दु:खातून व संतापातून खूप मोठी शक्ती प्राप्त करून घेऊ शकतोस. अर्जन, पण तत्पूर्वी तुला तुझा स्वीकार करून घेतला पाहिजे."

पांढऱ्या घोड्यावरचा स्वार...

कार्तवीर्य कल्कीबद्दल बोलत होता. कृपाने एकदा म्हटले होते की कल्की पांढऱ्या घोड्यावर बसायलाच जन्मलेला आहे. हे अर्जनने ऐकले होते. *पण कल्कीला मला कधीच मारायची इच्छा नसणार. हा चक्रम म्हातारा काही का सांगेना!*

"मी सैतान नाहीये. मी लोकांना मारलेय हे खरे आहे. पण..."

"एक सैतान, वाईट वृत्तीचा माणूस असणे हे काही फार वाईट नाहीय." कार्तविर्याने डोके हलवले व म्हणाला, "आता तुला मी सारे कसे काय समजावू? त्यांनी फक्त समस्या निर्माण केल्या. एक अशी कल्पना कर की, जर का तू सुरवातीलच उर्वशीला मारले असतेस-कारण ती अत्यंत वाईट पद्धतीने राज्यकारभार करत होती हे खरेच आहे-तर आज रुद्र स्वत: जिवंत असता. बरोबर ना?"

"होय."

"आता रुद्रच्या ऐवजी इलावर्ती लक्षात ठेव आणि उर्वशीच्या जागी पांढऱ्या घोड्यावरचा स्वार समोर आण." कार्तवीर्य म्हणाले, "आता काय होईल याचा विचार कर."

एकूण परिस्थिती अर्जनच्या ताबडतोब लक्षात आली.

"कल्की शासक होईल आणि मग पुढे काय होईल? तुझे राज्य संपुष्टात येईल. तो एक योद्धा आहे. राजा नाही. तू आता व्यवस्थित राज्य कारभार करतो आहेस. आणि तो तसाच करत राहा."

"म्हणजे मी काय करू?"

"तुझ्या स्वतःचा आत्मशोध घे म्हणजे तू त्या पांढऱ्या घोड्यावरच्या स्वाराचा पराभव करायला पात्र होशील."

अर्जनने सुस्कारा सोडला, "ठीक आहे. मी आत्मशोध घेतो."

खरंतर ते खोटे होते. आपण सैतानाचा पुनःआविष्कार आहोत यावर अर्जनला विश्वास ठेवणे अवघड जात होते. पण कार्तवीर्यने सांगितलेल्या इतर गोष्टींचा ताळमेळ योग्य तऱ्हेने लागत होता. म्हणूनच अर्जनने जुन्या राजाला जुन्या मोडक्यातोडक्या वस्तूंप्रमाणे टाकून द्यायला सांगितले होते.

कार्तवीर्य हसला.

"जेव्हा भार्गवरामांनी तुझ्या राज्यावर ताबा मिळवायचा प्रयत्न केला तेव्हा नेमके काय झाले?"

"त्यावर पुन: केव्हातरी बोलू. तुला ही एक गोष्ट नक्की माहीत असायला हवी की मी या शहराला लाभलेला चांगला, नव्हे सगळ्यात चांगला राजा होतो. तो काळ हैहायसच्या इतिहासात सोनेरी अक्षरांनी लिहिण्यायोग्य होता." तो हसला, "मी मानव असल्याने मीच अधर्म आहे हे कुणालाही माहीत नव्हते. भार्गवरामांशिवाय कुणालाही तसा संशयही आला नाही. अधर्म होणारा मी एकमेव मानव आहे. सर्वसाधारणपणे तुझ्यासारख्या असुराला अधर्म केले जाते. पण परमेश्वराने मला निवडले आहे."

"मी तसा नाहीय."

"होय. तूच तो आहेस." कार्तवीर्यने हसून म्हटले, "त्यामुळे तू त्या गोष्टीवर विश्वास ठेवायला लाग. ते फार महत्त्वाचे आहे."

आणि अर्जन अचानकपणे वास्तवात परतला तेव्हा तो घामाने डबडबला होता. त्याने डोळे उघडले व मिचकावले. त्याच्या समोर तुरुंगाची भिंत उभी होती.

ते तसे काही झालंय यावर त्याचा विश्वास बसेना. त्याने आता एका महान, सर्वोत्तम सम्राटाशी संभाषण केले होते, जो अनंत काळापूर्वी मृत्यू पावला होता. आता काय करायला हवे हे अर्जनला कळले होते.

आपल्या राज्यासाठी, त्यातील जनतेसाठी जर त्याला 'सैतान' व्हायला लागले असते तरी तो आता होणार होता. कार्तवीर्यच्या बोलण्यात कितीही असंबद्धता-व्यत्यास असला तरीही त्याचे म्हणणे बरोबर असावे. असेच त्याला वाटू लागले होते.

303

63

"तो परतलाय" कली ओरडला. आपली मूठ त्याने टेबलावर आपटली.

त्यावरचे कागद खाली पडले. टेबलावरचे दिवेही हादरले.

आपल्या तांबड्याभडक डोळ्यांनी कलीने खोलीभर नजर फिरवली. दुसऱ्या दूरवरच्या कोपऱ्यात दुरुक्ती उभी होती व ती शांतपणे त्याच्याकडेच बघत होती. तिच्या नजरेत आशा डोकावीत होती. कल्की परत आल्यामुळे तिला आनंद झाला होता. दुसऱ्या कोपऱ्यात नलकुवेरा फुरंगटून भिंतीला रेलून आपल्या नखावर फुंकर घालत उभा होता. कोको व विकोको कलीजवळ निर्विकार चेहऱ्याने उभे होते.

"हा 'तो' कोण आहे?" नलकुवेराने विचारले.

"आपल्या आयुष्यातील सगळ्यात वाईट गोष्ट आता आपल्या समोर घडतेय. तो अधर्म आहे आणि आपल्याला त्याला नेस्तनाबूत करायचे आहे." कलीला खोटे बोलावे लागत होते. कल्कीला खरे काय ते माहीत आहे या कल्पनेने तो घाबरला होता आणि आतापर्यंत कल्की काय करत होता हे कुणाला माहीत होते? आता काही तासांपूर्वी त्याने पद्माला ज्या पद्धतीने वाचवले होते, त्यावरून कलीने त्याला जेव्हा शेवटचे बघितले होते, तेव्हापेक्षा तो आता खूपच बलशाली वाटला होता.

नलकुवेराने कपाळाला आठ्या घातल्या. त्याने विचारले, "तर मग तुला आता काय करायचे आहे?"

"दुरुक्ती, तू बाहेर गेलीस तरी चालेल" कलीने बहिणीला फर्मावले.

दुरुक्तीने गोंधळून कलीकडे पाहिले.

"लाडके, अगं तू दमली असशील. तू तुझ्या खोलीत जाऊन आराम का करत नाहीस? आता पुढे काय करायचे, कसे करायचे त्याचे डावपेच मी व नलकुवेरा ठरवतो." दुरुक्ती याला रुकार देईल या आशेने कली म्हणाला. तिने ते ऐकले नसते तर तो तिला तसे करायला भाग

304

पाडणार होता. त्याशिवाय दुसरा पर्यायच नव्हता. कल्कीचा समाचार कसा घ्यायचा याचा निर्णय ते घेणार होते. त्याची पुढील योजना त्याच्या बहिणीला कळली तर ती मध्ये लुडबूड केल्याशिवाय गप्प राहील याची कलीला खात्री नव्हती. ती अजिबात गप्प बसणार नाही असे त्याला वाटत होते.

ती खोलीबाहेर जाताना, तिच्या चेहऱ्यावर संतापाची झाक आलेली कलीच्या लक्षात आले. सुस्कारा सोडून आपली हनुवटी खाजवत तो खुर्चीवर बसला व विचार करू लागला. "आपण असं करू या, मी इथेच शिबिरातच थांबतो." त्याने आपल्या विकोको व कोको या शक्तीशाली सेनापतींकडे पाहिले व तो म्हणाला, "तुम्ही दोघे रणभूमीवर जा. तुमच्या आज्ञा ऐकायला मी दानवांना बजावले आहे. शत्रू सैनिक नामोहरम होईस्तोवर तुम्ही त्यांच्या संरक्षण व्यवस्थेवर हल्ले करत राहा आणि नला, तुझ्या वडिलांनी मला मागे एकदा सांगितले होते की तू एक उत्तम कलाकार आहेस."

"अलबत, मी एक उत्तम नट आहेच." नलकुवेरा सरळ बसला. त्याच्या चेहऱ्यावर मोठे हास्य विलसत होते.

"एक नट! हं! लोकांच्या हृदयाला कसा हात घालायचा हे तुला माहीत आहे का? एक उत्तम नाटक, त्यात मनोरंजन/करमणूक असावी लागते आणि लेखकाने जे काही लिहिले आहे ते लोकांना विश्वसनीय वाटावे लागते." कली खुर्चीवरून उठला व खिडकीजवळ आला. रस्त्यावर रक्ताचे शिंपण झाल्याचे त्याला दिसले. सारे लोक सैरभैर झाले होते. त्यांनी पुन: राजाला गमावले होते. तो मरण पावला होता आणि पुन: पूर्वीचाच जुलमी राजा राज्यावर आला होता. त्याने जनतेच्या मनाचा किंचितही विचार केला नव्हता. त्यामुळे ते आणखीनच भडकले होते. "मी व माझ्या पराक्रमाचे गुणवर्णन करणारे व माझी प्रतिमा उंचावेल अशा स्वरूपाचे एक उत्तम नाटक तू लिहावेस असे मला वाटतेय. मी इंद्रगडचा उत्तम शासक कसा आहे याचे त्यात वर्णन कर. यापूर्वीचे सारे शासक कसे अहंमन्य होते व स्वत:च्या श्रेष्ठत्वाच्या भ्रामक कल्पनेत ते कसे राहत असत. आणि मी कसा सत्याचा वाली आहे व सत्य मार्गावरून मार्गक्रमण करत आहे हेही तू त्यात दाखव. मला माझ्या राज्यात कुठल्याही समस्या नको आहेत. अशा प्रकारे, काही जर घडले नाही तर, मी जेव्हा हे युद्ध जिंकेन तेव्हा माझ्यापुढे काही प्रश्न असणार नाहीत."

नलकुवेराला या योजनेबाबत काही शंका होत्या. कलीला तो खिडकीच्या बाजूच्या आरशात दिसत होता. उत्तग. आता त्याची खात्री

पटवून देण्यासाठी मला खोटे बोलावेच लागेल. "रंभाला कुणी मारले हे तुला माहितीये का? माझ्या सेनापतींनी मला सांगितले की तो खून नागराणीने केला आहे."

"खरं सांगतोयस?"

"तिला मारण्यात आले तेव्हा माझा सेनापती तिथेच होता."

नलकुवेराने मुठी आवळल्या. आता, त्याच्या चेहऱ्यावर एक निष्ठुर भाव दिसू लागला.

कली यक्षराजाजवळ गेला व त्याने त्याच्या खांद्यावर हात ठेवला, "तू या शहरातील लोकांना माझ्या पाठीशी उभे करू शकशील का? तुला तुझ्या साऱ्या प्रयत्नांची पराकाष्ठा करावी लागेल."

"मी एक उत्तम नाटक लिहीन. पण जर त्याच्या प्रयोगाच्या वेळीच काही बंडबिंड झाले तर?"

तो म्हणाला, "मी तुला पुरेश्या सैनिकांचा पुरवठा करेन, म्हणजे मग तुला उठावाची भीती राहणार नाही. जो कोणी नाटकातील कलाकारांना नडेल त्याचा समाचार घेतला जाईल. तुझ्या नाटकाचा प्रयोग नक्की होईल. मी त्यांचा राजा झालोय या घटनेचा नागरिकांनी समारंभ करून आनंद मानलाच पाहिजे."

नलकुवेराने मान डोलवली.

"आता तू गेलास तरी चालेल." नलकुवेरा बाहेर गेला, तशी कोको व विकोकोकडे वळून कलीने विचारले, "आपला निरोप्या गेला का?"

"महाराज, सम्राट रक्तपाकडेच ना? होय, त्याला पाठवलेय."

हाताची बोटे मोडत कली म्हणाला, "तो आपला प्रस्ताव मान्य करेल अशी मला आशा आहे. आपल्याला त्याला फार मोठे काही देता येणार नाही, पण शहराजवळील काही खेडी मी त्याला देऊ केली आहेत."

"महाराज, पण आपण काही तेवढेच देत नाही आहोत." विकोको म्हणाली, "तुम्ही अलकापुरमध्ये नलकुवेराचा भक्कम पाठींबाही त्याला देऊ केला आहेत."

कलीला माहीत होतं की त्याने ते शहर देऊ केले नव्हते. आणि नलकुवेराला हे कळले असते तर तो बिथरलाच असता. *मी तो प्रश्न जेव्हा प्रत्यक्ष समोर उभा ठाकेल तेव्हाच सोडवेन.* फक्त राक्षस सेनेने त्याला पाठिंबा द्यायला हवा होता. आता एव्हाना मनसाने ती बेचकी यंत्रे दुरुस्त केली असतील असे त्याला वाटत होते. दानवाचा समाचार घ्यायला शत्रूकडे योग्य अशी अस्त्रे होती.

आणि आता कल्कीही त्यांच्यात सामील झाला होता. त्याला कबूल करायला कितीही अवघड वाटत असले तरीही कल्की हा एक उत्तम योद्धा होता हे त्याला ज्ञात होते. कली त्या खोलीतून आपल्या खोलीकडे जाणार एवढ्यात दारावर टकटक झाली. काहीही उत्तर द्यायच्या आत खोलीचे दार उघडले. एक वस्तू आत फेकण्यात आली.

सेनापती सजग झाले. आपापली अस्त्रे परजून ते कलीसमोर उभे राहिले. कली निर्विकारपणे उभा होता तेव्हाच त्याच्या लक्षात आले की ती 'वस्तू' काय आहे ते. ते एक माणसाचे मुंडके होते. त्या माणसाचे मस्तक, घामाने डबडबलेले होते. त्याचे डोळे निळे होते. त्याचा चेहरा पांढराफटक पडला होता. जीभ बाहेर लोंबकळत होती व डोळे निष्प्रभ होते.

सेनापतींनी आपापली शस्त्रे घट्ट धरली. तेवढ्यात तिथे एक सडसडीत बुरखाधारी व्यक्ती अवतरली. तिने काळा बुरखा घातला होता.

कलीवर त्याचा काहीच परिणाम झाला नव्हता. त्याने विचारले, "तू कोण आहेस?"

"सम्राट कली, जो नेहमीच असा नाट्यमय प्रवेश करतो तो!"

"तू इथे माझ्या महालात कसा काय आलास?"

"माझ्या मुलांनी मला साहाय्य केले."

कलीने डोळे बारीक केले, "हा काय फालतुपणा चालवला आहेस?" त्याने मुंडक्याकडे निर्देश करत म्हटले, "हा कोण आहे?"

"मनसाच्या सैन्यातला सेनापती!"

त्याच्या समोरील माणसाच्या हेतूंबद्दल मनात शंका येऊनही या समोरच्या घटनेने त्याला आनंद झाला होता.

"तू मनसावर हल्ला केला होतास का?"

"होय, मी हल्ला केला होता आणि आपल्यातील मैत्रीचे प्रतीक म्हणून मी हा 'नजराणा' तुला पेश केला आहे."

"पण तू कोण आहेस?"

त्या आकृतीने बुरखा काढला व स्वत:चे केशविहीन डोके व काळाकभिन्न चेहरा दाखवला, "मी माता आहे."

"कुणाची माता?"

"सर्पांची. मी सम्राट शेषनागांनी जगाला दिलेली भेट आहे हे ऐकून तुला खचितच आनंदच होईल."

"मी मृत्यूला हुलकावणी दिली आहे. माझी लेकरे माझी पूजाअर्चा करतात."

"मी, देव किंवा मानव कुणाचीच पूजा करत नाही."

"तुला तसे करायची आवश्यकताही नाहीय." ती खोलीभर फिरत होती. सेनापतींनी तिच्यावर तलवार रोखलेलीच होती. कारण कदाचित तिने हल्ला केलाच तर तयारी असावी म्हणून. "माझ्याही मनसाविरुद्ध काही समस्या, प्रश्न आहेत. तिला जर आपण या जगातून नाहीसे केले तर त्यापासून आपल्या दोघांनाही फायदा होणार आहे. म्हणूनच मी तुला मदत करायला आले आहे. तू जेव्हा तिच्यावर जीवघेणा हल्ला करशील तेव्हा माझे सैन्य तिच्या शिबिरावर घाला घालेल, त्या वेळी तिची अशी काहीच अपेक्षा व प्रतिहल्ल्याची तयारी नसणार."

"तू जे म्हणते आहेस, ते तू नेमके कसे करणार?"

"मी इथे या अत्यंत सुरक्षित जागी, अचानक आले तसेच." तिच्या काळ्या चेहऱ्यावर स्मितहास्य होते. "माझी काही शिबंदी मनसाच्या शिबिराबाहेर लपून बसली आहे. मी त्यांच्या शिबिरावर पुन: केव्हा हल्ला करायचा त्याची योजना बनवत आहे. मी तिच्या सैन्यावर आघात करणार नाहीय तर तिच्या रसदीवर, अन्नधान्यावर घाला घालेन. तिचे सैन्य ज्या धान्यावर, औषधांवर, अन्नावर आणि जे काही तिथे आहे-ज्यावर तिचे सारे सैन्य जगत आहे, अवलंबून आहे-त्या सर्वांवर हल्ला करणार."

"म्हणजे तू तिच्यावर मागून हल्ला करणार तर!" कली पुटपुटला. ही योजना खंरच आकर्षक दिसतेय.

"होय, माझी मुले खूप बलशाली आहेत. तुझे सैन्य मनसाशी लढत असेल तेव्हा तिच्या शिबिरातून या साऱ्या वस्तू नाहीशा होतील याची मी काळजी घेईन. एकदा का या वस्तूंची वानवा निर्माण झाली की तिच्या सैन्याला जे काही उरेल त्यावर गुजराण करावी लागेल. मग ज्या वेळी सारी औषधे वगैरे संपून जातील तेव्हा तिच्या जखमी सैनिकांना मरण्याशिवाय दुसरा कुठलाच उपाय राहणार नाही. मग शरणागती पत्करण्याशिवाय तिच्यापुढे दुसरा पर्यायच शिल्लक राहणार नाही."

कलीचा स्वत:च्या सुदैवावर विश्वास बसेना. *ही स्त्री वरवर जरी अशी ओंगळ, किळसवाणी दिसत असली तरीही तिने ज्या शिताफीने, न पकडली जाता, माझ्या महालात शिरकाव करून घेतला आहे, त्यावरून ती मनसाच्या शिबिरात काय हा:हा:कार उडवून देईल याची कल्पनाच करावी लागेल.*

"माते, आपण मित्र आहोत हे निश्चित. तू ही जी मला मदत करणार आहेस, त्या बदल्यात तुला माझ्याकडून कशाची अपेक्षा आहे का?"

"होय" ती इंद्रगडच्या राजाजवळ आली व त्याच्या डोळ्यात डोळे घालून म्हणाली, "ती जेव्हा शरणागती पत्करेल, तेव्हा तिला मीच ठार करेन."

64

कल्की मनसाच्या सैन्याच्या मागे उभा होता. त्याच्या डाव्या बाजूला सम्राट विभिषण होता व उजवीकडे मनसा उभी होती. तिघेही समोरच्या रणभूमीवरच्या घडामोडींवर नजर ठेवून होते.

माणसे मरणारच होती. मरण अटळ होते.

शेवटी हे युद्ध होते. पण तरीही मनसाला तिचा सेनापती गमावल्याबद्दल अजूनही दु:ख होतच होते. तिला कद्रूचा समाचार घेण्याची तीव्र इच्छा होती. पण ती तिच्या सैन्याला एकटे सोडू शकत नव्हती. त्यांचा सेनापती तीन दिवसांपूर्वीच मारला गेला होता. त्यामुळे मनसाला तिच्या सैन्यातील एकजणाची ऐरावनच्या जागी निवड करणे गरजेचे होतेच व रणांगणातही नजर ठेवायला हवी होती. तो नवीन सेनापती तिच्या सैन्याला कशा हालचाली करायच्या ते शिकवत होता व लढाईत तो स्वत:ही कसे वर्तन करत होता, यावर तिची नजर होती. पण आज तिला समजले होते की हा सेनापतीही समर्थ होता. त्यामुळे ती शिबिराकडे माघारी जाऊन ऐरावनला जिने मारले होते तिच्या मागावर ती आता जाऊ शकत होती. मनसाचे सैन्य रणांगणात पाय रोवून उभे होते व लढाईची शर्थ करीत होते असे कल्कीला दिसले. नागांचे पायदळ, तलवारी व ढालींनी निबद्ध होते. विभिषणाचे सैन्य घोडदळाचे होते व ते घोड्यावर आपापल्या तलवारींचा वापर करायला सिद्ध होते. सुपर्णांकडे धनुष्यबाण होते व ते गगनविहार करणारे होते. शुको आकाशात विहरत होता. देवदत्त चौखूर उधळायला तयार होता.

आणि विरुद्ध दिशेला कल्की कलीच्या सैन्याकडे पाहत होता.

सर्वजण सिद्ध होते.

कल्कीने आपली तलवार म्यानातून उपसली व तो ओरडला, “आक्रमण!”

दोघांचेही पायदळ एकमेकांना भिडले. मनसाने आपल्या घोडदळाला उजव्या बाजूने हल्ला करायची आज्ञा दिली.

"मी तिथे मध्ये जायला हवेय!" कल्की म्हणाला.

"नको" मनसाने स्पष्टपणे सांगितले, "गेल्या दोन दिवसांपासून मी सांगते त्यानुसार तू जेव्हा अगदी तुझीच आवश्यकता निर्माण होईल तेव्हाच कूच कर. तू दररोज सकाळपासून संध्याकाळपर्यंत लढण्याची गरज नाही. नाहीतर तू दमशील आणि जेव्हा तुझी खरी गरज असेल तेव्हा तू तिथे जाऊ शकण्याच्या परिस्थितीत नसशील."

गेल्या दोन दिवसात दोन्ही बाजूचे अनेक सैनिक मृत्यूमुखी पडले होते. कली व मनसाचे सैन्य पूर्ण दिवसभर लढत होते. दोन्ही दिवशी मनसाचे सैन्य कलीच्या सैन्याला भारी पडले होते. संध्याकाळी जेव्हा मनसाचे सैन्य विजयाच्या नजीक येत असे तेव्हा शत्रू दानवांना युद्धात पाचारण करीत असे. मग दानव मनसाच्या सैन्यावर तुटून पडत आणि सुपर्णांनाही आपल्या हाताने चिरडून टाकत. मग मनसाची माणसे बॉम्ब टाकीत असत. व कल्कीही राक्षसांना मारायला पुढे होत असे, तेव्हा कली आपल्या माणसांना माघारी बोलवत असे.

आज लढाईचा तिसरा दिवस होता व कल्की अधीर झाला होता.

शुको खाली आला व कल्कीच्या कानात कुजबुजला, "डावी बाजू उघडी पडलीय" व तो उडून गेला.

शत्रूची डावी फळी उघडी पडल्याची बघून कल्की हसला.

"आपण डावीकडून हल्ला का करत नाहीय." कल्कीने विचारले.

"कारण..." मनसा विचार करत थांबली, "त्यांच्याकडे...थांब...थांब... त्यांची डावी बाजू उघडी पडली आहे. तिथे रक्षणाला फारसे कोणी नाहीय. बरोबर ना?"

"ओह, बरोबर आहे. पण ही चूक आहे की डावपेच." कल्कीला नवल वाटले.

"हल्ला करायच्या गडबडीत कदाचित तिकडे सैन्य ठेवायला ते विसरले असावेत." तिने विभिषणाकडे पाहिले, "तुझ्या काही सैनिकांना घेऊन तू डावीकडे हल्ला करायला जा." विभिषणाने आपल्या काही अधिकाऱ्यांना डावीकडे जाण्याचा इशारा केला. अधिकाऱ्याने मान डोलावली व सैनिकांना तिकडे रवाना केले.

"तू त्यांचा जीव धोक्यात टाकतो आहेस? ही एक मुद्दाम केलेली व्यूहरचना असू शकेल."

"युद्ध हेसुद्धा जीवनाप्रमाणेच एक जुगार आहे."

विभिषणाच्या अधिकाऱ्याने डाव्या बाजूने जाऊन हल्लाबोल केला. शत्रूसैनिक चकित झाले.

"छान मला वाटतं की त्यांची ती चूकच होती." कल्की हसला. "तुझा जुगार आपल्याला फायद्यात पडला."

मनसाने हसून प्रतिसाद दिला नाही. ते आनंद व्यक्त करणार एवढ्यात तिथे दानव प्रकटला. फक्त एक. तो त्या सैनिकांना चिरडून टाकण्यासाठी डावीकडे गेला.

"बेचकी यंत्रे आणा!" तिने आपल्या अधिकाऱ्यांना ओरडून सांगितले.

कल्कीने दातओठ खाल्ले. त्याला हे अजिबात आवडले नव्हते. *मनसा दानवांना मारण्यासाठी सोमापासून बनवलेले बॉम्ब वापरत होती. हे जर सारे असेच चालत राहिले तर या युद्धाचे महायुद्धात रूपांतर होईल. मी इतिहासाची पुनरावृती होऊ देणार नाही.*

"नाही" कल्कीने मनसाकडे पाहून म्हटले.

"नाही म्हणजे काय?" मनसाने गोंधळून त्याच्याकडे पहिले.

"तू बॉम्बचा वापर करू नकोस."

"का?"

"कारण ते चुकीचे आहे."

"मी योग्य वागते की अयोग्य याचा विचार करायला माझ्याकडे वेळ नाहीय. हे युद्ध आहे. मला जिंकायचे आहे. दानवांवर बॉम्बशिवाय कुठलाही उपाय चालत नाही."

कल्कीने ओठ पुसले, "ओह, त्यांच्यावरचा उपाय माझ्याकडे आहे. मी त्यांना थोपवतो. मी परत येईपर्यंत तू बॉम्बचा वापर करू नकोस."

देवदत्त खिंकाळला आणि रणांगणावरील घुमश्चक्रीत तो घुसला.

<hr>

कल्की व त्याचा घोडा मनसाच्या सैन्यात जाऊन उभा राहिला. तो दानवांकडे जाऊ लागला. त्याच्या हातातल्या प्रचंड शिव-तलवारीने वाटेत येणाऱ्या सगळ्यांची राखरांगोळी करू लागला.

तो कमाल वेगाने दौडत होता. तेव्हा त्याला दानवांच्या देहाच्या आकाराची कल्पना आली. त्यांच्या एक पावलाखाली पाच-पाच सैनिक

चिरडले जात होते. राक्षस डाव्या आघाडीवर जात असताना कल्की घोड्यावर उभा राहिला.

"सद्गृहस्था, आता तयार आहेस ना?" देवदत्तने विचारले.

ते दानवांजवळ पोहोचतच होते. देवदत्त दौडत होता. तो त्या राक्षसांच्या पायाजवळून गेला तेव्हा कल्कीने घोड्यावरून उडी मारली व त्याच्या घोट्याला पकडले. आपल्या तलवारीची मूठ दातात पकडून तो राक्षसाच्या वरच्या अंगावर चढू लागला. राक्षस थांबला व तो कल्कीकडे पाहू लागला.

काय करावे हे न सुचून कल्कीही थांबला. दानवाने त्याच्याकडे पाहिले. मग हळूच दानवाने आपला हात कल्कीला धरण्यासाठी पुढे आणला.

कल्कीने एका हाताने दानवाचे कातडे पकडले व दुसऱ्या हाताने तलवार पकडली. व त्याची बोटे सहजपणे कापून काढली.

दानव कर्णकर्कश् आवाजात ओरडला. रणभूमीवरील प्रत्येकजण काय झाले हे बघू लागला.

चल, झटकन! तू ते करू शकतोस.

कल्की त्या राक्षसाच्या छातीपर्यंत चढून गेला. आता त्याचा दुसरा हात पुढे येऊ लागला. पण कल्कीने वेळ दवडला नाही. त्याने खोल श्वास घेतला व स्वत:च्या अंगातून येणाऱ्या लाल धुराकडे पाहु लागला व त्याने आपली तलवार त्याच्या अंगात खुपसली. छातीत खुपसलेली तलवार खाली नेत राक्षसाचे अंग कापून काढले.

दानव जमिनीवर कोसळताच सगळीकडे धुळीचा लोट पसरू लागला. त्याच्या अंगातून रक्त व त्याचे अवयव लोंबू लागले.

दानवाचा देह त्यांच्याच सैन्यावर कोसळला.

नाग व सुपर्ण मोठ्याने ललकारी देऊ लागले. कल्कीने तलवार म्यान केली व सैनिकांकडे पाहून हात हलवला.

आता तो लाल धूर तेजस्वी प्रकाशात पांढरा दिसू लागला. इतका सफेद की तो एखाद्या देवदूतासारखा दिसू लागला. त्याने रणभूमीकडे पाहिले. त्याला दूरवर दोन आकृत्या दिसल्या. त्या कलीच्या सेनापतींच्या होत्या. ते कल्कीकडे पाहत होते. ते आपापल्या रथावर आरुढ होते. त्यांची शस्त्रे तेजाळ उजेडात चमकत होती व त्यातील एकजण आपल्या तलवारीने कल्कीकडे निर्देश करत होती. कल्की गालातल्या गालात हसला.

आता मरण्याचा पुढचा मान तुमचाच आहे.

65

पद्माने आपल्या रुपेरी केसांना काळा रंग लावला होता. आता कली राजा झाला होता. त्याची माणसे शहरात फिरत होती, त्यामुळे ती वेगळे दिसण्याचा कुठलाही धोका पत्करू इच्छित नव्हती.

तिला काळजी घेणे प्राप्त होते.

ती रस्त्यावर भटकत असताना, तिने केसातून हात फिरवला. तिला आपण स्वत: 'तीच' आहोत असे वाटत नव्हते. आणि तीच त्यातली मेख होती. तिला तिंच खरं रूप दिसायला नकोच होतं. गर्दीत स्वत:ला मिसळून टाकायचे होते व अदृश्य व्हायचे होते.

ती ज्या रस्त्याने जात होती, तो आता अगदी निर्मनुष्य होता. ती मागील खेपेस जेव्हा इथे आली होती तेव्हा हा एक गजबजलेला असा बाजार होता. आता मात्र विक्री करणाऱ्या विक्रेत्यांच्या आवाजाऐवजी, स्वस्त वस्तु घेण्यासाठी देण्यात येणाऱ्या आरोळ्यांऐवजी फक्त भिकारी तिथे फिरताना दिसत होते. शक्य होईल तितका वेळ लोक दारे बंद करून आपल्या घरातच बसले होते. दररोज दंगेधोपे होत होते. काही लोक त्यांच्या नव्या राजावर क्रोधित झाले होते. काहीजण जुन्या राजावर संतापले होते आणि काही जणांना ही राजेशाहीच मान्य नव्हती. शहरात वातावरण असुरक्षित होते. कलीची माणसे रस्त्यावर गस्त घालीत होती व जर कोणी बंडखोर दिसला तर त्याला घेरत होती.

त्यामुळे पद्माला वाटत होते की आता जगाचा शेवटच जवळ आला आहे.

लवकरच ती एका लहानशा बोळात आली व जवळच्या खानावळीत जाऊ लागली. प्रचंड दुर्गंधी येत होती. बरेच लोक दारू पीत बसले होते. तर काहीजण हातातील मग/पेले नुसतेच वाजवत होते.

पद्माने मद्यालयातील सेवा देणाऱ्या मुलीकडे पाहिले. ती लहानश्या केसांची तरुण व जांभळ्या डोळ्यांची होती. ती टेबल साफ करून मद्य

देण्याच्या टेबलामागे जाऊन उभी राहिली. एक मोठे कपाट तिच्यामागे होते. त्यामध्ये विविध प्रकारच्या दारू व सुरा ठेवल्या होत्या.

मद्यालयातील पुरुषांच्या नजरा त्या मुलीकडे जाणाऱ्या पद्माकडे पडल्या. ती म्हणाली, "मला थोडीशी 'मूनशाईन' दे!"

त्या मुलीने पद्माकडे पहिले. तिचे डोळे भीतीने विस्फारले.

"रिना, कसं काय आहे?" पद्मा लबाडीने तिच्याकडे बघत हसली. ती मुलगी पळून जाऊ लागली. पण पद्माने तिचे केस धरले व तिला बाहेर खेचत आणले.

"तू मला फशी पाडलेस ना?"

"तिने मला धमकी दिली होती, मग मी काय करणार होते? मग मला तिला सांगावेच लागले की तू थांबली आहेस व तू आता नलकुवेराच्या किल्ल्याकडे निघाली आहेस."

पद्माने तिला इतक्या जोरात ठोसा मारला की तिचे काही दातच पडले. "तू तिला काहीही माहिती द्यायला नकार द्यायला हवा होतास. आपण मैत्रिणी होतो. वेदान्तच्या काळात झालेल्या इंद्रगडमधील बंडाच्यावेळी आपण एकत्र राहिलो होतो. तू माझ्या भावाला साहाय्य करशील असेही वचन तू मला दिले होतेस. मग तू मला असे का फसवलेस?"

पद्मा व रिनाभोवती लोक जमा होऊ लागले. वैतागलेल्या पद्माने आपली कट्यार काढली व सगळ्यांकडे रोखली. लोकांकडे पाहत, डोळे गरागरा फिरवत म्हणाली, "याद राखा, कुणीही एक पाऊल जरी पुढे टाकले तर मरण्याचा त्याचा पुढचा नंबर असेल."

लोक घाबरून मागे सरले.

पद्माने रिनाकडे लक्ष वळवले, "सांग, का केलेस तसे?"

"परिस्थिती बदलली आहे."

"आणि आता तुझे नशीबही बदलले आहे. आता तू लवकरच मरणार आहेस." तिने कट्यारीचे टोक रिनाच्या गळ्याजवळ आणले.

"नको, नको" रिनाने विनंती केली, "मी तुला मदत करेन. मी तुला सर्व काही सांगेन. माझे सगळीकडे संबंध आहेत. तुला काय माहिती हवीय ती विचार."

पद्माने कट्यार मागे घेतली. *मी हे कसे विसरू शकेन की रिनाला कोण, कुठे, केव्हा, काय करते आहे याची बित्तंबातमी असे.* "कलीच्या मनात काय आहे? त्याने त्याचे सारे कैदी कुठे ठेवले आहेत?" पद्माने

315

विचारले. तिला जेव्हा तुरुंगात ठेवण्यात आले तेव्हा तिच्या डोळ्यावर पट्टी बांधली होती. आणि ती जेव्हा तिथून बाहेर पडली तेव्हा ती कोठे आहे याचा तिलाच पत्ता नव्हता.

"तुझा आवाज खाली घे." रिना आजूबाजूला पाहत म्हणाली. बरेच लोक तिथून गेले होते, पण काहीजण तिथेच रेंगाळले होते. "बाई साहेब, राजाच्या मनात काय आहे ते मला अजिबात ठाऊक नाहीय. लोक आपापल्या घरातदेखील त्याच्याविषयी बोलायला घाबरतात. त्याने त्याचा साठा कुठे ठेवलाय याची मलाही कल्पना नाहीये. पण तू राजवाड्यातील तुरुंगात त्याचा शोध घेऊ शकतेस."

"कली त्याचे सर्वसाधारण कैदी तिथे ठेवत असेल. पण मी ज्या कैदयाचा शोध घेते ती खास व्यक्ती आहे, तिला त्याने खास जागीच ठेवले असेल. पण त्याचा अर्थ तू पूर्णपणे अत्यंत निरुपयोगी आहेस तर." पद्माने पुन: कट्यार काढली.

"थांब, थांब, थांब, मला एक गोष्ट माहितीये."

"कोणती?"

"हे बघ मला आपल्या राजाची आतली गोष्ट माहीत नसेल. पण मला यक्षराजासंबंधी काही माहिती आहे. तिचा तुला काही उपयोग आहे का?"

"त्याच्याबद्दल काय?" पद्माने कट्यार परत रिनाच्या गळ्याजवळ ठेवून विचारले.

"त्याने नुकतीच एक नाटक कंपनी काढली आहे. शहराच्या पश्चिमेकडे त्याला एक इमारत मिळाली आहे. तिथेच सारे कलाकार तालमी करत असतात. त्यांच्यातील एकाने मला सांगितले होते की त्यांना काही लोकांची हरकाम्या म्हणून किंवा वरकामासाठी माणसे हवी आहेत. सम्राट नलकुवेराने इंद्रगडसंबंधी किंवा राजा कलीबाबात एक नाटक लिहिले आहे, ते नेमके कुणावर आहे मला माहीत नाही."

पद्मा हसली. *आता काय करायचे ते मला ठाऊक आहे.*

"त्या कलाकाराने मला हेही सांगितले की सर्व कलाकारांना त्यांनी मुखवटे दिले आहेत. जे त्यांना तालमीच्यावेळी घालावे लागतात."

"मुखवटे?"

"होय, रंगीबेरंगी मुखवटे"

"ठीक."

पद्माने रिनाला तिथेच सोडले व ती वेगाने निघाली.

अर्जन, कृपा करून जिवंत अस. मला प्रथम नलकुवेराचा निकाल लावायचाय. मग मी तुझ्याकडे परत येते.

पद्मा आपल्या योजनेचा विचार करत असतानाच त्या इमारतीसमोर आली.

सम्राट कलीचे सर्वश्रेष्ठ नेत्याच्या रूपातले स्वरूप या नाटकात रंगवलेले आहे असे तिने लोकांकडून ऐकले होते. अनेक नागरिक नाटकाचे वेळी हिंसाचारयुक्त अशांतता पसरवणार होते पण त्या जागी प्रचंड प्रमाणात सुरक्षितता निर्माण केली गेली होती. अनेक रक्षक तिथे तैनात होते.

जेव्हा केव्हा तुम्हाला खुनाची योजना पार पाडायची असते, तेव्हा वस्तुस्थितीचा अभ्यास करणे गरजचे असते.

तिला आता इमारतीत प्रवेश करायचा होता. कदाचित या वेळी नलकुवेरा इतर कलाकारांबरोबर तालीम करत असेल असे तिला वाटले. तो जर आत असेल तर ती संधी साधून ती आपले ईप्सित पूर्ण करू शकली असती. तसं नसेल तर तिला तो तिथे येईपर्यंत त्या इमारतीतच राहण्याची काहीतरी क्लृप्ती शोधायला लागली असती. आणि तो जर आज आलाच नसता, तर तिला त्या नाटकात काम करण्याचा मार्ग शोधून जेव्हा केव्हा संधी मिळेल तेव्हा मारायला हवे होते.

पद्मा पूर्ण आत्मविश्वासाने मुख्य दाराकडे जाऊ लागली. तेवढ्यात दोन यक्ष-रक्षकांनी तिला अडविले.

"महोदया, तुम्हाला कुठे जायचे आहे?"

"मला इथल्या व्यवस्थापकांना भेटायचे आहे." तिने शांतपणे उत्तर दिले.

दोन्ही रक्षकांनी एकमेकांकडे पाहिले व ते मोठ्यांदा हसू लागले. त्यातील एकजण म्हणाला की, "व्यवस्थापक स्वतःच इथे तुम्हाला भेटायला येतील. इथून आत जायला बाहेरच्यांना परवानगी नाहीये."

"व्यवस्थापकांना जाऊन सांगा की या देशातील सर्वात उत्तम अभिनेत्री बाहेर येऊन उभी आहे म्हणून.'

रक्षक मागे सरला. मानेने होकार देऊन तो आत गेला. काही वेळाने एक उंच शालीन माणूस तिला भेटायला आला.

317

“उत्तम अभिनेत्री?” तो अविश्वसनीय आवाजात बरळला. लांबट चेहऱ्याच्या भुवया आक्रसल्या. व त्याने आपला लालभडक रंगाची गळपट्टी गळ्याभोवती नीट केली. “हा काय मूर्खपणा आहे? तू कोण आहेस?”

“मला सम्राट नलकुवेराबरोबर काम करायचे आहे.” पद्मा म्हणाली, “मी त्या संधीची वाटच पाहत होते. तसेच मी एक हुशार कलाकार आहे आणि मला ‘नाही’ ऐकायची सवय नाहीय.”

“आता सारे कलाकार नेमून झालेत. तुला यायला उशीर झालाय.” तो ओरडला. “माझा वेळ वाया घालवू नकोस.”

मला इमारतीत प्रवेश करायचाच आहे.

पद्मा जमिनीवर आडवी पडली व त्याला लोटांगण घालून म्हणाली, महाशय. कृपा करून मला ते काम करू द्या. मी तुमच्या पाया पडते. महाशय, मी तुमच्याकडे भीक मागते. मला काहीतरी खायला द्या. मी भयंकर भुकेली आहे. मी एक अनाथ मुलगी आहे आणि गेले कित्येक दिवस मी अन्नाचा कणही खाल्लेला नाही.

व्यवस्थापक बुचकळ्यात पडला. “माझे ऊंची बूट सोड व उभी रहा.”

पद्माच्या डोळ्यात अश्रू उभे राहिले. ती उठून उभी राहिली.

आपले हात दाबत व्यवस्थापक म्हणाला, “ठीक आहे. ठीक आहे. कोणी जर आजारी वगैरे पडले तर त्याचे तू काम कर.”

“नक्कीच महाराज.”

“आणि तोपर्यंत...” त्याने जमिनीवर पडलेला झाडू तिला दिला व म्हणाला, “ही फरशी साफ कर.”

पद्मा प्रयत्नपूर्वक हसली. अर्थात मनातल्या मनात. कारण काहीही करून तिला तिथे प्रवेश मिळवायचाच होता. नलकुवेराला मारायचा मार्ग तिला हुडकायचा होता.

“ठीक आहे.” तिने झाडू हातात घेतला, “महाराज, तुम्ही म्हणाल तसे.”

66

जंगलाच्या जवळ असलेल्या तंबूत काय घडते त्याची तपशीलवार माहिती मनसाच्या नवीन सेनापतीने तिला सांगितली होती म्हणून सूर्यास्ताच्या वेळी ती त्या जळक्या-फाटक्या तंबूची पाहणी करायला शिबिराच्या मागे गेली.

कल्कीने इतक्या सहजतेने दानवाचा खातमा केलेला पाहिल्यावर शत्रूसैन्याने ताबडतोब माघार घेतली होती. मनसानेही आपले सैन्य माघारी बोलावले. बरेच सैनिक लढाईमध्ये जखमी झाले होते. त्यांना विश्रांतीची गरज होती. तसेच काहीजणांना वैद्यकीय मदतीचीही आवश्यकता होती. पण ज्या तंबूत त्यांना ठेवायचे होते त्यांची हालत काय, कशी झालीय हे नवीन सेनापतीने सांगितले होते. मनसाला या हल्ल्यांमागे कुणाचा हात आहे हे माहीत होते. म्हणून तिने दातओठ खाल्ले.

कद्रू व तिची मुले.

ती घोड्यावरून उतरली व सैनिकांसमवेत, तीन इस्पितळांकडे जाऊ लागली.

त्यातील दोन वैद्यकीय केंद्रे आगीत भस्मसात झाली होती. राहिलेल्या एका केंद्रात ती शिरली. शेजारच्या राखरांगोळी झालेल्या केंद्रातील जखमींना इथेच आणले होते त्यामुळे तिथे खूप गर्दी झाली होती. उभे राहायलाही रिकामी जागाच शिल्लक नव्हती.

"मला प्रमुख वैद्यांशी बोलायचे आहे." मनसाने एका परिचारिकेला सांगितले. ती मान डोलवून पळाली.

मनसा थोडा वेळ थांबली. एका रक्षकाने पुन: जाऊन वैद्याला आणण्याची तयारी दर्शवली पण तिनेच त्याला स्वत:जवळ उभे राहायला लावले.

वैद्यबुवा कदाचित कुणाचा तरी जीव वाचवत असतील. ते आणि या परिचारिका याच खऱ्या महत्त्वाच्या व्यक्ती आहेत.

मग परिचारिका आली व मनसाला वैद्यांच्या तंबूकडे घेऊन गेली. वैद्यबुवा केशविहीन, पांढऱ्या दाढीचे वृद्ध गृहस्थ होते. ते काही कागदपत्रे बघत होते. सह्या करून परिचारिकेला देत होते. त्या धावपळ करत होत्या.

"ठीक तर महाराणी, सर्वत्र किती दुर्दैवी दृश्य आहे. आमचे हे लहानसे वैद्यकीय केंद्र तुम्ही पाहायला आलात." तो मृदू आवाजात म्हणाला.

ते किती थकले आहेत हे मनसा स्वतःच बघत होती. तो नागा होता. इथे येणाऱ्या साऱ्या जखमींचा ते जीव वाचवत होते आणि तिला त्यांचे साधे नावही माहीत नव्हते.

"एकूण कशी परिस्थिती आहे? जरा सांगाल का?"

"हे सर्व त्या हरामखोर बुरखाधाऱ्यांचे कृत्य आहे. नागांची जशी अंगावरची कात असते तसे त्यांचे ते बुरखे असतात." वैद्यांनी सुस्कारा सोडला. "महाराणी, आणि आमच्याकडे पुरेसे रक्षकही या शिबिरात नाहीत, हे तुम्हास माहीत आहे काय? त्यामुळे आपण त्यांना योग्य असे प्रत्युत्तरही देऊ शकत नाही. जळलेल्या-भाजलेल्या जखमींना, तसेच व्यवस्था पाहणारे डॉक्टरही जखमी झालेत-तेही आता आमचे रुग्ण झालेत. हे प्राणी...ते नृशंस आहेत...आणि विचित्र आहेत असे मला वाटते. मी त्यांच्यातल्या एकाला अगदी जवळून पाहिले आहे. आणि प्रामाणिकपणे सांगायचे तर त्याचे डोळे एखाद्या मोहिनीविद्येचा परिणाम झाल्यासारखे दिसत होते. ते स्थिर नव्हते. ते विशिष्ट गोष्ट पाहताहेत असे वाटत नव्हते."

"ते कोणातरी तिरस्करणीय, द्वेषयुक्ताची आराधना करतात." मनसा वैद्याला म्हणाली, "तिने स्वतःच त्यांना मोहिनी घातली असल्यास मला आश्चर्य वाटणार नाही. पण तुम्ही काळजी करू नका. तिचा योग्य तो समाचार लवकरच घेतला जाईल." वैद्यांच्या टेबलावरील कागदांच्या चळतीकडे, गठ्ठ्यांकडे तिने पाहिले. "वैद्यबुवा, तुम्ही फारच स्पृहणीय काम करीत आहात. आमच्या शिबिरात तुमच्यासारख्या व्यक्ती असणे हे आमचे भाग्यच म्हणायला हवे. मी तुमची खूप खूप आभारी आहे."

राणी फक्त स्वतःच्या विजयावरच लक्ष ठेवून नसते. तर ती आपल्या लोकांची, आपल्या जमातीची, आपल्या राज्याची काळजी घेणारी असते. मनसा या सूडयात्रेच्या प्रवासात ते सारे विसरून गेली होती. पण आता या वैद्यांचे व परिचारिकांचे प्रचंड श्रम, काम पाहून तिला आपले विचार बदलणे आवश्यक होते. *हे नक्कीच आहे की रणांगणावर जाऊन*

पराक्रमाची शर्थ करणे याला विशिष्ट धैर्य, निश्चयीपणा लागतोच, पण जखमींची शुश्रुषा करणे, त्यांचे जीव वाचवणे यालाही शौर्य, उमदेपणा व सेवावृत्तीची जोड लागते. युदधामध्ये फक्त सैनिकच महत्त्वाचे नायक नसतात. जंगमे वोभी जरूरी होते है!"

"माझ्या प्रिय मित्रा," ती म्हणाली, "मी इथली सुरक्षितता आणखी बळकट करते. आणखी रक्षक तैनात करते आणि आपण जे बोललो त्याप्रमाणे इथे कोणी हल्ला केला, त्याचाही माग काढते."

"महाराणी, मी ते समजू शकतो, धन्यवाद." त्याने आदराने मान तुकवली, "त्या हल्लेखोरांनी जंगलात सहारा घेतला असावा. आम्ही त्यांचा पाठलाग करू लागलो तेव्हा ते तिकडेच पळाले, आणि दुसरे म्हणजे मला खात्री नाही, पण आपल्या या आयुर्वेदिक औषधांच्या वासामुळे कदाचित ते आकर्षित झाले असावेत. त्यांनी आपली वैद्यकीय केंद्रे फक्त जाळली नाहीत तर आपली ही औषधेही त्यांनी माझ्या तंबूतून चोरली आहेत."

त्याच वेळी गस्तीवर गेलेला एक रक्षक आत आला व तो तिच्या कानात काहीतरी कुजबुजला.

"माझ्या माणसांना जंगलात कुठलेच शिबीर आढळले नाही." मनसाने असमाधानाने म्हटले.

वैद्यांना काय बोलावे ते सुचेना. ते खुर्चीत मागे रेलले फक्त.

ते इथेच कुठेतरी जवळपास असणार. माझे अंतर्मन मला तसे सांगतेय.

"महाराणी, तुम्ही फक्त जखमींना पाहायला आला होतात का?" वैद्याने विचारले.

मनसाने डोके हलवले, "माझ्याकडे तुमच्यासाठी भयंकर अशी योजना आहे. आपल्याला त्यांना पकडायचे आहे हे तुम्हाला माहीतच आहे. बरोबर?"

"नक्कीच. माझेही काही मित्र त्यांनी मारले आहेत."

"छान. माझी योजना ऐका!"

तो पुढे वाकला, "या योजनेत एक साधा डॉक्टर हवाय?"

"नुसते तेवढेच नाही तर ती योजना डॉक्टरांभोवतीच योजलेली आहे." आणि तिच्या ओठावर स्मित पसरले.

आता रात्र झाली होती.

वैद्यांचा तंबू जंगलाच्या जवळ नेण्यात आला होता. त्याभोवती व आत वैद्यांखेरीज कुणीच नव्हते. ते काही कागद वाचण्यात मग्न झाले होते. त्यांच्यामागे अनेक आयुर्वेदिक औषधांचा साठा ठेवण्यात आला होता.

अत्यंत योग्य आमिष.

मनसा जवळच्याच झुडुपात लपली होती. तिच्या चमकत्या निळ्या डोळ्याने ती अंधाराचा वेध घेत होती. आपली शस्त्रे परजून तिचे रक्षक तिच्या मागेच उभे होते.

"महाराणी, तुम्ही स्वत: आला नसतात तरी चालले असते. आम्ही सर्व काम योग्य रीतीने हाताळले असते." एकजण म्हणाला.

"नाही. या नतद्रष्ट माणसांबद्दल माझ्या मनात द्वेष आहे."

वैद्यांच्या तंबूचा दरवाजा मुद्दाम उघडाच ठेवण्यात आला होता. वैद्यबुवा उठले, शरीर ताणून पुन: पलंगावर झोपले व थोड्याच वेळात घोरू लागले.

किती कसलेला कलाकार!

ती 'मुले' जर आसपासच असतील तर त्यांना तिथे प्रवेश करायला व चोरी करायला काहीच प्रत्यवाय नव्हता.

मनसा जेव्हा लहान होती तेव्हा मधमाश्या कशा पकडायच्या, हे तिच्या वडिलांनी तिला शिकवले होते. मधमाश्यांना मधाची लालूच दाखवण्यासाठी, प्रत्यक्षात डिंक चिकटवून ठेवलेला असे, जेणेकरून मधमाश्या त्या डिंकाला चिकटत. या प्रकराला विभिषण 'मधाचा सापळा' म्हणत असे.

छान. हासुद्धा माझा मधाचा सापळाच आहे.

वैद्यबुवा झोपेत असल्याचे सोंग घेत असतानाच मनसा व रक्षक वाट पाहत होते.

अनेक तास उलटले. सारेजण थकले होते. काहीजण खाली बसले होते तर काहीजण पाण्याचे घोट घेत जागे राहण्याचा प्रयत्न करत होते. मनसालाही झापड येऊ लागली. आता ती झोपणार एवढ्यात तिला काही सावल्या दिसल्या. त्या तंबूभोवती होत्या. ती खाडकन सावध झाली.

"माझ्या सूचना लक्षात ठेवा." मनसाने रक्षकांना म्हटले.

वैद्याला ती मुले ठार मारणार नाहीत असे तिला वाटत होते. कालच्याप्रमाणेच ते फक्त औषधे चोरतील आणि एकदा का ते पळायला लागले की ती व रक्षक त्यांचा पाठलाग करून त्यांची लपण्याची जागा बघणार होते.

तिच्या अंदाजाप्रमाणे ती मुले कपाटांकडे गेली व तिथली मलमे व औषधांच्या गोळ्या आपल्या पिशवीत भरू लागली.

"महाराणी, ते वैद्यांवर हल्ला करणार नाहीत असे तुम्हाला का वाटले?" रक्षक कुजबुजला.

"माझी बहीण काय करू शकेल याची मला चांगलीच कल्पना आहे." मनसाने योग्य तेवढेच उत्तर दिले.

"चला, आपण जाऊ या." मनसा व रक्षकांचा पायांचा पालापाचोळ्यांवर आवाज येत होता. ते सुरक्षित अंतरावरून मुलांचा पाठलाग करत होते. मुले दबकत दबकत जंगलात जात होती.

आवाज न करता ते पाठलाग करत होते. पण तेवढ्यात एका रक्षकाचा पाय फांदीवर पडला व ती मोडल्याचा मोठा आवाज आला.

नाही!

मुलांनी मागे बघितले व ते जोरात पळू लागले.

आपल्यावर हल्ला होऊन आपण कदाचित स्वसंरक्षण करू शकणार नाही, याची पर्वा न बाळगा ती त्यांच्या मागोमाग जाऊ लागली. तिच्याकडे कुठलेही शस्त्रही नव्हते. बाकीचे रक्षकही पाठलाग करत होते.

मनसाने दोन मुलांना गाठले. बाकीचे रक्षकही जोरात पळत येत होते हे तिने पाहिले.

तिचे लक्ष क्षणभरच विचलित झाले. तेवढ्यात ती मुले जमिनीत गुप्त झाली. काय झाले हे तिला कळलेच नाही. मुले तिच्यादेखत नाहीशी झाली होती. मनसा काळजीपूर्वक पुढे झाली व ती मुले जिथे गुप्त झाली, तिथे पोचली. तिचे रक्षक शस्त्रसज्ज होऊन सावधपणे उभे होते.

आणि...तिला फांद्यांच्या दाटीवाटीमध्ये, पानात लपलेले एक बीळ दिसले. ते फारच काळजीपूर्वकपणे खोदलेले होते.

ते जमिनीच्या आत राहतात?

मनसाला बसलेला धक्का ती लपवू शकली नाही. ते बीळ मोठे वाटत होते. मुलांनी ते बीळ खोदले असावे. ते वरुणगडच्या त्या घटनेनंतर आले असावेत. कद्रूच्या लपण्याचा जागेचा शोध लागल्यामुळे तिच्या चेहऱ्यावर हसू पसरले. *आता मी ही संधी दवडणार नाही. शक्य होईल तितक्या जलदीने मला ह्या जागेला आग लावलीच पाहिजे.*

67

अर्जनने पुन: अनुभूतीच्या संपर्काचा प्रयत्न केला, तेव्हा तो एका जळक्या घरासमोर उभा असल्याचे त्याला दिसले. ते घर एका घनदाट निबिड जंगलाशेजारी होते. गुलाब व जाई जुई या फुलांचा वास दरवळत होता. त्यात जळक्या लाकडाचा वासही परिमळत होता.

हे सारे ओळखीचे का वाटतेय?

तो घरात गेला. आत कुबट वास येत होता. अर्जनने एक दीर्घ श्वास घेतला व तो मोठ्यांदा खोकला. त्याने लोखंडाचा वास ओळखला...त्याचबरोबर रक्ताचाही. सगळीकडे धूळ पसरली होती...जमिनीवर...मोडक्या...जळक्या वस्तूंवर...चित्रांवर...मधोमध एक माणूस सहाजणांच्या प्रेतांकडे पाहत उभा होता हेही त्याला दिसले. त्यात एक स्त्री व पाच मुले होते.

माणसाला झुपकेदार मिशा होत्या व त्याचे केस तेलकट होते. तो रडत होता. अश्रू पुसत त्याने अर्जनचा शोध घेतला व एक सुस्कारा सोडला.

"लोक देवाची पूजा करतात." तो म्हणाला, "किंवा ज्या लोकांवर ते विश्वास ठेवतात त्यांची. जेतेच फक्त इतिहास लिहितात. पण आमची कहाणी कुठाय?"

तो कोण आहे हे अर्जन आठवायचा प्रयत्न करत होता. त्या माणसाच्या पेहरावावरून तो शाही खानदानातला वाटत होता. पण तो कोण हे त्याला अजिबात आठवेना.

"तू कोण आहेस?"

त्या माणसाने निश्वास सोडला. "एखादा अवतार जगासाठी काय करतो हे तुला माहीत आहे का? तो नकळत काय काय वाईट करतो हे तुला माहितीये?"

"तुला काय म्हणायचेय?"

324

"ते निष्पाप लोकांचा काळ ठरतात, त्यांना मारतात" त्याने त्या मुलांच्या प्रेतांकडे निर्देश करून म्हटले, "लहान लहान अर्भकं!"

तो आता कुठे आहे हे अर्जनला ताबडतोब आठवले. त्याने अवतीभवती पाहिले, "हे ते लाक्षागृह आहे जे पांडवांना मारण्यासाठी बांधण्यात आले होते. कौरवांना, त्यांना जिवंतपणे जाळून मारायचे होते पण पांडव एका बोगद्यातून पळून गेले."

"विदुराने निषादांना बोलावले. ते व त्यांची आई घरात राहिली व ते पांडवांच्या ऐवजी मरून गेले. त्यामुळे साऱ्यांना वाटले की पांडवांचाच झोपेत नाश झाला." त्या माणसाने लाक्षागृहाच्या बांधणीकडे निर्देश केला. "त्यांनी मुलांना ठार केले आणि अवताराने त्या खुन्यांचीच बाजू उचलून धरली." त्याने नाकपुड्या फेंदारल्या.

"तू...दुर्योधन आहेस..." त्याने ज्याला गुप्तपणे पूजले होते 'तोच' हा माणूस आहे, यावर अर्जनचा विश्वास बसेना. गुरुकुलात असताना त्याला जेव्हा दुर्योधनाची कथा समजली होती, तेव्हा त्याला त्याच्याबद्दल मनोमन सहानुभूती वाटू लागली होती. पण हे त्याने कुणाला कळू दिले नव्हते. रास्त न्यायाने हस्तिनापूरचा वारस दुर्योधनाच होता.

दुर्योधनाच्या चेहऱ्यावरून अश्रु वाहू लागले. "शेवटपर्यंत, मीच अधर्म आहे हे मला माहीतच नव्हते. मला जे योग्य वाटत गेले तसा मी वागत गेलो..." दुर्योधन काही क्षण गप्प बसला. पण मग अचानक तो ओरडला, "त्याने मला पाठिंबा द्यायला हवा होता! लोकांनी माझ्याबद्दल काहीही खोट्यानाट्या कथा पसरवल्या होत्या. ते म्हणतात की मी गोविंदांचे सैन्य मागितले. पण खरंतर मला त्याच्याच पाठिंब्याची गरज होती. तोच मी मागितला होता. पण अर्जुनाने त्याचाच हेका पुढे चालवला. अगदी हुशारीने. अर्जुन त्याच्या पायाशी लवून उभा होता. त्या एकाच कारणाने त्यांनी त्याला साहाय्य करायचे ठरवले!" त्याने अर्जनकडे पाहिले. त्याचे डोळे लालबुंद झाले होते. "मी काही सैतान नाहीये. मी माझ्या साथीदारांशी प्रामाणिक होतो. माझा परममित्र-कर्णाशी मी प्रामाणिक होतो. मी शेवटपर्यंत योग्यच वागत होतो. मी कायम जे खरे होते, योग्य होते, त्यासाठीच लढलो. आता मला सांग की गोविंद हे चांगली सज्जन व्यक्ती होती का? माझे जेव्हा भीमाशी युद्ध झाले तेव्हाही माझ्या मांडीवर त्याला त्याने घाव घालायचा सल्ला दिला. आणि कमरेखाली वार करायचा नाही असा युद्धाचा नियम असूनही भीमाने तसेच केले!"

अर्जनला काय बोलावे हे सुचेना. दुर्योधनाचा संताप रास्त होता.

"गोविंदा जर का मध्ये आला नसता तर मी भीमाला नक्कीच पराभूत केले असते. हे तुला माहितीये का?" दुर्योधनाने लाक्षागृहाकडे पाहत उद्वेगाने म्हटले, "आणि मग राज्यात, माझ्या राज्यात शांतता प्रस्थापित झाली असती." तो म्हणाला. "पण नाही, त्यांनी मला ठार केले. आणि मग ते एकामागोमाग एक असे मरण पावले. आणि गोविंद...तुला ठाऊकच आहे त्याचे काय झाले ते?"

"त्याला बाण लागून तो मेला." "होय, पण मी त्यापूर्वीच्या काळासंबंधी बोलतोय. त्याचा खुन होण्या अगोदरच्या काळासंबंधी!" दुर्योधनाच्या डोळ्यात संताप दिसत होता. "द्वारका समुद्रात बुडाली. यादवांनी एकमेकांनाच मारले. गोविंदाने सारे काही गमावले. अगदी त्याचा मुलगासुद्धा. सरतेशेवटी तुमचे कर्मच महत्त्वाचे ठरते आणि मग वंशच्छेद आला. साऱ्या जगात वेगवेगळ्या आजारांचे साम्राज्य निर्माण झाले." तो म्हणाला. "आता आज पांढऱ्या घोड्यावर स्वार झालेला, अस्त्रांचा वापर करतोय, जी गोविंदांनी महायुद्धाचे वेळी वापरली होती आणि तो पुन: ती वंशविच्छेदाची वेळ आणेल. तुला तसेच व्हायला हवे आहे का?"

"तो तसे काही, कधीच करणार नाही." अर्जन पुटपुटला, त्यात अविश्वास होता. कल्कीला भेटून किंवा बघून त्याला अनेक दिवस होऊन गेले होते. *पण कुणी सांगावे आज त्याच्यात बदल घडला असेल तर?*

"तुझ्या स्वत्त्वाचा शोध घे. तुला तसे केलेच पाहिजे. नाहीतर अवतार पुन: काळरात्रीचे युग आणेल." दुर्योधन म्हणाला. तो अंतर्धान पावू लागला. "अधर्म असणे म्हणजे सैतान असणे नाही. अवताराच्या दृष्टीने जे योग्य आहे त्यावर अविश्वास ठेवून तू त्याच्या विरुद्ध बाजूस उभा आहेस. अर्जन, त्याला खाली खेचले पाहिजे. मीसुद्धा बरेच वर्षांपूर्वीच अवताराला नष्ट करायचे ध्येय ठेवायला हवे होते. पण मी ते केले नाही. तूही त्याच मार्गाने जायला मला नको आहे. काळजी घे. त्याच्याकडे शक्तीशाली तलवार आहे. तुझा तू शोध घे. म्हणजे मग तू त्याचा पराभव करू शकशील."

आणि मग तो पूर्णपणे अंतर्धान पावला.

एकाच जागी खिळून, खाली पडलेल्या शवांच्याकडे, अर्जन काही वेळ पाहत राहिला.

मग त्याने डोळे मिटले. त्याने ते उघडले तेव्हा तो तुरुंगात होता. या वेळी त्याला घाम आला नव्हता की त्याला धडधडत नव्हते. तो शांतपणे पलंगावर पडला. त्याच्या मनात अनेक विचार येऊ लागले.

कल्की आणि तो, घराभोवती कश्या फेऱ्या मारायचे, तिथे एकत्र बसायचे, आणि शांबलातील सर्वात उंच टेकडीवर जाऊन सूर्यास्त बघायचे, या सर्व गोष्टी त्याला आठवत होत्या. कल्कीचे और्ध्वदेहीक-अंतिम संस्कार कसे व्हावेत यासंबंधी त्यांच्यामध्ये झालेले संभाषण त्याला आठवले.

कित्येक वर्षांपूर्वीचे संभाषण.

"मला जाळू नका. मला ते नकोय." अर्जन म्हणाला, "मला जमिनीतच पुरावे. म्हणजे मी या मातीत, या पृथ्वीमातेच्या उदरात विलीन होईन. त्या पद्धतीनेच मला शांति लाभेल."

कल्की हसला. "आपल्या परंपरांच्या, धर्माच्या विरुद्ध तुला वागायचे आहे का?"

"हे माझे शरीर आहे. त्याबरोबर कसा व्यवहार करावा हे मीच ठरवणार."

कल्कीने अर्जनभोवती हात टाकला. "आपण केव्हा व कसे मारणार आहोत हे आपल्याला माहीत नसते. पण मला एक नक्की माहीत आहे की आपण नायक म्हणून, श्रेष्ठ व्यक्ती म्हणून ओळखले जाणार आहोत."

"तुला कुठे मरायला आवडेल?"

"मला? अं...इथे नक्कीच नाही. कदाचित अशा उत्तम जागी, जी माझ्याच मालकीची असेल." कल्की हसला.

"तू पण असा आहेस ना?"

"ओह. ठीक, तुला माहितीये का की मी काही हे जग बदलू शकत नाही." कल्कीने अर्जनच्या डोक्यावर टपली मारली. "आणि आजच्या या चांगल्या दिवशी मृत्यूबद्दलचे बोलणे थांबव. आपण आपल्या जीवनाचा पूर्णपणे उपभोग घेऊ या."

सध्याचा काळ

अर्जनच्या डोळ्यातून अश्रू वाहू लागले.

मी त्याला हे सांगू शकत नाही.

पण कदाचित...

मला ते सांगावेही लागेल.

68

दुसरा दिवस...दुसरी लढाई

का कुणास ठाऊक पण हे युद्ध लवकरच संपेल असे कल्कीला वाटत होते.

कल्की आत जायला थांबला होता. विभिषण रणांगणातील आपल्या पायदळ व घोडदळावर नजर ठेवून होते. शत्रूसैन्याशी ते लढत होते. शुको नेहमीप्रमाणे आकाशात घिरट्या घालत होता.

दानवांचा मागमूसही दिसत नव्हता. अर्थात ते चांगलेच होते. कारण कल्कीलाही आणखी एका दानवाशी लढायची इच्छा नव्हती. त्याने एका दानवाला झटक्यात कापून काढले असले तरीही त्यात त्याची खूप शक्ती गेली होती तसेच कमालीचे दुःख पचवावे लागले होते.

त्याच्या दुर्बिणीतून त्याचे सैन्य रणभूमीमध्ये चेंगरले जात असल्याचे त्याला दिसले.

"आता इथे मनसा असती तर चांगले झाले असते." कल्की विभिषणाला म्हणाला.

"मुला, ती नसतानादेखील आपण सारे काही नीट निभावून नेऊ शकू. तशी मला खात्री वाटते." विभिषणाने प्रत्युत्तर दिले. "माझा तुझ्यावर विश्वास आहे. मनसाला विश्रांतीची गरज आहे. ती आज रात्री जंगलात गेल्यावर, तिथे काय करायचे याचीही रूपरेखा तिला ठरवायची आहे."

पद्मा म्हणते तेवढा विभिषण निष्काळजी नाहीये. आतादेखील तो मला प्रोत्साहित करतोय, माझ्यावर विश्वास टाकतोय. कल्कीने डोळे मिटले व शुकोला संपर्क साधण्यासाठी लक्ष केन्द्रित करू लागला.

काय हालचाल आहे? कल्कीने त्याला विचारले.

ते रणाच्या मध्यात असलेल्या सैनिकांचा नाश करीत आहेत.

मलाही तसेच वाटत होते. तुला तिथे काही कच्चा दुवा वाटतोय का? जिथे शत्रूसैनिक कमी पडताहेत अशी जागा दिसतेय का? तसे असेल तर आपल्या सैनिकांना तिथे हल्ला करायला सांगू का?

थोडा वेळ गेला.

रणातील मध्यभाग छान संरक्षित आहे. तिथे रणभेरी वाजवणारेही हजर आहेत. ते शत्रूसैनिकांना मार्गदर्शन करीत आहेत.

तुला काही राखीव सैन्य दिसतेय का?

नाही. आणि एखादा राक्षसही तिथे नाहीय.

कल्कीने डोळे उघडले. त्याच्या मनात एक योजना तयार झाली होती. पण ती यशस्वी होईल का नाही ही शंका त्याला वाटत होती. तो त्याच्या नजीकच्या अधिकाऱ्याकडे वळला व म्हणाला, "मध्यभागी असलेल्या शत्रूच्याभोवती, उजव्या व डाव्या बाजूकडील सैनिकांना घट्ट कडे करायला सांग."

"पण जर त्यांनी आपले राखीव सैन्य हल्ला करायला पाठवले तर..."

"त्यांच्याकडे असे राखीव सैन्य नाहीय अशी खबर मला नुकतीच मिळालीय." कल्की म्हणाला, "सैन्याच्या तुकडीला ते कडे करायला सांग म्हणजे त्यांनी जर काहीही हालचाल करायचा प्रयत्न केला तरी ते तसे करू शकणार नाहीत. ते तिथेच अडकून पडतील व आपल्या सैन्याच्या तावडीत सापडतील."

अधिकारी हसला, "ही योजना खूप छान वाटतीये."

कल्की म्हणाला, "आणि शत्रूसैनिकांना मार्गदर्शन करायला रणभेरी वाजवणारे आहेत. त्यांच्या सेनापतीला बऱ्याच मोठ्या सैनिकांना आज्ञेत ठेवायचे असल्याने ते त्या ढोलवादकांची मदत घेत आहेत. ते वादक आपल्या सैनिकांवर कुठे व कसा हल्ला करायला सांगत आहेत. आपण त्यांनाच मारून टाकू. एकदा का ते नष्ट झाले की त्यांचे हल्ले एवढे शिस्तबद्ध राहणार नाहीत."

"तो म्हणतोय ते बरोबर आहे." विभिषणाने अधिकाऱ्याकडे वळत म्हटले. "सुपर्णांना उडत जाऊन मध्यभागी हल्ला करून त्या वादकांना ठार करायची आज्ञा दे."

अधिकाऱ्याने मान डोलवली व तो तिकडे गेला. लवकरच घोडेस्वार मध्यभागाकडे जाताना कल्कीला दिसले. त्याच्या वाटेत आडवे येणाऱ्यांना ते कापत सुटले होते. सुपर्णांच्या बाणांनी एकामागोमाग एक ढोलवादक मरत होते. या पवित्र्यामुळे शत्रुसैनिकांनी माघार घेतली

"तुझी योजना यशस्वी होते आहे." विभिषणाने कल्कीची पाठ थोपटत म्हटले, "तू जरी म्हणत असलास, की तू फक्त एक योद्धा आहेस, तरीही तू उत्तम योजनाकारही आहेस."

कल्की काहीच बोलला नाही. तो लाजेने लाल झाला. ह्या टिप्पणीचा तो परिणाम होता. त्याला समोरून दोन रथ येताना दिसले.

व त्या रथाच्या मागे एक दानव चालत होता.

"अरे बापरे!" विभिषण म्हणाला, "त्यांना ते आवडलेले नाही."

"मला ठाऊक आहे. मला वाटते की आता मला पुढेच जायला हवे."

मग देवदत्त खिंकाळला. रत्नामारुचा विचार डोक्यातून काढून कल्की पुढे झाला. त्याने आत येणाऱ्या दोन रथांवर लक्ष केन्द्रित केले.

कोको व विकोको.

सरतेशेवटी आपण आता लढणार तर.

69

पद्मा त्या नाटकमंडळींबरोबर दोन दिवस होती, पण तिला नलकुवेरा दिसला नव्हता. आज सकाळी तिने ऐकले होते की तो याच इमारतीत आहे. कलाकारांना सूचना देत आहे. पण पद्मा जागी होईस्तोवर तो निघूनही गेला होता. ती जमीन झाडत होती. आता पुढे काय करावे या विचारात ती होती. त्या नाटकात आपण असण्यासाठी काहीतरी उपाय करायला हवा होता. *ती माझी त्याला मारायची शेवटची संधी ठरणार होती.*

काल तिने कलाकारांना तालीम करताना पाहिले होते. नलकुवेरा तिथे उपस्थित नव्हता. परंतु एक कलाकार, ज्या प्रसंगात नलकुवेराही असणार होता, त्या एका प्रवेशाची तालीम करीत होता. त्यात तो कलीचे पात्र रंगवणार होता. नलकुवेरा त्यात एका मुखवटाधारीला भोसकून मारणार असतो व ती 'स्त्री' मनसा असते. ती स्त्री नागराणीची भूमिका करणार असते.

पद्माला 'काय करायचेय' हे माहीत असते. ती फरशी पुसत असताना मनाशीच हसली.

पुढच्याच दिवशी नाटकाचा प्रयोग होणार होता. व जी कलाकार मनसाची भूमिका करणार होती ती अचानक आजारी पडली.

पद्मा खिडकी धूत होती. तेव्हाच काही कलाकार त्या आजारी मुलीजवळ, तिच्याभोवती जमलेले तिने पाहिले. ती थंडीने थरकापत होती. तिला तापही होता. व्यवस्थापक विचारात पडला होता. ती आजारी मुलगी प्रयोगाआधी बरी व्हावी अशी तो प्रार्थना करत होता.

पण व्यवस्थापकाला हेही जाणवत होते की कुठल्याही जादूने हे शक्य नाहीये. काही वेळाने तो पद्माजवळ आला व म्हणाला, "मला वाटते की तुझी तयारी झाली आहे. तू आमच्या तालमी बघत असतेस. तुला फक्त त्या प्रवेशात रंगभूमीवर मरून पडायचे आहे. तू ते काम करशील का? तुला ते जमेल ना?"

पद्‌माने शांतपणे मान डोलवली.

व्यवस्थापक निघून गेला.

पद्‌मा त्या मुलीजवळ गेली. तिला घाम आला होता व ती खोकतही होती.

"मुली, तुला कसं वाटतंय?" पद्‌माने विचारले.

"फारच वाईट." ती म्हणाली व पुन: खोकू लागली. "मला थोडं पाणी दे."

पद्‌माने मान डोलवून एका भांड्यात पाणी ओतले व तिला ती ते पाजू लागली. तिचे पाणी पिणे झाल्यावर पद्‌मा पलंगाच्या शेवटी गेली व म्हणाली, "तुझे पांघरुण विस्कटले आहे ते ठीक करू का?"

"हो, हो, चालेल की! तुला हवे ते कर. फक्त हा जो भयानक दुर्गंध येतोय तो घालव. परमेश्वरा! एखादी उदबत्ती आणतेस का?" ती असे म्हणाली व तिला ग्लानी आली.

पद्‌माने पांघरूण नीट केले व वास कशाचा येतोय हेही पाहिले. काल रात्री जेव्हा या मुलीने खूप दारू ढोसली होती, तेव्हा पद्‌मानेच तिला तिच्या पलंगावर आणून झोपायला मदत केली होती. ती मुलगी पार 'धूत' झाली होती. तेव्हा पद्‌माने तिच्या काखेत कांद्‌याच्या चकत्या ठेवल्या होत्या. रात्र शांतपणे पार पडली, पण त्या मुलीला सर्दी पडसे व ताप आला होता. अगदी पद्‌माच्या योजनेनुसार सारे घडले होते.

तिने हळूच त्या कांद्‌यांच्या चकत्या काखेतून काढून टाकल्या.

"शांत झोप" पद्‌मा हसली. तिची योजना यशस्वी झाली होती. तिला हे करणे क्रमप्राप्तच होते. त्या नाटकात भाग घ्यायला मिळण्यासाठी यापरता दुसरा मार्गच नव्हता.

आता नाटकाची वेळ झाली.

स्वत:वरच खूश होत ती हसली. तिने त्या मुलीचा रंगीत मुखवटा घेतला व आपल्या चेहऱ्यावर घातला.

70

मनसाने आपल्या माणसांना तो खड्डा जिथे होता तिथे आणले. ती कलीशी होणाऱ्या युद्धाची समाप्ती होईपर्यंत थांबू शकत नव्हती. तिला काही नाग व मानव सैनिक तिच्याबरोबर जंगलात जाण्यासाठी हवे आहेत असा तिने निरोप पाठवला होता. त्या दिवशी कल्की व विभिषण युद्धभूमीवरील सर्व काळजी घेतील अशी तिला खात्री होती. सर्व प्रथम तिला कद्रूचा बंदोबस्त करणे *क्रमप्राप्त* होते.

काल तिच्याकडे शस्त्र नव्हते. पण आज तिने ते बरोबर घेतले होते. तसेच जास्त सैनिकही बरोबर होते. नाग तसेच मानव सैन्यालाही तिने तिच्याबरोबर यायची आज्ञा दिली होती.

ती मुले युद्ध छेडतीलच पण माझी माणसे त्यांचा योग्य तो समाचार घेतील.

सारी माणसे त्या खड्ड्याभोवती जमली व त्यांनी विचारले की, "महाराणी, आपण आता काय करायचेय?"

"त्या मुलांचे लक्ष विचलित करा." तिने सौम्य हास्य करून म्हटले, "मी जेव्हा आत जाईन तेव्हा तुम्ही दोघांनी माझ्या मागोमाग यायचेय. चला तर मग."

तिने दोघांना म्हटले. आता ते आत उडी घेणार एवढ्यात ती थांबली व म्हणाली, "मला तुम्हा सर्वांचा अभिमान वाटतोय. माझ्याबरोबर तुम्ही या लढाईत सामील आहात त्याबद्दल धन्यवाद."

महाराणीने त्यांचे आभार मानले, त्यांचा बहुमान केला याबद्दल सैनिकांना चांगले वाटले. आता ते खड्ड्यात उडी मारणार एवढ्यात काही 'मुले' अचानक आली व त्यांनी सैनिकांवर हल्ला केला.

दोन नाग सैनिकांसमवेत तिने समोरचे दृश्य पाहिले. ती मुले व तिचे सैनिक एकमेकांना भिडले होते व लढत होते.

मनसाने एक धारदार सुरा काढला व उडी मारली. त्या दोन नागांनी व इतरांनीही खड्ड्यात उडी मारली. मुलांनी तिचा पाठलाग करु नये म्हणून काही सैनिक मागे राहिले.

मोठ्या आवाजानिशी ती खाली आली. कण्हत-कुथत तिने सारी शक्ती एकवटली व ती उभी राहिली. बाकीचे सैनिकही तिच्या मागोमागच उतरले. आता ते एका बोगद्यात आले होते. तिथूनच ते गुहेकडे जाऊ शकत होते.

मनसा व इतर पुढे जात असतानाच एका मुलाने तिच्यावर झडप घातली. तिने त्याच्या अंगात सुरा भोसकला व त्याला फेकून दिले.

आता आणखी मुले त्यांच्यावर झेपावली. पण आज तिला कद्रूची भेट घ्यायला परमेश्वरही रोखू शकला नसता. आज ती आपल्या बहिणीला निश्चितपणे निजधामास पाठवणारच होती. तिने त्या मुलांना भोसकले व सहजपणे ती पुढे झाली. तिची माणसेही इतर मुलांचा समाचार घेत होती.

ती गुहेत आल्यावर तिने पाहिले की तिच्याकडून चोरलेली औषधे भिंतीशी ठेवलेली होती. ती आत आत जात राहिली. तिथे एक आगीचा दिवा लागला होता तिथे ती पोचली. जमिनीवर बसलेल्या माणसाभोवती एक प्रकाशाची तेजोरेखा पसरली होती.

कद्रू!

तिच्याभोवती तिची 'मुले' होती व ती कुठल्याही क्षणी मनसावर झडप टाकतील अशा पवित्र्यात होती, पण मनसाची माणसेही तिच्या मदतीला आली. त्यांनी आपापल्या गदा उंचावल्या व त्या मुलांना मारायला सुरवात केली.

मनसा कद्रूजवळ आली. ती अजूनही शांतपणे बसली होती. तेवढ्यात तिने सापांची हीस हिस ऐकली.

मला यांचा प्रचंड तिटकारा व किळस आहे.

ते दोन साप होते. मनसा थोडीशी मागे सरकली. तिच्या हातात तिचा सुरा होताच. सापाने डंख मारण्यासाठी पुढे येताच तिने बाजूला उडी मारली व दुसऱ्यालाही तिने चुकवले.

मी सारखीच बाजूला होऊ शकणार नाही!

एक खोलवर श्वास घेऊन मनसा ओरडली व तिने आपल्या सुऱ्याने एका सापावर नेम धरला. तो सापाच्या अंगातून पार गेला व तो मरून खाली पडला.

334

मनसा आनंदली पण तो आनंद जास्त वेळ टिकला नाही. दुसरा साप तिच्या दिशेने सरपटू लागला.

आता मनसाकडे कुठलेच शस्त्र नव्हते.

आपण पळून जावे असे तिला वाटले, पण कद्रू तिच्या वाटेतच उभी होती. तिला रांधी हती होती.

मनसा गुहेत आतमध्ये कद्रूजवळ जाऊ लागली तेवढ्यात दुसऱ्या सापाने तिच्या हातावर डंख मारला. ती दु:खातिरेकाने किंचाळली.

माझ्यावर विषप्रयोग झाला आहे. मी आता मरणार आहे. पण मी कद्रूला माझ्याबरोबरच मृत्युलोकात घेऊन जाईन.

ती कद्रूकडे जावू लागली. ती आश्चर्य वाटून उभी राहिली. मनसा अजूनही जिवंत असेल असे तिला वाटले नव्हते. तिला काहीही कळायच्या आधीच, ती एक शब्दही बोलण्याआधीच मनसाने आपला विषप्रयोग झालेली हाताची जागा, तिच्या तोंडात दाबून धरली, ज्यायोगे तिचे विषाने भरलेले रक्त कद्रूच्या तोंडातून पोटात जाईल.

जसे ते रक्त तिच्या तोंडातून पोटात गेले, तसे आधीच जी अशक्त झाली होती व मोडून गेली होती, तिच्या अंगात ते विष भिनू लागले. ती जमिनीवर पडली. मनसा गुडघ्यावर बसली व तिला ठोश्यांनी तडाखे देऊ लागली.

"कृपा करून मला मदत कर!" कद्रू विनवणी करू लागली.

"मला तुझा तिरस्कार वाटतोय!"

मनसाने जवळच पडलेला एक दगड उचलला व त्याने कद्रूचे तोंड ठेचले. तिचे नाक पूर्णपणे मोडून गेले.

ती पुन:पुन: दगड मारत होती.

कद्रूचा चेहरा रक्ताने भरून गेला.

तरीही ती मारत राहिली.

"अगं विकृत स्त्रिये, तू परत येणार नाहीस याची मला खात्री करून घ्यायचीय."

मनसाने मारणे न थांबवता म्हटले. त्या मुलांचा फडशा पाडून तिची माणसे तिथे आली. ते काळजीने तिच्याकडे पाहत होते.

"महाराणी, ती केव्हाच मेली आहे." एकजण म्हणाला.

मनसाने कद्रूच्या चेहऱ्याकडे पाहिले. खरंतर आता 'जे काही' त्या जागी होते ते बघितले. तिने स्वत:च्या चेहऱ्यावरील रक्त पुसले व सुटकेचा श्वास सोडला. "मला ती औषधांची पेटी द्या. माझ्या शरीरातील

उरले सुरले विषही काढून टाकण्यासाठी मला काहीतरी औषध घेतले पाहिजे."

औषध घेऊन ती परत आली तेव्हा एवढेच म्हणाली, "चला, आता मी यातून कायमची सुटले."

71

सारे रथ त्याच्या दिशेने येत होते. कल्की अजूनही रणांगणाच्या मध्येच होता.

दानव त्यांच्या सैन्याच्या दिशेने येत होते त्यामुळे कोको व विकोकोचा समाचार आधी घेणे अत्यावश्यकच होते व त्याने जर दानवांचा खातमा आधी केला नाही तर ते सैन्य मृत्युमुखी पडणार होते.

मनसाला त्या बॉम्बचा उपयोग करू नकोस असे मी बजावले आहे, नाहीतर त्याच्या मृत्यूचे खापर माझ्यावर फोडले जाईल

कोको व विकोकोच्या रथांनी त्याच्याभोवती कडे केले, त्याच वेळी कल्कीने आपली तलवार परजली.

विकोकोचा रथ एवढ्या जोरात त्याला ओलांडून गेला की कल्की काहीच हालचाल करू शकला नाही. रथाच्या किनारीने त्याच्या खांद्याला जखम केली. विकोको तिच्या भावासमवेत हसू लागली.

कल्की विकोकोकडे जाऊ लागला तसे कोकोने आपला रथ त्याच्याकडे वळवला व आपल्या तलवारीने देवदत्तवर वार केला.

ही माणसे भयंकर वैताग आणताहेत. देवदत्त म्हणाला, *आपण एका वेळी एकाला मारू शकत नाही.* कल्की म्हणाला, *सगळ्यांनी एकदम ते करायला हवे.*

मालक, मग आता पुढची काय योजना आहे?

कल्कीने दीर्घ श्वास घेतला व परिस्थितीची पाहणी केली. त्याला रथाच्या किनारीमुळे होणाऱ्या संभाव्य जखमेपासून तो थोडक्यात वाचला होता. ते दोघे जुळे भाऊ बहीण हसत होते.

"मी आज्ञा दिली की तू एकावर व मी दुसऱ्यावर चाल करून जाऊ या." कल्की म्हणाला, देवदत्तने मान डोलवली.

मग कल्की ओरडला, "माझ्यावर आक्रमण करा ना!" विकोकोने आपला रथ त्याच्याकडे वळवला. आपली तलवार घट्ट धरून

पूर्ण आत्मविश्वासाने ती त्याच्यावर चालून आली. कल्की जेव्हा हल्ला करेल तेव्हा कोको मागून त्याच्यावर घाव घालेल हे तिला माहीत होते.

पण कल्की तसे होऊ देणार नव्हता.

"पळ!" तो ओरडला व त्याने घोड्यावरून उडी मारली.

देवदत्त कोकोवर चालून गेला व त्याने त्याचा विकोकोकडे येण्याचा मार्ग रोखला. कल्कीने विकोकोच्या रथावर उडी मारली. त्याने तिच्या घोड्याचा लगाम आपल्या हातात खेचून घेतला व झटक्यात हालचाल करून आपली तलवार तिच्या पोटात खुपसली.

कल्कीने तलवार बाहेर काढताच तिच्या तोंडातून रक्त येऊ लागले. विकोकोला जमिनीवर ढकलून त्याने चकित झालेल्या व व्याकूळ झालेल्या कोकोच्या चेहऱ्याकडे पाहिले.

देवदत्ताने कोकोच्या घोड्यांना लाथ मारली, तसा त्याचा रथावरून तोल गेला. कोको घोड्यांना शांत करत असताना कल्कीने आपली तलवार त्याच्या दिशेने फेकली. तिने आपले काम केले. कोको क्षणार्धात मरून पडला.

कल्कीने रथातून उडी मारली व तो देवदत्ताकडे धावला. दोघांनाही आनंद झाला. कोकोच्या अंगात खुपसून राहिलेल्या त्या तलवारीकडे देवदत्त गेला. कल्कीने ती उचलली व तो दानवांकडे जाऊ लागला. ते आता कल्कीच्या सैन्याला चिरडून टाकायला निघाले होते. त्याचे सैनिक घाबरले होते व ते सैरावैरा पळू लागले.

थांबा. माझ्यासाठी थोडा वेळ धीर धरा.

देवदत्त विद्युतवेगाने दानवाच्या पायावरच चढू लागला. कल्कीने उडी मारून त्याची तलवार दानवाच्या घोट्यावर चालवली. त्याबरोबर त्याचा पाय तुटून अलग झाला. त्याबरोबर दानव जमिनीवर कोसळला. तेवढ्यात देवदत्त पुढे झाला. कल्की त्यावर आरुढ झाला.

तलवारीने नेहमीप्रमाणेच लोण्यासारखे मांस ओरबाडून काढले होते. राक्षसाचा तोल गेला व तो गुडघ्यावर बसला.तो जखमी झालेला पाय धरून बसला.

तो उठू लागला तेव्हा कल्कीने त्याच्याभोवती फेर धरला. त्याने उडी मारली व दानवाच्या हातावर आला. कल्की काळजीपूर्वक पण जलदीने त्याच्या खांद्यांपर्यंत आला व त्याने आपली तलवार राक्षसाच्या डोळ्यात खुपसली.

राक्षसाने जीवघेणी किंकाळी फोडली. तो कल्कीवर गुरगुरू लागला. त्याने आपला हात त्याच्याकडे केला. त्याला कल्कीला चिरडायचे होते. पण कल्कीनेच त्याची बोटे छाटून टाकली.

दानवाच्या हातातून रक्ताची चिळकांडी उडली. त्यामुळे दानव दुःखातिरेकाने ओरडू लागला.

दानवाचे कातडे धरून कल्की त्याच्या छातीवर आला. त्याने दीर्घ श्वास घेताच त्याच्या अंगातून लाल धूर येऊ लागला. तलवार घट्ट धरून त्याने जोरात गर्जना केली व दानवाचे शीर कापून टाकले.

सर्वजण लढायचे थांबले व त्या शीरविहीन धडाकडे बघू लागले. दानवाचे प्रेत जमिनीवर कोसळले. कल्की त्या प्रेतावर उभा राहिला. त्याच्या तलवारीतून दानवाचे रक्त ठिबकत होते. सारेजण हे दृश्य चकित होऊन बघतच राहिले.

72

इतर मुखवटाधारी कलाकारांबरोबर पद्मा पडद्यामागे उभी होती. तिचे डोळे तिच्या शत्रूवर-लक्ष्यावर-नलकुवेरावर-रोखलेले होते. तो त्याचे पात्र चांगलेच रंगवत असे. प्रेक्षक त्याच्याकडे अवाक होऊन पाहत असत. आता रंगमंचावर लढाईचे दृश्य सुरू होते.

पद्मा तिचा प्रवेश कधी येतोय याची वाट पहात होती. ती पावलांनी ताल धरत होती. तेव्हाच तिला आवाज ऐकू आला, "ते शव कुठे आहे? कलेवर कुठे आहे?"

पद्माने हात वर केला.

"तू तिथे काय करते आहेस? तुझ्या पुढच्या प्रवेशाची वेळ झाली आहेना!"

पद्माच्या ते लक्षात आले नव्हते. ती आता तिच्या ध्येयाच्या अगदी जवळ आली होती.

आता काहीही अनिष्ट किंवा अडचण येईल असे घडणार नाही अशी आशा करू या.

तिच्यासमोर एक खाट आणली गेली. शांतपणे ती त्यावर झोपली. मग मदतनिसांनी ती खाट जिथे तो प्रवेश होणार होता, तिथे आणून ठेवली. तिची खाट नलकुवेराजवळ आणण्यात आली. त्याबरोबर तिच्या हृदयातली धडधड वाढली.

मुखवटा न घालणारा तो एकमेव होता. एक नकली-बनावट रबराचा चाकू त्याच्या हातात होता. त्याने तो पद्माच्या छातीजवळ आणला.

"आता..." तो म्हणाला, "आता मी माझ्या शत्रूला मारणार आहे. त्या सैतानी, कैदाशीण नागराणीला ठार करणार आहे. यापुढे माझ्या प्रजेला कोणताही साप-नाग त्रास देणार नाही." नलकुवेरा खाटेजवळ गुडघे टेकून

म्हणाला. त्याच्या चेहऱ्यावर आनंद भरून वाहत होता. तो पद्‌माला कुजबुजत्या आवाजात म्हणाला, “इथे तूच आहेस हे मला ठाऊक आहे.”

तिच्या शरीरातून एक थंड लहर चमकून गेली.

काय?

“तू तुझ्या केसांचा रंग बदललास म्हणून मी तुला ओळखणार नाही असे तुला वाटले का? एका साफसफाई करणाऱ्या स्त्रीबद्‌दल व्यवस्थापक मला बोलला होता दोन दिवसांपूर्वी. तू जेव्हा याच इमारतीत शांतपणे झोपली होतीस तेव्हा मी तुला पाहिले होते.” त्याची कुजबूज चालूच होती. “पण तू काळजी करू नकोस. मला या प्रयोगात नाट्‌यमयता हवीच आहे. आणि या साऱ्यांपुढे तुला मारण्याने ती नक्कीच जाणवणार आहे. माझ्या आईला हवे होते तसेच घडेल. सरतेशेवटी, मी शत्रूकडील कुणालाही घाबरत नाही हे साऱ्या शहराला कळलेच पाहिजे असे तिला वाटतेय.”

नलकुवेराने तलवार तिच्याजवळ आणली. त्याने त्यावर आपला अंगठा ठेवला, त्याचवेळी पद्‌माच्या लक्षात आले की ती तलवार खोटी नाहीय. ती रबरी नव्हती तर खरीखुरी होती.

ती तलवार तिच्या गळ्याच्या जवळ आली तेवढ्यात प्रेक्षकांत एकच गोंधळ माजला. गोंधळून, काय झालं आहे ते बघण्यासाठी नलकुवेरानेही मान वळवली. सडकी अंडी व टोमॅटो घेतलेल्या काही लोकांना रक्षकांनी पकडले. काहींच्या हातात दगडही होते. लोक रक्षकांशी झोंबाझोंबी करत होते. आम्हाला कोणीही राजा म्हणुन नकोय-ना कली ना इतर कोणी. सारे राजे भ्रष्टाचारी होते आणि प्रजेची कोणतीही काळजी घेत नाहीत, असे त्यांचे म्हणणे होते.

“नाही, नाही, हे असे घडायला नको होते, ” तो पुटपुटला. “जर काही दंगा, धोपा झाला तर मी त्याची काळजी घेईन असे कली म्हणाला होता.”

मला आता हीच अखेरची संधी आहे.

क्षणार्धात तिने आपला लपवलेला सुरा काढला व तो त्याच्या गळ्यात खुपसला. नलकुवेराचे डोळे त्या आघाताने व आश्चर्याने बाहेरच आले. पद्‌माने त्याला बाजूला सारले व ती उठून बसली.

“का...का...मनसाने तुला का पाठवलेय?”

पद्‌मा त्या मरणोन्मुख माणसाजवळ बसली व म्हणाली, “नाही, तिने नाही. मला रत्नामारूने पाठवलेय!” तिने त्याचे केस धरले. तो बोलायचा प्रयत्न करत होता. “आठवतीये ना तुला ती?”

"कोण आहे ती?"

"तुझ्या भावाची बायको."

"पण...पण..." त्याचा चेहरा पांढराफटक पडला होता.

"मी माझ्या मैत्रिणीचे उर्वरित काम पार पाडत आहे. आणि आता ते खऱ्या अर्थाने पार पडले आहे." तिने आपला सुरा त्याच्या गळ्यातून बाहेर काढला.

रक्ताची चिळकांडी उडाली व नलकुवरा मुसमुसून रडू लागला.

पद्माने प्रेक्षकांकडे पाहिले. यक्ष-रक्षक त्यांच्या दंग्याकडे पाहत नव्हते, तर ते तिच्याकडे येऊ लागले.

मला आता निसटलेच पाहिजे.

तिने त्या गर्दीत स्वतःला झोकून दिले. रक्षक तिचा पाठलाग करू लागले. पण वाटेत अनेक लोकांनी त्यांची वाट रोखून धरली होती. त्यांच्यात ओढाताण सुरू होती.

पद्माने मुखवटा फेकून दिला.

यक्ष तिला हुडकत असतानाच ती खुशीत येऊन हसली. पण ते तिची सावलीही पकडू शकले नाहीत.

आता प्रचंड दारू पिऊन धूत व्हायचे आणि मग कल्की बरोबर अर्जनला शोधायला जायचे.

73

गेल्या दोन दिवसांपासून कलीला खूप वैताग झाला होता. साऱ्या शहरात अंदाधुंदी पसरली होती. लोकांनी नाटकाचे नीट स्वागत केले नव्हते. नलकुवेराचा खून झाला होता. दानवांसकट त्याचे बरेचसे सैन्य नष्ट झाले होते. राखीव सैन्यही संपले होते. कोको व विकोकोचा मृत्यू झाल्याचे ऐकून कली व दुरुक्तीची मानसिकता ढासळली होती.

आता पुढे काय होईल या काळजीने दुरुक्तीलाही चिंता वाटत होती. ती कलीच्या खोलीकडे जात असतानाच तिने एका रक्षकाला घाईघाईने तिथून, दरवाजा उघडाच टाकून जाताना पाहिले.

दुरुक्ती खोलीत गेली. कली खूप दमून भागून टेबलावर ओणवा झालेला तिने पाहिले. आताच आलेले एक पत्र तो वाचत होता. मग त्याने आपला हात केसातून फिरवला. *याहून आणखी काही वाईट बातमी आहे का?*

"दुरुक्ती, इकडे जवळ ये." कली वळून म्हणाला. क्षणभर ती गोठून गेली.

काहीही आवाज होणार नाही ही काळजी घेऊन ती तेथे आली होती, असे असूनही त्याला ती आल्याचे कळले होते.

मग तिने मनाशीच पक्की गाठ घातली. मी त्याला घाबरणे थांबवले पाहिजे.

तिने दीर्घ श्वास घेतला व आपल्या वेड्या, काळ्या भावाकडे आली. तो कधी नव्हे इतका सुंदर दिसत होता.

"तू काय करतो आहेस हे बघायला मी आले होते." दुरुक्ती म्हणाली.

"ते ठीकच आहे" तो खुर्चीत धापकन बसत म्हणाला, "तुला तुझ्या आयुष्यात काय हवे आहे याचा कधी तू विचार केला आहेस का?...म्हणजे इथे फक्त माझी बहीण म्हणून वावरण्याव्यतिरिक्त?"

दुरुक्ती म्हणाली, "बरेच दिवसांपासून माझ्या मनात, एक गुरुकुल स्थापन करून तिथे आपण शिकवावे असे आहे."

343

"गुरुकुल? आणि तेही एका असुर स्त्रीने चालवलेले?" कली हसला. "मत्प्रिये, ते फक्त आदर्श अशा जगातच शक्य आहे."

"तशी वेळ लवकरच येईल अशी मला आशा आहे." तिने नजर खाली झुकवून म्हटले, "आदर्श समाज रचनेत साऱ्या जमातीतील स्त्रियांना समान मानले जाईल, व अशी वेळ लवकरच येईल अशी मी आशा करते."

"हं...खरच छान कल्पना आहे. बाली कसा आहे?"

"छान. त्याला आणखी किती दिवस तुरुंगात ठेवण्याचे ठरवले आहेस?"

"ते मलाच माहीत नाहीय. त्याला बाहेर सोडायची मलाच भीती वाटतेय. मी शहराचा कारभार हाती घ्यायलाच नको होता, असे मला वाटतेय. सारे शहर वेडे झाले आहे. लोक माझा अजूनही तिरस्कार करताहेत. आणि त्यात मी हे युद्धही कदाचित हरेन. माझी अनेक माणसे या युद्धात मरण पावलीत. आणि मी तीन दानवही गमावलेत. आता फक्त एकजण शिल्लक राहिलाय. माझा एकमेव असलेला मित्रही माझ्यापासून दूर गेलाय." त्याच्या डोळ्यात अश्रू जमा झाले होते. "आणि हे सारे काय झाले याचाच मी विचार करत राहिलोय!"

दुरुक्ती स्तब्ध झाली होती.

"हे सारे तुझ्यामुळे झालेय" त्याने तिच्याकडे बोट दाखवले, "तुला या भंगार गावात जायची इच्छा झाली. तू जर इथे आली नसतीस तर आपणही कधीच इथे आलो नसतो."

"मला तुला वाचवायचे होते. तुला माझ्यावर हा आरोप करायचे धैर्य झालेच कसे? हे शहर तुझ्यामुळे आज आगीच्या भक्ष्यस्थानी पडले आहे."

"तू काय करायचा प्रयत्न करत होतीस, असा प्रश्नच निर्माण होत नाही. आताची परिस्थिती पहा. तू जे काही केलेस त्यामुळे मी असा विचित्र वागू लागलो. म्हणजेच जे काही घडते आहे त्याला तूच कारण आहेस. तू हे सारे सुरू केलेस."

दुरुक्तीने नाकपुड्या फुगवल्या. तो भित्रा आहे. स्वतःच्या चुकासुद्धा तो कबूल करत नाहीय. मी त्याला वाचवायचा प्रयत्नच करायला नको होता.

त्याने आपला पेला उचलला व त्यातील द्रव्य एकाच घोटात पिऊन टाकले. "मला रक्तपाने प्रतिसाद दिला होता." त्याने हातातील पत्र तिला दाखवले. "त्याची माणसे इथे आलीत."

दुरुक्ती स्तब्धच झाली. "त्याने मान्य केले?"

"होय, त्याची माणसे माझ्या आज्ञेची वाट पाहत उभी आहेत. मला कुठल्याही परिस्थितीत मनसा व कल्कीला मारणे गरजेचे आहे. आपण आज रात्रीच हल्ला करू या. त्यांना पूर्णपणे नष्ट करू या. आणि रक्तपाने जी आपुलकी दाखवलीय, मदत केलीय त्याबद्दल, मी त्याचा किती ऋणी आहे हे दाखवण्यासाठी, त्याला काहीतरी भव्य-दिव्य गोष्ट देण्याचे मी ठरवलेय."

"काय?"

"तू"

क्षणभर कली गंमत करतोय असे तिला वाटले, पण त्याच्या कृतीतून त्याच्या मनात खरेच तसे आहे हे जाणवत होते. ती काही पावले मागे सरली व पळून जाऊ लागली. पण रक्षक तिच्या मागेच उभा होता.

"हा विवाह होईल की नाही हेही मला माहीत नाहीय. पण हा विवाह होईलच असे मी जातीने बघीन. कारण अगदी स्पष्टच सांगायचे तर मत्प्रिये, मला तुला खूप काही सहन करायला लावायचे आहे." तो भेदक नजरेने हसत म्हणाला, "तुला एखाद्या राक्षस पत्नीसारखे जीवन जगलेले मला पहायचे आहे. माझ्यावर पाळत ठेवण्यासाठी, माझा विश्वासघात करण्यासाठी, आणि आपले हे जे सारे अध:पतन झालेय त्याची सुरुवात तू केलीस त्यासाठीची ही शिक्षा आहे असे समज."

"तुला वेड लागलेय. तू पुन: विचित्रपणे वागतो आहेस. तुला दु:ख वाटत आहे असे तू म्हणालास..."

"हं..!" कलीने भिंतीवर हात आपटला-प्रचंड संतापाने. "मी दुर्बल होतो-पण आता यापुढे नाही." कलीने पेला जमिनीवर फेकला व तो तिच्याकडे आला. "उद्यापासून तू त्याचीच असशील."

"असे तुला वाटतेय..." ती त्याच्यावर थुंकली. झटक्यात तिने रक्षकाच्या म्यानातून तलवार उपसली व त्याच्याच शरीरात खुपसली.

आणि अजिबात मागे न बघता, ती पळाली.

74

कल्कीने पद्माचा हात पकडला.

मनसाच्या तंबूपुढे बसून ते आकाशातील ताऱ्यांकडे बघत होते. ते दोघेही गेले अनेक तास गप्पा मारत होते. पण त्यांना मात्र फक्त काही क्षणच झाल्यासारखे भासत होते. काही अंतरावरून येणारे संगीताचे स्वर कल्कीला ऐकू येत होते. विभिषण गडगडाटी हसून त्याच्या सैनिकांबरोबर गप्पा मारत होता, तर मनसा तिथेच बसली होती. तिच्या हातातील पेय पीत ती कशीबशी हसत होती.

अजूनही युद्धाची समाप्ती झाली नव्हती. तरीही तिला ठाऊक होते की आता तेच जिंकणार होते. आणि जिने तिच्या सेनापतीला मारले होते तिला मारण्यात ही पण यशस्वी झाली होती. म्हणूनच ती आज तो आनंद साजरा करीत होती. पण आता मात्र कल्की आणि पद्मा एकमेकांत विरघळून गेले होते. त्यांचा वियोग झाल्यापासून प्रत्येकाने काय काय व कसे कसे भोगले, कसे दिवस काढले ते एकमेकांना सांगण्यात ते मग्न होते.

"म्हणजे तू माझ्या भावाला वाचवलेस, असे खोटेच सांगितले होतेस तर?" त्याने तिला डिवचले.

कल्की रागावला नव्हता. काहीही असले तरी पद्मा त्याच्याशी प्रामाणिक होती. "मी खोटे बोलले नव्हते. त्याचा ठावठिकाणा माहिती करून घ्यायचा मी खूप प्रयत्न केला, पण कली त्याच्या कैद्यांना कुठे ठेवतो हे कुणालाच माहीत नव्हते. कुणीही त्याला शोधू शकणार नाही अशा ठिकाणीच त्याला कली डांबून ठेवेल हे मला माहीत होते. आणि ती जागा महालातील तुरुंग नसेल असेच वाटत होते. आपण आता उद्याच इंद्रगडकडे जायला निघू या व त्याला हुडकू या. चालेल?"

कल्की हसला, "तो एक राजा झालाय यावर अजूनही माझा विश्वासच

बसत नाहीय. एकदा का कलीचा मृत्यू झाला की त्याला त्याचे सिंहासन परत मिळेल."

"हो, हो, तसेच घडेल असे आपण पाहू या."

कल्कीने मान डोलवली. सारे किती बदलले होते. अर्जन अजून पूर्वीप्रमाणेच असेल अशी त्याची आशा होती. "आपण उद्याच निघू या. आपण विजयाच्या उंबरठ्यावरच उभे आहोत. पण त्यापूर्वी माझ्या भावाला मला वाचवायचे आहे."

पद्मा हसली, व तिने त्याच्या ओठांवर आपले ओठ टेकले व चुंबन घेतले. "अर्थातच लाडक्या."

"तू दोनदा प्रेमात पडू शकतेस याचा दिलासा तू मला दिलास." तोही हसला.

"छान" तिने खांदे उडवले. "तुला माहितीच आहे की मी प्रेम करण्याजोगी आहेच. आणि मी इथे ज्यासाठी आले ते करू शकले याचा मला आनंद आहे. आणि आता आपण..."

तिचे पुढील वाक्य वाद्यांच्या गदारोळात बुडून गेले.

ते दोघेही उठून बसले. मनसाने आपला पेला बाजूला ठेवला व ती कल्कीकडे चालत आली. रक्षक दिसताच शेकोटीजवळ जाणारे सैनिक थांबले व ते मनसाकडे जाण्याऐवजी कल्कीकडे गेले.

"कल्की महाराज, कुणी एक निरोप्या आलाय."

"कोण आहे?"

"दुरुक्ती म्हणून कोणीतरी आहे. ती म्हणतीये की ती कलीची बहीण आहे व तो पुढची काय हालचाल करणार आहे, त्याची पुढची खेळी काय आहे हे तिला माहीत आहे."

पद्मा व कल्कीने एकमेकांकडे गोंधळून पाहिले. *दुरुक्ती पळून आलीय?* तो काही बोलणार एवढ्यात मनसा म्हणाली, "ती खोटे बोलतीये. तिचा ताबडतोब शिरच्छेद करा."

"नाही" कल्की जरा मोठ्या आवाजातच म्हणाला, "दुरुक्ती ही एक चांगली मुलगी आहे." त्याने रक्षकाकडे पाहिले, "तिला इकडेच घेऊन ये. तिला कदाचित काही महत्त्वाची बातमी-माहिती आपल्याला द्यायची असेल."

रक्षक जाताच मनसाने त्याच्याकडे पाहिले, "हे तू काय करत आहेस? हे माझे युद्ध आहे. माझ्या माणसांना तू अशा आज्ञा देऊ शकत नाहीस."

"मनसा, हे युद्ध फक्त तुझे नाहीये. आपणा सर्वांचेच आहे." कल्की म्हणाला, "आपण सगळे एकत्रच लढतोय. आणि कलीपासून

सुटका हेच आपले ध्येय आहे. तिच्याकडे खरंच काही कलीची बातमी असूही शकेल. तिला काय म्हणायचेय एवढे तरी किमानपक्षी आपण ऐकू या तर खरे."

मनसा तिच्या शत्रूच्या बहिणीला शिबिरात प्रवेश करू द्यायला नाराजच होती. पण तिला हेही माहीत होते की जर का त्या मुलीनी काही वेडेवाडकी हालचाल केली तर तिची अजिबात गय न करता तिला ठार केले जाईल. "ते मला माहीत आहे. ठीक." तिने हळू आवाजात म्हटले.

काही क्षणातच रक्षक दुरुक्तीला घेऊन आले. ती काळ्या बुरख्यात नखशिखांत सजली होती. तिने आपला बुरखा काढला व कल्कीकडे पाहिले.

कल्कीने याआधी तिला खूप दिवसांपूर्वी पाहिले होते. एकेकाळी त्याला तिचा तिरस्कार वाटत असे. तिने त्याचे गाव बेचिराख केले होते. पण तिच्यात काही चांगुलपणा आहे हे नंतरच्या काळात त्याला समजले होते.

"दुरुक्तीजी" त्याने लवून मुजरा करत म्हटले

"कृपा करून तसा आदरार्थी उल्लेख करू नका. मी स्वतःच इथे हजर झाले असल्याने, तसा मान मला अपेक्षित नाही." तिने आजूबाजूला बघितले व ती निराश अवस्थेत हसली. सर्वजण तिच्याकडेच रोखून पाहत होते. "कल्की, तू कसा आहेस?"

"मी...मस्त मजेत." त्याने औपचारिकपणे म्हटले, "तू कशी आहेस?"

"मी...अं..."

पद्मा मध्येच म्हणाली, "आपण ही औपचारिकता सोडून देऊ या. आणि तिला आपल्याला काय माहिती द्यायची आहे ते विचारू या." कल्की हसला.

हिला तिच्याबद्दल असूया वाटतेय का?

त्याने दुरुक्तीकडे पाहिले. तिने घसा साफ केला. ती थोडीशी उदास वाटत होती. मग ती मोठ्याने बोलू लागली. "आता कली तुमच्यावर हल्ला करणार आहे. ही बातमी तुम्हाला देण्यासाठी मी माझा महाल सोडून आलेय. त्याच्याकडे रक्तपाची फौज जमा झाली आहे व तो रात्रीच आघात करणार आहे."

"राक्षस?" मनसा पुढे आली, "ते राक्षसीपणाने युद्ध करतात. माझी माणसे शूर आहेत. पण त्यांच्या जमातीतील माणसे सैतानच आहेत."

"आपल्याकडे कल्की आहे." विभिषण म्हणाला

"काही काळजी करू नका." स्वतःच्या कमरेला अडकवलेल्या तलवारीच्या मुठीवर हात ठेवत तो म्हणाला. शुको उडत येऊन त्याच्या

खांद्यावर बसला. “आपण सुरक्षित असू. मी तुला वचन देतो. त्यांनी तुझा पाठलाग केला का?”

“ते मला माहीत नाही.”

मग शुको बोलला ते त्याने ऐकले. “मुला, ते इथे आले आहेत. आणि ते खूप मोठ्या संख्येने आले आहेत.”

कल्की पुढे बोलणार, एवढ्यात आणिबाणीच्या प्रसंगी वाजणारे नगारे व रणभेरी वाजू लागल्या.

आक्रमण! शत्रूंची टोळधाड! ते शिबिराजवळ येत आहेत! एक रक्षक ओरडला.

75

ही शेवटाची सुरुवात आहे हे कल्कीला माहीत होते.

राक्षसांच्या जोरकस हल्ल्यामुळे त्यांना स्वत:चे रक्षण करण्याची संधीच मिळाली नव्हती. मनसाच्या सैन्यात जी थोडीफार सुख-समाधानाची लहर पसरली होती ती शत्रूच्या धडाक्यामुळे पूर्णपणे नष्ट झाली. नागलोक, सुपर्ण व मानव सगळेचजण जिवाला घाबरून सैरावैरा पळत होते. काहीजणांनी आपली शस्त्रे पटकन परजली तर काहीजण ती घ्यायला तंबूकडे धावले. दुरुक्ती विभिषणाबरोबर जवळच्याच राहुटीत पळाली. मनसा उरल्यासुरल्या सैनिकांनिशी लढू लागली.

आपली तलवार परजत कल्कीने देवदत्तला शीळ घातली. होणाऱ्या बॉम्बच्या स्फोटातून वाट काढत तो पुढे झाला.

कल्कीने पद्‌माला निरोप दिला व स्वत:च्या घोड्यावर स्वार झाला. ती दोन्ही हातात तलवारी घेऊन राक्षसांशी लढत होती. एक राक्षस एका नागाला मारणारच होता तेवढ्यात कल्की लगाम खेचत तिकडे धावला. घोड्यावर बसूनच त्याने राक्षसाचे शिरकाण केले. नागा पळून गेला.

राक्षसांनी शांबलावर हल्ला केला होता. त्यातील शेवटच्या काही दिवसातील लढाईची आठवण झाली. पण या वेळी तो खूप बलशाली झाला होता. मागच्या वेळी तशी परिस्थिती नव्हती. आपल्या तलवारीचे विविध प्रहार करीत तो त्याच्यापासून दूर पळत जाणाऱ्या राक्षसांचा संहार करत होता.

त्यांच्यातील काहीजण तंबू जाळत होते असे त्याच्या लक्षात आले. कल्की त्यांच्यावर तुटून पडला व त्याने त्यांना तलवारीने कापून काढले.

"सैतानांनो! माझ्या वाटेत येऊ नका!"

विभिषण व दुरुक्ती ज्या तंबूत होते तिथे येण्यापासून शत्रूला ते परावृत्त करत होते. कल्की त्यांच्याकडे गेला. त्यांना कसे लढायचे हेच माहीत नाहीय. त्यांना कुठेतरी सुरक्षित जागी मलाच न्यायला हवे.

तो घोड्यावरून उतरला. एका राक्षसाने विभिषणाला ठोसा मारला होता व तो आता त्याच्यावर आघात करणार होता, तेवढ्यात कल्कीने पुढे होऊन त्याच्या पाठीत तलवार खुपसली. रक्ताची चिळकांडी उडाली, तीही त्याच्या तोंडातून व तो खाली मरून पडला.

विभिषणाने सुटकेचा श्वास सोडला. दुरुक्ती घाईघाईने बाहेर पडली.

कल्कीने आजूबाजूला पाहिले. आग पसरली होती. तंबू जळत होते. पद्मा एकाच वेळी दोन राक्षसांशी लढत होती. मनसाही तिच्या चांगल्या हातातील सुऱ्याने जमेल त्याला भोसकत होती.

“चल, आपण जाऊ या.” कल्की, विभीषण व दुरुक्तीकडे पाहून म्हणाला. “तुम्ही इथेच थांबलात तर बळी पडाल.”

त्या दोघांनी मान डोलवली व ते देवदत्तवर आरुढ झाले.

ते शिबिराच्या मागे जात होते. वाटेत येणाऱ्या राक्षसांचा खातमा कल्की आपल्या तलवारीने करत होता.

ते तिघेही जंगलाजवळ आले. कल्कीने एक रिकामा तंबू हेरला होता. राक्षस अजून एवढ्या लांबवर पोहोचले नव्हते. देवदत्तला रोखून त्याने दोघांना आत जायला सांगितले.

तंबूत जाण्यापूर्वी दुरुक्ती कल्कीला म्हणाली, “माझे ऐक, मला माफ कर. तुझे गाव जाळल्याबद्दल मला माफ कर. कलीला वाचवणे हा माझा वेडेपणा होता. तो नेहमी चुकीचेच वागत आला होता. मला ते बघून मी खूप घाबरट असल्याचे जाणवले. मला वाटते की मला माफ करण्याइतके तुझे हृदय विशाल असेल.”

“मी तुला कधीच माफ केले आहे. आता आत जा” तो हसला.

तेवढ्यात तिचे डोळे आश्चर्याने चमकले, काय झालेय हे कल्कीला कळेना, जोपर्यंत त्याने तिच्या पाठीत खुपसलेला बाण बघितला नव्हता. ती जमिनीवर पडली.

कल्की उतरला व तिच्याकडे धावला. त्याने तिला आपल्या मिठीत घट्ट पकडले.

“थांब...नाही...” बाण कुठून आला हे बघण्यासाठी त्याने वर पाहिले आणि मग त्याला...तो दिसला...तो कली होता.

आपल्या धनुष्यावर हात फिरवत तो हसत होता.

"ही फक्त परतफेड आहे. तुमच्या पाठीत कुणी खंजीर खुपसला तर त्याच्याही पाठीत तसाच खंजीर खुपसला जातो." कलीने मोठ्यांदा म्हटले.

कल्कीने आचके देत असलेल्या दुरुक्तीकडे पाहिले. त्याच्या डोळ्यात अश्रू तरारले.

"मी तुझा खातमाच करतो!" कल्कीने नाकपुड्या फुगवत म्हटले.

"कल्की, तसे स्वप्न बघ तू! माझी बहीण मरेल एवढीच खात्री मला करायची होती. आणि आता तुझीही तीच गत होईल." कलीने दुसरा बाण सोडला.

कल्कीने हवेतच तो बाण पकडला व तो मोडून टाकला. त्याने दुरुक्तीला खाली ठेवले. आपले अश्रू पुसले व कलीकडे पाहिले.

त्याच्या रागाचा पारा चढू लागला तसा त्याच्या अंगातून लाल धूर येऊ लागला. तो कलीवर धावला व आपले डोके त्याने त्याच्याच पोटावर ढोसले.

ते दोघेही जमिनीवर लोळण घेऊ लागले. कल्की तलवार काढणार एवढ्यात कलीने आपल्या धनुष्याने त्याच्या हातावर फटका मारला.

कलीला आपल्यापासून दूर करताना कल्की दुःखातिरेकाने विव्हळला. त्याने आपल्या जखमी न झालेल्या हाताने तलवार परजायचा प्रयत्न केला. पण कलीने झटकन आपला सुरा काढून कल्कीच्या मनगटावर घाव घातला.

तलवार जमिनीवर पडली.

"तू अजूनही दुर्बलच आहेस! लोक तुला लोकोत्तर योद्धा समजतात. पण वेळ येते तेव्हा तू तुझे स्वतःचेही रक्षण करू शकत नाहीस. कल्की, माझा चेहरा लक्षात ठेव. मरण्यापूर्वी तू बघत असलेली शेवटची तीच गोष्ट असेल!" मग त्याने आपला सुरा कल्कीच्या छातीत खुपसला. त्याचा सुरा हाडात रुतल्याचा आवाज आला. कली वेड्यासारखा हसत सुटला.

"तू माझ्या बहिणीवर डोळा ठेवलास, तेव्हाच मला तुला ठार करायचे होते." कली म्हणाला, "आणि बघ तू मला काय करायला लावलेस? तिलाही मारावे लागले व आता तिच्याप्रमाणे तूही मरशील."

कल्की काहीच बोलला नाही. तो दातओठ खात होता व दुःखावर मात करायचा प्रयत्न करत होता.

"तू चूक आहेस." कल्की शरीरातला सूरा ओढून काढत म्हणाला. त्यामुळे कली चकितच झाला. "आज मरणारा मी नसणार आहे, तो तर तूच असशील." आणि मग कल्कीने कलीच्या छातीत तो सुरा भोसकला.

कली चकित होऊन जमिनीवर पडला कारण त्याने पाहिले की कल्की अजूनही तेवढच आक्रमक होता.

कल्कीचा राग वाढत चालला होता. त्याच्या शरीरातून अजूनही लाल धूर येत होता व त्याची छातीवरील जखमही भरून येत होती.

काही क्षणातच तो पूर्ण खडखडीत बरा झाला.

आणि मग कल्कीने अनाकलनीय अशी गोष्ट केली. त्याने डोळे बंद केले व तलवारीला आपले काम करू दिले. आणि तेवढ्यात ती तलवार आपणहून जमिनीवरून उचलली गेली व तिच्या मालकाजवळ आली.

"हे तू कसे काय साधलेस?" कली पांढराफटक पडत चालला होता. "ते...ते...एक..."

"ही तलवार शिवांची आहे. आणि मी विष्णूचा अवतार आहे." त्याने रत्नामारू (तलवार) कलीच्या गळ्याजवळ आणली. "आणि मीच विधिलिखिताची अंमलबजावणी करत असतो."

कली हसला. तो सुरा अजूनही त्याच्या छातीतच होता. "तुला काय वाटते की तू मला ठार केलेस की सारे काही संपेल? नाही. तिकडे बाहेर माझ्यासारखी अनेक सैतानी प्रवृतीची माणसे अस्तित्वात आहेत. आणि आता, तू अगदी चुकीच्या माणसाला ठार करणार आहेस."

"मी सैतानालाच मारतो आहे.

"अर्जन हाच अधर्म आहे." कली हसला, "तो सैतान आहे. परमेश्वरा, तू चुकीच्या माणसाला नष्ट करत आहेस."

"आणि काही कारणांसाठी..." कल्की हसला. बाला, रात्री, दुरुक्ती तसेच त्याने गमावलेल्या साऱ्या मित्रांचे चेहरे त्याच्या डोळ्यापुढे येऊन गेले. "मला तेच बरोबर वाटतेय."

कल्कीने तलवार उचलली व तो आता कलीवर घाव घालणार तेवढ्यात कलीने लोळण घेतली व चटकन उठून तो पळू लागला.-शिबिराकडे-त्याने सुरा छातीतून काढला व तो ओरडत तिकडे जाऊ लागला.

"तू मला एवढ्या सहजपणे ठार करू शकणार नाहीस." तो किंचाळला. त्याच्या छातीतून रक्ताचा पाट वाहत होता. त्याने आपल्या कपड्याचा धांदोटा फाडला व जखमेभोवती गुंडाळला, हे कल्कीने पाहिले. *सुऱ्याचा घाव बहुधा छातीत लागला नसावा. तो जरा जास्त खोल मारायला हवा होता.*

आणि मग एक दानव राक्षसांसह शिबिरात शिरलेला त्याने पाहीले.

"मी साऱ्या तयारीनिशी आलो आहे." कली हसत ओरडला

तो पळून चालला होता.

आता आपण कलीचा पाठलाग करावा की दानवाचा समाचार घ्यावा हे कल्कीला कळेना.

मला त्यालाच कायमचा संपवायला हवे.

मनसाची माणसे या अकस्मात हल्ल्याचा बीमोड करतील असा त्याला विश्वास वाटत होता. म्हणून त्याने चटकन तलवार म्यान केली व तो कलीच्या मागावर गेला.

हाच साऱ्याचा शेवट होता.

354

76

अर्जनला खूप आनंद झाला होता. त्याने जी जागा अनेक दिवस गमावली होती, त्या जागेशी त्याने संपर्क साधण्यात यश मिळवले होते. ती जागा म्हणजे शांबला.

तो त्याचे घर बघत होता. ते बघताना त्याचे डोळे भरून आले. आत अंधार होता. शांत आणि सुंदर जसे काही शांबलाचे युद्ध कधीच झाले नव्हते.

तो झोपडीत शिरला. आत आई असेल असे त्याला वाटले होते. पण आत एक वेगळाच माणूस सोनेरी व कठीण असे चिलखत घालून उभा होता. तो स्वत:च्या मिशांवर हात फिरवत होता. त्याची बुब्बुळे सोनेरी होती आणि त्याच्या डोक्यावर मोठा मुकुट होता.

तो अर्जनकडे पाहत होता.

"तू कोण आहेस? आणि माझ्या घरात तू काय करतो आहेस?" अर्जनने विचारले.

"मी तुला सत्याचे दर्शन घडवायला आणले आहे." तो माणूस म्हणाला. "तुझ्या स्वत:च्या रक्ताकडूनच तुझी कशी फसवणूक झाली आहे, हे मला तुला दाखवायचे आहे."

"तुला काय म्हणायचेय?"

तो माणूस काहीच बोलला नाही. त्याने अर्जनला आपल्याबरोबर यायची खूण केली. ते अर्जनच्या खोलीत पोहोचले. त्याने स्वत:लाच लहानपणच्या स्वरूपात पाहिले.

"तुला ती रात्र आठवतीये का?" त्याने विचारले.

"नाही!"

"याच रात्री एका घुसखोराने तुझ्यावर हल्ला केला."

"हो, तो एक चोर होता."

"त्या चोराने कशाचीही चोरी केली नाही. पण त्याने तुला मारायचा प्रयत्न केला होता." तो पुढे म्हणाला.

अर्जनने मान डोलवली. त्या रात्री नेमके काय घडले हे त्याला कधीच समजले नव्हते. "तू कोण आहेस?"

"मी हिरण्यकश्यपु आहे. माझ्या रक्ताने-माझ्या मुलानेच माझ्याशी प्रतारणा केली अशी मी व्यक्ती आहे. त्याने माझी पूजा करणे अपेक्षित होते." त्याने हाताची मूठ वळवत म्हटले.

अर्जन काही बोलणार एवढ्यात एकाने हातात उशी घेऊन प्रवेश केला. त्याने अर्जनच्या तोंडावर ती उशी दाबली.

अर्जनने उशी बाजूला करायचा प्रयत्न केला पण तो त्यात अयशस्वी ठरला. पण तेवढ्यात तो माणूस पळून गेला.

हिरण्यकश्यपु व अर्जनने त्याचा पाठलाग केला. तो कोण आहे हे बघण्याची अर्जनला उत्सुकता होती. ती आकृती जेव्हा बाहेर आली तेव्हा तिच्या चेहऱ्यावर चंद्रप्रकाश पडला.

ती व्यक्ती कल्की होता.

नाही.

"त्याने तुला एकदा मारण्याचा प्रयत्न केला होता." हिरण्यकश्यपु म्हणाला, "आणि त्यात तो अयशस्वी ठरला. त्याला आता तू दुसरी संधी देऊ नकोस."

अर्जनचे रक्त थंड पडले. त्याच्या अंतरंगात मात्र संताप उकळत होता. हिरण्यकश्यपु त्याच्या समोर उभा राहिला व त्याने आपला हात त्याच्या खांद्यावर ठेवला. "तू तुझा शोध घे. आणि जे हरलेत त्यांच्यावर हुकूमत गाजव."

"दानवांवर?"

"हो."

"आणि मग?"

"त्या अवताराला ठार कर!"

77

दुसरी स्त्री कल्कीशी प्रेमालाप करत बसलीय हे पाहणे की राक्षसाबरोबर लढणे यापैकी अधिक काय वाईट आहे, हे पद्‌माला समजत नव्हते. आता मात्र तिने राक्षसाशी लढण्यालाच प्राधान्य दिले.

आपल्या दोन्ही हातात तलवारी घेऊन तिने न थांबता राक्षसाना मारण्याचा सपाटा चालवला होता.

समोरून दोन राक्षस किंचाळत तिच्यावर चालून आले. तत्काळ तिने तलवारीने त्यांची मुंडकी छाटली.

दुर्दैवाने हे राक्षस खूपच मोठे व महाकाय होते. त्यामुळे तिला जास्त काळजी घेणे आवश्यक होते आणि ते संख्येनेही खूप होते. ती सातत्याने त्यांना ठार करत होती, पण त्यांचा ओघ फारच प्रचंड होता.

पद्‌मा मनसाच्या मदतीला गेली. एक राक्षस तिच्या अंगावर बसला. तो आता तिच्यावर वर्मी घाव घालणार इतक्यात, पद्‌माने त्याच्या पोटात तलवार खुपसली आणि त्याला नागराणीच्या अंगावरून लाथ मारून फेकून दिले. तिने मनसापुढे हात धरला, तो धरून मनसा उभी राहिली.

"मी तुला कामावर ठेवले, तेव्हापासून तुझ्यात काही बदल झालेला नाही." मनसा म्हणाली.

"पण तुमच्यात मात्र खूप बदल झालाय. तू एवढी सुंदर लढायला कधी शिकलीस? तू योजना-आराखडा आखण्यात पारंगत आहेस असेच तू नेहमी म्हणायचीस. आणि दुसरे म्हणजे मला तू लोकांना ठार करण्यासाठी नेमले आहेस हे माझ्या वडिलांना सांगितले नाहीस, त्याबद्‌दल धन्यवाद!"

"मी काहीच शिकलेले नाहीय. पण बाहेर माझे लोक लढताना धारातीर्थी पडताहेत आणि मी तंबूत लपून राहावे हे मला पटत नाही. मला काहीतरी केलंच पाहिजे आणि विभिषणाला तुझ्या बाबतीत सत्य सांगितले तर विभिषण माझी मैत्री सोडून देईल, म्हणून तू माणरो मारायला माझ्याकडे

आहेस हे मी त्याला सांगितले नाही." मनसा अवतीभवती पाहत असताना म्हणाली, "हे असंच संपणार नाहीय. पद्मा, आपण पराभूत होतोय. आपल्याला निघायला हवे."

"पण हे युद्ध?"

"ते आपण हरलोय." मनसाने नि:श्वास सोडला. "माझे सैन्य व मी लढतोय खरे. पण राक्षसांच्या आक्रमणाचा वेग भयंकर आहे. आपल्या कल्पनेबाहेरचा आहे. कधी माघार घ्यावी हे कळणेही खूप महत्त्वाचे असते आणि आता..."

त्या दोघींपुढे दोन राक्षस आले. ते पुढे येत होते. तेवढ्यात एक माणूस त्यांच्यामध्ये आला.

तो कोण आहे हे पद्माला कळले नाही. त्या माणसाच्या अंगावरील केसाळपणा दिसल्यावर तिचे डोळे चमकले.

परमेश्वरा!

"तुम्ही दोघीही इथून निघून जा. तुम्हाला या राक्षसाबरोबर लढण्याचे कारण नाही."

राक्षस गोंधळून एकमेकांकडे पाहू लागले. ते काही हालचाल करणार त्याच्या आतच वानर त्यांच्याकडे आले व त्यांनी आपल्या गदा राक्षसावर फेकून मारल्या.

त्या दोन आकर्षक स्त्रियांना बघून सम्राट बजरंग हसले. "मी योग्य वेळी आलोय असं दिसतंय."

पद्माने त्यांना मिठी मारायला अजिबात वेळ दवडला नाही.

"ठीक, ठीक." बजरंगांनी तिच्या पाठीवर थोपटले. ते मनसाकडे वळले व म्हणाले, "महाराणी, माझे सैन्य तुमच्या दिमतीला सज्ज आहे. लवकरच आपण राक्षसाचा खतमा करू. आणि आम्हाला यायला थोडा उशीर झाला, त्याबद्दल क्षमस्व. आरामात लोळत असणाऱ्या हजारो वानरांना लढाईला तयार करणे किती अवघड आहे ते तुम्हाला माहीतच आहे."

मनसाने बजरंगांकडे काही क्षण स्थिर नजरेने पाहिले.

"महाराज, पद्मा व कल्कींनी, त्याच्या तुमच्याबरोबरच्या सहवासाचे वर्णन, माझ्यापाशी केले आहे. तुम्ही इथे आलात त्याबद्दल मी ऋणी आहे. त्यामुळे माझाच मान-मरातब वाढला आहे. माझ्या मदतीला आल्याबद्दल मन:पूर्वक धन्यवाद!" मनसाने आदरपूर्वक लवून मुजरा करत म्हटले, "पण...तुम्हाला वाईट वाटणार नसेल तर एक सांगाल का, की तुम्हाला इथे कुणी बोलावले होते?"

त्यांनी पद्माकडे इशारा करत म्हटले, "तिने" मनसाने होकारार्थी मान डोलवली आणि पुन: प्रणाम करून ती सैनिकांच्या मदतीला गेली.

"पद्मा जे घडले त्याबद्दल मी माफी मागतो." बजरंग म्हणाले, "तुझे बरोबर होते. दंडकासारख्या माझ्या सुरक्षित जागेतून बाहेर पडायला मी नकार दिला होता. पण जगाला माझी गरज आहे. जगाला माझ्या लोकांची गरज आहे. तुला व कल्कीला मी हवा आहे. मी लवकर येऊ शकलो नाही. त्याबद्दल मला क्षमा कर. मी जर आलो नाही तर तुम्ही दोघींनाही ते आवडणार नाही हे मला ठाऊक होते...अगदी मच्छनू प्रमाणेच. मी कुणाचाही अव्हेर करू शकत नाही."

पद्माच्या डोळ्यात येणाऱ्या अश्रूंना ती थोपवू शकली नाही. ती हसली.

त्याच क्षणी त्यांच्या खालची जमीन हादरली. दानव तंबू उखडून आपली छाती पिटत असलेले त्यांनी पाहिले. ते आपले महाबाहू फिरवत होते.

"मी त्यांचा समाचार घेतो." बजरंग म्हणाले.

पण त्यांनी काहीही करण्या अगोदर तो राक्षस थांबला...का कोण जाणे!

सारेजण चकित होऊन बघू लागले, कारण आता तो शिबिराबाहेर परतत होता.

"काय झालेय?" पद्माने आश्चर्याने बजरंगांकडे बघत म्हटले. ते हसत होते. "आपणच जिंकू हे बघून तो परतलाय का?"

"नाही" त्यांनी डोके हलवले, "तसे काही नाही. मला वाटतंय की त्याला परत बोलावले गेलेय."

"पण कोण बोलावते?" पद्माने विचारले.

"रावण जेव्हा त्याच्यावर नियंत्रण ठेवून होते तेव्हा ते कसे वागत हे मला माहितीये." बजरंग म्हणाले. "मला असं वाटतंय की त्यांना अधर्माने मागे बोलावले असावे."

78

कल्की देवदत्तवर तर कली त्याच्या घोड्यावर आरुढ होऊन पुढे चालले होते. त्या शिबिरातून निघून इंद्रगडकडे जाण्यासाठी त्यांनी आपल्या घोड्यांना शीळ मारून बोलावले होते.

कल्कीच्या वाटेत राक्षस आल्याने व त्याला घालवून देण्यासाठी त्याला वेळ गेल्याने तो मागे पडला होता. पण आता तो त्याला गाठण्याच्या जवळ आला होता.

लवकरच ते शहरात शिरले. लक्ष्मी बरोबर असताना कल्की ज्या दारातून आत आला होता त्यातूनच तो आताही प्रवेश करता झाला. त्या वेळी त्यांना म्लेंछानशी लढण्यासाठी शस्त्रे हवी होती. त्या वेळी सुरक्षा व्यवस्था खूपच कडक होती. आज मात्र दरवाजावर कुणीही रक्षक तैनात नव्हता.

कल्कीने मागे पाहिले. शिबिरातून बाहेर पडताना युद्ध सुरू झाले असल्याचे त्याला दिसले होते. त्याला त्याच्या मित्रांना साहाय्य करायचे होते.

खरंतर मला मागे जायला हवे. पण मला प्रथम कलीचा बंदोबस्त करायला हवा..

त्याने त्याचे डोके हलवले. सारे रस्ते निर्मनुष्य होते. मध्यरात्र झाली होती. लोक आपापल्या घरात शांतपणे झोपले होते. "कली!"

कल्की ओरडला, "तू आता अधिक पळू शकत नाहीस. माझ्यापासून तू आता पळून जाऊच शकत नाहीस."

आश्चर्य म्हणजे कली थांबला. तो घोड्यावरून खाली उतरला. त्याच्या जखमांवरच्या पट्ट्या घट्ट करत गुरगुरला. त्या पट्ट्या रक्ताने माखल्या होत्या.

"मित्रा, माझा पळून जायचा अजिबात विचार नाहीय!" कली हसत म्हणाला

कल्की, हा सर्व प्रकार मला काही योग्य वाटत नाहीय. देवदत्तचा आवाज कल्कीच्या डोक्यात घुमला.

कल्की त्याच्या घोड्यावरून उतरला. तो एक पाऊल पुढे आला व त्याच्या दिशेने एक बाण आला व तो त्याच्या अंगात घुसला. कल्की अजिबात विचलित झाला नाही. त्याने तो बाण उपसून काढला व तो कुठून आला तिकडे त्याने शांतपणे पाहिले. जवळच्याच एका इमारतीच्या गच्चीत तो शिपाई उभा होता.

कल्कीने डोळे बारीक केले. त्याने आपल्या पट्ट्यातून एक सुरा काढला व तो शिपायाच्या दिशेने फेकला. सुऱ्याने आपले सावज बरोबर साधले. तो शिपाई गच्चीतून खाली कोसळला.

"कली, तू माझ्यासाठी असली योजना आखली आहेस?" कल्कीने असुरांच्या राजाकडे पाहून म्हटले, "असला कुचकामी शिपाई?"

"मी हे असले काही योजेन असे तुला वाटलेच कसे?"

आणि थोड्याच क्षणात कल्कीच्या उजव्या हातात वेदना होऊ लागल्या. व तिथे बाण लागला होता, तो भाग बधीर झाला.

तो आपला उजवा हात हलवूही शकत नव्हता. "नाही! माझा तलवार धरायचा हात..."

"हो, त्याला विषबाधा झालीय" कली म्हणाला, "त्या बाणाला विष लावलेले होते. तो जिथे लागतो तिथे बधिरता येते. मी ते खास तुझ्यासाठी काढून ठेवले होते. कारण आपण समोरासमोर युद्ध केले तर त्यात मी तुला हरवू शकणार नाही हे मला माहीत होते. पण हा उपाय उपयोगी पडेल हे मला ठाऊक होते. या प्रकाराने तू दुर्बल ठरशील."

कल्कीचा हात हलवायचा प्रयत्न निष्फळ ठरला. त्याच्या पट्ट्याला लटकावलेल्या तलवारीकडे त्याने निराशेने पाहिले. तो ती डाव्या हातात धरू शकत नव्हता. आता ती तलवार त्याच्यासाठी निरुपयोगी झाली होती.

कली कल्कीकडे येऊ लागला. तशी देवदत्तने त्याची वाट अडवली. पण कलीने त्याच्या डोक्यावर हाताने तडाखा दिला व त्याला बाजूला सारले.

देवदत्त रक्त ओकू लागला व जमिनीवर कोसळला.

कली कल्कीकडे धावला व त्याने त्याच्या तोंडावर प्रहार केला. त्या तडाख्याने कल्की खाली पडला. उठायचा प्रयत्न करत असतानाच कलीने त्याच्या पोटात ठोसा मारला. त्याच्या तोंडातून रक्त येऊ लागले व तो पुन: खाली कोसळला.

कलीने त्याची गचांडी पकडून त्याचा श्वास कोंडला व म्हणाला, "मी मागे म्हटले तसाच तू अजूनही दुर्बलच आहेस. मी तुला पहिल्यांदा पाहिले, त्या वेळेसारखाच."

कल्कीने त्याचा गळ्याभोवतीची मिठी सोडवण्याचा खूप प्रयत्न केला.

"एवढे बस्स झाले" असे म्हणून कलीने त्याला जमिनीवर सोडून दिले. कल्की श्वास घेण्यासाठी तडफडू लागला. "मी माझे काम केले आहे. आता मी स्वस्थ बसून माझे सैनिक तुझे झाडून सगळे अवयव कसे विच्छिन्न करतील ते बघत बसणार आहे."

कल्कीने पाहिले तो कलीमागे सुमारे 10-12 शिपाई उभे होते. त्यांच्या अंगावर मजबूत चिलखते होती व हातात गदा होत्या. कलीने इशारा करताच ते कल्कीला संपवण्यासाठी पुढे येऊ लागले.

"तुला आमिष दाखवून शहराकडे-तुझ्या मित्रांपासून दूर आणायचे होते, म्हणजे ते तुझ्या मदतीला येऊ शकणार नाहीत. आता तुला त्या जागी मी आणलेले आहे. आता मी आणि माझी माणसे सारी मजा उपभोगणार आहोत."

कल्कीला उभे राहण्याचेही त्राण नव्हते. ते सैनिक जवळ येऊ लागताच काय करावे हे त्याला सुचेना.

मला त्या दिव्य अनुभूतीने संपर्क साधला पाहिजे. कदाचित त्याद्वारे मला काहीतरी उपाय सापडेल.

त्याने डोळे मिटले व मन एकाग्र केले. मग त्याला काहीतरी जाणवू लागले. त्याच्या हातांना काय लागलेय हे बघायला त्याने डोळे उघडले तर तिथे तरुण वयातील गोविंद होते.

गोविंद इथे? इंद्रगडमध्ये? कसं शक्य आहे?

"तुझे सारे काही सुरळीत होईल." गोविंद हसून म्हणाले. त्याच्या खांद्यावर त्यांनी हात ठेवला. त्या बरोबर त्याच्या अंगातून एक लहर गेली. आणि त्याला जाणवले की आपल्या हाताची बधीरता संपली आहे.

त्या तेजाच्या स्पर्शाने कल्की उभा राहिला व शिपायापासून दूर गेला. त्याच्या मागे गोविंद दिव्य तेजस्वी रूपात उभे होते.

कल्कीने कलीकडे पाहिले. तो गोंधळलेला दिसला व मग भयचकित झाला. कल्कीकडे पहात असताना कलीचा श्वास कोंडला.

कल्कीच्या उजव्या-डाव्या बाजूला अवतार उभे होते. सम्राट राघवांच्या हातात धनुष्यबाण होता. सम्राट वामन हसत होते. जो कोणी हल्ला करेल त्याचे निर्दालन करण्यासाठी सम्राट नरसिंह हातातील नख्यांसह सज्ज

होते, गुरगुरत होते; सम्राट वराहांनी आपला तो प्रसिद्ध मुखवटा धारण केला होता व त्यांच्या हातात त्यांचे शस्त्रही होते.

"हे सारे इथे एक साथ कसे काय आलेत?"

कली गोंधळून गेला. कल्कीलाही त्याचे कारण माहीत नव्हते, पण ते सारे हजर झाल्याने त्याला खूप आनंद झाला होता.

"तुझ्या संपर्क यंत्रणेमुळे आम्ही इथे हजर झालोय. तू अंतरात्म्याच्या मार्गाने आमच्याशी आधीपासूनच संपर्कात होतास. तुझ्या अंतरात्म्यातील शक्तीमुळे आम्ही या रूपात तुझ्यासमोर उभे राहू शकलोय." सम्राट गोविंदांनी स्पष्ट केले. "आमच्यातील सामर्थ्य आमच्या मूळ रूपाप्रमाणे नसेल पण आम्ही त्याच्या सैन्याला इथून नाहीसे करू शकू. तेवढ्या वेळेत तू त्याच्याशी लढ."

"म्हणजे? याचा अर्थ काय होतो?"

"म्हणजे साऱ्या अवतारापेक्षा सगळ्यात जास्त सामर्थ्य व बळ तुझ्यात सामावलेले आहे." गोविंदांनी हसून आपली तलवार उपसली व ते कलीच्या सैन्याशी लढायला तयार झाले.

कल्कीची नजर कलीवर पडली व तो हसला, "चल, आपण आता लढू या."

अवतारांच्या प्रतिमा कलीच्या माणसांशी लढू लागल्या. सम्राट राघव आपल्या बाणांनी अचूक वेध घेऊ लागले. सम्राट वामन बुटके असल्याने ते सैनिकांच्या पायावर कट्यारीने वार करू लागले. सम्राट नरसिंह नखांनी सैनिकांना ओरबाडू लागले. सम्राट वराह आपल्या शस्त्राने घाव घालत होते. आणि सम्राट गोविंद शत्रूसैन्याला एकमेकांशी लढाईला प्रवृत्त करत होते.

आता कल्कीचा उजवा हात ठीक झाल्याने त्याने आपली तलवार उचलली व तो कलीवर धावून गेला. घाबरलेला कली माघारी पळू लागला.

पण कल्कीने आता वेळ दवडला नाही. त्याने कलीचा गळा धरून त्याला उचलले.

कलीने आपले पाय झटकून त्याच्या पोटात लाथ मारायचा प्रयत्न केला पण त्याचा काहीच उपयोग झाला नाही.

"तू जिंकूच शकणार नाहीस, तू मला जरी मारलेस तरी. अधर्म तुला मारल्याशिवाय राहणार नाही."

"पण तो कुठे आहे?" कल्कीने विचारले.

"ते तुला माहीत असायचे कारण नाही. त्यामुळे काहीच फरक पडणार नाही."

363

कल्कीने आपली पकड घट्ट केली, "सांग मला!"

कलीने काहीच उत्तर दिले नाही. कल्कीलाही फार वेळ वाया घालवायचा नव्हता. त्याने कलीच्या छातीत आपली तलवार खुपसली. कली मोठ्याने ओरडला. कारण त्याचा कोथळाच बाहेर पडला होता. आपली तलवार त्याने बाहेर काढताच कल्कीने त्याचा निष्प्राण देह जमिनीवर फेकून दिला.

त्याने अवतारांच्या प्रतिमांकडे पाहिले. त्यांनी आपले काम केले होते. शत्रुसैन्य मरून पडले होते.

सारे संपले होते!

मग अर्जनसंबंधी तो विचार करू लागला.

तो कुठे असेल?

79

कल्की शिबिरात परत आला आणि मनसाची फौज सुरक्षित असल्याचे त्याने पाहिले.

सम्राट बजरंग व त्यांच्या वानरसेनेने राक्षसांना चांगलाच धडा शिकवला होता. सगळीकडच्या आगी विझवण्यात आल्या होत्या. जखमी सैनिकांना दवाखान्यात नेऊन त्यांच्यावर उपचार करण्यात आले होते. पण त्या राक्षसांनी जो गदारोळ उठवला होता, त्यात एका माणसाचा मात्र मृत्यू झाला होता. कल्की दुरुक्तीच्या अचेतन कलेवराशेजारी उभा होता. ते शव आता मनसाच्या तंबूत आणण्यात आले होते. पद्मा त्याला समजावण्याचा प्रयत्न करीत होती. त्याच वेळी मनसा, बजरंग व विभिषण आत आले व त्या असुराच्या शवाजवळ उभे राहिले.

"ती एक शूर स्त्री होती. माझ्या वडिलांनी सम्राट राघवांकरिता जे जे केले असते ते सर्व तिने केले होते." विभिषण म्हणाला.

कल्कीने अश्रू परतवायचा प्रयत्न केला "ती अशी मरूच शकत नाही. मी तसे होऊ देणार नाही."

बजरंगांनी डोळे मिटले आणि आपला तळवा तिच्या छातीवर ठेवला. "तिचे चैतन्य तिला सोडून गेलेले नाही."

त्या वानरांच्या राजाकडे बघून कल्कीच्या मनात आशेचा अंकुर फुटला, "आपण आता काय केले पाहिजे?"

"तुम्ही तिला अमरत्वाचे वरदान द्या."

"वरदान?"

"होय, सम्राट राघवांनी जसे मला दिले तसेच!"

"आणि माझेही वडील तसेच होते." विभिषण म्हणाला,

"सम्राट राघव हे वैशिष्ट्यपूर्ण व्यक्तिमत्त्व होते. त्यामुळे ते दोन वेळा वरदान देऊ शकत होते." सम्राट बजरंगांनी म्हटले, "ते एक यथायोग्य व

365

समर्थ व्यक्ती होते. पण तुम्ही ते अनेक वेळा कसे करू शकता हे मला माहीत नाही. तुम्हाला जर तिला पुन: चैतन्य स्वरूपात पाहायचे असेल तर तिला वरदान द्या."

कल्कीने डोळे बंद केले व आपल्या शरीरातील चक्रावर मन एकाग्र केले. काही क्षणातच त्याचे अंग उजळू लागले. त्याचे शरीर आतून गरम होऊ लागले. हळूच त्याने आपला हात दुरुक्तीच्या कपाळावर ठेवला व तो म्हणाला, "मी तुला तुझ्यावरील जबाबदारीसाठी, तुझ्या लौकिकासाठी, तुझ्या सत्यतेसाठी, मी हे वरदान देतो की तू कायमसाठी अमर होशील."

त्याने हे शब्द आपल्याच मनात वारंवार म्हटले. त्याची शरीरातील ऊब कमी होऊ लागली तसे त्याने डोळे उघडले. दुरुक्तीमध्ये काहीच बदल झाला नव्हता.

तिचे डोळे मिटलेलेच होते...तिचे शरीर थंडगार होते.

आणि...आणि क्षणार्धात तिने डोळे उघडले व ती सभोवताली पाहू लागली, तिच्या नजरेत गोंधळून गेल्याचे चिन्ह होते.

सरतेशेवटी तिने कल्कीकडे पाहिले. तो दिलखुलासपणे हसत होता. तिने आपले शरीर त्याच्या घट्ट मिठीत सामावून घेतले.

❦

दु:स्वप्नाची रात्र संपून सुंदर अशी सकाळ झाली.

शिबिरासमोरचे उजाड रान बघून कल्कीच्या खांद्यावर बसलेला शुको केकाटला. उत्तरेकडे गेलेली दानवांची पावले जमिनीवर दिसत होती. दानव ऐन लढाईच्या मध्यात शिबीर सोडून गेल्याचे पद्माने कल्कीला सांगितले होते. तो बजरंगांशी सहमत होता. अधर्माने त्याला तसेच सांगितले असावे. आणि त्याला माहीत होते की तिकडे उत्तरेला त्याचे गाव होते... शांबला.

त्याच क्षणी मनसा बाहेर आली. तिने शरीराभोवताली शाल गुंडाळली होती व ती विभिषणाच्या तंबूकडे जाऊ लागली. तिने दंडकारण्यात घरे बांधायचे ठरवले होते व ती वानरांना गरम लोकरीचे कपडे देणार होती असे कल्कीने ऐकले होते. सम्राट बजरंगांनी तिला युद्धकाळी जी मदत केली होती त्यासाठी ती हे सारे करणार होती.

मनसा आपली राजधानी नागपुरीकडे जाणार होती. तसा निर्णय तिने घेतला होता. ती काही दिवस विश्रांती घेणार होती व मग रक्तपाशी

युद्ध छेडणार होती. त्याने तिला ठार करायचे ठरवले होते हे ती विसरली नव्हती. आणि विभिषण भानमतीला परतणार होता. इंद्रगडवर कोणी राज्य करायचे यासाठी मनसा व विभिषण चर्चा करायला बसणार होते. त्या दोघांपैकी कुणालाच ते सिंहासन नको होते कारण दोघांनाही आपापली राज्ये होती.

पद्मा तंबूबाहेर आली. तिने कल्कीला बघताच ती हसली. व त्याच्या जवळ येऊन बसली.

"तू ठीक आहेस ना?" तिने विचारले. "ते मलाच माहीत नाहीय." तो म्हणाला, "मला अर्जनची काळजी लागून राहिलीये. तुला ठाऊक आहे की तो..." तो बोलायचे थांबला. त्याला तिला काही सांगायचे नव्हते. अर्जनला ती आपला मित्र समजत असे. *तो अधर्म आहे, हे कळल्याबर कदाचित ती त्याचा तिरस्कार करायला लागेल, मग?*

"तो छानच असेल. फक्त त्याला परत आणले पाहिजे." पद्माने त्याच्या खांद्यावर हात ठेवला. "तू खूप चांगला राजा होशील असे काही जणांना वाटतेय."

"काहीजणांना?"

"माझ्या वडिलांना व मनसाला."

कल्की हसला.

"आणि हे बघ. तुला जर का माझ्याशी लग्न करायचे असेल तर तुला राजा व्हायलाच हवे. नाहीतर मग माझे वडील कुणीतरी फालतू राजपुत्र निवडतील."

"बघा, हे कोण बोलतेय ते." कल्कीने तिरकस विनोद करत म्हटले, "मला वाटत होते की तू सारे आयुष्यभर एक खुनी म्हणूनच वावरणार आहेस."

"कल्की, मी खूप बदललेय. आता मला यापुढे शांततेत आयुष्य व्यतीत करायचे आहे." पद्माने हसून त्याच्या जखमांनी भरलेल्या शरीराभोवती आपले हात गुंडाळले. "मला आनंदी राहायचे आहे. मी ज्याच्यावर प्रेम करते त्याच्याबरोबर मला राहायचे आहे. तुझी काय इच्छा आहे?"

कल्कीने तिच्या चेहऱ्यावरून हात फिरवला. "अर्थात!" "तुझ्याबरोबर राहण्यासाठी मला राजा व्हावे लागणार असेल तर मला राजा व्हायलाच हवे. पण एक लक्षात ठेव की मी सुद्धा फालतूपणा करणार नाही असे नाही. मी किती गर्विष्ठ व अहंभावी होऊ शकतो ते तुला माहीत नाहीय."

दोघेही हसू लागले.

कल्कीला तिच्याबरोबर राहायचे होते. पण त्याला आपल्या भावाची पाहाण्याची उत्कंठा लागली होती.

"मीही तुझ्याबरोबर यावे असे तुला वाटतेय का?" पद्माने विचारले.

"मी त्याला हुडकून आणीन. काही काळजी करू नकोस." पुढे काय घडणार आहे हे कल्कीला ठाऊक नव्हते. कदाचित ते दोघेही एकमेकांना ठार करतील. आणि पद्माला ते बघवले नसते.

मग त्याने देवदत्तला बोलावण्यासाठी शीळ घातली. तो त्याच्या घोड्यावर आरुढ झाला व उत्तरेकडे जाऊ लागला...जिथून हे सारे सुरू झाले होते तिकडे.

80

कल्की शांबलामध्ये पोचला तेव्हा सूर्य माथ्यावर आला होता.

सर्वसामान्य घोड्याला इथे पोहोचायला अनेक दिवस लागले असते. पण देवदत्त काही सामन्य अश्व नव्हता. तो खूपच ताकदवर आणि उत्साही होता. सामान्य घोड्यापेक्षा तो तिप्पट वेगाने आल्यामुळे एका दिवसातच तो गावात पोचला होता.

कल्कीला स्मरणरमणीयतेचा [nostalgia] आभास झाल्याशिवाय राहिला नाही. पूर्वीचे सारे त्याला आठवू लागले. सारे गाव कसे शांत शांत व गपगार वाटत होते. त्या हल्ल्यानंतर गाव पुन: बांधले गेले होते.

शुको आकाशातूनच अर्जनचा शोध घेत होता.

कल्की शांबलातील गल्ली-बोळातून हिंडत होता. काही गावकरी इतस्तत: हिंडत होते. ते त्याच्याकडे व त्याच्या पांढऱ्या घोड्याकडे कुतूहलाने पाहत होते. कल्की पुढे जात होता. त्याने एका झोपडीसमोर तीन मुले बसलेली पाहिली. एका मुलाला त्याचे वडील रागावत होते. दुसरा पुस्तकात डोके घालून बसला होता आणि एक लहान मुलगी आपल्या भावाला वडील रागावत आहेत हे बघून गालातल्या गालात हसत होती.

काही कारणाने त्याला लक्ष्मी, अर्जन व त्याची स्वत:ची लहानपणीची अवस्था आठवली.

कल्की त्या मुलांकडे पाहून हसला. क्षणार्धात शुको खाली आला व त्याला म्हणाला की तो *गावातल्या सर्वात उंच असलेल्या टेकडीवर आहे.*

तो तिथे काय करतोय?

समोरचे दृश्य पाहत तो स्वस्थ बसलाय.

आणि दानव कुठे आहेत?

ते कुठेच दिसत नाहीत.

कल्कीने मान डोलवली व त्या मुलांना सोडून तो टेकडीकडे जाऊ लागला. मग त्याला आठवले की आपणही या टेकडीवरून सूर्यास्त पाहण्यासाठी अनेकदा इथे आलेलो आहोत.

तो तिथे आहे तर! अर्जन पायावर पाय टाकून सूर्यास्त पाहत होता. कल्की देवदत्तवरून उतरला व त्याला व शुकोला तिथेच थांबायला सांगून पुढे झाला.

असे का? देवदत्तने विचारले.

मला त्याच्याशी अगदी खाजगी बोलायचे आहे.

पोपट व घोडा तिथेच थांबले. कल्की डोंगरावर जाऊ लागला. त्याची तलवार कमरेला लटकत होती.

अर्जन समोरचे चित्तवेधक दृश्य बघत होता. तो अत्यंत शांत दिसत होता.

"कल्की, तू मला एवढ्यातच मारायला नको आहेस." अर्जन मागे वळून भावाकडे हसून पाहात म्हणाला.

"मी येणार आहे हे तुला माहीत होते का?" *तो किती वेगळा दिसतोय.* अर्जनचे केस खूपच वाढले होते. त्याची कातडी खूप रापली होती. व त्याच्या छातीवर खूप जखमांच्या खुणा होत्या.

"मी त्या दानवांना विशिष्ट हेतूने बोलावले होते. दानव उत्तरेकडे जात आहेत हे तू किंवा मनसाची माणसे पाहतील अशी मला आशा होती." अर्जन म्हणाला, "तू इथे येऊन स्वत:च्या नजरेने सारे पाहावेस अशी माझी इच्छा होती."

"आता तो कुठे आहे?"

"त्याला ठार केलेय. आता त्याची फक्त राख राहिलीय. अर्थातच मी त्याची उत्तरक्रियाही पार पाडलीय." अर्जनने कबूल केले.

तो काही पावले कल्कीकडे चालून गेला. ताबडतोब कल्कीने आपला हात तलवारीच्या मुठीवर ठेवला.

"मी तुला अजिबात मारणार नाहीय." अर्जनला दु:ख झाल्याचे जाणवत होते.

"का?"

"कारण, ते किती मूर्खपणाचे आहे हे मला ठाऊक आहे. तू माझा भाऊ आहेस. मी तुला मारणार नाही. तू जरी मला एकदा मारायचा प्रयत्न केला होतास तरी नाही."

"अर्जन, ती एक घोडचूकच होती." कल्कीने संरक्षणात्मक पवित्रा घेतला. "तो माझा मूर्खपणाच होता."

"तू अजूनही मूर्खच आहेस." अर्जन हसला. "तरीही मी खोटे बोलणार नाही. एक क्षणभर तुला मारावे असे मला वाटले होते. पूर्वीचे अधर्म बरोबरच वागलेत असाही विचार माझ्या मनात येऊन गेला. पण सरतेशेवटी त्यातून मला काहीतरी समजले आहे. त्यांना जे अवतार भेटले ते वेगळे होते. तू काही सम्राट गोविंदांप्रमाणे अतिमहत्त्वाकांक्षी नाहीस. सम्राट राघवांप्रमाणे लोकलज्जेस्तव लोकानुयायी असे काही तू करणार नाहीस. सम्राट नरसिंहाप्रमाणे तुला संताप वगैरे येत नाही. कल्की तू एक सद्गृहस्थ आहेस. आणि मीही तसाच सज्जन आहे असे मला वाटत होते. पण आता मात्र मला तसे वाटत नाहीय." कल्की त्याला मिठी मारायला पुढे आला तेव्हा त्याच्या डोळ्यात अश्रू दाटले होते. त्याच्या हाताशीच तलवार होती. पण आता त्याला तिची गरज नव्हती.

"बंधो, तू खरंच एक सज्जन व्यक्ती आहेस. त्याबद्दल तुझ्या मनात अजिबात तीळमात्रही शंका बाळगू नकोस." कल्की म्हणाला, "आता पुढे काय?"

"तू मला तुझी तलवार दाखवतोस का?" अर्जनने विचारले, कल्कीने मान डोलवून ती त्याच्याकडे दिली.

"मी इथे येण्याआधी त्या दिव्य अनुभूतीच्या संपर्कात गेलो होतो. अंधारयुगातील विधीलिखिताप्रमाणे जर आपण वागलो नाही तर काय होईल हे मला पाहायचे होते." अर्जन म्हणाला, त्याने त्या शिवाच्या तलवारीच्या खुणांवरून हात फिरवला. "मी अनेक अधर्मांना विचारले. जर का विधिलिखिताप्रमाणे घडले नाही तर साऱ्या विश्वात गोंधळ माजेल असे त्या सर्वांनी मला सांगितले. सर्वत्र काळरात्र व सैतानाचे साम्राज्य येईल. व काळवेळ यांचे अस्तित्व नष्ट होईल. आपण हे घडू देणार नाही हे तुला ज्ञात आहेच."

"अर्जन, हे तू काय बोलतो आहेस?"

"तुला माहितीच आहे की मी हे घडू देणार नाही." अर्जन म्हणाला, "काही गोष्टी घडायलाच हव्यात. आपण त्या थोपवू शकत नाही. आपले नशीब आपण बदलू शकत नाही."

कल्की गोठून गेला. अर्जनने तलवार घट्ट पकडली होती. कल्कीने काहीही विचार न करता, ती महान तलवार अर्जनकडे सुपूर्द केली होती. कल्कीकडे ते एकमेव शस्त्र होते.

आता तो मला मारणार आहे.

371

मग अर्जनने तलवारीची मूठ कल्कीकडे केली. "ही धर."

"काय?"

"ही धर!"

कल्कीने तलवार घेतली. तो गोंधळला होता.

याचा काय विचार आहे? तो काय करायचा प्रयत्न करत आहे?

आणि कल्कीने काहीही हालचाल करायच्या अगोदर अर्जनने तलवार स्वतःच्या पोटाच्या दिशेने ओढली.

त्याला मी मारायला हवे आहे?

"मी काय करावे हे तुला माहीत आहे. पण मला एक गोष्ट स्पष्ट करू दे. *मी तसे होऊ देणार नाही. आणि मी तुलाही ते करू देणार नाही!*" कल्की ओरडला. आणि त्याने ती तलवार अर्जनच्या हातातून खेचून घेतली.

हे सारे इतक्या झटकन घडले की अर्जनही चकित झाला. दोघांचाही तोल गेला व ते खाली पडले.

अर्जनने रागाने आपला हात जमिनीवर आपटला. कल्की धूळ झटकून उभा राहिला.

"बंधो, कृपा कर. आता सारी परिस्थिती बदलली आहे. तुला जो माहीत होता तो 'अर्जन' आता मी राहिलेलो नाही. मी संतापाच्या भरात अनेक लोकांना ठार केले आहे. *मी अनेक जीव घेतले आहेत. आणि त्यासाठी मला काहीही वाईट वाटत नाहीय.*" अर्जन अश्रू आवरत ओरडला. "माझा जर नाश झाला नाही तर मी आहे त्याहून अधिक सैतानी प्रवृत्तीचा होईन."

"अर्जन, त्याने काहीच फरक पडत नाही. तुझ्यातही बदल घडेल. आतापर्यंत तू ज्या काही वाईट गोष्टी केल्या आहेस त्याबद्दल मी तुला क्षमा करेन. तू 'सैतान' होणार नाहीस हे मी बघेन. तुला मरायचे काहीच कारण नाहीय." कल्की म्हणाला.

अर्जनचा चेहरा वेडावाकडा झाला.

"तुला समजत नाहीय. तू फार आशावादी-आदर्शवादी आहेस. आपण सत्ययुगात राहत नाही."

"बंधो, तुझी तीच चूक होत आहे. बरेच काही वाईट घडले आहे हे मला ठाऊक आहे. पण मी साऱ्या गोष्टी सुरळीत करेन.

फक्त तू माझ्याबरोबर राह. सर्व काही ठीकठाक होईल, असे मी तुला वचन देतो."

अर्जनच्या चेहऱ्यावर बदल घडला. त्याने थंडपणे कल्कीकडे पाहिले व तो म्हणाला, "मी तुझा भाऊ आहे, पण त्यापूर्वी मी अधर्म आहे आणि कल्की मी तुला वचन देतो की मला जर थोपवले नाही तर माझ्या हातून अधिक नरसंहार घडेल. जो कोणी मला विरोध करेल किंवा माझ्या आज्ञा पाळणार नाही, त्याला माझ्या हातून मरावे लागेल."

"माझा तुझ्यावर अजिबात विश्वास नाही." कल्की म्हणाला.

अर्जन कल्कीच्या अंगावर धावून गेला. अगदी विजेच्या वेगाने आणि त्याच्या तोंडावर त्याने एक ठोसा लगावला. कल्की त्या धक्क्याने भयचकित झाला. *हा एवढा शक्तीमान कधी झाला?*

आपला लाल झालेला गाल चोळत त्याने डोके हलवले व उभा राहिला.

अर्जन पुन: पुढे झाला व त्याने कल्कीचे केस पकडले, "मला ठार कर. नाहीतर मला तुला मारावे लागेल." त्याने कल्कीची तलवार त्याच्या छातीवर धरली. मग कल्कीने तिची मूठ पकडली. "संपवून टाक."

"नाही" कल्कीच्या तोंडातून रक्त येत होते, "मला तसे करू देऊ नको."

कल्कीला अर्जनला मारायचे नव्हते. पण मग त्याला गोविंदांनी दाखवलेले दृश्य आठवले. त्याला जर मारले नाही तर अर्जनचे काय होईल ते त्याला आठवले.

"कल्की, मारून टाक. माझ्याशिवाय हे जग एक खूप सुंदर जग होईल. चल, लवकर मार!"

क्षणभर अर्जनला धक्का बसला. आणि मग त्याचे आपल्या शरीराकडे लक्ष गेल्यावर त्याच्या तोंडावर एक दु:खद हसू उमटले.

कल्कीने त्याच्या छातीत ती तलवार खुपसली होती. पण त्याच वेळी त्याच्या डोळ्यातून अश्रूही ठिबकत होते.

मग अर्जन खाली कोसळला व कल्कीने डोळे मिटून घेतले.

सूर्योदयाबरोबर अधर्माने शेवटचा श्वास सोडला.

कल्की प्रचंड उमाळ्याने रडत होता. त्याने अर्जनला दोन्ही हातात धरले होते. "तू मला भरीस पाडलेस. अर्जन. आपण त्या विधिलिखितानुसार वागायला नको होते. आपण खरंच तसे वागायला नको होते." तो अस्वस्थ वेदनेने म्हणाला.

अर्जन हसला, "मी...तशी...कुठलीही संधी...घेणार...नव्हतो." त्याने भावापाशी अखेरचे शब्द व्यक्त केले.

अर्जनच्या शरीरातून सोनेरी धूर येत असल्याचे कल्कीला दिसले. त्याने डोळे मिटून घेताच त्याच्या अश्रूधारा वाहू लागल्या. अविरतपणे. त्याने तलवार उपसून काढली व ती अर्जनच्या अचेतन शरीरावर ठेवली.

अधर्माचा नाश झाला होता. धर्म मात्र त्याच्यासाठीच शोक करत होता.

भरत वाक्य

काही महिन्यांनंतर.

कलयुग संपले होते.

बजरंगाच्या देवळातून आईला घेऊन येण्यासाठी कल्की तिथे पोचला होता.

बऱ्याच दिवसांनंतर आईला पाहून तो आनंदित झाला होता. आपला मुलगा पाहून सुमतीचाही अश्रूंचा बांध फुटला. तिने त्याला आपल्या कवेत घट्ट धरले.

"मला तुझी किती आठवण येत होती हे तुला माहीत नाही. आणि अर्जन कुठे आहे?"

"आई, आपण इथून निघू या." कल्कीने तिचा प्रश्न टाळून तिला म्हटले.

सुमतीने मान डोलावली व आपले अश्रु पुसले. "नक्कीच निघू या. मला माझे सारे सामान आणू दे." ती आत जायला वळली पण पुन: मागे वळून म्हणाली, "पण कुठे? शांबलात परत जायचे का?" तिने गोंधळून विचारले.

"नाही, नाही आई, आपण इंद्रगडला जायचेय."

"का बरे?" तिने कल्कीकडे प्रश्नार्थक मुद्रेने पहात म्हटले, "मुला, आपण गावकरी आहोत. शहरी रहिवासी नाही."

"पण राजाला जिथे सिंहासन आहे तिथेच राहावे लागते." कल्की वस्तुस्थितीशी निगडित बोलला.

"राजा?"

कल्कीने देवळाबाहेर खूण केली. बागेभोवती प्रचंड सैन्य बघून सुमती चकित झाली. तिचा श्वास अडकला. सारेजण त्यांच्या राजाची व राजमातेची वाट पाहत होते. आणि त्यांच्यासमोर पद्माही उभी होती.

"मी त्यांना मुद्दामच इथे येऊ दिले नाही. कारण ते कदाचित मला घाबरतील असे मला वाटले." देवळात येणाऱ्या लोकांकडे पाहत तो म्हणाला.

"तू खरंच माझाच मुलगा आहेस ना?" सुमतीने गमतीने म्हटले, "तू खूपच बदलला आहेस."

"नाही, नाही आई. मी तोच आहे." कल्की हसला. "माझ्यात कधीच बदल होणार नाही. आणि...ती समोर...तुझी सून उभी आहे." त्याने पद्माकडे इशारा करत म्हटले.

सुमतीने त्याच्या मुस्कटात मारली, "तुझ्या आईचा आशीर्वाद व संमती घेतल्याशिवाय तुझी लग्न करायची प्राज्ञाच कशी झाली?"

"ओह...ओ...नाही...नाही...मी तिच्याशी लग्न करणार आहे. मी तुझे आशीर्वाद व संमती घेण्यासाठीच इथे आलोय."

"किती गुणी मुलगा आहेस. तू खरंच खूपच सुंदर बायको निवडली आहेस. आता मी माझे सामान घेऊन येते. मग तू मला अर्जन कुठे आहे ते सांग." सुमती मंदिरात गेली.

"मुला, तिला खरं काय ते सांगून टाक." शुको कल्कीला म्हणाला.

"सद्गृहस्था, खरंच तिला सारे सांगून टाक. तुझ्या आईचे हृदय विदीर्ण करून टाक. तो ठोंब्याही तेच सांगतोय."

"अरे, कुणाला ठोंब्या म्हणतोयस? अरे घोड्या."

शुको केकाटला.

"ओह. काय पण आविर्भाव. मी दुःखी झालो आहे." देवदत्त म्हणाला.

कल्कीने आता काय बोलावे हे न सुचून. खाली बघितले. शुको व देवदत्त व्यतिरिक्त कुणालाही सत्य काय आहे ते माहीत नव्हते. बाकी सर्वांना

कल्कीने खोटीच हकीकत सांगितली होती की कलीच्या माणसांशी लढताना अर्जन मरण पावला म्हणून. तो सुटून जाण्याचा प्रयत्न करत असताना शत्रू सैन्याने दबा धरून त्याला जीवे मारले असे त्याने सर्वांना सांगितले होते. अर्जन हा अधर्म होता हे कुणालाही कळण्याची आवश्यकता नव्हती. कल्कीला स्वतःची प्रतिमा डागाळलेली नको होती. अर्जनच्या खऱ्या रूपाविषयी दुरुक्ती सोडून कुणाच जिवंत व्यक्तीला काही माहिती नव्हती. आणि ती ते कुणालाही सांगणार नाही असे तिने वचन दिले होते.

काही क्षणांनंतर सुमती आपल्या पिशव्या घेऊन बाहेर आली.

ते पायऱ्या उतरत असताना कल्कीने सुमतीभोवती आपल्या हाताची मिठी घातली होती. ते जिना उतरून खाली आले.

तो आनंदित झाला होता. सारे काही त्याच्या मनाप्रमाणे घडत होते.

मनसा नागपुरीला गेली होती व तिच्या योजनेनुसार तिने वरुणगडावर ताबा मिळवला होता. सम्राट बजरंगांच्या व वानरांच्या मदतीने रक्तपा व राक्षसांना हरविणे सोपे झाले होते. विभिषण आपल्या भानमतीच्या राज्यात सुखेनैव राज्य करीत होता. तो व पद्मा यांच्यामध्ये अजूनही थोडासा संघर्ष होता. पण लवकरच त्यांच्यातही समझोता होईल अशी कल्कीला खात्री वाटत होती.

दुरुक्तीला अमरत्व दिल्याने कल्कीही आनंदी झाला होता. तिची तब्येत खणखणीत होती व गुरुकुल चालू करण्याचे तिचे स्वप्नही प्रत्यक्षात आले होते. ती तिचा पहिला वर्ग घेत असताना काही आठवड्यांपूर्वीच त्याने बघितले होते. तिने तिच्याचबरोबर आणखीही एक सहअध्यापिका नेमली होती. या सर्वांचा विचार करता करताच त्याने गमावलेल्या मित्रांचीही त्याला आठवण येत होती. त्याच्या डोळ्यासमोर बाली, रात्री, लक्ष्मी यांचेही चेहरे येऊन गेले. ते त्याच्याकडे पाहून हसतच होते.

मग त्याच्या डोळ्यासमोर त्याच्या लाडक्या भावाचा चेहरा आला. तो पायावर पाय टाकून टेकडीवर बसला होता. व कल्कीकडे पाहून हसत होता. अर्जनचा हसरा चेहरा त्याला नेहमीच आवडत असे.

अर्जनला हवे होते, तसेच त्याने त्याच्या शरीराचे दफन केले होते. काही महिन्यांपूर्वी त्यांचे जेथे युद्ध संपले होते, शांबलातील सर्वात उंच टेकडीवर, तिथे तो व अर्जन सूर्यास्ताची मजा अनुभवत असत, त्याच ठिकाणी त्याचे दफन केले गेले होते.

"आई" कल्कीने सुमतीकडे पाहत म्हटले, "अर्जनचे काय झाले हे तुला माहीत करून घ्यायचे होते ना?"

सुमतीने मान डोलवली. तिच्या मुलाचे काय झाले असावे याचा तिला अंदाज आलाच होता. तो जर जिवंत असता तर तो तिला भेटायला नक्कीच आला असता. पण ते कल्कीकडून ऐकण्याची वाट ती पाहत होती. पण तिला मनोमन वाटत होते की तिची शंका खोटी ठरावी.

तो निजधामास गेला आहे, आई. पण त्याने या जगाचे रक्षण करण्यासाठी आपला देह ठेवलाय. त्याला वीरमरण प्राप्त झाले आहे. त्याला महानायकाचे मरण आले आहे!

कल्कीच्या
प्रवासाचा इथे
अंत झाला...

जमाती

राक्षस - हुशार आणि माणसासारखे दिसणारे, ईलमच्या बेटावर दक्षिणेला जन्म घेतलेले होते. ते युद्धात खूप निष्णात होते. इतर जमातींच्या मानाने त्यांची कातडी टणक होती. त्यांची सरासरी ऊंची सहा फुटाहून जास्त असे. त्यांच्याकडे कुटुंबपद्धती अस्तित्वात होती. त्यांच्यात पुरुषसत्ताप्रधान पद्धती होती, आणि त्यांची संस्कृती ते कितीही बेफामपणे जगत असले तरीही मागासलेलीच होती. त्यांच्यातील बरेच जण सम्राट शिवाचे उपासक, तरीही इतर लोक त्यांना नास्तिक समजत असत. त्यांचा वर्ण काळा आणि केस तेलकट असत.

नागा - यांची राहणी ऐषारामी आणि उच्चकुलीन असे. नागपुरी या शहरात ते राहत. हे शहर एका तळ्यावरती वसलेले होते. नाग लोक विष्णु आणि शेषाची पूजा अर्चा करत असत. हे योद्धयापेक्षा जास्त करून मुत्सद्दी म्हणून ओळखले जात असत. पण कालांतराने त्यांनी त्यांची स्वत:ची सैनिकी व्यवस्था निर्माण केली होती. त्यांच्या संस्कृतीत स्त्रियांना मान आणि आदर दिला जात असे. त्यांचे डोळे निळे आणि वर्ण गोरा असतो असे समजले जात होते.

यक्ष - हे उंचीने खुजे आणि खोडकर असत. ते शांत प्रवृतीचे पण समृद्ध, पैसेवाले असत. ते फक्त त्यांच्या राजाची पूजा करत, इतर कुठलाही देव ते मानत नसत. त्यांच्यात सैनिकी किंवा राजकीय कौशल्याचा अभाव होता. यक्षिणींची, म्हणजेच यक्षांच्या स्त्रियांची संख्या यक्षांपेक्षा कमी होती. वाळवंटाच्या मध्यावर अलकापुरमध्ये ते राहत असत. इतर जमातींपेक्षा ते खूप श्रीमंत असत.

असुर - आता ही नामशेष झालेली जमात आहे. त्यांच्याबद्दल फारशी माहिती कुणालाच नाही. या जगातील सर्व वाईटसाईट गोष्टी यांनीच इथे आणल्या असा समज आहे. लोकभ्रमामुळे आणि भ्रामक समजुतींमुळे

त्यांच्यातील अनेक स्त्रिया, पुरुष एवढेच नव्हे तर मुलांनादेखील इतरांनी बळी दिले, त्यांची निर्घृण हत्या केली, त्यांना कापून काढले. काहीजण त्यातून वाचले आणि ते इतस्तत: भटकत राहिले. ते नास्तिक आहेत.

दानव - हे असुरांचे भाईबंद आहेत. ते झाडाइतके उंच आणि डोंगरासारखे आडदांड आहेत. ते देवांचे कट्टर हाडवैरी आहेत. ते चालायला लागल्यावर भूकंप होतात म्हणून ते कायम झोपेत असतात असा समज आहे. त्यांच्यावर अनेक दंतकथा आहेत आणि त्यांच्या या कथा मुलांना झोप येण्यासाठी सांगितल्या जातात. प्रलयानंतर त्यांना कुणीही पाहिलेले नाही.

पिशाच्च - नरमांसभक्षक. हे दलदलीच्या जागी राहतात. ते फक्त बलशालींना मानतात. त्यांचा कर्मावर विश्वास आहे. त्यांनी केलेल्या प्रत्येक गुन्हयाचे चित्र ते अंगावर गोन्दवून घेतात. ते मनोरुग्ण आणि अस्थिर मनोवृतीचे समजले जातात आणि फक्त मूर्ख लोकच त्यांच्याशी संबंध ठेवतात असाही समज आहे.

वानर - ते दंडकारण्याच्या जंगलात राहतात. ते खूप गोष्टीची माहिती बाळगून असतात असा समज आहे. ते केसाळ असल्यामुळे तो त्यांचा एक दोष आहे असेही समजतात. ते आता गुप्तच झाले आहेत आणि ते त्यांना भेट देऊ इच्छिणाऱ्यांशी मित्रत्वाचे संबंध ठेवू इच्छित नाहीत. ते त्यांचा रक्षणकर्ता सम्राट बजरंगाची पूजा करतात. हा देव अमर आणि त्यांचा राजा आहे असे ते समजतात.

टीप - या व्यतिरिक्त इतरही जाती-जमाती आहेत, पण त्यांच्यावर अजून संशोधन करून त्यांची शहानिशा करून त्यांची व्यवस्थित नोंद करावयाची आहे.

– वेद व्यास

ऋणनर्देश

'कल्की' या पुस्तकत्रयीमधील हे शेवटचे पुष्प असल्यामुळे, याला उत्तम खप असलेले पुस्तक करण्यामध्ये ज्या काही महत्त्वाच्या व्यक्तींनी हातभार लावला त्यांचे मन:पूर्वक आभार मानताना मला विलक्षण आनंद होत आहे.

सर्वप्रथम मला माझ्या पालकांचे आभार मानायचेत.त्यांनीच मला पुस्तक लिखाणासाठी कायम प्रोत्साहन दिले व माझ्या पुस्तकांबद्दल विश्वासही दाखवला.

रेड इंक लिटररी एजन्सीचे श्री. अनुज बाहरी हे माझे आदर्श व महत्त्वाची व्यक्ति होत.त्यांचे आभार.लेखन हेच माझे जीविताचे-चरितार्थाचे साधन होऊ शकेल असा विश्वास त्यांनी माझ्यात चेतवला.

माझे प्रकाशक गौरव सभरवाल आणि शिखा सभरवाल यांनाही धन्यवाद. हे पुस्तक उत्तम खपाचे व्हावे, यासाठी त्यांनी अपरंपार कष्ट घेतले. त्यांचे या संबंधातील परिश्रम अनमोल आहेत.

फिंगरप्रिंटच्या सहकाऱ्यांचे आभार मानताना मला खूप आनंद होतोय. संपादकीय विभागातील पूजा डडवाल आणि गरिमा शुक्ल यांनी हे पुस्तक सुंदर होण्यासाठी खुप मदत केली. या पुस्तकाचा शेवट बदलावा असे गरिमांनी सांगितले व त्यामुळे कथा जास्त परिणामकारक झाली.

मार्केटिंगचे सर्व अधिकारी–नीरज सर आणि योला यांनी मला बरेच साहाय्य केले, आणि खास करून मयांकचे आभार, कारण त्यांनी अमेझोनवर या पुस्तकाची चांगली विक्री व्हावी यासाठी विशेष श्रम घेतले. विक्री विभागातील महेश सर, राजाराम सर, निहार सर, सुरेन्द्र सर आणि नटराज सर यांनाही धन्यवाद.

अर्थट स्टुडिओ मधील सर्व आलेखनकार, ज्यांनी सातत्याने पुस्तकांची उत्तम वेष्टणे करून दिली, त्यांचे खूप, खूप आभार. त्यांच्या श्रमाशिवाय आज हे पुस्तक ज्या उंचीवर आहे तिथे पोचलेच नसते.

माझे संपादक आणि परममित्र बिजित सिन्हा यांचे आभार.

केविन मिस्सलने वयाच्या १४व्या वर्षी पहिले पुस्तक लिहीले: सेंट स्टिफन्सचा हा पदवीधर २२ व्या वर्षी बेस्टसेलींग पुस्तकाचा लेखक ठरला व पूर्ण वेळ लेखक झाला. कल्की या त्रिसुत्रीतील त्याच्या पहिल्या दोन पुस्तकांनी उत्तुंग यश पाहिले. धर्मयोध्दा कल्की: विष्णूचा अवतार आणि त्यानंतरचे सत्ययोध्दा कल्की: ब्रम्हाचा डोळा या पुस्तकांच्या एका वर्षात एक लाख प्रती खपल्या.

केविनला चमत्कृतीपूर्ण कल्पीत कादंबऱ्या आवडतात व पौराणिक कथांचाही तो भोक्ता आहे. त्याच्या पुस्तकांना द संडे गार्डियन, द न्यू इंडियन एक्स्प्रेस आणि मिलेनियम पोस्ट या वृत्तपत्रात स्थान मिळाले आहे.

तो गुरुग्राममध्ये राहतो व त्याच्याशी खाली दिलेल्या पत्त्यावर संपर्क साधता येईल –

kevin.s.missal@gmail.com